ಮಾಗಿಯ ಮಂಜು

(ಸಾಮಾಜಿಕ ಕಾದಂಬರಿ)

ಸಾಯಿಸುತೆ

ಸುಧಾ ಎಂಟರ್‌ಪ್ರೈಸಸ್

ನಂ. 761, 8ನೇ ಮುಖ್ಯರಸ್ತೆ, 3ನೇ ಬ್ಲಾಕ್,
ಕೋರಮಂಗಲ, ಬೆಂಗಳೂರು – 560 034

Maagiya Manju (Kannada) : a social novel written by Smt. Saisute; published by Sudha Enterprises, # 761, 8th Main, 3rd Block, Koramangala, Bangalore - 560 034.

ಮೊದಲನೆಯ ಮುದ್ರಣ	:	1998
ಎರಡನೆಯ ಮುದ್ರಣ	:	2000
ಮೂರನೆಯ ಮುದ್ರಣ	:	2007
ನಾಲ್ಕನೆಯ ಮುದ್ರಣ	:	2018
ಪುಟಗಳು	:	126
ಬೆಲೆ	:	ರೂ. 130
ಉಪಯೋಗಿಸಿದ ಕಾಗದ	:	70 ಜಿ.ಎಸ್.ಎಂ. ಮ್ಯಾಪ್‌ಲಿಥೋ
ಮುಖಪುಟ ವಿನ್ಯಾಸ	:	ಪ.ಸ. ಕುಮಾರ್
ಹಕ್ಕುಗಳು	:	ಲೇಖಕಿಯವರದು

ಸಗಟು ಮಾರಾಟಗಾರರು
ವಸಂತ ಪ್ರಕಾಶನ
360, 10ನೇ 'ಬಿ' ಮುಖ್ಯರಸ್ತೆ, 3ನೇ ಬ್ಲಾಕ್,
ಜಯನಗರ, ಬೆಂಗಳೂರು – 560 011
ದೂರವಾಣಿ : 080–22443996
email : vasantha_prakashana@yahoo.com
website: www.vasanthaprakashana.com

ಅಕ್ಷರ ಜೋಡಣೆ :
ವಿರಾಟ್ ಆ್ಯಡ್ಸ್

ಮುದ್ರಣ :
ರೀಗಲ್ ಪ್ರಿಂಟ್ ಸರ್ವೀಸ್

ಮುನ್ನುಡಿ

ಆತ್ಮೀಯ ಓದುಗರಲ್ಲಿ,

ಬದುಕಿನಲ್ಲಿ ಬರುವ ಅನೇಕ ತಿರುವುಗಳು ವಿಚಿತ್ರ, ವಿಸ್ಮಯಗಳೆನಿಸಿದರೂ ಅರ್ಥಪೂರ್ಣ ತಿರುವುಗಳನ್ನು ಪಡೆದುಕೊಳ್ಳಬಹುದು. ಎಷ್ಟೋ ಓದುಗರು ತಮ್ಮ ಮನದಾಳದ ಮಾತುಗಳನ್ನ ತೆರೆದಿಟ್ಟಿದ್ದಾರೆ. ಈ ಕಾದಂಬರಿಯ ವಸ್ತು, ಪಾತ್ರಗಳು ನಮ್ಮ ಸುತ್ತ ಮುತ್ತಲಿನದೆ.

ಈ ಕಾದಂಬರಿ ತಮಗೆ ಇಷ್ಟವೆನಿಸಿದ್ದಕ್ಕೆ ಕಾರಣಗಳನ್ನು ನೀಡಿ ಜೊತೆಗೆ ಕೆಲವು ಸಲಹೆಗಳನ್ನೂ ಕೊಟ್ಟಿದ್ದಾರೆ. "ಮುಂದುವರಿಸಿ, ಅದಕ್ಕೆ ಎರಡನೆ ಭಾಗ ಬರೆಯಿರಿ" ಅಂದ ಅವರಿಗೆಲ್ಲ ಧನ್ಯವಾದಗಳು. ನನ್ನನ್ನು ಯೋಚಿಸುವಂತೆ ಮಾಡಿದೆ.

ಕಾದಂಬರಿ ಪ್ರತಿಗಳು ಮುಗಿದನಂತರ ಓದುಗರು ಆ ಬಗ್ಗೆ ಪ್ರಶ್ನಿಸಿದ್ದಾರೆ. ಈಗ ಸುಧಾ ಎಂಟರ್‌ಪ್ರೈಸಸ್‌ನ ಮೂಲಕ ಮುದ್ರಣವಾಗಿದೆ.

ಎಲ್ಲರಿಗೂ ತುಂಬು ಹೃದಯದ ಕೃತಜ್ಞತೆಗಳು.

ಸಾಯಿಸುತೆ

"ಸಾಯಿಸದನ"
12, 2ನೇ ಮುಖ್ಯರಸ್ತೆ, 2ನೇ ಅಡ್ಡರಸ್ತೆ,
ಮಾರುತಿನಗರ, ಕೋಗಿಲೆ ಕ್ರಾಸ್, ಯಲಹಂಕ
ಓಲ್ಡ್ ಟೌನ್, ಬೆಂಗಳೂರು – 560064.

ನಮ್ಮಲ್ಲಿ ದೊರೆಯುವ ಸಾಯಿಸುತೆಯವರ
ಇತರ ಕಾದಂಬರಿಗಳು

ಕರಗಿದ ಕಾರ್ಮೋಡ
ಹೃದಯ ರಾಗ
ಅಮೃತಸಿಂಧು
ಬಣ್ಣದ ಚುಂಬಕ
ಸ್ವರ್ಣ ಮಂದಿರ
ಶ್ರೀರಸ್ತು ಶುಭಮಸ್ತು
ಗಂಧರ್ವಗಿರಿ
ಶುಭಮಿಲನ
ಸಪ್ತಪದಿ
ಚೈತ್ರದ ಕೋಗಿಲೆ
ಬೆಳ್ಳಿದೋಣಿ
ವಿವಾಹ ಬಂಧನ
ಮಂಗಳ ದೀಪ
ಡಾ|| ವಸುಧಾ
ಮುಂಜಾನೆಯ ಮುಂಬೆಳಕು
ಸೊಬಗಿನ ಪ್ರಿಯದರ್ಶಿನಿ
ರಾಗಬೃಂದಾವನ
ಬಿಳಿ ಮೋಡಗಳು
ಅನುಬಂಧದ ಕಾರಂಜಿ
ಮಿಂಚು
ನಾಟ್ಯಸುಧಾ
ಪಸರಿಸಿದ ಶ್ರೀಗಂಧ
ಬೆಳದಿಂಗಳ ಚೆಲುವೆ
ವರ್ಷಬಿಂದು
ಸಪ್ನ ಸಂಭ್ರಮ
ನನ್ನ ಭಾವ ನಿನ್ನ ರಾಗ
ಸುಮಧುರ ಭಾರತಿ
ಮೌನ ಆಲಾಪನ
ಮತ್ತೊಂದು ಬಾಡದ ಹೂ
ಶಿಶಿರದ ಇಂಚರ
ಮುಂಗಾರಿನ ಹುಡುಗಿ
ಸಾಮಗಾನ
ಕಡಲ ಮುತ್ತು
ಆಡಿಸಿದಳು ಜಗದೋದ್ಧಾರನಾ
ಪಂಚವಟಿ
ಶ್ಯಾನುಭೋಗರ ಮಗಳು
ಮೂಡಿ ಬಂದ ಶಶಿ
ಜನನೀ ಜನ್ಮಭೂಮಿ
ಬಿರಿದ ನೈದಿಲೆ
ಶರದೃತುವಿನ ಚಂದ್ರ
ಮೋಹನ ಮುರಳಿ ಕರೆಯಿತು
ಮುಗಿಲ ತಾರೆ
ಅಗ್ನಿದಿವ್ಯ
ಧವಳ ನಕ್ಷತ್ರ
ಕಲ್ಯಾಣಮಸ್ತು
ದಂತದ ಗೊಂಬೆ
ಸುಭಾಷಿಣಿ
ಮಮತೆಯ ಸಂಕೋಲೆ
ಮಂತ್ರಾಕ್ಷತೆ
ಸಪ್ತಧಾರೆ
ಹೇಮಂತದ ಸೊಗಸು
ಬೆಳಕಿನ ಹಣತೆ
ಗ್ರೀಷ್ಮದ ಸೊಬಗು
ಗ್ರೀಷ್ಮ ಋತು
ಪ್ರಿಯ ಸಖೀ
ಚಿರಬಾಂಧವ್ಯ
ಅಗ್ನಿದಿವ್ಯ
ಆಶಾಸೌರಭ
ಗಿರಿಧರ

ಮೌನ ಎರಡು ಸಲ ಬಾಗಿಲವರೆಗೂ ಬಂದಳು ಒಳಗೆ ಕೂತದ್ದು ಆಶ್ಚರ್ಯವಲ್ಲ. ಗುಡುಗು, ಮಿಂಚಿನ ಜೊತೆ ಜೋರಾಗಿ ಮಳೆ ಬರುವ ಸೂಚನೆ ಕೂಡ ಇತ್ತು. ಹೋಗುವ ಮುನ್ನ ಅವಳಣ್ಣ ಗೌರಿಪ್ರಿಯ ಸನಿಹಕ್ಕೆ ಬಂದು ಪಿಸುಗುಟ್ಟಿದ.

"ನೀನು ಹೊರಟರೆ... ಹೇಗೆ?"

ತಲೆಯೆತ್ತಿ ಅಣ್ಣನ ಕಡೆ ನೋಡಿದವಳು ನಸುನಗೆ ಬೀರಿದಳು "ಖಂಡಿತ ಸರ್ಯೋಗಲ್ಲ! ಆರಾಮಾಗಿ ಹೋಗ್ಬನ್ನಿ, ಜಗಳ, ಕದನ, ಆಮೇಲೆ ಶಾಂತಿ ಸಂಧಾನ, ಒಂದು ರಾತ್ರಿಗೆ ಮುಗ್ದು ಹೋಗೋಲ್ಲ" ನಿರಾಕರಿಸಿದಳು. ಅದಕ್ಕೆ ಕಾರಣ ಸ್ಪಷ್ಟವಿತ್ತು. ಮನೆಯ ಶಾಂತಿ ಕಾಪಾಡುವುದು ಅವಳ ಜವಾಬ್ದಾರಿ ಕೂಡ. ತಲೆ ಕೆರೆದುಕೊಳ್ಳುತ್ತ ಹೆಂಡತಿ, ಮಕ್ಕಳೊಂದಿಗೆ ಹೊರಟಿದ್ದ.

ಬೆಳಿಗ್ಗೆ ನೋಡಿದ ಪ್ರಕಟಣೆ ಅವಳನ್ನ ಸೆಳೆದಿತ್ತು. ಅವಳ ಬಳಿ ಇದ್ದಿದ್ದು ಒಂದು ಡಿಗ್ರಿಯ ಜೊತೆಗೆ ಇತ್ತೀಚೆಗೆ ಕಂಪ್ಯೂಟರ್‌ಗೆ ಸಂಬಂಧಪಟ್ಟಂತೆ ಕೆಲವು ಕೋರ್ಸುಗಳನ್ನು ಕಲಿತಿದ್ದಳು. ಕೆಲವು ವರಗಳ ಸಮಕ್ಷಮ ವಧು ಪರೀಕ್ಷೆ ಕೂಡ ಆಗಿತ್ತು. ಹೆಣ್ಣು ಇಷ್ಟವಾದರೂ ಅವರು ಕೇಳುವ ವರದಕ್ಷಿಣೆ, ವರೋಪಚಾರ ಗೌರಿಪ್ರಿಯನಿಂದ ಸಾಧ್ಯವಿರಲಿಲ್ಲ. ಅವನಿಗೂ ಸಾಲಾಗಿ ಒಂದರ ಹಿಂದೆಒಂದರಂತೆ ಮೂವರು ಹೆಣ್ಣುಮಕ್ಕಳು ಜೊತೆಗೆ ತಮಗೆ ಗಂಡು ಸಂತಾನವಿಲ್ಲವೆಂಬ ಕೊರಗು, ಅದಕ್ಕಾಗಿ ಗಂಡ-ಹೆಂಡತಿ ಒಬ್ಬರ ಮೇಲೆ ಒಬ್ಬರು ದೋಷಾರೋಪ ಮಾಡುತ್ತಿದ್ದರು ಆಗಾಗ. ಆಗ ಆ ಮೂರು ಹೆಣ್ಣುಮಕ್ಕಳ ಜೊತೆ ಇವಳು ಮೂಕಪ್ರೇಕ್ಷಕಳು. ಕೆಲವೊಮ್ಮೆ ಅವರುಗಳ ಜಗಳ ವಿಕೋಪಕ್ಕೆ ಹೋಗಿ ಡೈವೋರ್ಸ್‌ಗೆ ಬಂದು ನಿಲ್ಲುತ್ತಿತ್ತು. ಅದು ಬರೀ ಮಾತಿನಲ್ಲಿ ಮುಗಿಯುತ್ತಿತ್ತೇ ವಿನಃ ಮೂರನೆಯವರನ್ನು ಕರೆದಿದ್ದಿಲ್ಲ ಅಥವಾ ಧೈರ್ಯವಹಿಸಿ ಲಾಯರ್‌ಗಳನ್ನು ಹುಡುಕಿಕೊಂಡು ಹೋದುದ್ದಿಲ್ಲ. ಆದ್ದರಿಂದ ಇದೊಂದು ನಾರ್ಮಲ್ ಸಂಸಾರವೆಂದುಕೊಳ್ಳಬಹುದು.

ಆ ಪ್ರಕಟಣೆಗೆ ರೌಂಡ್ ಮಾರ್ಕ್ ಮಾಡಿಟ್ಟಳು. 'ಮಿದುಳು, ಹೃದಯ, ಮನಸ್ಸು ಇರುವ ಹುಡುಗಿ ಬೇಕು' ಇದೊಂದು ಆಶ್ಚರ್ಯಕರವಾದ ಕ್ಲಾಸಿಫೈಡ್. ಇಂಥ ಪೋಸ್ಟ್ ಎಂದೇನು ಇರಲಿಲ್ಲ. ಇಷ್ಟೆ ಕ್ವಾಲಿಫಿಕೇಷನ್ ಇರಬೇಕೆಂದೇನು ಇರಲಿಲ್ಲ. ಐದು ನಾಲ್ಕಕ್ಕಿಂತ ಸ್ವಲ್ಪ ಎತ್ತರವಿದ್ದರೆ ಸಾಕು, ಇಲ್ಲ ಅಷ್ಟೇ ಇದ್ದರೂ ಪರ್ವಾಗಿಲ್ಲ. ಮೃದು ಮಾತು, ಆಕರ್ಷಕ ವ್ಯಕ್ತಿತ್ವ ತೀರಾ ಅಗತ್ಯ. ಇಂಥದೊಂದು ಜಾಹಿರಾತು, ಪೋಸ್ಟ್ ಬಾಕ್ಸ್‌ನ ನಂಬರ್ ಮಾತ್ರವಿತ್ತು. ತನ್ನ ಉದ್ದವನ್ನು ದೃಢಪಡಿಸಿ

ಕೊಳ್ಳಲು ಗೋಡೆಯ ಅಂಚಿಗೆ ನಿಂತು, ತಾನೇ ತಲೆಯ ಮೇಲೆ ಗುರುತು ಹಾಕಿಕೊಂಡು, ಟೇಪ್‌ನಿಂದ ಅಳೆದಳು. ಸರಿಯಾಗಿ ಒಂದಿಷ್ಟು ಪಾಯಿಂಟ್‌ನಷ್ಟು ಇಂಚು ಮುಂಚಾದರೂ 5.5 ಇದ್ದಳು. ಇನ್ನ ಆಕರ್ಷಕ ವ್ಯಕ್ತಿತ್ವವೆಂದರೆ ಹೇಗೆ? ಇದು ನೋಡುವವರ ಕಣ್ಣುಗಳಲ್ಲಿ ಇರುತ್ತದೆ ಎನ್ನುತ್ತಾರೆ. ಕನ್ನಡಿಯ ಮುಂದೆ ನಿಂತು ನೋಡಿಕೊಂಡಳು. ತೀರಾ ಹಾಲಿನಷ್ಟು ಬಿಳಿ ಅಲ್ಲದಿದ್ದರೂ ಅರ್ಧ ಕೆಂಪು ಬೆರೆತ ಬಣ್ಣ. ಮುಖದಲ್ಲಿ ಕೂಡ ಅಂಥ ವಿಕಾರವೇನು ಕಾಣಲಿಲ್ಲ. ಇನ್ನ ಕಂಠದ ವಿಷಯದಲ್ಲಿ ಅವಳಿಗೆ ಅನುಮಾನ. ದನಿ ಮೃದುವಾಗಿರುವೆಂದರೆ ಎಂ.ಎಸ್. ತರಹನಾ? ಇಲ್ಲ ಪ್ಲೇಬ್ಯಾಕ್ ಸಿಂಗರ್ ಜಾನಕಿ, ಪಿ. ಸುಶೀಲ, ಚಿತ್ರ ತರಹನಾ? ಅವಳಿಗೆ ಸಂಗೀತದ ಬಗ್ಗೆ ಅಷ್ಟೊಂದು ಒಲವು ಇಲ್ಲದಿದ್ದರಿಂದ ಗಾಯಕಿಯರ ಕಂಠಶ್ರೀ ಬಗ್ಗೆ ಹೆಚ್ಚು ಪರಿಚಯವಿರಲಿಲ್ಲ. ಮೃದು ದನಿಯ ಬಗ್ಗೆ ಯಾರಲ್ಲಿ ಸರ್ಟಿಫಿಕೇಟ್ ಪಡೆಯುವುದು?

ಹತ್ತು ನಿಮಿಷದಷ್ಟು ದೀರ್ಘಕಾಲ ಕೂತಿದ್ದಳೇನೋ, ಕಾಲಿಂಗ್‌ಬೆಲ್ ಎರಡು ಸಲ ಸದ್ದು ಮಾಡಿದಾಗ ಹೋಗಿ ಬಾಗಿಲು ತೆಗೆದಳು. ಮೂರು ಹೆಣ್ಣುಮಕ್ಕಳ ಸಂತಾನದೊಂದಿಗೆ ನಿಂತ ಅಣ್ಣ, ಅತ್ತಿಗೆ, ಆಟೋಯಿಂದ ಮನೆಯೊಳಕ್ಕೆ ಬರುವುದರೊಳಗೆ ಎಷ್ಟು ನೆನೆಯಬೇಕೋ ಅಷ್ಟು ನೆಂದಿದ್ದರು.

"ಹತ್ತು ಸಲ ಬೆಲ್ ಮಾಡಿದ್ದಾಯ್ತು" ಗೊಣಗಿದಳು ವಾಣಿ. ಒಂದಕ್ಕೆ, ಸದಾ ಹತ್ತು ಸೇರಿಸುವುದು ಅವಳ ಜಾಯಮಾನ. ಗೌರಿಪ್ರಿಯ ಕೇಳಿಸದಂತೆ ಸುಮ್ಮನೆ ಹೋದ.

"ನಿದ್ದೆ ಮಾಡ್ತಾ ಇದ್ಯಾ?" ಬಿರುಸಿನ ಪ್ರಶ್ನೆ ವಾಣಿದು.

"ಇಲ್ಲ, ಯೋಚ್ನೆ ಮಾಡ್ತಾ ಇದ್ದೆ. ನೆನೆಯೋಷ್ಟು ಮಳೆ ಬರ್ತಾ...ಇದ್ಯಾ? ಬನ್ನಿ... ತಲೆ ಒರಸ್ತೀನಿ" ಮಕ್ಕಳನ್ನು ಹತ್ತಿರಕ್ಕೆಳೆದುಕೊಂಡಾಗ ಸಿಡುಕುತ್ತ "ಎಲ್ಲಾ ನನ್ನ ಕರ್ಮ, ಮೂರು ಮತ್ತೊಂದು! ಇವ್ರ ಚಾಕರಿ ಮಾಡೋದು ನನ್ನ ಹಣೆಯಲ್ಲಿ ಬರೆದಿರೋವಾಗ ನೀನ್ಯಾಕೆ ತಲೆ ಕೆಡಿಸ್ಕೋತೀಯಾ, ಬನ್ನಿ" ಮಕ್ಕಳನ್ನು ತಳ್ಳಿಕೊಂಡೇ ರೂಮಿಗೆ ಹೋದಳು.

ಬಿರುಸಾದ ಬಾಯಿ, ಸದಾ ಆಕ್ಷೇಪಣೆ, ನಿಂದನೆಗಳನ್ನು ಮಂತ್ರಪುಷ್ಪಗಳಂತೆ ಸುರಿಸುತ್ತಿದ್ದ ಅತ್ತಿಗೆಯ ಬಗ್ಗೆ ಎಲ್ಲಾ ಭಾವನೆಗಳು ಅವಳಲ್ಲಿ ಸತ್ತು ಹೋಗಿದ್ದವು. ಆದರೂ ಅತ್ತಿಗೆಯೇ ಅಂತ ಒಂದು ಪ್ರೀತಿ ಇತ್ತು.

ತಲೆಯೊರೆಸುತ್ತ ಬಂದ ಗೌರಿಪ್ರಿಯ ಮುಖ ಸಣ್ಣದು ಮಾಡಿಕೊಂಡು "ಅವ್ಳ ಮಾತು, ಅಷ್ಟೇ! ಸುಮ್ನೆ ತಲೆ ಕೆಡಿಸ್ಕೋಬೇಡ. ಮಾತು ಒರಟು ಇರ್ಬಹ್ದು, ಹೃದಯ ಬೆಣ್ಣೇನೇ. ನಿಂಗೂ ಒಂದು ಸೀರೆ ತಂದಿದ್ದಾಳೆ" ಹೇಳಿದಾಗ ಅವಳಿಗೆ ನಗಬೇಕೆನಿಸಿದರೂ ನಗಲಿಲ್ಲ. "ನಂಗೇನು, ಅತ್ತಿಗೆಯ ಬಗ್ಗೆ ಬೇಜಾರಿಲ್ಲ. ಪೂರ್ತಿ ಒಗ್ಗಿಕೊಂಡಿದ್ದೀನಿ. ಅತ್ತಿಗೆ, ನಿನ್ನ ಕೈಹಿಡ್ದು ಈ ಮನೆಗೆ ಬಂದಾಗ, ನಾನು ಪೂರ್ತಿ ಚಿಕ್ಕವಳಲ್ವಾ ಈಗ ಯಾಕೆ ಸೀರೆ ಬೇಕಿತ್ತು? ನಾನು ಕೆಲ್ಸಮಾಡೋದು ಕಡ್ಮೆ. ಸೀರೆಗಳು ಬೇಗ

ಹರಿಯೋಲ್ಲ" ಎಂದಳು. ಆ ಮಾತನ್ನು ವಾಣಿ ದಿನಕ್ಕೆ ಒಂದು ಸಲವಲ್ಲ, ಹತ್ತು ಸಲವಾದರೂ ಅನ್ನುತ್ತಿದ್ದಳು.

ಗೌರಿಪ್ರಿಯ ಎದೆ ಭಾರವಾಯಿತು. ಹೆಂಡತಿಯ ಸ್ವಭಾವದ ಬಗ್ಗೆ ಯಾವ ನಿರ್ಣಯಕ್ಕೂ ಬರದ ಮುಗ್ಧ. ಇದು, ಇಂಥ ಮುಗ್ಧತೆ ಮನೆಗೆ ಮಾತ್ರ ಸೀಮಿತ. ಹೊರ ಜಗತ್ತಿಗೆ ಬಹಳ ಬುದ್ಧಿವಂತ. ಮೂರು ಹೆಣ್ಣುಮಕ್ಕಳಿಗಾಗಿ ಪ್ರತ್ಯೇಕವಾಗಿ ಅಕೌಂಟ್ ತೆರೆದು ಅವರ ವಿದ್ಯಾಭ್ಯಾಸ, ವಿವಾಹಗಳಿಗಾಗಿ ಹಣ ಕೂಡಿಡುತ್ತಿದ್ದ. ಸ್ವಂತ ಸ್ಕೂಟರ್ ಇತ್ತು. ಲೋನ್‌ನಲ್ಲಿ ಮನೆ ಕೊಂಡಿದ್ದ. ಸಂಜೆ ವೇಳೆ ಪಾರ್ಟ್‌ಟೈಮ್ ಕೆಲಸ ಮಾಡುತ್ತಿದ್ದ. ಹೆಂಡತಿಗೆ ಎರಡೆಳೆ ಬಟಾಣಿ ಸರದ ಜೊತೆಗೆ ತಂಗಿಗೂ ಒಂದೆಳೆ ಸರ ಮಾಡಿಸಿದ್ದ. ಅದು ಹಿರಿಮಗಳ ಕತ್ತಿನಲ್ಲಿ ಕಂಡಾಗ ತುಟಿ ತೆರೆಯಲಿಲ್ಲ. ಅರಿತವಳಂತೆ ವಾಣಿ ಹೇಳಿದ್ದಳು.

"ಅವಳಮ್ಮನ ಸರನೇ ಸಾಕಂತೆ ಅದು ಸೀತೆಗೆ ಇರ್ಲಿ ಅಂದ್ಲು. ನನ್ನನ್ನೇನು ತಪ್ಪು ತಿಳ್ಕೋಬೇಡಿ."

ಮುಖ ಕೆಳಗೆ ಹಾಕಿದ ಗೌರಿಪ್ರಿಯ ಎತ್ತಲಿಲ್ಲ. ಹೆಂಡತಿ ವ್ಯವಹಾರ ಚತುರಳೆಂದು ಗೊತ್ತು. ಆದ್ದರಿಂದ ತಂಗಿಗೆ ಅನ್ಯಾಯವಾಗುವುದನ್ನು ಸಹಿಸಲಾರ. ಇದನ್ನ ಸಂದಿಗ್ಧತೆ ಎಂದುಕೊಳ್ಳುವ ಬದಲು ಮನೆಯ ಯಜಮಾನನಾಗಲು ನಾಲಾಯಕ್ ಅಂತ. ಕೆಲವರು ಹೇಳಬಹುದೇನೋ!

ತಟ್ಟೆಗಳನ್ನು ಹಾಕಿ ನೀರಿಟ್ಟ ನಂತರವೇ ಅತ್ತಿಗೆಯನ್ನು ಕರೆಯಲು ಹೋದದ್ದು ನಗುಮುಖದಿಂದ "ಅತ್ತಿಗೆ, ತಟ್ಟೆ ಹಾಕಿದ್ದೀನಿ. ಒಂದಿಷ್ಟು ಊಟ ಮಾಡ್ಬಿಡೋಣ. ಹೋಂವರ್ಕ್, ನಿದ್ದೆಂತ ಹುಡುಗ್ರು ಸರ್‍ಯಾಗಿ ಊಟ ಮಾಡೋಲ್ಲ." ತಂದಿದ್ದ ಕವರ್ ಗಳನ್ನು ಬೀರುವಿನಲ್ಲಿ ತುರುಕುತ್ತಿದ್ದ ವಾಣಿ ತಟ್ಟನೆ "ಈ ಸೀರೇನಾ ನಿಂಗೋಸ್ಕರ ತಂದೆ. ನಿನ್ನ ಕಲರ್‌ಗೆ ಯಾವ್ದು ಉಟ್ಟರೂ ಚೆಂದವೇ" ಹಳದಿ ಹೂಗಳು ಇದ್ದ ತೀರಾ ಕಳಪೆ ಚಿನ್ನದ ಬಾರ್ಡರ್‌ನ ಸಿಮೆಂಟ್ ಬಣ್ಣದ ಸೀರೆ. ಸ್ವಲ್ಪ ಉದ್ದ ಇದ್ದುದ್ದರಿಂದ ಅವಳಿಗೆ ಕಡಿಮೆ ಬೆಲೆಯ ಸೀರೆಗಳು ಬೇಗೆ ಗಿಡ್ಡವಾಗಿ ಬಿಡುತ್ತಿದ್ದವು. ಇದು ಆ ನಮೂನೆಯಿದೆ.

ಆ ಸೀರೆಯನ್ನು ತೆಗೆದು ವಾಣಿಯ ಭುಜದ ಮೇಲೆ ಹಾಕಿ "ನಿಮ್ಮ ಕಲರ್‌ಗೆ ಮ್ಯಾಚ್ ಆಗುತ್ತೆ. ಹೇಗೂ, ಮುಂದಿನ ತಿಂಗ್ಳು ನನ್ನ ಹುಟ್ಟಿದ ಹಬ್ಬ ಅಲ್ವಾ, ಆಗ ಸೀರೆ ತೆಗೆದೇ ತೆಗೀತೀರಿ. ಆಗ ನಿಮ್ಜೊತೆ ನಾನೇ ಅಂಗ್ಡಿಗೆ ಬಂದು ಆರಿಸ್ಕೋತೀನಿ. ಈಗ ಊಟಕ್ಕೆ ಬನ್ನಿ" ಹೊರಗೆ ಹೋದಳು.

ವಾಣಿ ಸೀರೆ ಹಿಂದಕ್ಕೆ ಬಂದಿದ್ದು ಸ್ವಲ್ಪ ಸಂತೋಷವೆನಿಸಿದರೂ, ಮುಂದಿನ ತಿಂಗಳು ಅವಳ ಹುಟ್ಟಿದ ಹಬ್ಬವನ್ನು ನೆನಪಿಸಿ ಸೀರೆ ಕೇಳಿದ್ದು ಮಾತ್ರ ಸರಿಯೆನಿಸ ಲಿಲ್ಲ. 'ಹುಟ್ಟಿದ ಹಬ್ಬ ಕೇಡು' ಗೊಣಗಿದ್ದು ಯಾರಿಗೂ ಕೇಳಲಿಲ್ಲ.

"ಅಮ್ಮ, ಊಟ..." ಸಂಗೀತ ಕೂಗಿದಾಗ ಸೀರೆಯನ್ನು ಬೀರುವಿನೊಳಕ್ಕೆ ತುರುಕಿ, ಒಳಗೆ ಅಸಮಾಧಾನವಿದ್ದರೂ ನಗುಮುಖದಿಂದ ಹೊರಗೆ ಬಂದು "ಸೀರೆ

ನಿಮ್ಮ ತಂಗಿಗೆ ಇಷ್ಟವಾಗ್ಲಿಲ್ಲ. ನನ್ತಂಗಿಗೆ ಈ ಕಲರ್ ಮ್ಯಾಚ್ ಆಗುತ್ತೇಂತೆ ಆರ್ಸಿಕೊಂಡ್ರಿ. ಈಗ... ಒಪ್ಸಿ. ಇಲ್ಲ ನನ್ನ ಸೀರೆನು ಸೇರ್ಸಿ ವಾಪ್ಸು ಕೊಡ್ಬಿಡಿ" ಸೀರೆಯ ಸೆರಗನ್ನು ಸೊಂಟಕ್ಕೆ ಸಿಕ್ಕಿಸುತ್ತ ಅಡಿಗೆಮನೆಗೆ ಹೋದಾಗ ತಟ್ಟೆಗೆ ಮುಂದೆ ಕೂತಿದ್ದ ಗೌರಿಪ್ರಿಯ ತಲೆ ಕೆರೆದುಕೊಂಡ. ಅವನೆಂದೂ, ಬಟ್ಟೆಬರೆಗಳನ್ನು ಆಯ್ಕೆ ಮಾಡುವ ತಪ್ಪು ಮಾಡುತ್ತಿರಲಿಲ್ಲ. ಬಿಲ್‌ಗೆ ಹಣ ತೆರುವುದು ಮಾತ್ರ ಅವನ ಕೆಲಸ. ಅದು ಮೌನಗೂ ಗೊತ್ತಿದುದ್ದೇ. ಸುಮ್ಮನೆ ತಲೆ ತಗ್ಗಿಸಿಕೊಂಡ.

ಅನ್ನ ಬಡಿಸಿದ ವಾಣಿ "ನೀನೇ ತುಪ್ಪ ಬಡ್ಸು ಮೌನ. ನಾನಾದರೆ ತಾಯಿ ಅನ್ನೋ, ಸದರ. ಇನ್ನಷ್ಟು... ಇನ್ನಷ್ಟು... ಅಂತಾರೆ" ಮಕ್ಕಳ ಮೇಲೆ ಆರೋಪ. ಅವು ಮಿಕಿಮಿಕಿ ನೋಡಿದವು. ಅಂತಹ ಸ್ವಭಾವ ಅವಕ್ಕಿಲ್ಲ. ಆದರೂ ತಾಯಿ ಬಾಯಿಂದ ಮಾತುಗಳನ್ನು ಕೇಳಿ ಅಭ್ಯಾಸ. ಆಗ ತುಟಿ ಬಿಚ್ಚಬಾರದೆಂಬ ತಾಕೀತು.

ಯಾಕೆ, ಮೌನಗೆ ತುಪ್ಪ ಬಡಿಸೂಂತ ಕೇಳುತ್ತಾಳೆಂಬ ಗುಟ್ಟು ಎಲ್ಲರಿಗೂ ಗೊತ್ತು. ಆಗ ಅವಳು ಎಲ್ಲರಿಗೂ ಬಡಿಸುತ್ತಾಳೆ ವಿನಃ ತನ್ನ ತಟ್ಟೆಗೆ ಬಡಿಸಿಕೊಳ್ಳು ವುದಿಲ್ಲವೆಂದು ವಾಣಿಗೆ ಮಾತ್ರವಲ್ಲ ಗೌರಿಪ್ರಿಯರಿಗೂ ಗೊತ್ತು. ಕೆಲವೊಮ್ಮೆ ಹೆಂಡತಿ, ತಂಗಿಯ ಕಣ್ಣು ತಪ್ಪಿಸಿ ಮೌನ ತಟ್ಟೆಗೆ ಬಡಿಸುತ್ತಿದ್ದ. ಇಂದಿಗೂ ಅವಳ ಪ್ರೀತಿಯ ಅಣ್ಣನೇ, ಯಾರಿಗೂ ಗೊತ್ತಿಲ್ಲದಂತೆ ಅವಳ ವಿವಾಹಕ್ಕಾಗಿ ಹಣನ್ನು ಕೂಡಿಟ್ಟಿದ್ದ. ಅನುಕೂಲಸ್ಥ, ಅವನ ಮಟ್ಟಿಗೆ ಒಳ್ಳೆ ವರ ಸಿಗಬೇಕಿತ್ತು.

ತುಪ್ಪದ ಬಟ್ಟಲು ಗೌರಿಪ್ರಿಯ ಮುಂದೆ ಬಂದಾಗ ಕೈಅಡ್ಡ ಹಿಡಿದ "ಬೇಡಮ್ಮ, ಒಂದಿಷ್ಟು ಕೊಲೆಸ್ಟ್ರಾಲ್ ಜಾಸ್ತಿ ಇದೆ ಅಂದ್ರು, ಡಾಕ್ಟರ್. ತುಪ್ಪ ಪೂರ್ತಿ ಬಂದ್, ಎಣ್ಣೆ ಒಂದಿಷ್ಟು ಕಡ್ಮೆ ಮಾಡ್ಬೇಕು." ಇದು ಸುಳ್ಳೆಂದು ಮುಖ ಸೂಚಿಸುತ್ತಿತ್ತು. ಆದರೆ ಮೌನ ಪ್ರಶ್ನಿಸಲಾಗಲೀ, ಬಲವಂತ ಮಾಡಲಾಗಲೀ ಹೋಗಲಿಲ್ಲ.

ಕೆಲವೊಮ್ಮೆ ವಾಣಿಯ ಮಾತುಗಳು ಬೆಣ್ಣೆ. ಅದು ಯಾರಾದರೂ ಇದ್ದರಂತು ಇಂಥ ಒಳ್ಳೆಯ ತ್ಯಾಗಮಯಿ ಹೆಣ್ಣು ಜಗತ್ತಿನಲ್ಲಿ ಇರಲಾರಳು ಎನ್ನುವ ನಿರ್ಧಾರಕ್ಕೆ ಬಂದು ಬಿಡಬೇಕಿತ್ತು.

"ಯಾಕೆ, ಕೈ ಅಡ್ಡ ಹಿಡೀತೀಯಾ! ಇಷ್ಟು ಕಮ್ಮಿ ಅನ್ನ ಸಾಕಾ?" ಅವಳ ಕೈ ಪಕ್ಕ ಕೈ ಸರಿಸಿ, ಇನ್ನಷ್ಟು ಅನ್ನ ತಳ್ಳಿದಳು. "ಅಕ್ಕಿ ಬೆಲೆ ಜಾಸ್ತಿ ಆಯ್ತೂಂತ ಅನ್ನ ಕಮ್ಮಿ ತಿನ್ನೋಕ್ಕಾಗುತ್ತ?" ಮತ್ತೊಂದು ಡೈಲಾಗ್. ಅದೇ ಸಾಕಾಗಿತ್ತು, ಗಂಟಲು ಹಿಡಿಯಲು.

ಇಂಥ ಮಾತುಗಳಿಗೆ ಕೊರತೆ ಇರದಿದ್ದರಿಂದ, ಬಹಳ ನಿಧಾನವಾಗಿ ಊಟ ಮಾಡತೊಡಗಿದರು, ಬರೀ ಬೆಲೆಯೇರಿಕೆ, ಎಲ್ಲಾ ಸಾಮಾನು ತುಟ್ಟಿಯಾದ ಬಗ್ಗೆಯೇ ಮಾತುಗಳು. ಇದು ವಾಣಿಯ ಅಭ್ಯಾಸ.

ಗೌರಿಪ್ರಿಯನಿಗೆ ಸಾಕಾಯಿತು ಕೇಳಿಕೇಳಿ "ಸ್ವಲ್ಪ ನಿಲ್ಲಿಸ್ತೀಯಾ! ಹಾಗಂತ ಉಪವಾಸ ಸಾಯೋಕ್ಕಾಗುತ್ತ. ಊಟ ಮಾಡೋವಾಗಲಾದ್ರೂ ಒಂದಿಷ್ಟು ನೆಮ್ದಿ... ಬೇಡ್ವಾ? ಹೇಗೋ, ತಂದು ಹಾಕೋನು ನಾನು ತಾನೇ? ನೀನೇನು ಹೊರ್ಗೆ ಹೋಗಿ

ದುಡಿದು ತರಬೇಕಿಲ್ಲ. ಛೆ..." ಎದ್ದುಹೋದ ಕೈತೊಳೆಯಲು. ಕಲಸಿದ್ದ ಅನ್ನ ತಟ್ಟೆಯಲ್ಲಿ ಹಾಗೆಯೇ ಉಳಿಯಿತು.

"ನೋಡಿದ್ಯಾ, ಮೌನ! ಕಷ್ಟ ಸುಖ ಹೇಳಿಕೊಂಡರೆ... ತಪ್ಪಾ" ರಾಗ ಶುರು ಮಾಡಿದಾಗ ತಟ್ಟೆಯಲ್ಲಿದ್ದುದನ್ನು ತೆಪ್ಪಗೆ ಮುಗಿಸಿ "ಹೋಗ್ಲಿಬಿಡಿ, ಅತ್ತಿಗೆ! ಅಣ್ಣನಿಗೂ ಎಲ್ಲಾ ಗೊತ್ತಿರೋ ವಿಷ್ಯಗಳು ತಾನೇ! ಆಫೀಸ್‌ನ ಬೇಜಾರು ನಿನ್ಮೇಲೆ ತಾನೇ ತೋರಿಸ್ಬೇಕು. ನೀನು ನಿಧಾನವಾಗಿ ಊಟ ಮಾಡು" ಅನ್ನ, ಹುಳಿಯ ಪಾತ್ರೆಯನ್ನು ವಾಣಿಯತ್ತ ಸರಿಸಿ ಎದ್ದುಹೋದಳು.

ಸರಿತಪ್ಪಿನ ನಿರ್ಣಯ ಮಾಡಲಾರಳು. ವಾಣಿಗೆ ಗಂಡ, ಮಕ್ಕಳೆಂದರೆ ಪ್ರಾಣವೇ! ತಾನೊಬ್ಬಳು ಮಾತ್ರ ಅವಳಿಗೆ ಬೇರೆಯಾಗಿ ಕಾಣುತ್ತಿರಬೇಕು. ತಾನೊಬ್ಬಳ ಖರ್ಚು ದುಬಾರಿ. ಇದನ್ನ ಸಹಿಸುವುದು ಮಾತ್ರ ಅವಳಿಗೆ ಕಷ್ಟ ಇಷ್ಟವನ್ನ ಮಾತ್ರ ತಿಳಿದಿದ್ದಳು. ಈ ದುಬಾರಿಯನ್ನ ಹೇಗೆ ಕಡಿಮೆ ಮಾಡುವುದು?

ವರಾಂಡದಲ್ಲಿ ಕೂತಿದ್ದ ಅಣ್ಣನ ಭುಜದ ಮೇಲೆ ಕೈಇಟ್ಟಳು "ಅತ್ತಿಗೆ, ಮಾತಾಡೋದೇ ಹಾಗಲ್ವಾ? ಸ್ವಲ್ಪಹೊತ್ತಿಗೆ ಮುಂಚೆ ನೀನೇ ಹೇಳ್ದೆ 'ಮಾತು ಒರಟಾದರೂ ಅವ್ಳ ಮನಸ್ಸು ಬೆಣ್ಣೆ ಅಂತ' ಎಲ್ಲಾ ತಿಳಿದು, ಅರ್ಧ ಊಟದಲ್ಲಿ ಯಾಕೆ ಎದ್ದು ಬಂದೇ?" ತಂಗಿಯ ಮಾತಿಗೆ ದನಿಯೆತ್ತಲಾಗಲಿಲ್ಲ, ಅವನಿಗೆ.

ಅಣ್ಣನ ಕೈಹಿಡಿದು, ತನ್ನ ರೂಮಿಗೆ ಕರೆದೊಯ್ದಳು. "ಸ್ವಲ್ಪ ಕೂತ್ಕೊಂಡ್ ಪೇಪರ್ ನೋಡ್ತಾ ಇರು, ಅತ್ತಿಗೇನಾ ಕರ್ಕೊಂಡ್ಬರ್ತೀನಿ" ಚಿಗರೆಯಂತೆ ಓಡಿದಳು. ಗೌರಿಪ್ರಿಯ ಕನ್ನಡಕ ತೆಗೆದು ಮುಂಗೈನಿಂದ ಕಣ್ಣೊರೆಸಿಕೊಂಡರು. ಸದಾ ಹಸನ್ಮುಖಿಯಾಗಿರೋ ಬದಲು ಸ್ವಲ್ಪ ಕೋಪಿಷ್ಟೆಯಾಗಿದ್ದರೇ, ಮನೆಯ ಚಿತ್ರ ಸಂಪೂರ್ಣವಾಗಿ ಬದಲಾಗಿಬಿಡುತ್ತಿತ್ತು. ತಮ್ಮೆಲ್ಲರಿಗಿಂತ ಅವಳಲ್ಲಿ ಸ್ವಾರ್ಥ ಕಮ್ಮಿಯೆನಿಸಿದಾಗ ಅವನ ಮನಸ್ಸಾಕ್ಷಿ ಚುಚ್ಚಿತು. ಮುಖದ ಮುಂದೆ ಪೇಪರ್ ಹಿಡಿದು ಓದಲು ಯತ್ನಿಸಿದ.

ಹತ್ತು ನಿಮಿಷಗಳ ತರುವಾಯ ಅತ್ತಿಗೆ, ನಾದಿನಿ ಕೂಡಿಯೇ ರೂಮಿಗೆ ಬಂದಿದ್ದು, "ಪ್ಲೀಸ್, ಕೂತ್ಕೊಳ್ಳಿ... ಅತ್ತಿಗೆ. ನಿಮ್ಮಿಬ್ಬರಿಗೂ ಒಂದೇ ಪ್ರಶ್ನೆ. ನಿಮ್ಮ ಉತ್ತರಗಳಲ್ಲಿ ವ್ಯತ್ಯಾಸವೆಷ್ಟಿರುತ್ತೆ, ನೋಡ್ತೀನಿ. ಮಿದುಳು, ಹೃದಯ, ಮನಸ್ಸು ಇರೋ ವ್ಯಕ್ತಿಯೆಂದರೇನು?" ಕೇಳಿದಳು.

ಇಬ್ಬರು ಮುಖ ಮುಖ ನೋಡಿಕೊಂಡರು. ಇದು ತೀರಾ ಸುಲಭ. ಪ್ರತಿಯೊಬ್ಬರಿಗೂ ಮಿದುಳು, ಹೃದಯ, ಮನಸ್ಸು ಇದ್ದೇ ಇರುತ್ತೆ. ಅಂಥದ್ದರಲ್ಲಿ ಈ ಪ್ರಶ್ನೆಗೆ ಅರ್ಥವೇನು?

"ಇದೊಂದು ಪ್ರಶ್ನೆನಾ? ಪ್ರತಿಯೊಬ್ಬರಲ್ಲೂ ಈ ಮೂರು ಇರುತ್ತೆ. ನಂಗ್ಯಾಕೋ... ನಿದ್ದೆ" ವಾಣಿ ಎದ್ದುಹೋದಳು. ಹತ್ತರ ನಂತರ ಅವಳ ಕಣ್ಣುಗಳು ಬಿಡಿಸಿಡಲು ಸಾಧ್ಯವಿಲ್ಲವೆಂದು ಅಣ್ಣ ತಂಗಿಗೆ ಗೊತ್ತು. "ನೀನು ಹೇಳಣ್ಣ" ಪೂರ್ತಿಯಾಗಿ ಗೌರಿಪ್ರಿಯನತ್ತ ತಿರುಗಿದಳು.

ಸುಮ್ಮನೆ ಕೂತಿದ್ದವನು ಎದ್ದು ಹೋಗಿ ಕಾಂಪೌಂಡ್‌ನಲ್ಲಿ ಅರಳಿದ್ದ ಎರಡು ಗುಲಾಬಿ ಹೂಗಳನ್ನು ಕಿತ್ತು ಎಂದು ಅವಳ ಮುಂದಿಡಿದ.

"ಇದೊಂದು ಗುಲಾಬಿ" ಒಂದು ಗುಲಾಬಿಯನ್ನು ಕೆಳಗಿಟ್ಟು "ಕವಿ, ಸಾಹಿತಿಗಳು ವೈಭವೀಕರಿಸುವ ಹೃದಯದ ಬಗ್ಗೆ, ಮೆಡಿಸಿನ್ ಓದಿದ ಬುದ್ಧಿವಂತರು ಹೇಳುವುದೇ ಬೇರೆ. ನಾವುಗಳು ಮೊದಲನೆಯವರ ಪಕ್ಷಕ್ಕೆ ಸೇರಿದವರು" ಎಂದವನು ಸುಂದರ ಗುಲಾಬಿಯಲ್ಲಿನ ಎರಡು ರೆಕ್ಕೆಗಳನ್ನು ಕಿತ್ತು ಪಕ್ಕಕ್ಕಿಟ್ಟ. ಅದರ ಚೆಲುವು ಸ್ವಲ್ಪ ಕಡಿಮೆ ಆಯಿತು. ಮತ್ತೆರಡು ಕಿತ್ತ, ನಂತರ ಇನ್ನೆರಡು ಕಿತ್ತಾಗ ತಡೆದಳು "ಪ್ಲೀಸ್ ಕೀಳಬೇಡ, ತುಂಬ ಕಷ್ಟವಾಗುತ್ತೆ" ಗೌರಿಪ್ರಿಯ ಸಣ್ಣಗೆ ನಕ್ಕ "ಈಗ್ಲೂ ಇದು ಗುಲಾಬಿಯೇ. ಬರೀ ಹೆಸರಿನಿಂದ ಮಾತ್ರ ಗುರ್ತಿಸಬಹುದೇ ವಿನಃ ಸಹಜ ಚೆಲುವಿನಿಂದಲ್ಲ. ಇನ್ನ ವ್ಯಾಖ್ಯಾನಿಸುವುದು ಬೇಡಾಂತ ಅನ್ನಿಸುತ್ತೆ" ಎಂದವನು ರೆಕ್ಕೆಗಳನ್ನು ಕಳೆದುಕೊಂಡ ಗುಲಾಬಿ ಹೂವನ್ನ ಹಾಗೆಯೇ ಬಿಟ್ಟು, ಮತ್ತೊಂದನ್ನು ಅಲ್ಲಿಯೇ ಇದ್ದ ಗೋಪಾಲಕೃಷ್ಣನ ಫೋಟೋಗೆ ಸಿಕ್ಕಿಸಿ ಹೊರನಡೆಯುವ ಮುನ್ನ ಅವಳ ತಲೆ ಕೆದರಿ "ಬಹುಶಃ, ನಿನ್ನ ಅತ್ತಿಗೆಗೆ ಎಲ್ಲಾ ಹತ್ತತ್ತು ಪರ್ಸೆಂಟ್ ಇರಬಹುದೇನೋ, ಆದರೆ ಎಲ್ಲಾ ಇದೆಯೆನ್ನುವ ಭ್ರಮೆ ಅವಳದು" ಹೇಳಿದ.

ಮೌನವಾಗಿ ಕೂತುಬಿಟ್ಟಳು. ಸೀತ, ಗೀತ, ಸಂಗೀತ ಮೂವರು ಮಲಗುತ್ತಿದ್ದುದು ಅವಳ ರೂಮಿನಲ್ಲಿಯೇ. ಟ್ಯೂಷನ್ ಇವಳದೇ. ಹೋಂವರ್ಕ್ ಮಾಡಿಸುವ ಜವಾಬ್ದಾರಿ ಕೂಡ ಇವಳದೇ. ಇಂದು ಅವರುಗಳ ಹಾಸಿಗೆ ಬಿಡಿಸಿಟ್ಟು ಲೈಟು ಆರಿಸಿ ತೆಪ್ಪಗೆ ಮಲಗಿದಳು. ಪಿಸುಪಿಸು ಗುಸುಗುಸು ಎಂದು ಮಾತಾಡುತ್ತಿದ್ದ ಮೂವರು ಬೇಗ ನಿದ್ರಿಸಿದರು.

ಎದ್ದು ಕೂತ ಮೌನ ಪ್ರಕಟಣೆಯನ್ನ ಒಂದು ಹತ್ತು ಸಲವಾದರೂ ಓದಿಕೊಂಡು, ಮನಸ್ಸು, ಮಿದುಳು, ಹೃದಯ ಇದೆಯೋ, ಇಲ್ಲವೋ ಎಂದು ಪರೀಕ್ಷಿಸಬೇಕಾದವರು ಅವರೇ ತಾನೇ ಎಂದು ತನ್ನ ಬಯೋಡಾಟಾ, ಫೋಟೋವನ್ನ ಕವರ್‌ನಲ್ಲಿಟ್ಟು ಸ್ಟಾಂಪ್ ಹಾಕಿ ಬೆಳಿಗ್ಗೆ ಪೋಸ್ಟ್ ಮಾಡಬೇಕೆಂಬ ತೀರ್ಮಾನಕ್ಕೆ ಬಂದು ಮಲಗಿದಳು.

ಅಣ್ಣ, ಅತ್ತಿಗೆಯರ ನಡುವೆ ಸಣ್ಣಪುಟ್ಟ ಘರ್ಷಣೆ, ವೈಮನಸ್ಸಿಗೆ ತಾನೇ ಕಾರಣವೆಂದು ಅವಳಿಗೆ ಗೊತ್ತು. ತೀರಾ ಸಾಧಾರಣ ಗಂಡುಗಳು ಬಂದಾಗ ವಾಣಿಯ ಓಟು ಬೀಳುತ್ತಿತ್ತು ಆ ಕಡೆಗೆ. 'ಎಲ್ಲಾ ವಿಷ್ಯದಲ್ಲೂ ದಿವ್ಯವಾದ ಸಂಬಂಧ ನಂಗಂತೂ ಒಪ್ಗೆ' ಎಂದಾಗಲೆಲ್ಲ ಗೌರಿಪ್ರಿಯ ಮುಖ ತಿರುಗಿಸುತ್ತಿದ್ದ. ಇದೊಂದು ವಿಷಯದಲ್ಲಿ ಅವನ ಪ್ರತಿಭಟನೆ ಜೋರಾಗಿರುತ್ತಿತ್ತು. 'ನಂಗೆ ಒಪ್ಪಿಗೆ ಇಲ್ಲ. ಅವ್ರ ಮನೆ ಸ್ಥಿತಿ ನಿಂಗೇನು ಗೊತ್ತು? ಎರಡು ಹೊತ್ತಿನ ಊಟಕ್ಕೂ ಸಮಸ್ಯೆಯೇ. ಅವ್ರಿಗೆ ಕೊಟ್ಟು ಮದ್ವೆ ಮಾಡೂ ಬದ್ಲು ಮನೆಯಲ್ಲೇ ಇರ್ಲಿ' ಎಂಥ ಸಮಯದಲ್ಲಿ ವಾರಗಟ್ಟಳೆ ಗಂಡ, ಹೆಂಡತಿ ಮಾತು ಬಿಡುತ್ತಿದ್ದರು.

ಶಾಸ್ತ್ರಿಗಳು ಒಂದು ಇಂಜಿನಿಯರ್ ಗಂಡಿನ ಜಾತಕ ಹಿಡಿದು ಬಂದರು.

"ಒಳ್ಳೆ ಸಂಬಂಧ, ಅನುಕೂಲಸ್ಥ ಜನ. ಹಣದ ಆಸೆಯವರು ಅಲ್ಲಂಥ ಕಾಣುತ್ತೆ. ಪ್ರಯತ್ನ ಮಾಡ್ಬಹ್ದು. ನಿಮ್ಮ ಹುಡ್ಗಿ ಫೋಟೋ ನೋಡಿ ಒಪ್ಗೆ ಸೂಚಿಸಿದ್ದಾರೆ" ಗಂಡಿನ ಫೋಟೋ ಕೂಡ ಕೊಟ್ಟರು.

ಗೌರಿಪ್ರಿಯನಿಗೆ ಗಂಡು ಮೆಚ್ಚಿಗೆಯಾದ. ಒಂದಷ್ಟು ಹಣ ಸಾಲವಾದರೂ ಪರವಾಗಿಲ್ಲ, ಈ ಸಂಬಂಧ ಕೂಡಿಸಿ ಬಿಡಬಹುದೆಂಬ ನಿರ್ಣಯಕ್ಕೆ ಬಂದ. ಆಗಲೇ ಶುರುವಾಯಿತು ಹೆಂಡತಿಯ ತಕರಾರು.

"ಶಾಸ್ತ್ರಿಗಳು ಏನಾದ್ರೂ ಹೇಳ್ಲಿ, ಇಂಜಿನಿಯರ್ ಅಂದರೆ, ಹಣ ಕೇಳಿಯೇ ಕೇಳ್ತಾರೆ. ಇದು ಐದಾರು ಲಕ್ಷದ ವಹಿವಾಟು. ನಮ್ಮ ಕೈಗೆ ಎಟಕೋಂಥದಲ್ಲ."

"ನೀನು ಸುಮ್ನೆ ಇದ್ಬಿಡು. ಇದೊಂದು ವಿಷ್ಯದಲ್ಲಿ ತಲೆ ಹಾಕ್ಬೇಡ. ನಿಂಗೂ, ನಿನ್ಮಕ್ಳುಗೂ ಏನು ಕಮ್ಮಿ ಮಾಡಿಲ್ಲ. ಬೆನ್ನಿನಲ್ಲಿ ಬಿದ್ದೋಳು, ಹಾಗೇ ನೋಡಿದ್ರೆ ನಿಮ್ಮ ಎಲ್ಲರಿಗಿಂತ ಅವ್ಳೇ ಹೆಚ್ಚು" ಅಂದುಬಿಟ್ಟ ಪೂರ್ತಿ ಧೈರ್ಯದಿಂದ.

ಶುರುವಾಯಿತು ಮನೆಯಲ್ಲಿ ಶೀತಲ ಸಮರ. ಮೈಕೈ ನೋವೂಂತ ಭದ್ರವಾಗಿ ಹಾಸಿಗೆ ಹಿಡಿದಳು ವಾಣಿ. ಮಾತಿಲ್ಲ, ಕತೆಯಿಲ್ಲ. ಆದರೆ ಮೌನಳೊಂದಿಗೆ ಮಾತ್ರ ಚೆನ್ನಾಗಿದ್ದಳು. ಕೋಪ, ಜಗಳಕ್ಕೆ ಅವಕಾಶವೆ ಕೊಡುತ್ತಿರಲಿಲ್ಲ ಅವಳು.

ಇನ್ನೊಂದು ಇಂಜಿನಿಯರ್ ಗಂಡಿನ ಮನೆಯವರು ಬಂದರು. ಹುಡುಗಿ ಇಷ್ಟವಾಗಿದ್ದಳು. ಅವರು ವರದಕ್ಷಿಣೆ, ವರೋಪಚಾರ ಕೇಳದೇ ಸಾಧಾರಣವಾಗಿ ವಿವಾಹ ಮಾಡಿಕೊಡಿ ಅಂದಾಗ, ಎಲ್ಲರಿಗಿಂತ ಹೆಚ್ಚು ಸಂತೋಷಿಸಿದವಳು ವಾಣಿ. ಗುರುತು, ಪರಿಚಯವಾದವರಿಗೆಲ್ಲ ಹೇಳಿಬಂದಳು.

"ತಾಯ್ತಂದೆ ಇಲ್ಲದಿದ್ದರೇನಾಯ್ತು, ನಂಗೆ ಸ್ವಂತ ಮಕ್ಳಿಗಿಂತ ಹೆಚ್ಚು ಮೌನ. ಅಂತಿಂಥ ಸಂಬಂಧ ಬೇಡವೇ ಬೇಡಾಂದೆ. ಅವ್ಳಿಗೆ ಒಂದ್ಸೂಜಿರು ಕಡ್ಮೆ ಆಗೋದು ನಂಗಿಷ್ಟವಿಲ್ಲ." ಗಂಡನ ಮುಂದೆ ಹೇಳಿದಳು.

"ನೋಡೋಣ..." ಎಂದ ಷರಟಿನ ಗುಂಡಿ ಹಾಕಿಕೊಳ್ಳುತ್ತ ಗೌರಿಪ್ರಿಯ, "ಅವ್ರು ಕೇಳ್ದೇ ಇರೋಕೆ ಮತ್ತೊಂದು ಕಾರಣ ಇರುತ್ತೆ. ನಾವಾಗಿ ಕೊಡ್ತೀವಿ ಅನ್ನೋ ಭರವಸೆ. ಇದೆಲ್ಲ ಮನಸ್ಸಿನಲ್ಲಿ ಇಟ್ಕೋ. ನಾವುಗಳು ಒಮ್ಮೆ ಹೋಗ್ಬರೋಣ" ಹೆಂಡತಿಯ ಸಂತೋಷಕ್ಕೆ ಒಂದಿಷ್ಟು ತಣ್ಣೀರು ಎರಚಿದ.

ವಾಣಿ ತುಟಿ ತೆರೆಯಲಿಲ್ಲ. ನನ್ನ 'ಸ್ವಂತ ಮಕ್ಕಳಿಗಿಂತ ಅವ್ಳು ನಂಗೆ ಹೆಚ್ಚು' ಅನ್ನೋ ಮಾತು ಅವಳ ಮನದಲ್ಲಿತ್ತು. ಖಂಡಿತ ಇದನ್ನ ಸೈರಿಸಲು ಸಾಧ್ಯವಿಲ್ಲ. ಇರೋದು ಬರೋದೆಲ್ಲ ಕೂಡಿಸಿ ಎಲ್ಲಿ ಅವ್ಳಿಗೆ ಧಾರೆಯೆರೆದು ಬಿಡ್ತಾನೋ ಅನ್ನುವ ಭಯ. ಒಂದರ ಹಿಂದೆ ಒಂದು, ಮೂರು ಹೆಣ್ಣುಮಕ್ಕಳು – ಅವು ಭಯವಾಗಿ ವಾಣಿಯ ನಿದ್ದೆಯನ್ನ ತಿಂದುಬಿಡುತ್ತಿತ್ತು.

ಒಂದು ವಾರದಲ್ಲಿ ಅವರು ಎರಡು ಸಲ ಬಂದುಹೋದರು. ಗಂಡು ವಾಸುದೇವ ಬಂದು "ಮೌನ ಜೊತೆ ಮಾತಾಡ್ಬೇಕೆಂದಾಗ" ನಿರಾಕರಿಸಿದ್ದು ಅವಳೇ.

"ಇಲ್ಲ ಅತ್ತಿಗೆ, ಆಸಕ್ತಿ ಇಲ್ಲ" ತಲೆಯಾಡಿಸಿಬಿಟ್ಟಳು.

ಗಂಡಹೆಂಡತಿ ಮುಖಮುಖ ನೋಡಿಕೊಂಡರು. ವಿಚಿತ್ರವಾಗಿ ಕಂಡಿತು. ಇವಳಿಗೇನಾಗಿದೆ? ಗೌರಿಪ್ರಿಯ ಸ್ವಲ್ಪ ಚಿಂತಿತನಾದ. ಇದಕ್ಕೆ ಕಾರಣ ಹೆಂಡತಿಯೇ, ಎನ್ನುವಂತೆ ನೋಡಿದ. ಆ ಅಪರಾಧ ಹೊರಲು ವಾಣಿ ಸಿದ್ಧವಿಲ್ಲ.

"ಆಸಕ್ತಿ ಇಲ್ಲ ಅಂದರೇ... ಅರ್ಥವೇನು? ಒಳ್ಳೆ ಸಂಬಂಧ ನಿನ್ನ ಮದ್ವೆ ಬೇಗ ಮುಗಿದ್ರೆ... ನಮ್ಗೆ ಒಂದಿಷ್ಟು ರಿಲ್ಯಾಕ್ಸ್. ಆಮೇಲೆ ಒಂದೆರಡು ವರ್ಷ ಸುಧಾರಿಸ್ಕೋಬಹ್ದು. ಆಮೇಲೆ ಮತ್ತೆ ಶುರು... ಸೀತಾ, ಗೀತ, ಸಂಗೀತ ವಿವಾಹಗಳು ಮುಗ್ಯೋವೇಳೆಗೆ ನಮ್ಮ ಜೀವನ ಮುಗ್ದುಹೋಗುತ್ತೆ" ಭಾರವಾದ ದನಿಯಲ್ಲಿ ವಾಣಿ ನುಡಿದಾಗ, ತಲೆಯ ಮೇಲೆ ಕೈಯೊತ್ತಿದ್ದು ಮೌನ. "ಇಷ್ಟೇ... ಇಷ್ಟಕ್ಕಾಗಿ... ನಂಗೆ ಮದ್ವೆ ಮಾಡ್ತಾ ಇದ್ದೀರಾ. ಸಾರಿ, ಇದೇ ರಿಪೀಟ್ ನನ್ನ ಬದ್ಕಿನಲ್ಲಿ ಕೂಡ ಬೇಡಮ್ಮ... ಬೇಡ. ಇಂಥ ಜೀವನ ನಂಗೆ ಬೇಡ. ಕೆಲ್ಸಕ್ಕಂತು ಪ್ರಯತ್ನ ಮಾಡ್ತಾ ಇದ್ದೀನಿ, ಸಿಗೋವರಂಗಂತು ಅನ್ನ ಹಾಕಿಯೇ ಹಾಕ್ತೀರಾ! ನಾನು ಅತ್ತಿಗೆಗೆ ಹೆಲ್ಪ್ ಆಗಿರ್ತೀನಿ. ಆ ಬಗ್ಗೆ ನಿಮ್ಮದೇನಾದ್ರೂ... ತಕರಾರ!" ವಾಣಿಯ ಕೈ ಹಿಡಿದುಕೊಂಡಾಗ, ಗೊಳೋ ಎಂದುಬಿಟ್ಟಳು. "ಅಂತು, ನನ್ನ ಬೇರೆಯವಳನ್ನಾಗಿ ಮಾಡ್ಬಿಟ್ಟೆ."

"ಖಂಡಿತ, ಇಲ್ಲಮ್ಮ ಗೌರಿಪ್ರಿಯ ಅರ್ಧಾಂಗಿ! ಯಾಕೋ ನಂಗೆ... ಬೋರ್... ಬೋರೆನಿಸಿದೆ. ಅಲ್ಲಿ ಪಾತ್ರಗಳು ಬೇರೆಯಾಗ್ಬಹ್ದು. ಇದೇ ತರಹ ಜೀವನ ತಾನೇ! ನಂಗೆ ಖಂಡಿತ ಬೇಡ... ಅತ್ತಿಗೆ. ನಿನ್ನ ನೋಡಿದ್ರೆ, ನಂಗೆ ಮೋರ್ ಸಿಂಪತಿ. ಥ್ರಿಲ್, ಸಸ್ಪೆನ್ಸ್ ಅಂಥದೇನಿಲ್ಲ. ಒಂದೇ ತರಹದ ಜೀವನ" ಎಂದಳು. ಅವಳ ದನಿ ತೀರಾ ಸಣ್ಣಗಾಯಿತು. ಇದು ಗೌರಿಪ್ರಿಯರಿಗೆ ಸರಿಯಲ್ಲವೆನಿಸಿದರೂ, ಈಗ ಮಾತು ಬೇಡವೆನಿಸಿತು. "ಹುಡ್ಗಾಟ ಬೇಡ ಮೌನ! ಬದ್ಕಿನ ರಿಯಲ್ ಪಿಕ್ಚರ್‌ಗೆ ಹೊಂದಿ ಕೊಳ್ಳೋದು ಸೃಷ್ಟಿ." ಮುಖ ದಪ್ಪಗೆ ಮಾಡಿಕೊಂಡು ಹೊರಗೆ ಹೋಗಿದ್ದ.

"ನನ್ನ ಮಾತ್ರ ತಪ್ಪು ತಿಳ್ಕೋಬೇಡ. ಈಗ ನಿನ್ನಣ್ಣ ಅನ್ನೋದು ನನ್ನನ್ನೇ! ಸದಾ ಕೆಟ್ಟವರಾಗೋದು, ಹೆಂಗಸರೇ! ಇದೆಲ್ಲಿಯ ಹಣೆಬರಹ! ನಾನು ಎಂದಾದ್ರೂ ನಿನ್ನ ಒಂದ್ಮಾತು ಅಂದಿದ್ದುಂಟಾ?" ನ್ಯಾಯ ಒಪ್ಪಿಸಲು ಶುರುವಾದಳು ವಾಣಿ.

"ಕೈ ತೆಗೀರಿ!" ತಾನೇ ವಾಣಿಯ ಅಂಗೈ ತೆಗೆದು "ಪ್ರಾಮಿಸ್, ನಿಮ್ಮ ಮೇಲೆ ನಂಗೆ ಸಹಾನುಭೂತಿಯೇ ಹೊರತು ಕೋಪವಿಲ್ಲ, ಷೂರ್" ರೂಮಿಗೆ ಹೋದಳು.

ಅವಳಿಗೆ ನಿಜವಾಗಿಯೂ ಅತ್ತಿಗೆಯ ಮೇಲೆ ಕೋಪ ಇರಲಿಲ್ಲ. ಮಕ್ಕಳ ಮೇಲೆ ತಾಯಿಗೆ ಸಹಜ ಪ್ರೇಮ, ಅವರುಗಳ ಭವಿಷ್ಯದ ಬಗ್ಗೆ ಆತಂಕ ಸಹಜವೇ. ಅಂಥದ್ದರಲ್ಲಿ ವಾಣಿ ಅದರಿಂದೇನು ಹೊರತಲ್ಲ.

ಗೌರಿಪ್ರಿಯ ಅಂದು ಮೂರಕ್ಕೆ ಮನೆಗೆ ಬಂದ. ಆ ವೇಳೆ ವಾಣಿ ಮಕ್ಕಳನ್ನು ಕರೆತರಲು ಶಾಲೆಗೆ ಹೋಗುತ್ತಾಳೆ. ಸ್ವಲ್ಪ ಹೊರಗಿನ ಗಾಳಿ ಇಷ್ಟವಾದುದ್ದರಿಂದ ಅಂಥ ಕೆಲಸಗಳಿಗೆ ಮೌನಳನ್ನ ಬಿಡದೇ ತಾನೆ ಮುಂದಾಗುತ್ತಿದ್ದಳು.

"ಅದೇನು, ಆಫ್ ಡೇ ಲೀವಾ?" ಬೆರಗಿನಿಂದ ಅಣ್ಣನನ್ನ ನೋಡಿ ಕಣ್ಣರಳಿ ಸುತ್ತ "ಹಾಗೇ... ಅಂದ್ಕೋ! ಒಂದಿಷ್ಟು ನೀರು ತಗೊಂಡ್ಬಾ. ಹಿಂದೆನೇ ಒಂದಿಷ್ಟು ಕಾಫಿ ಬೇಕು" ಉಸ್ ಎಂದು ಹಾಲ್‌ನಲ್ಲಿದ್ದ ಸೋಫಾ ಮೇಲೆ ಕೂತು ಕೈಯಾಡಿಸಿದ. ಅದು ಕಂತಿನಲ್ಲಿಯೇ ತಂದಿದ್ದು. ಈ ತಿಂಗಳು ಇನ್ನ ಕಂತಿನ ಹಣ ಕಟ್ಟಿಲ್ಲವೆನ್ನುವ ಜ್ಞಾಪಕಬಂತು.

ಕಾಫಿ ನೀರು ಒಟ್ಟಿಗೆ ಬಂತು. ನೋಟವೆತ್ತಿ ತಂಗಿಯನ್ನ ಮಮತೆಯಿಂದ ನೋಡಿದ. ಎಂದೂ ಅವಳು ಭಾರವೆನಿಸಿರಲಿಲ್ಲ. ಅವಳು ನಗುವ ಚೆಲುವೆಯೇ. ಬೇರೆಯವರಾಗಿದ್ದರೇ ಅತ್ತಿಗೆಯೊಂದಿಗೆ ವಾದವಿವಾದ, ಜಗಳ ನಂತರ ಫಿರ್ಯಾದು ಅವನಲ್ಲಿಗೆ ಬರಬೇಕಿತ್ತು. ಅಂಥದೆಂದು ಇಲ್ಲ.

"ಕೂತ್ಕೋ ಮೌನ, ನಿನ್ಹತ್ರ ಒಂದಿಷ್ಟು ಮಾತಾಡೋದಿದೆ" ಎಂದು ನೀರಿನ ಲೋಟ ಎತ್ತಿಕೊಂಡು ಗೌರಿಪ್ರಿಯ ಕುಡಿದಿಟ್ಟು ಕಾಫಿ ಕಪ್ ಎತ್ತಿಕೊಂಡು "ಷೇರ್ ಮಾಡಿಕೊಳ್ಳಬಹುದಲ್ಲ!" ಅರೆನೋಟ ಹರಿಸಿದಾಗ ಎದೆಯ ಮೇಲೆ ಕೈಯಿಟ್ಟು ಕೊಂಡು "ಕಾಫಿ ಕುಡ್ಯೋದ್ಬಿಟ್ಟು ಐದು ವರ್ಷಗಳೇ ಆಯ್ತು. ಈಗ ಮತ್ತೆ ಪ್ರಾರಂಭ ಮಾಡಿದ್ರೆ ಕಾಫಿಪುಡಿನ ಬ್ಲಾಕ್‌ನಲ್ಲಿ ಕೊಳ್ಳಬೇಕಾಗುತ್ತೆ" ಝುಳಝುಳ ನಕ್ಕುಬಿಟ್ಟಳು. ಆ ನಗುವೊಂದು ವರ ಅವಳಿಗೆ. ಕಣ್ಣಂಚಿನಲ್ಲಿ ಕಂಬನಿ ಇದ್ದಾಗಲೂ ಆರಾಮಾಗಿ ನಗುವಂಥ ಸ್ವಭಾವ.

ಕಾಫಿ ಕುಡಿದಿಟ್ಟ ನಂತರ ಕಾಲುಮೇಲೆ ಕಾಲುಹಾಕಿ ಗಂಟಲು ಸರಿಪಡಿಸಿ ಕೊಂಡ ಗೌರಿಪ್ರಿಯ ಆರಾಮಾಗಿ ಅಧಿಕಾರದ ದನಿಯಲ್ಲಿ ಪ್ರಶ್ನಿಸಿದ.

"ಯಾಕೆ ಮಧು ಜೊತೆ ಮಾತಾಡೋಕೆ ಇಷ್ಟಪಡ್ಲಿಲ್ಲ?"

ಅಣ್ಣನ ಮುಖ ನೇರವಾಗಿ ನೋಡಿ ಕಣ್ಣಲ್ಲಿ ತುಂಟ ನಗುವನ್ನು ತುಳುಕಿಸುತ್ತ "ಹೆಚ್ಚು ಪರಿಚಯವಿಲ್ದ ಆ ವ್ಯಕ್ತಿಯ ಜೊತೆ ಏನು ಮಾತಾಡ್ಲಿ? ಅದು ತುಂಬ... ತುಂಬ... ಸಕಾರಣ. ವಿಷ್ಯ ಇಲ್ದೇ ಮಾತಾಡೋದು ಕಷ್ಟಾಂತ ಹೇಳ್ತೀಯಲ್ಲ" ಎಂದಳು ಗದ್ದಕ್ಕೆ ಕೈಯೂರುತ್ತ.

"ಹುಡುಗಾಟಿಕೆ ಬೇಡ, ಈ ವಿಷ್ಯದಲ್ಲಿ ಮಧು ಮನೆಯವ್ರು ಒಳ್ಳೇ ಜನ. ಅವ್ರು ವರದಕ್ಷಿಣೆ, ವರೋಪಚಾರದ ವಿಚಾರ ಎತ್ತಲಿಲ್ಲಾಂತ ಏನು ಕಡ್ಮೆ ಮಾಡೋಲ್ಲ. ಮೂರು ಹೆಣ್ಣುಮಕ್ಕಳಾದ್ರೂ... ನಂಗೆ ತಂಗಿ ಇರೋದು ಒಬ್ಬಳೇ. ಆ ಪ್ರೀತಿಯನ್ನು ಯಾರ್ಗೂ ಹಂಚೋಕ್ಕಾಗೋಲ್ಲ" ಭಾವುಕನಾದ ಕೆಲವು ಕ್ಷಣಗಳು.

"ನಂಗೆ ಗೊತ್ತಿಲ್ವಾ, ಅಣ್ಣಾ? ನನ್ಮೇಲೆ ನಿನ್ನ ವಿಪರೀತ ಪ್ರೀತಿ ಹರಿಯೋ ದಿಂದ್ಲೇ, ಒಂದಿಷ್ಟು ಅತ್ತಿಗೆಗೆ ಭಯ. ಅದೆಲ್ಲ ಅಲ್ಲ, ನನ್ನ ಸಮಸ್ಯೆ. ಯಾಕೋ, ನಂಗೆ ಈ ತರಹ ಜೀವ್ನ ಇಷ್ಟವಾಗ್ತ ಇಲ್ಲ. ವಿವಾಹದ ನಂತರದ ದಿನಗಳು ಮೆಲುಕು ಹಾಕಿದರೇ, ಅತ್ತಿಗೆಯ ಜೀವನಕ್ಕಿಂತ ಡಿಫರೆಂಟಾಗೇನು ಇರೋಲ್ಲ. ಅದೇ ಪರದಾಟ, ಬಡಿದಾಟ, ಸ್ವಾರ್ಥ, ಕಿರಿಕಿರಿ... ಉಸ್ ಅವೆಲ್ಲಕ್ಕಿಂತ ಈ ಒಂಟಿಜೀವನವೇ ಚೆನ್ನಾಗಿದೆ. ಅಲ್ಲಿ ಸ್ವತಂತ್ರ, ಸ್ವಾಭಿಮಾನ ಒತ್ತೆಯಾಗಿ ಬಿಡುತ್ತೆ. ಒರಿಜಿನಲ್ ಲೈಫ್ ಸತ್ತು ಎಲ್ಲಾ

ನಟನೆಯಾಗ್ಬಿಡುತ್ತೆ. ನನ್ತಲೆ ಈ ಗುಂಗಿನಲ್ಲಿರೋದ್ರಿಂದ ವಿವಾಹದ ಜೀವನಕ್ಕೆ ಒಗ್ಗಿ ಕೊಳ್ಳೋದು ಕಷ್ಟವಾಗುತ್ತೆ. ಪ್ಲೀಸ್... ಅರ್ಥ ಮಾಡ್ಕೋ..." ಗೌರಿಪ್ರಿಯನ ಕೂದಲು ಕೆದರಿದಳು. ಮತ್ತೆ ಕ್ರಾಪ್ ಬಾಚಿದವಳು ಒಂದೆರಡು ಬಿಳಿ ಮುಂಗೂದಲನ್ನು ನೋಡಿ "ಇನ್ಮೇಲೆ ಡೈ ಬಳಸ್ಬೇಕಾಗುತ್ತೆ. ಅದೊಂದು ಎಕ್ಸ್‌ಟ್ರಾ ಖರ್ಚಾಗುತ್ತೆ" ಅಣಕಿಸಿದಳು.

ಅವಳ ಈ ನಿರ್ಣಯಕ್ಕೆ ಕಾರಣವೇನು? ಗೌರಿಪ್ರಿಯ ತೀರಾ ಆಂದೋಲನ ಗೊಂಡರು. ಕಾರಣಗಳನ್ನ ಹುಡುಕಿ ಹುಡುಕಿ ಸೋತರೇ ವಿನಃ ಏನೇನು ಹೊಳೆಯ ಲಿಲ್ಲ. ತಾನು ಅಷ್ಟು ಬುದ್ಧಿವಂತನಲ್ಲವೆಂದು ತಲೆಯ ಮೇಲೆ ಮೊಟಕಿಕೊಂಡ.

"ನಂಗೆ ಸ್ವಲ್ಪ ಮಿದುಳು ಕಮ್ಮಿ" ಎಂದ. ನಗುತ್ತ ಕೂತಿದ್ದವಳು ಎದ್ದು "ನಂಗೆ ಮಿದುಳಿನ ವಿಷ್ಯದಲ್ಲಿ ತೀರಾ ಕನ್‌ಫ್ಯೂಷನ್. ತೀರಾ ವೈಜ್ಞಾನಿಕವಾಗಿ ಬಿಟ್ಟು ಸಾಮಾನ್ಯವಾಗಿ ಯೋಚ್ಸೋಣ. ಅತ್ತಿಗೆ ಕೆಲವು ವಿಷ್ಯಗಳಲ್ಲಿ ಎಷ್ಟೊಂದು ಜಾಣೆ..." ಅವಳು ಮತ್ತೇನು ಹೇಳುವವಳಿದ್ದಳೋ... ತಟ್ಟನೇ ಅವಳ ಕಿವಿಯ ಬಳಿ ಬಗ್ಗಿದ ಗೌರಿಪ್ರಿಯ "ಅವ್ಳು ಪ್ರತಿಯೊಂದು ಕ್ಲಾಸ್‌ನಲ್ಲೂ ಅಟೆಮ್ಟ್‌ನಲ್ಲೇ ಹೊರ್ಗೇ ಬಿದ್ದಿದ್ದು. ಅವ್ಳು ಎಸ್.ಎಸ್.ಎಲ್.ಸಿ. ಕಟ್ಟಿದ್ದು ಐದು ಸಲ. ಕಡೆಗೂ ಪಾಸಾಗಿಲ್ಲ. ಅವಳಪ್ಪ ಪಿ.ಯು.ಸಿ. ಅಂದ. ನಿಜ ಅಂದ್ಕೊಂಡೇ, ಅವಳಂತು ಕಾಲೇಜು ಮೆಟ್ಟಿಲು ಹತ್ತಿದ ಹೆಣ್ಣಲ್ಲ. ಇನ್ನ ಅವ್ಳ ಮಿದುಳು ಬಗ್ಗೆ ನೀನೇ ತೀರ್ಮಾನಕ್ಕೆ ಬಾ" ಮುಸಿಮುಸಿ ನಕ್ಕ. ಸತ್ಯವಾದ ವಿಷಯವನ್ನೇ ಉಸುರಿದ್ದ. ಆದರೆ ಬಾಯಿ ಲೆಕ್ಕದಲ್ಲಿ ಹೆಂಡತಿ ಪ್ರವೀಣ ಳೆಂದು ಒಪ್ಪಿಕೊಳ್ಳಬೇಕಿತ್ತು.

ಮೌನ ಕೂಡ ನಕ್ಕುಬಿಟ್ಟು ಕೈಯಿಂದ ಬಾಯಿಮುಚ್ಚಿಕೊಂಡದ್ದಕ್ಕೆ ಕಾರಣ ಗೇಟಿನ ಸದ್ದು. ಕಡೆಯ ಮಗಳ ಕೈಹಿಡಿದು ಗೊಣಗುತ್ತ ಬರುತ್ತಿದ್ದಳು. ಕಾನ್ವೆಂಟ್ ನಲ್ಲಿ ಫೀಸ್ ಹೆಚ್ಚಿಸಿದ್ದೊಂದು ಕಾರಣವಾಗಿತ್ತು.

"ಏನು... ವಿಷ್ಯ?" ಗೌರಿಪ್ರಿಯ ತಲೆ ಕೆರೆದುಕೊಂಡ.

ವಾಣಿ ಕಣ್ಣರಳಿಸಿ "ಏನು ಬೇಗ್ನೆ, ಬಂದಿದ್ದೀರಲ್ಲ" ಕೇಳಿದ ತಕ್ಷಣ ಉತ್ತರ ಬಂದಿದ್ದು ಮೌನಳಿಂದ "ನಿಮ್ಗೆ ಸರ್‌ಪ್ರೈಸ್ ಮಾಡೋಣಾಂತ! ಎಲ್ಲಾದ್ರೂ ಒಂದು ಸಣ್ಣ ಪ್ರೋಗ್ರಾಂ ಹಾಕೊಂಡ್ಬಿಡಿ" ಎಂದಳು ನಗೆಯ ಅಲೆಗಳನ್ನು ಚಿಮ್ಮಿಸುತ್ತ.

ಹಣೆ ಗಟ್ಟಿಸಿಕೊಂಡ ವಾಣಿ ದೊಪ್ಪೆಂದು ಗಂಡನ ಎದುರಿನಲ್ಲಿ ಕೂತು "ಅದೆಲ್ಲ ನನ್ನ ಹಣೆಯಲ್ಲಿ ಎಲ್ಲಿ ಬರೆದಿದೆ? ಸಾಲದ್ದಕ್ಕೆ ಮೂರು... ಮತ್ತೊಂದು! ಇವುಗಳ ಮಧ್ಯೆ ಸವೆದು ಹೋಗ್ಬೇಕು."

ಗೌರಿಪ್ರಿಯ ಅವುಡುಗಳು ಬಿಗಿದುಕೊಂಡವು. ಎಷ್ಟೋಸಲ 'ಮೂರು ಮತ್ತೊಂದರ' ಬಗ್ಗೆ ಜಗಳವಾಡಿ ವಾರಗಟ್ಟಲೇ ಮಾತು ಬಿಟ್ಟಿದ್ದುಂಟು.

"ವಾಣಿ, ನಂಗೆ ಖಂಡಿತ ಇಷ್ಟವಾಗೋಲ್ಲ ನೀನು ಹೆತ್ತ ಮೂರರ ಬಗ್ಗೆ ಏನಾದ್ರೂ ಮಾಡ್ಕೋ, ಮತ್ತೊಂದು ಮತ್ತೊಂದು ಅಂತ ನನ್ನ ತಂಗಿನ ಹಂಗಿಸಿದ್ರೆ... ನಾನು ತುಂಬ ಕೆಟ್ಟವನಾಗ್ಬಿಡ್ತೀನಿ. ಆ ಮತ್ತೊಂದು ಅವಳಲ್ಲ, ನೀನೇ ನನ್ನ ಪಾಲಿಗೆ" ರೇಗಿ ಎದ್ದುಹೋದ.

ವಿಕೋಪ, ಪ್ರಕೋಪ ಬೇಡವೆನಿಸಿ ಮೌನ ಹೋಗಿ ಅತ್ತಿಗೆಯ ಪಕ್ಕ ಕೂತು "ಅಣ್ಣನ, ಮಾತುಗಳ್ನ ನೀವು ಸೀರಿಯಸ್ಸಾಗಿ... ತಗೋಬೇಡಿ. ಆಫೀಸ್‌ನ ಟೆನ್‌ಷನ್ ತಂದು ಮನೆಯಲ್ಲಿ ಅದು ನಿಮ್ಮೇಲೆ ಸುರೀತಾನೆ. ಪ್ಲೀಸ್... ಅತ್ತಿಗೆ... ಆ ಮೂರು ಮತ್ತೊಂದು ಅಂದರೇ ನಾನಲ್ಲವೇ ಅಲ್ಲ. ನೀವುಗಳೇ... ತಾನೇ! ಹೇಗೂ ಸೂಟ್‌ಕೇಸ್ ರೆಡಿ ಮಾಡಿಟ್ಕೊಂಡಿದ್ದೀನಿ" ನಕ್ಕು ಬುದ್ಧಿವಂತಿಕೆಯಿಂದ ವಾಣಿಯನ್ನು ಸಂತೈಸಿ ರೂಮಿಗೆ ಹೋದಳು.

ಇದನ್ನ ನಿರಂತರವಾಗಿ ನೋಡಿದ್ದಳು. ಅವಳ ಪ್ರಕಾರ ವಾಣಿ ಕೆಟ್ಟವಳಲ್ಲ. ಆಸೆಗಳು ಇತ್ತು. ನಂಗೆ ಸಿನಿಮಾಗಳು ನೋಡಿದಾಗಲೆಲ್ಲ ಪ್ರತಿ ಹೀರೋಯಿನ್ ಉಡೋ ಸೀರೆಗಳ ಅಂಥವು ನನ್ನಲ್ಲಿ ಇರಬೇಕೂಂತ ಆಸೆ ಪಡ್ತಾ ಇದ್ದೆ. ಈಗ್ಲೂ... ಅಂಥ ಆಸೆ ಇದೆ. ಒಮ್ಮೆ ಮನಬಿಚ್ಚಿ ಹೇಳಿಕೊಂಡಿದ್ದಳು. ಅಂದಿನಿಂದ ಗೌರಿಪ್ರಿಯ ತನಗಾಗಿ ತರುವ ಎಷ್ಟೋ ಸೀರೆಗಳನ್ನು ಒಂದೊಂದು ಕಾರಣ ಕೊಟ್ಟು ವಾಣಿಗೆ ಕೊಟ್ಟುಬಿಡುತ್ತಿದ್ದಳು.

ಎಷ್ಟೋ ಸಲ ಗೌರಿಪ್ರಿಯ ಬೈಯುತ್ತಿದ್ದ "ಏನು ನಿನ್ನ ಉದ್ದೇಶ! ಅವ್ಳಿಗೂ, ನಿಂಗೂ ಒಟ್ಟಿಗೆ ತಾನೇ ಸೀರೆಗಳ್ನ ತರೋದು ನೀನ್ಯಾಕೆ... ಕೊಡ್ತೀಯಾ?" ತುಟಿ ಬಿಚ್ಚುತ್ತಿರಲಿಲ್ಲ. ಉಪಾಯವಾಗಿ ವಿಷಯ ಬದಲಾಯಿಸುತ್ತಿದ್ದಳು.

ಅಂದಿನ ಪೋಸ್ಟ್‌ನಲ್ಲಿ ಮೌನಾಗೆ ಒಂದು ಲೆಟರ್ ಬಂದಾಗ ಗೌರಿಪ್ರಿಯ ಕಣ್ಣೊಡೆದ "ಇದಾ, ಸಮಾಚಾರ! ನಿನ್ನ ಅತ್ತಿಗೆಗಂತು ನೀನು, ಲವ್ ಮಾಡಿ ವಿವಾಹ ವಾಗೋದು ಸಂತೋಷದ ವಿಷ್ಯವೇ! ಮತ್ತೊಂದರ ಖರ್ಚು ಉಳಿಯೋದರಿಂದ ಮೂರಕ್ಕೆ ಅನ್ಕೂಲವೇ" ಎಂದ ಸ್ವಲ್ಪ ಜೋರಾಗಿಯೇ.

ಕಾಫಿಯ ಲೋಟ ಹಿಡಿದು ಬರುತ್ತಿದ್ದ ವಾಣಿ ಹಿಂದಕ್ಕೆ ಹೋದಳು. ಈ ರೀತಿ ಹಂಗಿಸುವುದು ಸಹಜವೇ. ಆದರೆ ಮೌನಳ ಮುಂದೆ ಅಣಕಿಸಿದಾಗ ತಾನು ತೀರಾ ಚಿಕ್ಕವಳಾದಂತೆ ಪೇಚಾಡುತ್ತಿದ್ದಳು. ಸದಾ ನಗುನಗುತ್ತ ಆದರಿಸುವ ಅವಳೂಂದರೆ ಸ್ವಲ್ಪ ಭಯವೇ.

"ಖಂಡಿತ ಲವ್‌ಲೆಟರಂತು ಅಲ್ಲ, ನಂಗೆ ಲವ್ ಮಾಡೋಷ್ಟು ಧೈರ್ಯವು ಇಲ್ಲ, ಮನಸ್ಸು ಇಲ್ಲ. ಕೆಲವು ಕಡೆ ಅಪ್ಲಿಕೇಷನ್ ಹಾಕಿದ್ದೆ, ಕೆಲವು ಇಂಡರ್‌ವ್ಯೂಗಳಿಗೆ ಹೋಗ್ಬಂದಿದ್ದೆ. ಬಹುಶಃ ಅಪಾಯಿಂಟ್‌ಮೆಂಟ್ ಲೆಟರಲ್ಲ, ಇಂಟರ್‌ವ್ಯೂ ಲೆಟರ್ ಇರಬಹುದೇನೋ, ಮರಳಿ ಯತ್ನವ ಮಾಡು... ಮರಳಿ ಯತ್ನವ ಮಾಡು ಅನ್ನೋದರಲ್ಲಿಯೇ ಸುಖವಿದೆ." ಲೆಟರ್‌ಗಾಗಿ ಕೈನೀಡಿದಳು.

"ಹೇಗೂ ಲವ್‌ಲೆಟರ್ ಅಲ್ಲಂದ್ಮೇಲೆ... ತೀರಾ ಪರ್ಸನಲ್ ಅಲ್ಲ. ನಾನೇ... ನೋಡ್ತೀನಿ" ಎಂದರೂ, ಲೆಟರ್‌ನ್ನ ತಂಗಿಗೆ ಕೊಟ್ಟು ಷೇವ್ ಮಾಡಲು ಹೋದ.

ಕಾಫಿ ಹಿಡಿದುಹೋದ ವಾಣಿ "ಅದೇನು ಲವ್‌ಲೆಟರ್... ಅಂದ್ರಿ! ಈಗೆಲ್ಲಿ ಲವ್ ಮ್ಯಾರೇಜಸ್ ತೀರಾ ಕಾಮನ್. ನೀವೇನು ಮೌನಾನ ಅನ್ನೋಕೆ ಹೋಗ್ಬೇಡಿ." ಕಾಫಿಲೋಟವನ್ನು ಗಂಡನ ಮುಂದೆ ಹಿಡಿದಾಗ, ಕೆನ್ನೆಗೆ ಅಂಟಿದ್ದ ನೊರೆಯನ್ನ

ಮಡದಿಯ ಕೆನ್ನೆಗೆ ಬಳಿದು "ನಿನ್ನಂಥ ಅತ್ತಿಗೆ ಸಿಕ್ಕಬೇಕಾದ್ರೆ, ಮೌನ ಪುಣ್ಯ ಮಾಡಿದ್ಲು. ಅದೆಂಥ ಧಾರಾಳ ಮನಸ್ಸು. ಒಳ್ಳೆಯತನ! ನಿನ್ನಷ್ಟು ಫಾರ್ವರ್ಡ್ಡಾಗಿ ಯೋಚ್ಸೋ ಎಷ್ಟು ಜನ ಮಹಿಳೆಯರು ಇದ್ದಾರೆ" ತಾರೀಫ್ ಮಾಡಿದ ಕುಟುಕುವಂತೆ. ವಾಣಿ ಜಾಣೆ! ಅದರ ಅರಿವಿದ್ದರೂ ಸೀರಿಯಸ್ಸಾಗಿ ತೆಗೆದುಕೊಳ್ಳಲಿಲ್ಲ.

"ನಂಗೆ ಅನ್ನಿಸಿದ್ದು ಹೇಳ್ದೆ. ಲೆಟರ್... ನೋಡಿದ್ರಾ?" ಕುತೂಹಲ ತೋರಿದಾಗ, ರೇಜರ್ ತೆಗೆದಿಟ್ಟು ಕಾಫಿ ಗುಟುಕರಿಸುತ್ತಾ "ನಾನಂತೂ ನೋಡಿಲ್ಲ! ಅವ್ಳು ಯಾವಾಗ್ಲೂ ಅತ್ತಿಗೆ ಪರನೇ ತಾನೇ! ಏನಾದ್ರೂ ಇದ್ದರೇ ನಿನ್ನಲ್ಲೇ ಹೇಳ್ಕೋತಾಳೆ. ಹೋಗಿ ವಿಚಾರಿಸ್ಕೋ. ಅವಳಂತು ಲವ್ ಮಾಡೋ ಪೈಕಿಯಲ್ಲ." ಕಡೆಯಲ್ಲಿ ಒಂದು ಮಾತು ಹೇಳಿದ.

ಮುಖ ದಪ್ಪಗೆ ಮಾಡಿಕೊಂಡೇ ವಾಣಿ ಹೊರಗೆಬಂದಿದ್ದು. ಲೆಟರ್ ನೋಡುತ್ತಿದ್ದ ಮೌನ ತಲೆಯೆತ್ತಿದಳು.

"ಇಂಟರ್‌ವ್ಯೂ ಲೆಟರ್, ಹೋಗ್ಲಿ... ಬಿಡ್ಲಿ ಖರ್ಚುಗೆ ಡಿ.ಡಿ. ಕಳ್ಸಿಬಿಟ್ಟಿದ್ದಾರೆ. ಎಲ್ಲರೂ ಇದೇ ರೀತಿ, ನೀತಿ ಅನುಸರಿಸಿದ್ರೆ... ಕ್ಯಾಂಡಿಡೇಟ್‌ಗಳು ಉಳ್ಕೋತಾರೆ" ಪತ್ರ, ಡಿ.ಡಿ.ಯನ್ನ ಅತ್ತಿಗೆಗೆ ಕೊಟ್ಟು ಬಾತ್‌ರೂಂಗೆ ಹೋದಳು ಟವಲಿಡಿದು.

ಇವಳು ಬರುವ ವೇಳೆಗೆ ಒಂದು ಸುತ್ತಿನ ಮಾತುಕತೆ ಮುಗಿದಿತ್ತು. "ಯಾವ ಪೋಸ್ಟಿಗೇಂತ ಇಂಟರ್‌ವ್ಯೂಗೆ ಹಾಕಿದ್ದು? ಅದು ಮೂರು ನೂರು ಕಿಲೋಮೀಟರ್ ಆಚೆ. ಕೆಲ್ಸ ಅನ್ನೋದು ಸಿಕ್ಕರೇ ಇಲ್ಲೇ ಸಿಗ್ಬೇಕು, ಅಥ್ವಾ ಟ್ರೇನ್ ಬಸ್ಸುನಲ್ಲಿ ಹೋಗಿ ಬರೋಷ್ಟು ಅನ್ಕೂಲವಾದ್ರೂ ಬೇಕು, ಅದ್ಬಿಟ್ಟು ದೂರ ಕಳಿಸೋದಂತೂ ಸಾಧ್ಯವಿಲ್ಲ" ಲೆಟರನ್ನ ಟೇಬಲ್ ಮೇಲೆಸೆದು ಸ್ನಾನಕ್ಕೆ ಹೋದ ಗೌರಿಪ್ರಿಯ.

"ಏನತ್ತಿಗೆ, ಕೆಲ್ಸಾಂದ್ರೆ... ಇದೇ ಊರಿನಲ್ಲಿ ಸಿಕ್ಕುತ್ತಾ? ಬೇರೆ ಕಂಟ್ರಿಗಳಿಗೆ ಹೆಣ್ಣು ಮಕ್ಳು ವಿದ್ಯಾಭ್ಯಾಸ, ಕೆಲ್ಸಕ್ಕೇಂತ. ಒಂಟೊಂಟಿಯಾಗಿ ಹೋಗ್ತಾ ಇದ್ದರೇ, ಮುನ್ನೂರು ಕಿಲೋಮೀಟರ್ ಅನ್ನೋದು ಅಷ್ಟೂ... ದೂರಾನಾ? ಜಗತ್ತು ತೀರಾ ಕಿರಿದಾಗಿ ಬಿಟ್ಟಿದೆ, ಅತ್ತಿಗೆ. ಅಬ್ಬಬ್ಬ... ಈ ಪುಣ್ಯಾತ್ಮನನ್ನು ಕಟ್ಕೊಂಡ್ ಹೇಗೆ... ಸಂಸಾರ ಮಾಡ್ತೀರೋ!" ಸಹಾನುಭೂತಿ ನಟಿಸಿದಾಗ ಅದು ನಿಜವೇ ಎಂದು ನಂಬಿಬಿಟ್ಟಳು.

"ಎಷ್ಟು ವ್ಯಂಗ್ಯವಾಗಿ ಬಯ್ತಾರೆ! ನಿನ್ಮೇಲೆ ಪ್ರೀತಿ ಇಲ್ಲಾನ್ನೋ, ಮಾತು ಬೇರೆ! ನಿಂಗೆ ಎಂದಾದ್ರೂ ಹಾಗೆ ಅನ್ನಿಸುತ್ತ?" ನಾದಿನಿಯ ಸಿಂಪತಿಯನ್ನ ತನ್ನದಾಗಿಸುವ ಹುನ್ನಾರ.

"ಖಂಡಿತ, ಇಲ್ಲ... ಬಿಡಿ ಅತ್ತಿಗೆ! ಈಗ ನಂಗೆ ಒಂದಿಷ್ಟು ಹೆಲ್ಪ್ ಮಾಡಿ. ಸ್ವಲ್ಪ ನಾನು ಇಂಟರ್‌ವ್ಯೂಗೆ ಹೋಗೋ ಹಾಗೆ... ನೋಡ್ಕೊಳ್ಳಿ" ದೈನ್ಯದಿಂದ ನಟಿಸಿದಳು.

ಆದರೆ ಈ ವಿಷಯದಲ್ಲಿ ಗೌರಿಪ್ರಿಯನ ವಿರೋಧ ಎಷ್ಟಿತ್ತೆಂದರೇ, ಎರಡು ದಿನ ಮನೆಯಲ್ಲಿ ಮುಖ ಊದಿಸಿಕೊಂಡು ಓಡಾಡಿದ ನಂತರವೇ ಸಮಾಧಾನಕ್ಕೆ ಬಂದಿದ್ದು. ಅರೆ ಮನಸ್ಸಿನ ಒಪ್ಪಿಗೆ ಸಿಕ್ಕರೂ ತಂಗಿಯ ಜೊತೆಯಲ್ಲಿ ತಾನು ಹೊರಡುವ ತೀರ್ಮಾನ ತಿಳಿಸಿದ.

"ಆಯ್ತು... ಆಯ್ತು" ಸಮಾಧಾನದ ಉಸಿರು ದಬ್ಬಿದಳು.

ಅಂತೂಇಂತೂ ಸಕಲೇಶಪುರದ ಬಸ್ಸು ಹತ್ತಿದರು. ತೀರಾ ಬೆಳಗಿನ ಜಾವ. ಅಲ್ಲಿಂದ ಖಾಸಗಿ ಬಸ್ಸಿಡಿದು ಅಣ್ಣತಂಗಿ ಹೋಗಿ ಆ ಅಡ್ರೆಸ್‌ಗೆ ತಲುಪುವ ವೇಳೆಗೆ ಸಂಜೆಯೇ ಆಯಿತು.

"ಎಂಥಾ ಕೆಲ್ಸವಾಯ್ತು! ನೈಟ್ ಬಸ್ಸಿಗಾದ್ರೂ ಹಿಂದಿರುಗಬೇಕು" ಚಡಪಡಿಸಿದ.

ಇಲ್ಲೇನು, ಆಫೀಸ್ ಅಂಥದ್ದು ಕಾಣಲಿಲ್ಲ. ರಸ್ತೆಯಿಂದ ತುಂಬ ದೂರಕ್ಕೆ ಬಂದು ಬಂಗ್ಲೆ ಕಂಡಿತಷ್ಟೇ. ವಿಚಿತ್ರವೆನಿಸಿತು ಗೌರಿಪ್ರಿಯನಿಗೆ.

"ಎಂಥ ಪೋಸ್ಟ್ ಅಂತ ತಿಳಿದೆ, ಯಾಕೆ ಅಪ್ಲಿಕೇಷನ್ ಹಾಕೋಕೆ ಹೋದೆ? ಲೈಫ್ ಹುಡ್ಗಾಟವಾ? ಇಷ್ಟೆಲ್ಲ... ಯಾಕೆ ಬೇಕು? ನೀನು ಅವ್ವ ಕೆಲ್ಸವಿಲ್ದ ಮಾತುಗಳಿಗೆ ಬೆಲೆ ಕೊಡ್ತೀಯಲ್ಲ! ನಿಮ್ಮಣ್ಣನ ಏನಂಥ ತಿಳಿದಿದ್ದೀ" ತಂಗಿಯ ಮೇಲೆ ಕೋಪಿಸಿ ಕೊಂಡರು.

ಅಷ್ಟರಲ್ಲಿ ಒಂದು ಕಾರು ಬಂದು ಅವರ ಪಕ್ಕದಲ್ಲಿ ನಿಂತು, ಡ್ರೈವರ್ ಇಳಿದು ಬಂದು ವಿಚಾರಿಸಿದ "ಹೇಮಾದ್ರಿಗೆ ಬಂದಿದ್ದೀರಾ?" ತಂಗಿಯ ಕಡೆ ನೋಡಿಯೇ ತಲೆದೂಗಿದ್ದು.

"ಕೂತ್ಕೊಳ್ಳಿ..." ಡ್ರೈವರ್ ಹೇಳಿದ.

ಇವೆಲ್ಲ ಬೇಡವೆನಿಸಿತು. ಬೇರೇನಾದರೂ 'ಪ್ಲಾನ್ ಇದ್ದೀತಾ?' ಎನ್ನುವ ಸಂಶಯ ಗೌರಿಪ್ರಿಯನಿಗೆ, ಬಾಯಿಬಿಟ್ಟು ಹೇಳಿ ಗೋಜಲುಮಾಡಲು ಇಷ್ಟಪಡಲಿಲ್ಲ.

"ಆ ಬಂಗ್ಲೆ ತಾನೇ, ನಾವು ನಡೆದೇ ಬರ್ತೀವಿ, ನೀನ್ಹೋಗು" ಎಂದಾಗ ಡ್ರೈವರ್ ವಿಚಿತ್ರವಾಗಿ ನೋಡಿ ತಲೆ ಚಚ್ಚಿಕೊಂಡ "ನೋಡೋಕೆ ಹತ್ತಿರ ಅನ್ನೋ ತರಹ ಕಾಣಿಸುತ್ತೆ, ಮೈನ್ ಗೇಟಿನಿಂದ್ಲೇ ಮೂರು ಕಿಲೋಮೀಟರ್ ನಡೀಬೇಕಾಗುತ್ತೆ. ಹತ್ತಿ... ಸಾಬ್" ಬಲವಂತ ಮಾಡಿ ಹತ್ತಿಸಿಕೊಂಡ.

ತಂಗಿಯ ಕಡೆ ಕೋಪದ ನೋಟ ಬೀರಿಯೆ ಹತ್ತಿದ್ದು ಗೌರಿಪ್ರಿಯ "ಯಾಕೆ ಬೇಕಿತ್ತು, ಇಷ್ಟೆಲ್ಲ ತಾಪತ್ರಯ?" ಗೊಣಗಿದ್ದು ಮೌನಳಿಗೆ ಮಾತ್ರ ಕೇಳಿಸಿತು.

ಬಂಗ್ಲೆಯ ಬಲಗಡೆಗೆ ಇದ್ದ ಗೆಸ್ಟ್‌ಹೌಸ್‌ನ ಬಳಿ ಕಾರು ನಿಂತಿತು. "ಇಳಕೊಂಡು, ಒಂದಿಷ್ಟು ರೆಸ್ಟ್ ತಗೊಳ್ಳಿ. ಆ ವೇಳೆಗೆ ಇನ್‌ಫಾರ್ಮೇಷನ್ ಸಿಕ್ಕುತ್ತೆ" ಡ್ರೈವರ್ ಹೇಳಿದಾಗ ಗೌರಿಪ್ರಿಯನಿಗೆ ರೇಗಿ ಹೋಯಿತು.

"ಸದ್ಯ ನಮ್ಮನ್ನ ಅಲ್ಲೇ ಡ್ರಾಪ್ ಮಾಡ್ಬಿಡು." ಇಳಿಯಲು ಗೌರಿಪ್ರಿಯ ತಕರಾರು ಮಾಡಿದಾಗ, ಬಲವಂತದಿಂದ ಇಳಿಸಿಕೊಂಡಳು.

ಇವರ ತರಹ ಹದಿನೈದು ಜನ ಯುವತಿಯರು ಇಂಟರ್‌ವ್ಯೂಗೆ ಬಂದಿದ್ದರು. ಅವರೆಲ್ಲ ಒಂಟೊಂಟಿಯಾಗಿ ಬಂದಿದ್ದರೇ ವಿನಃ ಅವರುಗಳ ಪೇರೆಂಟ್ಸ್ ಬಂದಿರ ಲಿಲ್ಲ.

"ಯಾವ ಪೋಸ್ಟ್‌ಗಾಗಿ ಇಂಟರ್‌ವ್ಯೂ? ಎಷ್ಟು ಪೋಸ್ಟ್‌ಗಳು ಇವೆ?" ಗೌರಿಪ್ರಿಯ ವಿಚಾರಿಸಿದಾಗ ಅವರುಗಳು ತಲೆಯಾಡಿಸಿದರು. "ಗೊತ್ತಿಲ್ಲ, ಕೆಲ್ಸ ಅನಿವಾರ್ಯವಾಗಿರೋದ್ರಿಂದ... ಅಪ್ಲಿಕೇಷನ್ ಹಾಕ್ಕೊಂಡ್ವಿ. ಮೊದ್ಲೇ ಟಿ.ಎ. ಕೊಟ್ಟಿದ್ದಾರೆ. ಕೆಲ್ಸ ಸಿಕ್ಕಲೀ ಬಿಡಲೀ, ಒಂದು ಅನುಭವದ ಜೊತೆ ಕೆಲವು ದಿನಗಳಾದರೂ ನಿರಾತಂಕವಾಗಿ ಕಾದು ತಮಗೆ ಅಪಾಯಿಂಟ್‌ಮೆಂಟ್ ಸಿಗಬಹುದೆಂಬ ಆಸೆಯಲ್ಲಿರಬಹುದಲ್ಲ. ಮೂರ್ಹೊತ್ತು ಮನೆಯಲ್ಲಿ ರಾಮಾಯಣ. ಅದ್ರಿಂದಲಾದ್ರೂ ಕೆಲವು ಗಂಟೆ ಪಾರಾಗ್ಬಹ್ದು" ಪ್ರೇಮ ಎನ್ನುವ ಹುಡುಗಿ ಹೇಳಿದಾಗ, ಅವಳ ಕಣ್ಣಿನಲ್ಲಿ ತುಂತುರು ಇತ್ತು.

ಮನೆಯಿಂದ ಹೊರಗೆ ಇರಲು ತವಕಿಸುವ ಅವರ ಬಗ್ಗೆ ಗೌರಿಪ್ರಿಯನಿಗೆ ಕರುಣೆಯುಂಟಾಯಿತು. ಹಿರಿಯರೆನಿಸಿಕೊಂಡ ಜನ ತಮ್ಮ ಸಹಜ ಟೆನ್‌ಷನ್‌ಗಳಿಂದ ಹಿರಿಯರ ಗೌರವ, ಅಭಿಮಾನಗಳಿಗೆ ಹೇಗೆ, ಎರಗುತ್ತಾರೆನಿಸಿದಾಗ ತೀರಾ ಮೃದುವಾಗಿ ತಂಗಿಯ ಕಡೆ ಮುಗುಳ್ನಗೆ ಬೀರಿದ.

ದೊಡ್ಡದಾದ ಎಲ್ಲಾ ಅನುಕೂಲವಿದ್ದ ಗೆಸ್ಟ್‌ಹೌಸ್ ಮುಖ ತೊಳೆದು ಹೊರ ಬರುವ ವೇಳೆಗೆ ಉಪಹಾರ ಬಂತು. ಅದರ ಹಿಂದೆಯೇ ಕಚ್ಚೆಪಂಚೆ, ಬಿಳಿಯ ಪೇಟಾ, ಕರಿಯ ಕೋಟು, ಟೈ ಕಟ್ಟಿಕೊಂಡ ಐವತ್ತು ದಾಟಿದ ವ್ಯಕ್ತಿ ಕೊಶ್ಚನ್ ಪೇಪರ್ ತರಹ ಒಂದು ಬಂಡಲ್ ತಂದವರು ಬಂದವರ ಬಯೋಡೇಟಾಗಳನ್ನು ಪರೀಕ್ಷಿಸಿದವನು ತಕ್ಷಣ ಹಿಂತಿರುಗಿ ಪ್ರತಿಯೊಬ್ಬರಿಗೂ ಕೊಶ್ಚನ್ ಪೇಪರ್ ಮಾದರಿಯ ಹತ್ತು ಹಾಳೆಯ ಒಂದು ಪುಸ್ತಿಕೆಯನ್ನು ಕೊಟ್ರು.

"ಇದ್ನ ತುಂಬಿಸಿ ಬೆಳಿಗ್ಗೆ ಹಿಂದಿರುಗಿಸಿದರೇ ಸಾಕು, ನಾಳೆ ಬೆಳಿಗ್ಗೆ ಹನ್ನೊಂದು ಗಂಟೆಗೆ ಇಂಟರ್‌ವ್ಯೂ ಪ್ರತಿಯೊಬ್ಬರಿಗೂ ಬರೀ ಹತ್ತತ್ತು ನಿಮಿಷ. ನೀವು ಊಟ ಮುಗ್ಸಿಕೊಂಡು ಹಿಂದಿರುಗ್ಬಹ್ದು. ಅಲ್ಲಿಯವರ್ಗೂ ನಿಮ್ಮನ್ನ ಗೆಸ್ಟ್‌ಗಳ ತರಹ ಉಪಚರಿಸ್ತೀವಿ" ಮೇಲೆದ್ದಾಗ, ಕೆಲವರು ಪಿಸುಗುಟ್ಟಿದರೇ, ಕೆಲವರು ಮನೆಯವರಿಗೆ ಅಂದೇ ಹಿಂದಿರುಗುವ ಭರವಸೆ ಕೊಟ್ಟು ಬಂದಿದ್ದರು.

"ಸರ್, ನಾವು ಹಿಂದೇ ಹಿಂದಿರುಗೋ ವಿಷ್ಯಾ ಮನೆಯಲ್ಲಿ ತಿಳ್ಸಿ ಬಂದಿದ್ದೀವಿ. ಸುಮ್ನೆ ಗಾಬ್ರಿ ಮಾಡ್ಕೋತಾರೆ" ಸುನಂದ ಮುಂದೆ ಬಂದು ತೋಡಿಕೊಂಡಾಗ, ಪಂಪಾಪತಿ "ಎಸ್.ಟಿ.ಡಿ. ಉಪಯೋಗ್ಸಿಕೊಳ್ಳಿ. ಒಂದ್ವಿಷ್ಯ, ಇಲ್ಲಿಗೆ ಬಂದ್ಮೇಲಿನ ಪ್ರತಿಯೊಬ್ಬರ ಚಹರೆ, ಸ್ವಭಾವ ಪ್ರತಿಯೊಂದು ಇಂಟರ್‌ವ್ಯೂನ ಒಂದು ಭಾಗ. ಬಹಳ ದೊಡ್ಡ ಪೋಸ್ಟ್‌ಗೆ ಇಂಟರ್‌ವ್ಯೂ ನಡೀತಾ ಇರೋದು. ಅದು ಯಾರ ಪಾಲಿಗೋ" ಎಂದು ಹೊರಗೆ ಹೋದ.

ಪ್ರತಿಯೊಬ್ಬರ ಮುಖಗಳ ಮೇಲೂ ಆಶ್ಚರ್ಯದ ಜೊತೆ ಗಾಬರಿ, ಸಂಭ್ರಮ, ಆದರೆ ಇಂಥದ್ದೇ ಪೋಸ್ಟ್ ಅಂತ ಯಾರಿಗೂ ಗೊತ್ತಿಲ್ಲ.

"ಯಾವ ಪೋಸ್ಟ್ ಅಂತ ವಿಚಾರಿಸ್ಬೇಕಿತ್ತು" ಒಬ್ಬಳ ಸ್ವರ. "ಅದು ನಂಗೂ

ಅರ್ಥವಾಗ್ಲಿಲ್ಲ, ಈಚೆಗೆ ಯಾವ್ದೇ ಕ್ಲಾಸಿಫೈಡ್ ನೋಡಿ ಅಂದವಾಗಿರಬೇಕು, ಇಷ್ಟು ಹೈಟ್ ಇರ್ಬೇಕು, ಮೂರು ನಾಲ್ಕು ಭಾಷೆ ಬರ್ಬೇಕು, ಬರುವ ಭಾಷೆಗಳಲ್ಲಿ ನಿರರ್ಗಳವಾಗಿ, ಆಕರ್ಷಕವಾಗಿ, ಸರಳವಾಗಿ ಸಂಭಾಷಿಸುವಂತಿರಬೇಕೆನ್ನೋ ಜಾಹಿರಾತುಗಳು ಸೇಲ್ಸ್‌ಗರ್ಲ್ಸ್ ಸಲುವಾಗಿ ಕೂಡ ಬರುತ್ತೆ. ಅಪ್ಲಿಕೇಷನ್ ಹಾಕೋದು ಇಂಟರ್‌ವ್ಯೂಗೆ ಹೋಗ್ಬರೋದು, ನನ್ನ ಮಟ್ಟಿಗೆ ವಧು ಪರೀಕ್ಷೆಗೆ ಕೂಡೋಕ್ಕಿಂತ ಆರಾಮ್. ದಿನಗಳು ಹೀಗೆಯೇ ಕಳೆದು ಸವೆದು ಹೊರಟು ಹೋಗಬೇಕಾಗುತ್ತೋ ಅನ್ನೋ ಭಯ. ಬಹುಶಃ ಇದು ನನ್ನೊಬ್ಬಳ ಪ್ರಶ್ನೆಯಲ್ಲ" ಮೂವತ್ತು ಮೀರಿದ ರಾಣಿ ಹೇಳಿಕೊಂಡಾಗ ಎಲ್ಲಾ ಗಂಭೀರವಾಗಿ ಚಿಂತಿಸಿದರು.

ಗೌರಿಪ್ರಿಯ ತಂಗಿಯನ್ನ ಕೈಹಿಡಿದು ಹೊರಗೆ ಎಳೆದೊಯ್ದ "ಈ ಕೆಲ್ಸ ಇವರಲ್ಲಿ ಯಾರಿಗಾದ್ರೂ ಸಿಕ್ಕಿಕೊಳ್ಳಿ, ನಿಂಗಂತೂ ಬೇಡ. ನಿನ್ನಣ್ಣ ಸತ್ತಿಲ್ಲ, ಬದ್ಕಿದ್ದಾನೆ, ಅವರೆಲ್ಲರ ಸ್ಥಿತಿಗಿಂತ ನಿನ್ನ ಸ್ಥಿತಿ ಚೆನ್ನಾಗಿದೆ" ಬುದ್ಧಿ ಹೇಳಿದ. ಅವನಿಗಂತು ಅವಮಾನದಿಂದ ಬೆಂದು ಹೋಗುವಂತಾಗುತ್ತಿತ್ತು.

"ಪ್ಲೀಸ್ ಅಣ್ಣ, ಸ್ವಲ್ಪ ಅರ್ಥಮಾಡ್ಕೋ. ಹೇಗೂ ಬಂದಿದ್ದು ಆಗಿದೆಯಲ್ಲ. ನಂಗಿಂತ ಬಂದವರ ಮಿದುಳು, ತೀರಾ ಚುರುಕಾಗಿ, ಅನುಭವಸ್ಥವಾಗಿದೆ. ನಂಗೇನು ಅಪಾಯಿಂಟ್‌ಮೆಂಟ್ ಸಿಗೋಲ್ಲ. ಒಂದು ಎಕ್ಸ್‌ಪೀರಿಯನ್ಸ್ ಇರ್ಲಿ" ಅದು ತೀರಾ ರೋಮಾಂಚನಕಾರಿಯಾಗಿ ಬಹಳ ದಿನಗಳು ನಮ್ಮ ನೆನಪಿನಲ್ಲಿ ಉಳಿಯಬಹ್ದು.

"ಷಟಪ್..." ಗುರುಗುಟ್ಟಿದ ಗೌರಿಪ್ರಿಯ.

ಆದರೂ ತಂಗಿ ಹೇಳಿದ್ದು ಒಂದು ಲೆಕ್ಕದಲ್ಲಿ ಸರಿಯೆನಿಸಿತು. "ಅದೇನು ಇಲ್ಲಿ ಕೊಡು" ಕೈಚಾಚಿದಾಗ ತಲೆಯಾಡಿಸಿದಳು "ನಾನು ಇಲ್ಲಿ ಅಭ್ಯರ್ಥಿ. ನೀನು ಹೆಲ್ಪ್ ಮಾಡ್ಬಿಟ್ರೆ ನಾನು ಸೆಲೆಕ್ಟ್ ಆಗ್ಬಿಡೋ ಅಪಾಯ ಇದೆ. ಅದು ಮೋಸವಾಗುತ್ತೆ, ನಾನೇ ಉತ್ತರ ಬರಿತೀನಿ" ಎಂದಾಗ, ಸರಿಯೆಂದು ತಲೆದೂಗಿದ.

"ಪ್ರದೇಶ ವಾತಾವರಣ ಚೆನ್ನಾಗಿದೆ, ಒಂದಿಷ್ಟು ಅಡ್ಡಾಡಿ ಬರ್ತೀನಿ." ಗೌರಿಪ್ರಿಯ ಹೊರಟಾಗ ಅವಳು ಒಳಗೆಬಂದಳು. ಎಲ್ಲರೂ ಗುಂಪಾಗಿ ಒಂದು ಕಡೆ ಸೇರಿಕೊಂಡು ಡಿಸ್ಕಸ್ ಮಾಡುತ್ತಿದ್ದರು. ಪ್ರತಿಯೊಬ್ಬರಿಗೂ ಪ್ರತ್ಯೇಕ ಪ್ರತ್ಯೇಕವಾದ ಪ್ರಶ್ನೆ ಪತ್ರಿಕೆ. ಕೆ.ಎಸ್. ನರಸಿಂಹಸ್ವಾಮಿಯವರ ಮೈಸೂರು ಮಲ್ಲಿಗೆಯಿಂದ ಈಚೆಗೆ ಮರಣಿಸಿದ ಡಯಾನವರೆಗೂ ಮಾತ್ರವಲ್ಲ, ರಾಜಕೀಯ ರಂಗದಿಂದ ಹಿಡಿದು ಕ್ರೀಡಾರಂಗ ಸಾಂಸ್ಕೃತಿಕರಂಗದವರೆಗಿನ ಪ್ರಶ್ನೆಗಳು ಜೊತೆಗೆ ಮದರ್ ತೇರೆಸಾಯಿಂದ ಹಿಡಿದು ಕಾನನ ಡಾಯಲ್ ಸೃಷ್ಟಿಸಿದ ಷಾರ್ಲೂಕ್ ಹೋಮ್ಸ್‌ವರೆಗೆ. ವಿಧ ವಿಧ ಪ್ರಶ್ನೆಗಳು ಮನೋರಂಗಕ್ಕೆ ಸಂಬಂಧಿಸಿದವು ಕೂಡ. ಅದರಿಂದ ಯಾರು ಯಾರಿಗೂ ಸಹಾಯ ಮಾಡುವಂತಿರಲಿಲ್ಲ. ಪ್ರತಿಯೊಬ್ಬರೂ ತಮ್ಮ ತಮ್ಮ ಪ್ರಶ್ನೆ ಪತ್ರಿಕೆಗಳು ಓದಿದನಂತರ ಮುಚ್ಚಿಟ್ಟರು.

"ನಂಗೆ ಎಷ್ಟೋ ಪ್ರಶ್ನೆಗಳಿಗೆ ಉತ್ತರ ಗೊತ್ತಿಲ್ಲ. ನಂಗೆ ಹೆಚ್ಚು ಇಂಟರೆಸ್ಟಿನ ವಿಷಯ ಚಲನಚಿತ್ರದ್ದು, ಆ ಬಗ್ಗೆ ಒಂದೇ ಒಂದು ಪ್ರಶ್ನೆ ಇಲ್ಲ. ಹೇಗೂ, ನಾವು

ನಾವೇ, ಎಲ್ಲ ಸೇರಿಕೊಂಡು ಚರ್ಚಿಸಿ ಉತ್ತರ ಬರೆದರೆ ಹೇಗೆ?" ಪ್ರೇಮಾಳ ವಿಚಾರಕ್ಕೆ ಖಂಡಿತ ಕೆಲವರ ಒಪ್ಪಿಗೆ ಇಲ್ಲ.

"ಸರಿ ಅನ್ನಿಸೋಲ್ಲ, ಎಲ್ಲಾ ಪ್ರಶ್ನೆ ಪತ್ರಿಕೆಗಳು ನೂರಕ್ಕೆ ನೂರು ಸರಿಯೆನಿಸಿದರೆ... ಯಾರ್ಗೆ ಕೊಡ್ತಾರೆ ಕೆಲ್ಸ? ಇಲ್ಲಿಗೆ ಬಂದ್ಮೇಲಿನ ಎಲ್ಲಾ ಚಹರೆಗಳನ್ನ ಗಣನೆಗೆ ತಂದುಕೊಳ್ಳುತ್ತಾರೆಂದು, ಹೇಳಿಹೋಗಿದ್ದಾರೆ. ಅದೆಲ್ಲ ಯಾಕೆ? ನಿಮ್ಮ ನಿಮ್ಮ ಪ್ರಶ್ನೆ ಪತ್ರಿಕೆಗಳಿಗೆ ನೀವು... ನೀವೇ ಉತ್ತರ ಬರೆಯಿರಿ. ಮಕ್ಕಿಕಾಮಕ್ಕಿ ಕೆಲ್ಸ ಗಿಟ್ಟಿಸಿದರೂ... ಉಳಿಸಿಕೊಳ್ಳೋದು ಕಷ್ಟವಾಗುತ್ತೆ." ಮೌನ ತನ್ನ ಅಭಿಪ್ರಾಯ ವ್ಯಕ್ತಪಡಿಸಿದಾಗ, ಕೆಲವರಿಗೆ ಸರಿಯೆನಿಸಿತು. ಕೆಲವರು ಸೀರಿಯೆಸ್ಸಾಗಿ ತೆಗೆದುಕೊಳ್ಳಲಿಲ್ಲ. ಅಂತು ಯಾರು ಯಾರಿಗೂ ಮೇಲ್ಮುಖವಾಗಿ ಸಹಾಯ ಮಾಡಬಾರದೆಂದು ಕೊಂಡರು. ನಡೆದ ಒಳಗಿನ ವ್ಯವಹಾರ ವಿಡಿಯೋನಲ್ಲಿ ದಾಖಲು ಆಗಿದ್ದು ಮಾತ್ರ ಯಾರ ಅರಿವಿಗೂ ಬರಲಿಲ್ಲ.

ಪ್ರಶ್ನೆಪತ್ರಿಕೆಯನ್ನು ಮಡಚಿಟ್ಟ ಮೌನ "ಒಂದಿಷ್ಟು ಹೊರ್ಗಡೆ ಓಡಾಡಿ ಬರ್ಬಹ್ದು. ಒಳ್ಳೆ ಗಾರ್ಡನ್ ಮಾಡಿದ್ದಾರೆ" ಸೂಚಿಸಿದಳು.

ಕೆಲವರು ಆಯಾಸವೆಂದು ಒಳಗೆ ಉಳಿದರೇ ಮಿಕ್ಕವರು, ಹೊರಡುವ ಮುನ್ನ ಡ್ರೆಸ್ ಛೇಂಜ್ ಮಾಡಿಕೊಂಡು, ಮೇಕಪ್ ಮುಗಿಸಿಯೇ ಹೊರ ಬಿದ್ದಿದ್ದು.

"ಒಂದ್ಸಲ ಅವುಗಳ ಪರ್ಮಿಷನ್ ಪಡೆದುಕೊಂಡಿದ್ರೆ ಚೆನ್ನಾಗಿತ್ತೇನೋ!" ಸ್ವಲ್ಪ ಹಿಂಜರಿದಳು.

"ಛೋಡೋ ಯಾರ್, ಇದ್ಕೆಲ್ಲ ಯಾಕ್ಬೇಕು... ಪರ್ಮಿಷನ್" ಹೊರಟರು ಅವರುಗಳು.

ಮೌನ ಅಣ್ಣನಿಗಾಗಿ ಹುಡುಕಾಡಿದಾಗ ಬಂಗ್ಲೆಯ ಒಂದು ಮೂಲೆಯ ಕೊನೆಯಲ್ಲಿ ಹಾಕಿದ ಕಲ್ಲಿನ ಬೆಂಚ್ ಮೇಲೆ ಕೂತಿದ್ದ, ಬೇಸರದಿಂದಲೇ.

"ಸಾರಿ, ಸಾರಿ..." ಅಣ್ಣನ ಭುಜದ ಮೇಲೆ ಕೈಇಟ್ಟಳು. ಗೌರಿಪತಿ ಪ್ರಸನ್ನನಾದ. "ನಿನ್ನ ಬದ್ಲು, ಇಲ್ಲಿ ನಂಗೊಂದು ಕೆಲ್ಸ ಕೊಟ್ಟರೇ, ಸಿಟಿ ಲೈಫ್‌ಗೆ ಕೈಮುಗ್ದು... ಬಂದು ಸೇರ್ಕೊಂಡ್‌ಬಿಡ್ತೀನಿ. ನಿಶ್ಶಬ್ದ ವಾತಾವರಣ, ಒಳ್ಳೆ... ಗಾಳಿ!" ಸಂತೋಷ ಜೊತೆ ಒಂದು ಅನುಮಾನ ಕೂಡ.

"ಎಷ್ಟು ಪೋಸ್ಟ್‌ಗೆ ಇಂಟರ್‌ವ್ಯೂ ಗೊತ್ತಾ?" ಕೇಳಿದನಂತರ ತಾನೇ ಹೇಳಿದ "ಒಂದೇ ಒಂದು ಪೋಸ್ಟ್ ಅಂತೆ, ಈಗಾಗ್ಲೇ ಮೂರು ಬ್ಯಾಚ್ ಇಂಟರ್‌ವ್ಯೂ ಆಗಿ, ಇದು ನಾಲ್ಕನೇ ಬ್ಯಾಚ್. ಎಷ್ಟೊಂದು ಕಾಂಪಿಟೇಷನ್ ಇದೇ, ನೋಡು. ಸ್ವಲ್ಪ ವಿಚಿತ್ರವೆನಿಸುತ್ತೆ" ಅನುಮಾನ ವ್ಯಕ್ತಪಡಿಸಿದ.

ನಂತರ ಒಂಬತ್ತರ ಸುಮಾರಿಗೆ ಪಂಪಾಪತಿ ಬಂದಾಗ "ಒಂದು ಎಸ್.ಟಿ.ಡಿ. ಕಾಲ್ ಮಾಡ್ಬಹುದಾ, ಅಥ್ವಾ ಹತ್ತಿರದಲ್ಲಿ ಎಲ್ಲಾದ್ರೂ ಫೋನ್‌ನ ಅನ್ಕೂಲವಿದ್ರೆ... ತಿಳ್ಸಿ" ಗೌರಿಪ್ರಿಯ ರಿಕ್ವೆಸ್ಟ್ ಮಾಡಿಕೊಂಡ. ಸ್ವಲ್ಪ ಸಂಕೋಚದಿಂದಲೇ.

"ಇಲ್ಲೇ, ಮಾಡಿ. ಏನು ತೊಂದರೆ ಇಲ್ಲ" ಸೂಚಿಸಿದರು.

ಹೆಂಡತಿಗೆ ಫೋನ್ ಮಾಡಿದ ಗೌರಿಪ್ರಿಯ "ನಾಳೆ... ಬರ್ತೀನಿ! ಹೇಗೂ ಮತ್ತೊಂದು ಇಲ್ಲೇ ಇರೋದ್ರಿಂದ... ಮೂರನ್ನ ಚೆನ್ನಾಗಿ ನೋಡ್ಕೋ, ಇಲ್ಲಿ ಅಪಾಯಿಂಟ್‌ಮೆಂಟ್ ಮೌನಾಗೆ ಸಿಕ್ಕಿದ್ರೂ... ನಾನು ಒಪ್ಪೋಲ್ಲ" ಅಷ್ಟು ತಿಳಿಸಿ ಲೈನ್ ಕಟ್ ಮಾಡಿದ.

"ಅತ್ತಿಗೆಗೆ ಮಾತಾಡೋಕೆ, ಅವಕಾಶ ಕೊಡ್ಲಿಲ್ಲ."

ತಂಗಿಯ ಮಾತಿಗೆ ನಕ್ಕ ಗೌರಿಪ್ರಿಯ "ವಿಷ್ಯ ತಿಳ್ಸಿ ಆಯಿತಲ್ಲ. ಊರಿನ ಸುದ್ಧಿಯೆಲ್ಲ ಮಾತಾಡೋಕೆ, ಫೋನ್ ಉಪಯೋಗ್ಸಿಕೊಳ್ಳೋದು ಸೌಜನ್ಯವಲ್ಲ" ಎಂದ. ಅಣ್ಣನನ್ನ ಅಭಿಮಾನದಿಂದ ನೋಡಿದರು ತುಂಟನಗೆ ಬೀರಿದಳು.

"ಅದಲ್ಲ ಬಿಡು, ಅತ್ತಿಗೆ ನಿನ್ನ ಎಲ್ಲಿ ತರಾಟೆಗೆ ತಗೋತಾರೆನ್ನುವ ಭಯ."

ತಂಗಿಯ ತಲೆಯ ಮೇಲೊಂದು ಮೊಟಕಿದ. ರಾತ್ರಿ ಭರ್ಜರಿ ಊಟವೆ ಆಯಿತು. ಪಂಪಾಪತಿ ಒಂದಲ್ಲ ಒಂದು ಸಲ ಎಲ್ಲರ ತೊಂದರೆ, ಅಗತ್ಯಗಳನ್ನು ವಿಚಾರಿಸಿಕೊಂಡ. ಅವಳ ಪ್ರಕಾರ ಇದು 'ಥ್ರಿಲ್ಲಿಂಗ್' ಅನ್ನಿಸುವಂತೆ ಅನುಭವವೇ.

ಎಲ್ಲಾ ಬಂದು ರೂಮಿನಲ್ಲಿ ಗುಂಪುಗೂಡಿಕೊಂಡು ತಮ್ಮ ತಮ್ಮ ಅನುಭವ ಗಳ ಜೊತೆ ಕಹಿಯನ್ನು ಕಕ್ಕಿಕೊಳ್ಳುವುದರ ಜೊತೆಗೆ ಸಮಾಜಕ್ಕೆ ಶಾಪ ಹಾಕಿದರು. ತುಟಿ ತೆರೆಯದೆ ಕೂತವಳು ಮೌನ ಒಬ್ಬಳೇ. ಅಪಾಯಿಂಟ್‌ಮೆಂಟ್ ಸಿಕ್ಕರೇ, ಅಲ್ಲೇ ನಿಂತುಬಿಡುವ ಮೂವರು ಇದ್ದರು ಕೂಡ.

ಮರುದಿನ ಇಂಟರ್‌ವ್ಯೂ ಇನ್ನೆಂಥ ಅನುಭವ ಕೊಡಬಹುದೋ ಎಂದು ಕೊಂಡರು. ಒಂಟಿಯಾಗಿ ಕೂತ ಮೌನ ತನಗೇ ಕೊಟ್ಟ ಪ್ರಶ್ನೆಪತ್ರಿಕೆಗೆ ಉತ್ತರ ಬರೆಯತೊಡಗಿದಳು. ಬಹಳ ಎಚ್ಚರಿಕೆಯಿಂದ ಸಿದ್ಧಪಡಿಸಿದ ಪ್ರಶ್ನೆ ಪತ್ರಿಕೆಯೆನಿಸಿತು.

'Life is brief candle' 'ಬಾಳೊಂದು ಕ್ಷಣಿಕ ಮೊಂಬತ್ತಿ' ಎಂದ ಷೇಕ್ಸ್‌ಪಿಯರ್, ಆದರೆ 'ಬರ್ನಾಡ್ ಷಾ ಜೀವನವೊಂದು ಮಹಾಜ್ವಾಲೆ' ಎನ್ನುತ್ತಾರೆ, ಜೀವನವೆಂದರೆ ನಿಮ್ಮ ಅಭಿಪ್ರಾಯದಲ್ಲಿ ಏನು? ಇಂಥ ಒಂದು ಮುಖ್ಯವಾದ ಪ್ರಶ್ನೆ ಕಾಡಿತು ಅವಳನ್ನ.

'ಜೀವನವೆಂದರೆ ಸಂಶೋಧನೆ, ಹುಡುಕಾಟ, ಕುತೂಹಲ'ವೆಂದು ಬರೆದಳು, ಆದರೂ ಬಹಳ ಹೊತ್ತಿನವರೆಗೂ ನಿದ್ರಿಸಲಾಗಲಿಲ್ಲ ಅವಳಿಗೆ. ಜೀವನವೆಂದರೆ ಏನು? ರಸೆಲ್, ಯೂಜಿ ಅವರನ್ನು ಮುಟ್ಟುವ ತಂಟೆಗೆ ಹೋಗಲಿಲ್ಲ.

ಬೆಳಿಗ್ಗೆ ಒಳ್ಳೆಯ ಬ್ರೇಕ್‌ಫಾಸ್ಟ್ ನಂತರ ತನ್ನ ಪ್ರಶ್ನೆಪತ್ರಿಕೆಯನ್ನು ತೆಗೆದು ಜೀವನವೆಂದರೆ ಸಂಶೋಧನೆ, ಹುಡುಕಾಟ, ಕುತೂಹಲದ ಜೊತೆಗೆ ಕಾವ್ಯ, ಸಾಹಿತ್ಯ, ಸಂಗೀತವೆಂದು ಸೇರಿಸಿದಳು. ಪಂಪಾಪತಿಗಳು ಸ್ವತಃ ತಾವೇ ಕಲೆಕ್ಟ್ ಮಾಡಿಕೊಂಡು ಆತುರಾತುರವಾಗಿ ಹೋದರು.

ಒಂಬತ್ತು ಮೂವತ್ತಕ್ಕೆ ಎಲ್ಲಾ ಸಿದ್ಧವಾಗಿ ಗೆಸ್ಟ್‌ಹೌಸ್ ಬಿಟ್ಟರು. "ನಾನು ಇಲ್ಲೇ

ಉಳ್ಕೋತೀನಿ. ಒಂದಿಷ್ಟು ಬಸ್ಸಿನ ವೇಳೆ ಮುಂತಾದವನ್ನು ವಿಚಾರಿಸ್ಕೋಬೇಕು" ಎಂದ ಗೌರಿಪ್ರಿಯ ಅಲ್ಲೇ ಉಳಿದುಕೊಂಡ. ಎಲ್ಲಾ ಒಂಟೊಂಟಿಯಾಗಿ ಬಂದಿರುವುದರಿಂದ ತಾನು ತಂಗಿಗೆ ಬಾಡಿಗಾರ್ಡ್ ಆಗಿ ಹೋಗುವುದು ಸರಿಯೆನಿಸಲಿಲ್ಲ.

ಒಬ್ಬೊಬ್ಬರಿಗೂ ಗಡಿಯಾರ ನೋಡಿದಂತೆ ಹತ್ತತ್ತು ನಿಮಿಷಗಳೇ ಇಂಟರ್‌ವ್ಯೂ. ಸಂದರ್ಶಿಸಿದ್ದು ಒಬ್ಬ ವ್ಯಕ್ತಿಯೇ. ಎರಡು ಪ್ರಶ್ನೆಗಳಿಗೆ ಉತ್ತರ ಪಡೆದಿದ್ದ. ನಿನ್ನೆ ಅವರು ಬಂದಾಗಿನಿಂದ ಇಲ್ಲಿನವರೆಗಿನದೆಲ್ಲ ವೀಡಿಯೋ ಕ್ಯಾಸೆಟ್ ಆಗಿ ಬಂದು ತಲುಪಿತ್ತು. ಅದೇ ಅವನ ಪ್ರಶ್ನೆಗಳಿಗೆ ನೇರವಾಗಿ ಉತ್ತರಿಸುತ್ತಿತ್ತು. ಮುಖತಃ ನೋಡಲು ಒಂದು ನಾಟಕದ ಸೀನ್ ಅಷ್ಟೇ.

ಮೊದಲ ನೋಟಕ್ಕೇನೇ, ಸಂದರ್ಶನಕಾರನ ಮೊನಚು ನೋಟಕ್ಕೆ ತುಸು ಬೆಚ್ಚಿದರೂ ಸಾವರಿಸಿಕೊಂಡಳು ಮೌನ.

"ಏನು ಕೆಲ್ಸಾಂತ ತಿಳಿದೇ ಸಂದರ್ಶನಕ್ಕೆ ಅಪ್ಲಿಕೇಷನ್ ಹಾಕ್ಕೊಂಡಿದ್ದಕ್ಕೆ ಕಾರಣ?" ಕೇಳಿದ.

"ಮಿದುಳು, ಮನಸ್ಸು, ಹೃದಯದ ಪ್ರಸ್ತಾಪವಿದ್ದುದರಿಂದಲೇ, ಅಪ್ಲಿಕೇಷನ್ ಹಾಕಿದ್ದು. ಪರ್ಟಿಕ್ಯೂಲರ್ ಆಗಿ ಇಂಥ ಪೋಸ್ಟ್ ಎಂದೂ ಊಹಿಸದಿದ್ದರೂ ಅವಕ್ಕೆ ಕೆಲ್ಸ ಕೊಡುವಂಥ ಜಾಬೇ ಇರ್ಬೇಕೂಂತ ಅಂದ್ಕೊಂಡೆ" ಎಂದಳು ಮೌನ.

"ಗುಡ್..." ಒಂದು ಬಯೋಡಾಟಾ ಅವಳ ಮುಂದೆ ತಳ್ಳಿದ "ಇದ್ನ ಪೂರ್ತಿ ಓದಿ, ಈ ಯುವಕನಿಂದ ನಿಮ್ಮ ವಿವಾಹಕ್ಕೆ ಆಫರ್ ಬಂದರೆ ಏನ್ಮಾಡ್ತೀರಾ?" ಎಂದ ಸೂಕ್ಷ್ಮವಾಗಿ.

"ಈ ಪ್ರಶ್ನೆಗೆ ತಕ್ಷಣ ಉತ್ತರ ಹೇಳೋಕ್ಕಾಗೋಲ್ಲ. ಇಲ್ಲಿ ನಮ್ಮಣ್ಣನ ಮಾತು, ತೀರ್ಮಾನ ಮುಖ್ಯವಾಗುತ್ತೆ."

ಮನಸ್ಸಿದೆ, ಮನಸ್ಸಿನ ತುಂಬ ಭಾವನೆಗಳಿವೆ. ಎರಡು ನಿಮಿಷ ನೋಡಿದವನು "ಒಂದ್ವಿಷ್ಯ, ನಿಮ್ಮಣ್ಣ ಒಪ್ಪಿಗೆ ಕೊಟ್ರೂ... ಆ ಯುವಕ ವಿವಾಹಕ್ಕೆ ಮುನ್ನ ಒಂತಿಂಗ್ಳು ನನ್ನ ಬಂಗ್ಲೆಯಲ್ಲಿರಬೇಕೆನ್ನೋ ಕರಾರು ಹಾಕಿದರೇ."

ಕ್ಷಣ ಅವಳೆದೆ ನಿಂತಂತಾಯಿತು. ಇದೆಂಥ ಕರಾರು! ಅವಳ ಮೈ ಝುಮ್ಮೆಂದಿತು. ಬದುಕಿನಲ್ಲಿ ಎಷ್ಟೊಂದು ವಿಪರೀತಗಳು ವೈರುಧ್ಯಗಳು – ಸುಮ್ಮನೆ ಕೂತಳು.

"ಇನ್ನೊಂದು ಪಾಯಿಂಟ್! ಆ ತಿಂಗಳಲ್ಲಿ ನೀನು ಒಪ್ಪಿಗೆಯಾಗದಿದ್ರೆ... ಐದು ಲಕ್ಷ ಹಣದೊಂದಿಗೆ ಹಿಂದಕ್ಕೆ ಹೋಗಬೇಕಾಗುತ್ತೆ" ಎಂದಕೂಡಲೇ ಎದ್ದುನಿಂತಳು.

"ಸಾರಿ, ಸಾರ್... ಸದ್ಯಕ್ಕೆ ಅಂಥದಕ್ಕೆ ನನ್ನನ್ನು ಒಡ್ಡಿಕೊಳ್ಳಲಾರೆ! ಹೆಣ್ಣಿನ ಬಗ್ಗೆ ಇಂಥ ಹಗುರವಾಗಿರೋ ಗಂಡಿನ ಕೈಯಲ್ಲಿ ಯಾವ ಹೆಣ್ಣಿನ ಬದ್ಕು ಕ್ಷೇಮವಲ್ಲ. ಬಹುಶಃ ಇದೇ ಆ ಪೋಸ್ಟ್, ಥ್ಯಾಂಕ್ಯೂ... ಸಾರ್" ಹೊರಗೆಬಂದಳು. ಹಬೆಯ ಗೂಡಿನಿಂದ ಎತ್ತಿ ಹೊರಹಾಕಿದಂತಾಯಿತು.

"ತುಂಬ ಡಿಫಿಕಲ್ಟಿಯಾಗಿರೋ ಕೊಶ್ಚನ್ಸ್ ಕೇಳಿದ್ರಾ?" ಅವಳಾದ ಮೇಲೆ ಹೋಗುವ ಅಭ್ಯರ್ಥಿ ಕೇಳಿದಾಗ "ಎಲ್ಲಾ ನಾರ್ಮಲ್ ಕೊಶ್ಚನ್‌ಸೇ. ಬೆಸ್ಟ್ ಆಫ್ ಲಕ್..." ಅಲ್ಲೇ ಇದ್ದ ತನ್ನ ಪರ್ಸ್ ಎತ್ತಿಕೊಂಡು ಫೈನ್‌ನೊಂದಿಗೆ ಹೊರಬಂದಳು. ಎಲ್ಲರಿಗೂ ಕೊನೆಯ ಪ್ರಶ್ನೆ ಎದುರಾಗಿರಬಹುದಾ?

ಎಲ್ಲಾ ಒಂದು ಕಡೆ ಗುಂಪು ಕೂಡಿಕೊಂಡು ಮಾತಾಡುವಾಗ ಒಳಗಿನ ಇಂಟರ್‌ವ್ಯೂ ವಿಷಯ ಬಂತು. ಅವರುಗಳ ಮಾತುಕತೆಯಿಂದಲೇ, ಕೊನೆಯ ಪ್ರಶ್ನೆ ಯಾರ ಪಾಲಿಗೂ ಬಂದಿಲ್ಲವೆಂದು ಅರಿವಾದಾಗ ಸೋಜಿಗಗೊಂಡಳು.

"ಬಯೋಡಾಟಾ... ತೋರಿಸಿದ್ರಾ?" ಕೇಳಿದಳು.

"ಯಾವ ಬಯೋಡಾಟಾ? ಕೇಳಿದ್ದು ಎರಡೆರಡೇ ಪ್ರಶ್ನೆಗಳು. ಈಗ್ಲೂ ಯಾವ ಪೋಸ್ಟಿಗೇಂತ ಗೊತ್ತಾಗ್ಲಿಲ್ಲ." ಒಬ್ಬಳು ನಿಟ್ಟುಸಿರಿಟ್ಟಳು, ಎಲ್ಲರದೂ ಇದೇ ಅಭಿಪ್ರಾಯ.

ಹೊರಗೆ ಅಡ್ಡಾಡುತ್ತಿದ್ದ ಗೌರಿಪ್ರಿಯ ತಟ್ಟನೆ "ಮುಗೀತಾ, ಈ ಹಸಿರು, ಗಾಳಿ ನೋಡಿದ್ರೆ... ನಾನೇ ಒಂದು ಕೆಲ್ಸ ಕೇಳೋಣಾಂತ... ಅಂದ್ಕೊಂಡೇ. ಎಷ್ಟು ಜನ ಇದ್ದರೂ ಇಂಟರ್‌ವ್ಯೂನಲ್ಲಿ? ಜನರಲ್ ನಾಲೆಡ್ಜ್ ಟೆಸ್ಟ್ ಮಾಡಿದ್ರಾ? ತುಂಬ ದೊಡ್ಡ ಕುಳನೇ... ಅಂತೇ, ಮುಂಬಯಿನಲ್ಲಿ ನಾಲ್ಕು ಫ್ಯಾಕ್ಟರಿ, ಷೇರ್ ಬಿಸಿನೆಸ್ಸ್ - ಎಲ್ಲಾ ತಮ್ಮ ಪಾಡಿಗೆ ತಾವು ನಡೆದು ಹೋಗೋಂಥವೇ. ತಿಂಗಳಲ್ಲಿ ಒಂದತ್ತು ಸಲದ ತಿರ್ಗಾಟ ಬಿಟ್ಟರೇ, ಈ ಬಂಗ್ಲೆಯ ಮಹೇಶ್‌ವರ್ಮ ಇಲ್ಲೇ ಇರೋದಂತೆ. ಇಲ್ಲಿ ಕೂಡ ಸಾಕಷ್ಟು ಸ್ಟಾಫ್ ಇದೆ. ದೊಡ್ಡ ಎಸ್ಟಾಬ್ಲಿಷ್‌ಮೆಂಟ್" ತಾನು ಸಂಗ್ರಹಿಸಿದ ಸುದ್ಧಿಯನ್ನು ತಂಗಿಯ ಮುಂದೆ ಬಿಟಿಸಿಟ್ಟ.

"ಅಂತು, ಅಣ್ಣ ನೀನು ತುಂಬ ಕಿಲಾಡಿ ಇದ್ದೀಯಾ" ಶಭಾಷ್‌ಗಿರಿ ಕೊಟ್ಟವಳು "ಇನ್ನ ಹೊರಡೋದೇ, ನಾನಾದ್ಮೇಲೆ ಏಕೈಕ ಕ್ಯಾಂಡಿಡೇಟ್ ಇದ್ದು, ಬಹುಶಃ ಇಂಟರ್‌ವ್ಯೂ ಕೂಡ ಮುಗಿದಿರುತ್ತೆ" ಅಲ್ಲಿಂದ ಬೇಗ ಹೊರಡುವ ಹಾತೊರಿಕೆ ವ್ಯಕ್ತಪಡಿಸಿದಳು.

ಅಂತು ಎಲ್ಲರೂ ಗೆಸ್ಟ್‌ಹೌಸ್‌ಗೆ ಹಿಂದಿರುಗೋ ವೇಳೆಗೆ ಬಂದ ಪಂಪಾಪತಿ, ಪ್ರತಿಯೊಬ್ಬರಿಗೂ ಅವರ ಹೆಸರು ಬರೆದ ಕವರ್‌ಗಳನ್ನ ಕೊಟ್ಟು, "ಥ್ಯಾಂಕ್ಯೂ... ಥ್ಯಾಂಕ್ಯೂ... ವೆರಿಮಚ್, ಕ್ಯಾಂಡಿಡೇಟ್ ಸೆಲೆಕ್ಟಾದರೇ ತಿಳಿಸ್ತೀವಿ" ಬೀಳ್ಕೊಟ್ಟ.

ಬಂಗಲೆಯಿಂದ ಬಸ್ಸು ನಿಲ್ಲುವ ರೋಡಿಗೆ ತಂದು ಅವರುಗಳನ್ನ ಇಳಿಸಿದರು. ಎಲ್ಲರೂ ತಮಗೆ ಕೊಟ್ಟ ಕವರ್‌ಗಳನ್ನು ಬಿಚ್ಚಿಬಿಚ್ಚಿ ನೋಡಿಕೊಂಡರು. ಇಂಟರ್‌ವ್ಯೂ ಫಲಿಸದಿದ್ದರೂ ಪರವಾಗಿಲ್ಲ. ಪ್ರತಿಯೊಬ್ಬರಿಗೂ ನೂರರ ಹತ್ತು ನೋಟುಗಳನ್ನು ಕವರ್‌ನಲ್ಲಿ ಇರಿಸಲಾಗಿತ್ತು.

"ಇಂಥ ಇಂಟರ್‌ವ್ಯೂನಲ್ಲಿ ಸೆಲೆಕ್ಟ್ ಆಗದಿದ್ದರೂ ಬಾಧಕವಿಲ್ಲ. ಬಂದಿದ್ದಕ್ಕೆ ಏನು ಲಾಸ್ ಇಲ್ಲ" ಒಬ್ಬಳು ಬಾಯಿಬಿಟ್ಟು ಅಂದರೂ, ಮಿಕ್ಕವರ ಮುಖದಲ್ಲಿ ಅನುಮೋದನೆ ಇತ್ತು. ಇನ್ನ ಒಂದು ರೀತಿಯ ಷಾಕ್‌ನಲ್ಲಿದ್ದ ಮೌನ ಬ್ಯಾಗ್ ಸೇರಿಸಿದ್ದ ಕವರನ್ನು ಹೊರತೆಗೆಯಲಿಲ್ಲ.

ಗೌರಿಪ್ರಿಯ ಬಸ್ಸಿನಲ್ಲಿ ನಿದ್ರಿಸಿ ಬಿಟ್ಟಿದ್ದರಿಂದ ಊರು ತಲುಪುವವರೆಗೂ ಮಾತಾಡಲು ಅವಕಾಶವೇ ಆಗಲಿಲ್ಲ. ಷಾಕ್, ನಂತರದ ವಿಚಿತ್ರಸ್ಥಿತಿಯ ಮುಕ್ತಾಯ ನಗುವಿನಲ್ಲಿ ಮುಕ್ತಾಯವಾಗಿತ್ತು.

ಇಂಟರ್‌ವ್ಯೂ ಮಾಡಿದ ವ್ಯಕ್ತಿಯನ್ನು ನೆನಪು ಮಾಡಿಕೊಂಡಳು. ಇಪ್ಪತ್ತಾರ ರಿಂದ ಮೂವತ್ತರ ಒಳಗಿರುವ ವಯಸ್ಸು. ಫುಲ್ ಸೂಟು ಧರಿಸಿದ್ದ ಕನ್ನಡಕಧಾರಿ, ಶ್ರೀಮಂತಿಕೆಯ ಗತ್ತುನಿಂದ ಆಕರ್ಷಕವಾಗಿಯೇ ಇದ್ದ. ಐದು ಲಕ್ಷದ ಡಿಪಾಜಿಟ್ ನೊಂದಿಗೆ ಒಬ್ಬ ಒಪ್ಪಿದ ಯುವತಿಯನ್ನ ಒಂದು ತಿಂಗಳು ಇಟ್ಟುಕೊಂಡು ಪರೀಕ್ಷಿಸಿ ಇಷ್ಟವಾದರೇ ವಿವಾಹ, ಇಲ್ಲದಿದ್ದರೇ ಡಿಪಾಜಿಟ್ ಹಣ ಆ ಹೆಣ್ಣಿಗೆ.

'ಛೆ...' ಎಂದುಕೊಂಡಳು. ನಾಗರಿಕ ಪ್ರಪಂಚದಲ್ಲಿ ಎಂಥ ಆಫರ್‌ಗಳು. ತಲೆ ಕೆಟ್ಟಂತಾಯಿತು. ಮನೆಗೆ ಬಂದಕೂಡಲೇ ವಾಣಿ "ಅಲ್ಲಿ ಉಳಿಯ ವಿಷ್ಯ ಹೇಳಿ ಹೋಗ್ಲೇ ಇಲ್ಲ. ಹೇಗೂ ಅಲ್ಲಿ ಕೆಲ್ಸ ಸಿಕ್ಕರೂ ಬೇಡಾಂದ್ಮೇಲೆ... ಯಾಕೆ ಹೋಗಿದ್ದು?"

"ಸಾಕು ಬಾಯಿಮುಚ್ಕೋ. ಬಂದ ಕೂಡ್ಲೇ ಮಾತು ಶುರು ಮಾಡಿದ್ರೆ... ಬಾಯಿಗೆ ಬೊಂಡ ತುರುಕಬೇಕಾಗುತ್ತೆ" ಕಣ್ಣು ಕೆಂಪಗೆ ಮಾಡಿ ಬಿಚ್ಚಿದ ಷೂಗಳನ್ನ ತಳ್ಳಿ ರೂಮಿಗೆ ಹೋದ ಗೌರಿಪ್ರಿಯ.

ಮೌನ ಕೂಡ ಮಾತಾಡಲಿಲ್ಲ. ಬಂದ ಹುಡುಗಿಯರೆಲ್ಲ ತಮ್ಮ ಅನುಭವ ಗಳನ್ನ ಹೇಳಿಕೊಂಡಿದ್ದರು. ಯಾವ ಅರ್ಥದಲ್ಲಿ ಅಗ್ರಿಮೆಂಟ್? ತಟ್ಟನೆ ಕವರ್ ಬಿಡಿಸಿ ದಳು. ಅವಳ ಡಿಪಾಜಿಟ್ ಚೆಕ್, ಅಪಾಯಿಂಟ್‌ಮೆಂಟ್ ಆರ್ಡರ್ ಜೊತೆ ಒಂದು ಪತ್ರ ಕೂಡ ಇತ್ತು. ನೀವು ಸೆಲೆಕ್ಟ್ ಆಗಿದ್ದೀರಿ! ನಂಗೆ ಮಿದುಳು, ಹೃದಯ, ಮನಸ್ಸು ಇರೋ ಹುಡ್ಗಿ ಬೇಕು, ಅಂಥವಳನ್ನ ಜೀವನ ಸಂಗಾತಿಯನ್ನಾಗಿ ಮಾಡಿಕೊಳ್ಳುವ ಅಭಿಲಾಷೆ ನನ್ನದು. 'ಈ ಬಂಗ್ಲೆಯಲ್ಲಿ ಬಂದು ವಾಸ ಮಾಡಬೇಕೆಂಬ ಕರಾರು ಮಾತ್ರ ಅಷ್ಟೆ. ಮತ್ತೆ ಯಾವುದೇ ಸಂಬಂಧ, ಅಧಿಕಾರ ಇರೋಲ್ಲ. ಆ ಬಗ್ಗೆ ಪೂರ್ಣ ಭರವಸೆ ಸಿಗುತ್ತೆ' ಎನ್ನುವ ಪತ್ರದ ಕೆಳಗೆ ಮಹೇಂದ್ರವರ್ಮ ಎನ್ನುವ ಸಹಿ ಇತ್ತು.

ದಿಗ್ಭ್ರಮೆಯಿಂದ ಕೂತುಬಿಟ್ಟಳು. ವಿಷಯವನ್ನ ಮಹೇಂದ್ರವರ್ಮಾ ಸ್ಪಷ್ಟವಾಗಿ ನೇರವಾಗಿ ಅವರ ಪ್ರಕಾರ ಅವಳಿಗಿಂತ ಹೆಚ್ಚು ಚೆಲುವೆಯರು ತುಂಬ ಓದಿದವರು ಅಭ್ಯರ್ಥಿಗಳಾಗಿ ಬಂದಿದ್ದರು. ಅಂಥದ್ದರಲ್ಲಿ ತಾನು ಆಯ್ಕೆ ಆಗಿದ್ದು ಹೇಗೆ? ತನ್ನ ಮಿದುಳು ಅವರೆಲ್ಲರಿಗಿಂತ ಚುರುಕಾಗಿದೆಯೇ? ಅವಳಿಗೆ ಏನೇನು ಅರ್ಥವಾಗಲಿಲ್ಲ. ಮತ್ತೆ ಪತ್ರ, ಡಿಪಾಜಿಟ್ ಹಣದ ಚೆಕ್‌ನ ಅದೇ ಕವರ್‌ನಲ್ಲಿಟ್ಟು, ಹಾಗೆಯೇ ಹಿಂತಿರುಗಿಸಿ ಬಿಡಬೇಕೆಂಬ ನಿರ್ಧಾರಕ್ಕೆ ಬಂದಳು.

ಮರುದಿನದವರೆಗೂ ಏನು ಪ್ರಶ್ನಿಸದ ವಾಣಿ ಗಂಡ ಆಫೀಸ್‌ಗೆ ಹೋದ ಕೂಡಲೇ ನಾದಿನಿಯ ರೂಮಿಗೆ ಬಂದಳು.

"ಏನಾಯ್ತು ಇಂಟರ್‌ವ್ಯೂ? ನಿಂಗೊಂದು ಕೆಲ್ಸವಿದ್ರೆ ಬೇಗ ವಿವಾಹವಾಗುತ್ತೆ. ಈಗ ಎಲ್ಲಾ ಕೇಳೋದು ಕೆಲ್ಸದಲ್ಲಿರೋ ಹುಡ್ಗಿನ. ಅವ್ರು ತರೋ ಸಂಪಾದನೆ ಮೇಲೆ ಅವ್ರುಗಳ ಕಣ್ಣು" ಒಂದು ಸಣ್ಣ ಛಾಪ್ಟರ್ ಅವಳ ಮುಂದಿಟ್ಟಳು.

ಸೀರೆಗಳನ್ನ ಮಡಚಿ ಹ್ಯಾಂಗರ್‌ಗೆ ಹಾಕುತ್ತಿದ್ದವಳು ವಾಣಿಯ ಮುಂದೆ ಕೂತು "ಅವ್ರ ಯೋಚ್ನೆಯೇನು ತಪ್ಪಲ್ಲ ಬಿಡು. ಸಣ್ಣಪುಟ್ಟ ಕೆಲ್ಸಕ್ಕೆ ಕಳಿಸೋಕೆ... ಅಣ್ಣ ಇಷ್ಟಪಡೋಲ್ಲ. ಅಣ್ಣ ಇಷ್ಟಪಡೋಂಥ ಕೆಲ್ಸಗಳು ನಂಗ ಸಿಗೋಲ್ಲ. ಅದ್ರಿಂದ ಸದ್ಯಕ್ಕೆ ವಿವಾಹದ ಯೋಚ್ನೆ ಇಲ್ಲ. ಹೇಗ್ಲೂ ನಿಂಗೆ ಸಹಾಯಕಳಾಗಿ ಇರ್ತೀನಿ, ಇಲ್ಲ ನಾನು, ನೀನು ಸೇರಿ ಒಂದು ಸಣ್ಣ ಪ್ರಾಜೆಕ್ಟ್ ರೆಡಿ ಮಾಡಿಕೊಂಡು ಶುರು ಮಾಡ್ಬಿಡೋಣ. ಹೇಗೂ ಹಪ್ಪಳ, ಸಂಡಿಗೆ, ಉಪ್ಪಿನಕಾಯಿ ತಯಾರಿಕೆಯಲ್ಲಿ ತುಂಬ ನಿಸ್ಸೀಮಳು. ನಾನು ಹೋಗಿ ಮಾರಿಕೊಂಡು ಬರ್ತೀನಿ. ಇದಕ್ಕೆ ಕ್ವಾಲಿಫಿಕೇಷನ್, ರೆಕಮೆಂಡೇಷನ್ ಒಂದು ಬೇಡ. ಪ್ರಾಜೆಕ್ಟ್ ನಾನು ತಯಾರು ಮಾಡ್ತೀನಿ, ಅಣ್ಣನ ಕೈಯಲ್ಲಿ ಸಹಿ ಹಾಕ್ಸೋದು ನಿನ್ನ ಕರ್ತವ್ಯ" ಬಹಳ ಉತ್ಸಾಹದಿಂದ ಮಾತಾಡಿದ್ದು.

ಇದು ಮೊದಲಿನಿಂದಲೂ ಬಂದ ಅಭ್ಯಾಸವೇ. ಬೇರೆಯವರ ಎದುರು ಕೆಲವೊಮ್ಮೆ ಮೌನ, ಮೌನವಾದರೆ, ಅತ್ತಿಗೆಯ ಎದುರು ಮಾತ್ರ ಬಾಯಿಬಡಕಿ. ಅದಕ್ಕೆ ಮುಖ್ಯವಾದ ಕಾರಣಗಳು ಇದ್ದವು.

"ಸದ್ಯ ನಿನ್ನ ವಿಷ್ಯದಲ್ಲಿಯಾದ್ರೂ ಪ್ರಸನ್ನರಾಗಬಲ್ಲರು. ನನ್ಕಂಡ್ರೆ ಉರಿದು ಬೀಳ್ತಾರೆ. ಮೂರರ ಜೊತೆ ನಿನ್ಮದ್ವೆ ಮಾಡೋದು ಸುಲಭಾನಾ?" ಅಭ್ಯಾಸಬಲದಿಂದ ಆಡಿದ ಮಾತನ್ನ ಹಿಂದೆಗೆದುಕೊಳ್ಳಲಾರದೆ ವಾಣಿ ಚಡಪಡಿಸಿದಳು.

ಸ್ತಬ್ಧಳಾದಳು ಮೌನ. ಪ್ರತಿಸಲ ವಾಣಿಯ ದನಿಯಲ್ಲಿ ತನ್ನ ಮೂವರು ಮಕ್ಕಳ ಬಗ್ಗೆ ಮಮತೆ ಸುರಿದರೆ 'ಮತ್ತೊಂದು' ಮೌನಳ ವಿಷಯ ಬಂದಾಗ ಭಾರ ವಾಗುತ್ತಿದ್ದುದು ಅವಳ ಗಮನಕ್ಕೆ ಬಂದಿತ್ತು. ಅಂತಹ ಸಮಯದಲ್ಲಿ ನಿಸ್ಸಹಾಯಕತೆ ಕಾಡುತ್ತಿತ್ತು. ಈ ಭಾರ ಹೇಗೆ ಕಡಿಮೆ ಮಾಡುವುದು? ಅಂತಿಂಥ ಪೋಸ್ಟ್‌ಗಳಿಗೆ ಕನಿಷ್ಟ ಅಪ್ಲಿಕೇಷನ್ ಕೂಡ ಹಾಕಲು ಒಪ್ಪುತ್ತಿರಲಿಲ್ಲ ಗೌರಿಪ್ರಿಯ.

"ಸಾರಿ... ಸಾರಿ..." ನಾದಿನಿಯ ಕೈ ಹಿಡಿದುಕೊಂಡಳು "ಅಭ್ಯಾಸ ಬಲದಿಂದ ಬಂದ ಮಾತುಗಳಷ್ಟೆ. ಸಾಲಾಗಿ ಮೂರು ಹೆಣ್ಣು ಅನ್ನೋದೊಂದು ಕೊರಗು. ಶಾಲೆ ಯಲ್ಲಿ ಕೂಡ ಅಷ್ಟೊಂದು ಜಾಣರಲ್ಲ, ಇನ್ನ ಮೊದಲನೆಯವ್ಳು ಸ್ವಲ್ಪ ಕಪ್ಪು. ಹೇಗೆ, ಗಂಡು ಹೊಂದಿಸೋದು?" ಕಣ್ಣು ಒದ್ದೆ ಮಾಡಿಕೊಂಡಾಗ ಅವಳಿಗೆ 'ಅಯ್ಯೋ' ಎನ್ನಿಸುವುದರ ಬದಲು ಬೇಸರವೆನಿಸಿತು. 'ವರ್ತಮಾನದಲ್ಲಿ ಬದುಕುವ ಪ್ರಯತ್ನ ಮಾಡಿದವನೇ ಜಾಣ' ಎಲ್ಲೋ ಓದಿದ್ದು ಸೂಕ್ತವೆನಿಸಿತು ಕೂಡ.

"ಅತ್ತಿಗೆ, ಬೇಜಾರು ಮಾಡ್ಕೋಬೇಡಿ. ಮೂರು ಹೆಣ್ಣುಮಕ್ಳು ಹುಟ್ಟಿದ್ದು ಅಪರಾಧವಲ್ಲ. ಗಂಡು, ಹೆಣ್ಣಿನ ಮಧ್ಯೆ ಇಷ್ಟೊಂದು ತಾರತಮ್ಯ ಯಾಕೆ? ಅಣ್ಣ, ಮಕ್ಳು ಬಗ್ಗೆ ಬೇಸರಿಸಿದ್ದೇ ಇಲ್ಲ, ಪದೇಪದೇ ಅದ್ಕೊಂಡ್ ಮನಸ್ಸಿಗೆ ಯಾಕೆ ಬೇಸರ ಮಾಡ್ಕೋತೀರಾ? ನನ್ನ ಬಗ್ಗೆ ನಿಮ್ಗೆ ಖಂಡಿತ ಯೋಚ್ನೆ ಬೇಡ. ನನ್ನ ಹುಡುಗ್ರು ಕೂಡ ಜಾಣರೇ. ಅವ್ರುಗಳು ಕೂಡ ನಿಮ್ಗೆ ಭಾರವಾಗೋಲ್ಲ. ಹೇಗೂ, ಅಣ್ಣನಿಗೆ ಸಂಬಳ ಬರುತ್ತೆ. ಎಲ್ಲಾ ಸಮಸ್ಯೆಗಳನ್ನು ತನ್ನ ತಲೆಯ ಮೇಲೆ ಹಾಕ್ಕೊಂಡಿದ್ದಾನೆ.

ನೀವು ಆರಾಮಾಗಿದ್ಬಿಡಿ" ಹೇಳಿದಳು ನವಿರಾಗಿ. ಒಂದೆರಡು ಸಲ ಸ್ವಲ್ಪ ಅರ್ಥವಾಗು ವಂತೆ ಹೇಳಿದ್ದರೂ ಇಂದಿನಷ್ಟು ಸ್ಪಷ್ಟವಾಗಿ ಎಂದೂ ಹೇಳಿರಲಿಲ್ಲ.

ತಲೆತಗ್ಗಿಸಿ ನಿಂತ ವಾಣಿ ಹೊರಗೆ ಹೋಗಿಬಿಟ್ಟಳು. ಯಾರು ಹೇಳಿದರೂ, ಅವಳ ಆತಂಕ ತಪ್ಪಿದ್ದಲ್ಲ. ತಂಗಿಯ ಮೇಲಿನ ಪ್ರೇಮದಿಂದ ಸಾಕಷ್ಟು ಸಾಲ ಮಾಡಿ ವರದಕ್ಷಿಣೆ, ವರೋಪಚಾರ ಕೊಟ್ಟು ವಿವಾಹ ಮಾಡಿದರೇ ಗತಿಯೇನು? ಮೂರು ಹೆಣ್ಣುಮಕ್ಕಳು ಬಂದು ಎದುರು ನಿಲ್ಲುತ್ತಿದ್ದರು. ಅಂದಚೆಂದ, ಬಣ್ಣ ಇದ್ದೇ ಮೌನಳ ಮದುವೆ ಕಷ್ಟವಾಗಿರುವಾಗ ತನ್ನ ಮಕ್ಕಳ ವಿವಾಹಗಳು ಸುಲಭವಾಗುವುದು ಹೇಗೆ? ಇದೇ ಸ್ಥಿತಿಯನ್ನ ಅವಳ ಮನೆಯಲ್ಲೂ ಎದುರಿಸಬೇಕಿತ್ತು. ಅವಳ ಅಕ್ಕತಂಗಿಯರಲ್ಲಿ ಗೌರಿಪ್ರಿಯನಂಥ ಸಂಬಳ ತರುವ ಗಂಡು ಸಿಕ್ಕಿದ್ದು ಇವಳೊಬ್ಬಳಿಗೇನೇ. ಮಿಕ್ಕಿದವರ ಸಂಸಾರಗಳು ಆರ್ಥಿಕ ದುಃಸ್ಥಿತಿಯಿಂದ ತೊಳಲುತ್ತಿತ್ತು. ಈ ಎಲ್ಲಾ ಕಾರಣಗಳಿಂದ ಕಂಗೆಡುತ್ತಿದ್ದಳು.

* * *

ಸ್ವಲ್ಪ ಗೌರಿಪ್ರಿಯನಿಗೆ ಓದುವ ಗೀಳು ಇದ್ದುದ್ದರಿಂದ ಲೈಬ್ರರಿಗೆ ಪ್ರತಿದಿನ ಹೋಗಿಬರುವುದು ಮೌನಳ ಕೆಲಸ. ಅಂದು ಕೂಡ ಲೈಬ್ರರಿಯಲ್ಲಿ ಪುಸ್ತಕಗಳನ್ನು ಹಿಂದಿರುಗಿಸಿ ಬೇರೆ ಪುಸ್ತಕಗಳನ್ನು ಪಡೆದು ಹಿಂದಿರುಗುವ ವೇಳೆಗೆ ಒಂದು ಕಾರು ಬಂದು ಇವಳ ಸಮೀಪ ನಿಂತಾಗ, ಅವಳಿಗೆ ಒಂದು ಮಾಮೂಲಿ ಸಿನಿಮಾ ದೃಶ್ಯ ನೆನಪಾಗಿ ಹೆದರಿದಳು. ನಡೆದು ಹೋಗುತ್ತಿರುವವರೊಂದಿಗೆ ಹೆಜ್ಜೆ ಹಾಕಿದ್ದು ಗಡಿಬಿಡಿ ಯಿಂದ.

"ಮೇಡಮ್, ಮೌನ..." ದನಿ ಕೇಳಿ ಗಕ್ಕನೆ ನಿಂತಳು. ತೀರಾ ಪರಿಚಿತ ಧ್ವನಿ ಎನಿಸದಿದ್ದರೂ ಕೇಳಿದಂತು ನೆನಪಿತ್ತು "ನನ್ನ ನೆನಪು ಉಂಟಾ?" ಬಿಳಿಯ ಕಚ್ಚೆ ಪಂಚೆಯುಟ್ಟು, ಪೇಟಾ ಧರಿಸಿದ ವ್ಯಕ್ತಿ "ನಾನು... ಪಂಪಾಪತಿ..." ಪರಿಚಯಿಸಿ ಕೊಂಡರು.

"ಹೇಗಿದ್ದೀರಾ?" ವಿಚಾರಿಸಿದಳು.

"ಚೆನ್ನಾಗಿದ್ದೀನಿ, ಒಂದಿಷ್ಟು ಕೆಲ್ಸ ಇತ್ತು, ಬಂದಿದ್ದೆ. ನಿನ್ಕಂಡೆ, ಮಾತಾಡಿಸ್ದೆ" ಹೇಳಿದರು. ಕಣ್ಣು ಕಿರಿದುಗೊಳಿಸಿ ನುಡಿದಳು "ನಿಮ್ಗೆ ಒಳ್ಳೆ ನೆನಪಿನ ಶಕ್ತಿ ಇದೆ. ಇಂಟರ್‌ವ್ಯೂಗೆ ಬಂದ ಅಭ್ಯರ್ಥಿಗಳನ್ನೆಲ್ಲ ನೆನಪಿನಲ್ಲಿ ಇಟ್ಟುಕೊಳ್ಳೋದು ಅಸಾಧ್ಯ ಈಗ ನನ್ನನ್ನೇ ತಗೊಳ್ಳಿ, ನಿಮ್ಮನ್ನ ಕೂಡ ಗುರ್ತಿಸಲಾಗಲಿಲ್ಲ." ತುಂಬು ನಗುವಿನಲ್ಲಿ ಅದ್ದಿ ತೆಗೆದಂತಿತ್ತು ಅವಳ ದನಿ ಇಷ್ಟವೆನಿಸಿದಳು. "ಹೇಗೂ, ಹತ್ತಿರದಲ್ಲೆ ನಮ್ಮ ಮನೆ. ಅಭ್ಯಂತರವಿಲ್ಲದಿದ್ರೆ ಊಟ ಮುಗ್ಸಿಕೊಂಡು ಹೋಗ್ಬಹ್ದು" ಬಾಯಿಮಾತಿನ ಆಹ್ವಾನಕ್ಕೆ ಪಂಪಾಪತಿಗಳು ಒಪ್ಪುವುದಿಲ್ಲವೆನ್ನುವ ಭರವಸೆ ಇತ್ತು. ಅದು ತಕ್ಷಣ ತಿರುಗುಮುರು ಗಾಯಿತು.

"ಊಟ ಮಾಡದಿದ್ರೂ... ಒಂದ್ಲೋಟ ಜ್ಯೂಸ್ ಕುಡಿಯೋಕ್ಕಂತೂ ಅಭ್ಯಂತರ ವಿಲ್ಲ" ಒಪ್ಪಿಗೆ ಸೂಚಿಸಿದರು.

ತೀರಾ ಹತ್ತಿರದಲ್ಲಿಯೇ ಮನೆ. ಅವರ ಬಲವಂತಕ್ಕೆ ಕಾರು ಹತ್ತಿದಳು. "ಬಹಳ ಸುಲಭವಾಗಿ ಸಿಕ್ದೇ, ಇಲ್ಲಿಗೆ ಬಂದಿದ್ದಲ್ಲಿ ನಿನ್ನ ನೋಡೋದು ಕೂಡ ಒಂದು ಮುಖ್ಯವಾದ ಕೆಲ್ಸವೇ" ಎಂದಾಗ ಅವಳಿಗೆ ಆಶ್ಚರ್ಯ. ಹಿಂದೆಯೇ ಅಪಾಯಿಂಟ್ ಮೆಂಟ್, ಕಂಡೀಷನ್ ಎಲ್ಲಾ ನೆನಪಾಗಿ ಅವಳ ಮುಖ ಬಿಗಿದುಕೊಂಡಿತು. ಆದರೆ ನನ್ನ ಆವೇಶ ತೋಡಿಕೊಳ್ಳಲಿಲ್ಲ.

ಗೇಟಿನ ಬೀಗ ನೋಡಿದಾಗಲೇ ಅವಳಿಗೆ ಜ್ಞಾಪಕ ಬಂದಿದ್ದು "ನಾನು ರಾಶಿ ಚಿಕ್ಕಮ್ಮನ ಮನೆಗೆ ಹೋಗ್ಬರ್ತೀನಿ. ಬರೋವಾಗ ಹುಡುಗ್ರುನ ಕರ್ಕೊಂಡ್ಬರ್ತೀನಿ" ವಾಣಿ ತಿಳಿಸಿದ್ದಳು.

ತನ್ನ ಪುಟ್ಟ ಪರ್ಸ್‌ನಲ್ಲಿದ್ದ ಕೀಯಿಂದ ಗೇಟು ಬೀಗ ತೆಗೆದು ಪಂಪಾಪತಿಯವರನ್ನು ಒಳಗೆ ಕರೆದೊಯ್ದು "ನಮ್ಮ ಅತ್ತಿಗೆ ಅವ್ರ ಚಿಕ್ಕಮ್ಮನ ಮನೇಗೆ ಹೋಗಿದ್ದಾರೆ. ಅಣ್ಣ, ಬೆಳಿಗ್ಗೆ ಒಂಬತ್ತಕ್ಕೆ ಊಟ ಮುಗ್ಸಿಕೊಂಡ್ಹೋದರೆ ಸಂಜೆನೆ ಬರೋದು. ಇನ್ನ ಹುಡುಗರ ಶಾಲೆ ಸಮಯ, ಕೂತ್ಕೊಳ್ಳಿ..." ಕೂಡಿಸಿ ಒಳಗೆ ಹೋಗಿ ಹಣ್ಣಿನ ರಸ ತಂದಿತ್ತು ಕೂತಳು.

"ತುಂಬ... ಚೆನ್ನಾಗಿದೆ" ಗ್ಲಾಸ್ ಇಟ್ಟರು.

ಒಂದು ಕವರ್ ತೆಗೆದು ಅವಳಿಗೆ ಕೊಟ್ಟರು "ನಿನಗೊಂದು ಲೆಟರ್ ಇದೆ, ನಾನ್ಬರ್ತೀನಿ" ಮೇಲೆದ್ದರು.

ತಿರುಗಿಸಿ ನೋಡಿ ಹಿಂದಿರುಗಿಸಿ ಬಿಡಬೇಕೆಂದುಕೊಂಡರೂ ಸುಮ್ಮನಾದಳು. ಒಮ್ಮೆ ನೋಡುವುದರಿಂದ ಏನು ತಪ್ಪಿಲ್ಲವೆನಿಸಿತು. ಅಂದು ಇಂಟರ್‌ವ್ಯೂವ್ ಮಾಡಿದ ವ್ಯಕ್ತಿಯ ನೆನಪಾಯಿತು. ಬಹಳ ಸೀರಿಯಸ್ಸಾದ ವ್ಯಕ್ತಿಯಾಗಿ ಕಂಡಿದ್ದ. ಅದೇ ಪ್ರಪೋಸಲ್ ಏನೋ?

ಕಾರು ಮುಂದಕ್ಕೆ ಹೋದಮೇಲೆ ಒಳಗೆ ಬಂದು ಕವರನ್ನ ಬಿಡಿಸಿದಳು. ಎರಡೇ ಲೈನ್‌ನ ಕೈ ಬರಹವಿದ್ದ ಪತ್ರ. 'ಮೌನ, ಒಂದಿಷ್ಟು ಮಾತಾಡುವುದಿದೆ. ಖಂಡಿತ ಬರುವುದು', 'ಮೌನ... ಒಂದು ಲೈನ್', 'ಒಂದಿಷ್ಟು ಮಾತಾಡುವುದಿದೆ, ಖಂಡಿತ ಬರುವುದು' ಇದು ಎರಡನೇ ಲೈನ್ ಕೆಳಗೆ ಅರ್ಥವಾಗದ ಇಂಗ್ಲಿಷ್‌ನಲ್ಲಿ ಸಹಿ ಇದ್ದರೂ 'ಮ ಹೇಂದ್ರವರ್ಮ' ಎಂದು ಬ್ರಾಕೇಟ್‌ನಲ್ಲಿ ನಮೂದಿಸಲಾಗಿತ್ತು. ಬಯೋಡಾಟಾ ಯುವಕನ ಹೆಸರು ಭಾರತದ ಎರಡು ಮಾಸ್ಟರ್ ಡಿಗ್ರಿಗಳ ಜೊತೆ ವಿದೇಶದ ಒಂದೆರಡು ಡಿಗ್ರಿಗಳಿದ್ದ ಮನುಷ್ಯ – ಇಂಥ ವ್ಯಕ್ತಿಯ ಮದುವೆಯ ವಿಷಯದಲ್ಲಿ ಇಷ್ಟೊಂದು ರಿಸ್ಕ್ ತೆಗೆದುಕೊಳ್ಳುವುದಕ್ಕೆ ಕಾರಣ. ತುಂಬ ಇಂಟರೆಸ್ಟ್ ಅನ್ನಿಸಿತು. ಕವರ್‌ನ ಸಮೇತ ಪತ್ರವನ್ನ ಹರಿದು ಆಚೆಗೆ ತೂರಬೇಕೆನಿಸಿದರೂ ಸುಮ್ಮನಾದಳು.

ಇದು ಅಣ್ಣನವರೆಗೂ ಹೋದರೆ, ಪತ್ರ ಹಿಡಿದು ನೇರವಾಗಿ ಪೊಲೀಸ್ ಸ್ಟೇಷನ್‌ಗೆ ಹೋಗಬಹುದೇನೋ, ಎನ್ನುವ ಅನುಮಾನ ಹುಟ್ಟಿಕೊಂಡಿತು. ಅವೆಲ್ಲ ಬರೀ ಪಂಚಾಯಿತು. ಟೈಮ್ ವೇಸ್ಟ್ – ಆ ವಿಷಯ ಕೈಬಿಟ್ಟಳು. ತಾನೇ ನೇರವಾಗಿ

ಹೋಗಿ ಮಹೇಂದ್ರವರ್ಮನನ್ನು ಭೇಟಿಯಾದರೇ, ಎದೆಯಬಡಿತ ಒಮ್ಮೆಲೆ ಏರಿತು. ಆದರೂ ಆದರೂ ಇಂಟರೆಸ್ಟಾದ ಟ್ರಾಫಿಕ್, ಒಮ್ಮೆ ಪ್ರಯತ್ನಿಸಿಬಿಡೋಣ ಎನ್ನುವ ತೀರ್ಮಾನಕ್ಕೆ ಬಂದಳು.

ಕೈಯಲ್ಲಿನ ವಾಚ್, ಗೋಡೆಯ ಮೇಲಿನ ಗಡಿಯಾರವನ್ನು ವೇಳೆಯನ್ನು ಗುರುತಿಸಿಕೊಂಡಳು. ಈಗ ಬರೀ ಹನ್ನೆರಡು ಮೂವತ್ತು. ಅತ್ತಿಗೆ ಹುಡುಗರೊಂದಿಗೆ ಬರುವುದು ಐದರನಂತರ. ಅಣ್ಣ ಬರುವುದು ಆರರ ನಂತರ. ಅಷ್ಟರಲ್ಲಿ ತಾನು ಯಾಕೆ ಹೋಗಿ ಬಂದುಬಿಡಬಾರದು? ಮನಸ್ಸಿನಲ್ಲಿಯೇ ಲೆಕ್ಕ ಹಾಕಿಕೊಂಡಳು. ಅವಳಿಗೆ ಕುತೂಹಲವಿತ್ತೇ ವಿನಃ ಆ ವ್ಯಕ್ತಿಯನ್ನು ಆಕರ್ಷಿಸಬೇಕಾದ ಹಂಬಲವಿಲ್ಲ ದಿದ್ದರಿಂದ ಉಟ್ಟ ಸೀರೆಯಲ್ಲಿಯೇ ಹೊರಟಳು.

ಆಟೋ ಸ್ಟ್ಯಾಂಡ್‌ಗೆ ಹೋದವಳು ಹಿಂದಕ್ಕೆ ಬಂದು, ಕವರ್‌ನ ಅಂಚಿಗಿದ್ದ ಹೋಟಲ್ ವಿಳಾಸಕ್ಕೆ ಫೋನ್ ಮಾಡಿ ರೂಂನಂ. 303ರಲ್ಲಿ ಮಹೇಂದ್ರವರ್ಮ ಇರುವುದನ್ನು ನಿಗದಿಪಡಿಸಿಕೊಂಡು ಕವರ್‌ನ ಟಿ.ವಿ.ಯ ಪಕ್ಕ ಇಟ್ಟಳು. ತಾನು ಮನೆಗೆ ಹಿಂದಿರುಗದಿದ್ದರೆ ಸುಳಿವಿಗೆ ಇರಲೆನ್ನುವುದು ಮೌನಳ ಉದ್ದೇಶ.

ಆಟೋ ಹಿಡಿದು ಹೋಟೆಲ್ ಬಳಿ ಇಳಿದಾಗ ದಿಗ್ಭ್ರಮೆಯಾಯಿತು. ಇಂಥ ಫೈವ್‌ಸ್ಟಾರ್ ಹೋಟೆಲ್‌ಗೆ ಎರಡು ಸಲ ಬಂದಿದ್ದಳು. ಅವಳ ಫ್ರೆಂಡ್ ಎಂ.ಎಲ್.ಎ. ಮಗಳು ಎರಡು ಸಲ ಇಂಥ ಹೋಟೆಲ್‌ನಲ್ಲಿ ಬರ್ತ್‌ಡೇ ಆಚರಿಸಿಕೊಂಡು ಪಾರ್ಟಿ ಕೊಟ್ಟಿದ್ದಳು. ಆದರೆ ಈ ಹೋಟೆಲ್‌ಗಂತು ಬಂದಿದ್ದು ಮೊದಲನೇ ಸಲವೆ. ಸ್ವಲ್ಪ ಹಿಂಜರಿಕೆಯೆನಿಸಿದರೂ ಧೈರ್ಯ ತಂದುಕೊಂಡು ರಿಸೆಪ್ಷನಿಸ್ಟ್ ಕೌಂಟರ್‌ಗೆ ಹೋದ ಕೂಡಲೇ ರಿಸೆಪ್ಷನಿಸ್ಟ್ ಮುಗುಳ್ನಗೆ ಬೀರಿದಳು.

"ನೀವು ರೂಂ ನಂಬರ್ 303ರಲ್ಲಿನ ಮಹೇಂದ್ರವರ್ಮರನ್ನು ನೋಡಲು ಬಂದಿದ್ದೀರಾ? ಅವ್ರು ರೂಮಿನಲ್ಲೇ ಇದ್ದಾರೆ. ನಿವ್ಹೋಗಿ... ನೋಡ್ಬಹ್ದು."

ಲಿಫ್ಟ್ ಮೂಲಕ ಮೂರನೇ ಅಂತಸ್ತಿನಲ್ಲಿದ್ದ 303ನೇ ನಂಬರ್‌ನ ರೂಮು ತಲುಪಿದಾಗ ಬೆವತು ಹೋಗಿದ್ದಳು. ಹೊರಗಡೆಯ ಬೆಲ್ ಒತ್ತಿದಾಗ ಬಾಗಿಲು ತಾನಾಗಿ ತೆರೆದುಕೊಂಡಿತು.

"ಯೆಸ್... ಕಮಿನ್" ಎನ್ನುವ ದನಿ ಬಂತು.

ಮೆಲ್ಲಗೆ ಒಳಗಡಿ ಇಟ್ಟಳು. ವಾಲ್-ಟು-ವಾಲ್ ಕಾರ್ಪೆಟ್ ಅತ್ಯಂತ ಸುಸಜ್ಜಿತ ಕೊಠಡಿಗೆ ಎ.ಸಿ. ಅಳವಡಿಸಲಾಗಿತ್ತು. ಕಿಟಕಿಗೆ ನೇರಳೆ ಬಣ್ಣದ ಪರದೆಗಳು. ಡ್ರೆಸ್ಸಿಂಗ್, ಟೇಬಲ್ಲು, ವಿಶಾಲವಾದ ಕಪಾಟುನ ಪಕ್ಕದಲ್ಲಿಯೇ. ಪೂರ್ತಿ ಪೂರ್ತಿ... ಖಾಲಿ. ಸದ್ದು ಬಂದಿದ್ದು ಎಲ್ಲಿ ಮುಚ್ಚಿದ ಬಾಗಿಲಿಗೆ ಪರದೆ ಹಾಕಿದ ಬಾಗಿಲತ್ತ ಅವಳ ನೋಟ ನಿಲ್ಲುವುದಕ್ಕೂ ಮಹೇಂದ್ರವರ್ಮ ಬರುವುದಕ್ಕೂ ಸರಿಹೋಯಿತು. ಗೋಧಿ ಬಣ್ಣದ ಥಮಾಸ್‌ನ ನಿಲುವಂಗಿ ಧರಿಸಿದ್ದ, ವ್ಯಕ್ತಿ ಅಂದು ಇಂಟರ್‌ವ್ಯೂ ಮಾಡಿದಾತನೇ.

"ಕೂತ್ಕೊಳ್ಳಿ..." ಸೋಫಾದತ್ತ ತೋರಿಸಿ ತಾನು ಎದುರಿನ ಸೋಫಾ ಮೇಲೆ

ಕಾಲು ಮೇಲೆ ಕಾಲು ಹಾಕಿ ಕೂತ. "ಇಲ್ಲಿ ಸಂಕೋಚ ಪಡಬೇಕಾದ ಅಗತ್ಯವಿಲ್ಲ. ನನ್ನ ಪತ್ರಕ್ಕೆ ಮನ್ನಣೆ ಕೊಟ್ಟು ಬಂದಿದ್ದೀರಾ, ಥ್ಯಾಂಕ್ಸ್ ಫಾರ್‌ದ ಲಾಟ್" ಎಂದ. ಎದುರು ಸೋಫಾ ಮೇಲೆ ನಡುಗುವ ಶರೀರವನ್ನು ಕೂಡಿಸಿದಳು ಮೌನ. 'ಹೆದರಿಕೆ ಅಗತ್ಯವಿಲ್ಲ' ಎಂದುಕೊಂಡರೂ ಅವಳಣ್ಣ ಸಿಡಿಮಿಡಿಯ ಹಿಂದಿನ ಆತಂಕ, ಪ್ರೀತಿ ಎಚ್ಚರಿಸುತ್ತಿತ್ತು.

"ಏನು, ತಗೋತೀರಾ?" ಕೇಳಿದ.

ಅವಳ ತುಟಿಗಳು ಬಿಗಿದು ಕೂತವು. ತನ್ನ ಬರುವಿಕೆ ಅಗತ್ಯವಿತ್ತಾ ಎಂದು ಕೊಂಡರೂ, ಹೆಣ್ಣನ್ನು ನೋಡಲು ಬಂದ ವರನ ಕಡೆಯವರ ಕಿರಿಕಿರಿಯ ಸವಿಯನ್ನುಂಡ ಅವಳಿಗೆ, ಮಹೇಂದ್ರವರ್ಮನನ್ನು ಕಂಡಿದ್ದು ತಪ್ಪೆನಿಸಲಿಲ್ಲ.

ಎದ್ದುಹೋದ ಮಹೇಂದ್ರವರ್ಮ ಫ್ರಿಜ್‌ನಿಂದ ಎರಡು ಪೆಪ್ಸಿ ಬಾಟಲು ಹಿಡಿದು ಬಂದು ಅವಳ ಮುಂದಿನ ಟೀಪಾಯಿ ಮೇಲಿಟ್ಟ.

"ತಗೊಂಡ್, ಕುಡ್ದು... ರಿಲ್ಯಾಕ್ಸ್ ಆಗಿ. ಇಲ್ಲಿ ಯಾವ್ದೇ ಸಿನಿಮಾ ಸೀನ್ ಕ್ರಿಯೇಟ್ ಆಗೋಲ್ಲ. ನನ್ನ ಆಫರ್ ಚರ್ಚಿಸೋಕೆ ಮಾತ್ರ ನಾನು ಕರೆಸಿರೋದು" ಎಂದು ರಿಮೋಟ್ ಕಂಟ್ರೋಲ್‌ನಿಂದ ಟಿ.ವಿ.ಯನ್ನು ಆನ್ ಮಾಡಿದ. ಈಗಾಗಲೇ ವೀಡಿಯೋ ಕ್ಯಾಸೆಟ್ ತುರುಕಿದ್ದರಿಂದ ಚಿತ್ರ ಅನಾವರಣವಾಯಿತು.

ಅವಳಣ್ಣ, ಅವಳು ಗೆಸ್ಟ್‌ಹೌಸ್ ಪ್ರವೇಶಿಸಿದ ಮೊದಲ ಮೊದಲ ದೃಶ್ಯ. ತಕ್ಷಣ ರಿಮೋಟ್ ಕಂಟ್ರೋಲ್ ಬಟನ್ ಒತ್ತಿ ಆಫ್ ಮಾಡಿ, ಹೆದರಿದ ಅವಳ ಕಣ್ಣುಗಳನ್ನು ನೋಡಿ ಸಣ್ಣಗೆ ನಕ್ಕ.

"ಖಂಡಿತ ಬ್ಲಾಕ್‌ಮೇಲ್ ಮಾಡೋ ಉದ್ದೇಶದಿಂದ ಕರೆಸಿಲ್ಲ. ಇದೇ ಓರಿಜಿನಲ್ ಕಾಪಿ, ಬೇಕೂಂತೆನಿಸಿದರೇ ಹೋಗೋವಾಗ ಒಯ್ಯಬಹ್ದು. ಗಾಬರಿ ಬೇಡ, ತಗೊಳ್ಳಿ" ಬಲವಂತ ಮಾಡಿದ. ಸದ್ದಿಲ್ಲದೆ ಕುಡಿದಿದ್ದು ಸ್ವಲ್ಪ ಪ್ರಯತ್ನಪೂರ್ವಕ ವಾಗಿಯೆ.

"ನಾನೇ ಮಹೇಂದ್ರವರ್ಮ" ಒಂದು ಷಾಕ್ ಕೊಟ್ಟ. ನಾನು ಇಂಟರ್‌ವ್ಯೂ ಮಾಡಿದ ಮೂರು ನೂರ ಯುವತಿಯರಲ್ಲಿ ನನ್ನ ಮಿದುಳು, ಮನಸ್ಸು, ಹೃದಯ ಸೆಲೆಟ್ ಮಾಡಿದ್ದು ನಿಮ್ಮನ್ನೆ. ನಾನು ಹಾಕಿದ ಕಂಡೀಷನ್ ಹಿಂದೆ ಒಂದು ಕತೆಯೇ ಇದೆ. ಒಂದು ಪ್ರಯತ್ನ ಮಾಡಿ, ಖಂಡಿತ ಅಪಾಯವಿಲ್ಲ. ಬರೀ ಮೂವತ್ತು ದಿನಗಳು ನಮ್ಮ ಬಂಗ್ಲೆಯಲ್ಲಿರಿ, ವಿವಾಹ ಇಲ್ಲ ಐದು ಲಕ್ಷ. ಅಕಸ್ಮಾತ್ ನಿಮ್ಗೆ ನಾನು ಇಷ್ಟವಾಗಲಿಲ್ಲಾಂದ್ರೆ... ಮತ್ತೆ ಐದು ಲಕ್ಷ ನಿಮ್ಮ ಕೈ ಸೇರುತ್ತೆ. ನೀವು ಸ್ವಲ್ಪ ಡಿಫರೆಂಟಾದ ಜೀವ್ನ ಇಷ್ಟಪಡ್ತೀರಾ! ಛಾಲೆಂಜಾಗಿ ಸ್ವೀಕರಿಸಿದರೇ ಸಂತೋಷ ಇಲ್ಲಾಂದ್ರೆ, ನೋ ಪ್ರಾಬ್ಲಮ್... ಇನ್ನ ನಿಮ್ಮ ಮನೆಯವರನ್ನ ಕನ್ವಿನ್ಸ್ ಮಾಡುವುದು ನಿಮ್ಮ ಪಾಲಿಗೆ ಬಿಟ್ಟಿದ್ದು." ಒಂದಿಷ್ಟು ವಿಷಯವನ್ನ ಅವಳ ಮುಂದಿಟ್ಟ.

"ಮೂರು, ಮತ್ತೊಂದು... ಕನಿಷ್ಟವೆಂದರೆ... ಮುಂದೆ ನಿಮ್ಮ ಮಕ್ಕಳನ್ನ ಸಾಧಾರಣವಾಗಿ ವಿವಾಹ ಮಾಡಿ ಸಾಗೋಕೆ... ಐದೈದು ಲಕ್ಷಗಳು ಬೇಕಾಗುತ್ತೆ"

ಇದೇ ಮಾತುಗಳು ವಾಣಿಯ ಬಾಯಲ್ಲಿ ಬರುತ್ತಿದ್ದುದು. ಗೌರಿಪ್ರಿಯನಂಥ ಸಾಧಾರಣ ಉದ್ಯೋಗಿ ಲಕ್ಷಾಂತರ ಗಳಿಸುವುದು ಬಾಯಿಮಾತಿನ ವಿಷಯವಲ್ಲ. ತನ್ನ ಇತಿಮಿತಿಯಲ್ಲಿ ಕೂಡಿಡುತ್ತಿದ್ದ. ಇಂಥ ಪ್ರಯತ್ನದಿಂದ ಕುಟುಂಬಕ್ಕೆ ಒಳ್ಳೆಯದಾದರೆ, ಅಂದುಕೊಳ್ಳುವ ವೇಳೆಗೆ ಪಟಾರನೆ ಕೆನ್ನೆಗೆ ಬಿದ್ದಂತಾಯಿತು. ಬೆಚ್ಚಿಬಿದ್ದಳು. ಸ್ವಾಭಿಮಾನಿಯಾದ ಅಣ್ಣ ಇದನ್ನೆಲ್ಲ ಸಹಿಸಬಹುದೆ?

"ಹತ್ತು ನಿಮಿಷದಲ್ಲಿ ನಿಮ್ಮ ಅಭಿಪ್ರಾಯ ನಂಗೆ ಬೇಕು" ಹೇಳಿ ಮೇಲೆದ್ದ. "ನೋ, ನನ್ನಣ್ಣನ ಒಪ್ಗೆ ಸಿಗೋಲ್ಲ.. ಸಾರಿ..." ಮೇಲೆದ್ದಳು.

ಹಿಂದಕ್ಕೆ ಬಂದ ಮಹೇಂದ್ರವರ್ಮ "ಇನ್ನ ಒಂಬತ್ತು ನಿಮಿಷಗಳಷ್ಟು ಕಾಲಾವಕಾಶವಿದೆ. ಕಾಫಿ ಕುಡ್ದು... ಹೇಳಿ. ಬಹುಶಃ ನಿಮ್ಗೆ ಹೇಳೋದು ಸಮಸ್ಯೆಯೆನಿಸಿದ್ರೆ... ಈ ಪತ್ರಕ್ಕೆ ಒಂದು ಸಹಿ ಹಾಕಿ. ಇಲ್ಲಾಂದ್ರೆ ಆರಾಮಾಗಿ... ಹೋಗ್ಬಹ್ದು." ಒಂಟಿಯಾಗಿ ಬಿಟ್ಟು, ಮಂಚದ ಮೇಲೆ ಹೋಗಿ ಕೂತು ಪತ್ರಿಕೆಯನ್ನ ತಿರುವ ತೊಡಗಿದ. ಮುಖದ ಮುಂದೆ ಮ್ಯಾಗಜಿನ್ ಇತ್ತಷ್ಟೆ. ಅವನ ಕಣ್ಣು ರಿಸ್ಟ್ ವಾಚಿನ ಮೇಲಿತ್ತು. ಐದು ನಿಮಿಷ ನಿಶ್ಯಬ್ದವಾಗಿ ಸರಿದುಹೋಯಿತು. ಆರನೇ ನಿಮಿಷ ಸರಿದಾಗ ತಟ್ಟನೆ ಎದ್ದು ನಿಂತಳು "ಈ ಮೂವತ್ತು ದಿನಗಳಲ್ಲಿ ನಂಗೆ ಇಷ್ಟವಾಗ ದಿದ್ರೆ... ಹಿಂದಕ್ಕೆ ಬರೋಕೆ ಅವಕಾಶ ಇರ್ಬೇಕು" ಎಂದಕೂಡಲೇ "ಷೂರ್, ಅದ್ಕೆ ನನ್ನ ಅಭ್ಯಂತರವಿಲ್ಲ" ಹೇಳಿದ.

ಸಹಿ ಹಾಕಿ ಹೊರಟುನಿಂತಾಗ "ನಾಳೆ ನಿನ್ನ ಕರ್ಕೊಂಡ್ಹೋಗೋಕೆ ಕಾರು ಬರುತ್ತೆ" ತಿಳಿಸಿದ. ಅವಳೆದೆಯ ಬಡಿತ ಮೂರುಪಟ್ಟು ಏರಿತ್ತು.

"ನಾಳಿದ್ದು, ನಮ್ಮಣ್ಣನ ಜೊತೆ ಬರ್ತೀನಿ" ಎಂದವಳೇ ವಿಶ್ ಮಾಡಿ ನಡೆದು ಬಿಟ್ಟಳು.

ಮೌನ ಮನೆಗೆ ಬಂದಾಗ ಗೇಟಿನ ಬೀಗ ಸ್ವಾಗತಿಸಿತು. ವಿಷಯ ಪೂರ್ತಿ ಗೌಪ್ಯವಾಗಿ ಉಳಿದುಹೋಯಿತು. ನೇರವಾಗಿ ಗೌರಿಪ್ರಿಯನಿಗೆ ವಿಷಯ ತಿಳಿದರೆ ಬಡಪೆಟ್ಟಿಗೆ ಒಪ್ಪಲಾರ ಮಾತ್ರವೇನು, ಕೋಣೆಯಲ್ಲಿ ಕೂಡಿ ಹಾಕಬಲ್ಲ. ಸದ್ಯಕ್ಕೆ ಒಂದು ಪ್ಲಾನ್ ಮಾಡಬೇಕೆಂಬ ನಿರ್ಣಯಕ್ಕೆ ಬಂದಳು.

ವಾಣಿ ಹುಡುಗರ ಜೊತೆ ಬಂದಾಗ ತೀರಾ ಚಿಂತಿತಳಾದಂತೆ ಕಂಡಿದ್ದು ಆಶ್ಚರ್ಯವೆನಿಸಲಿಲ್ಲ. ಒಂದಲ್ಲ ಒಂದು ಆತಂಕವನ್ನು ಮೈಮೇಲೆ ಎಳೆದುಕೊಂಡು ಕಂಗೆಡುತ್ತಿದ್ದುದು ಅವಳ ಸ್ವಭಾವ.

"ಸ್ವಲ್ಪ ನೋಡು, ಮಂತ್ಲಿ ರಿಪೋರ್ಟ್‌ನ! ಮೆಡಿಕಲ್, ಇಂಜಿನಿಯರಿಂಗ್ ಬೇಡ, ಕನಿಷ್ಟ ಡಿಗ್ರಿ ಮಾಡೋಕೆ ಸಾಧ್ಯನಾ? ಮುಂದೆ ಇವುಗಳ... ಗತಿಯೇನು? ಇವರಪ್ಪ ಏನಾದ್ರೂ ಲಕ್ಷಾಂತರ ಸಂಪಾದಿಸಿ ಬ್ಯಾಂಕ್‌ನಲ್ಲಿಟ್ಟಿದ್ದಾರ? ಆ ಭಾಗ್ಯವು ಇವಕ್ಕಿಲ್ಲ" ಮಕ್ಕಳ ತಲೆಯ ಮೇಲೆ ಮೊಟಕಿ, ಅಡಿಗೆ ಮನೆಗೆ ಹೋದಳು.

ಮಂತ್ಲಿ ರಿಪೋರ್ಟ್‌ಗಳನ್ನ ತೆಗೆದು ನೋಡಿದಳು. ಹತ್ತರೊಳಗಿನ ರ್‍ಯಾಂಕ್

ಪಡೆದಿದ್ದು ಒಮ್ಮೆಯು ಇಲ್ಲ. 'ಆವರೇಜ್'ನ ಪ್ರತಿಭಾವಂತರು ಓದಿನಲ್ಲಿ ತಲೆಯೆತ್ತಿ ಅವರುಗಳತ್ತ ನೋಡಿದಳು. ಮಂಕಾಗಿ ನಿಂತಿದ್ದರು.

"ಯೂನಿಫಾರಂ ಬದಲಾಯ್ಸಿ, ಅಮ್ಮ ತಿಂಡಿ ಕೊಡ್ತಾಳೆ. ಯಾಕೋ ಬೇಜಾರು ಮಾಡ್ಕೊಂಡಿದ್ದಾಳೆ. ಸ್ವಲ್ಪ ಚೆನ್ನಾಗಿ ಓದ್ಬೇಕು" ಅವರವರ ರಿಪೋರ್ಟ್‌ಗಳನ್ನ ಅವರವರಿಗೆ ಕೊಟ್ಟು ಅತ್ತಿಗೆಯನ್ನ ಅರಸಿಕೊಂಡು ಹೋದಳು.

ವಾಣಿ ಕೊಪ ತೋರಿಸುತ್ತಿದ್ದುದು ಪಾತ್ರೆಗಳ ಮೇಲೇನೇ.

"ಸ್ವಲ್ಪ, ಕೂತ್ಕೊಳ್ಳಿ" ಅತ್ತಿಗೆಯ ಭುಜವಿಡಿದು ಬಲವಂತದಿಂದ ಕೂಡಿಸಿ "ಈಗೇನಾಯ್ತು, ಈ ತಿಂಗ್ಳು ಸ್ವಲ್ಪ ಹಿಂದೆ ಇದ್ದಾರೆ, ಮುಂದಿನ ತಿಂಗ್ಳು ಸರಿ ಹೋಗ್ತಾರೆ. ಸುಮ್ಸುಮ್ನೇ ಯಾಕೆ ತಲೆ ಕೆಡಿಸ್ಕೋತೀರಾ! ಸ್ವಲ್ಪ ಕಾಫಿ ಕುಡ್ದು ಯೋಚ್ಸಿ. ಎಂಥ ಚಂಡ ಪ್ರಚಂಡ ಹುಡುಗ್ರು ಇದ್ದಾರೆ. ನಮ್ಮ ಹುಡುಗ್ರು ಎಷ್ಟೊಂದು ಡಿಸೆಂಟ್. ನಮ್ಮ ಸಂಗೀತ ದನಿ ಎಷ್ಟೊಂದು ಮಧುರವಾಗಿದೆ. ಅವ್ಳಿಗೆ ಸಂಗೀತ ಕಲಿಸೋಣ. ಎರಡನೆಯವಳಿಗೆ ಡ್ಯಾನ್ಸ್‌ನಲ್ಲಿ ಇಂಟರೆಸ್ಟ್. ಆರಾಮಾಗಿ ಡ್ಯಾನ್ಸ್ ಕ್ಲಾಸಿಗೆ ಸೇರಿಸೋಣ. ಇನ್ನ ಮೂರನೆಯವಳು ಲೆಕ್ಕ ಚೆನ್ನಾಗಿ ಮಾಡೋದ್ರಿಂದ... ನನ್ನ ಹಾಗೆ ಒಂದು ಬಿ.ಕಾಂ. ಮಾಡ್ಕೋಬಹ್ದು. ಅದಕ್ಯಾಕೆ ತಲೆ ಕೆಡಿಸ್ಕೋತೀರಾ" ಕಾಫಿ ಬೆರೆಸಿ ವಾಣಿಯ ಮುಂದಿಟ್ಟಳು.

ಅಷ್ಟಿಷ್ಟು ಸಮಾಧಾನಕ್ಕೆ ಬಂದ ಮಾಣಿ ಮುಂದೆ ನೆಲದ ಮೇಲೆನೇ ಕೂತು "ನಂಗೆ, ನಿಮ್ಮಿಂದ ಒಂದು ಹೆಲ್ಪ್ ಆಗ್ಬೇಕು. ಮೊನ್ನೆ ಇಂಟರ್‌ವ್ಯೂಗೆ ಹೋಗಿದ್ದೇವಲ್ಲ, ಅಲ್ಲಿ ಕೆಲ್ಸ ಸಿಗೋ ಛಾನ್ಸಸ್ ಇದೆ. ಮೂವತ್ತು ದಿನದಲ್ಲಿ ಒಂದು ಪ್ರಾಜೆಕ್ಟ್ ತಯಾರು ಮಾಡಿ ಕೊಡ್ಬೇಕು. ಅತ್ಯುತ್ತಮವಾದ ಪ್ರಾಜೆಕ್ಟ್‌ಗೆ ಐದು ಲಕ್ಷ, ಮಿಕ್ಕವಕ್ಕೆ ಸಾವಿರ ಗಳಾದ್ರೂ ಸಿಗುತ್ತೆ. ಅಣ್ಣ, ಅಲ್ಲಿಗೆ ಕಳಿಸೋಕೆ, ಒಪ್ಪೋಲ್ಲ. ನೀವು ಒಪ್ಪಿಸಬೇಕು" ಆಗ್ರಹ ಪಡಿಸಿದಳು.

ಅದು ವಾಣಿಗೇನು ತಪ್ಪಾಗಿ ಕಾಣಲಿಲ್ಲ. ಪಾಶ್ಚಾತ್ಯ ದೇಶಗಳಲ್ಲಿ ಹೆಣ್ಣುಮಕ್ಕಳು ಒಂಟಿಯಾಗಿ ದುಡಿಯಲು ಹೋಗುತ್ತಾರೆ. ಅಂಥದ್ದರಲ್ಲಿ ಅಲ್ಲಿಗೆ ಕೆಲಸಕ್ಕೆ ಹೋದರೆ ತಪ್ಪೇನು?

"ನಿಮ್ಮಣ್ಣ ತೀರಾ ವಿಚಿತ್ರ! ಹೆಣ್ಣುಮಕ್ಕಳಿಗೆ ಸ್ವತಂತ್ರ ಬೇಡವೆ, ಬೇಡ... ಎನ್ನುವ ಜಾಯಮಾನದವರು. ನಿನ್ನ ವಿಷ್ಯದಲ್ಲಿ ಜೋರು ಮಾಡೋಲ್ಲ. ಸ್ವಲ್ಪ ಪಟ್ಟು ಹಿಡಿ, ಒಂದಷ್ಟು ಹಣ ಸೇರಿದರೇ... ಇನ್ನಷ್ಟು ಒಳ್ಳೆ ಸಂಬಂಧ ಹುಡ್ಕೋಬಹ್ದು." ಉತ್ಸಾಹ ತುಂಬಿದಳು.

ಅದನ್ನ ಛಾಲೆಂಜಾಗಿ ತಗೊಂಡಳು. ಮೌನ ರಾತ್ರಿ ಪಂಪಾಪತಿ ಬಂದ ವಿಷಯ ತಿಳಿಸಿ ಅತ್ತಿಗೆಗೆ ಹೇಳಿದಂತೆ ಪ್ರಾಜೆಕ್ಟ್ ಬಗ್ಗೆ ತಿಳಿಸಿದಾಗ ಗೌರಿಪ್ರಿಯ ಪ್ರತಿಕ್ರಿಯಿಸಲಿಲ್ಲ.

ಅಣ್ಣನ ಕೈಯಲ್ಲಿನ ಪೇಪರ್ ಕಿತ್ತಿಟ್ಟು "ಸ್ವಲ್ಪ ವಿಷ್ಯನ ಸೀರಿಯಸ್ಸಾಗಿ ತಗೋ. ಬರೀ ಮೂವತ್ತು ದಿನದಲ್ಲಿ ಪ್ರಾಜೆಕ್ಟ್ ತಯಾರು ಮಾಡಿಕೊಡುವುದು. ಆಯ್ಕೆಯಾದ

ಮೊದಲ ಪ್ರಾಜೆಕ್ಟ್‌ಗೆ ಐದು ಲಕ್ಷ, ಉಳಿದವಕ್ಕೆ ಅದರದರ ಅರ್ಹತೆಗ ಅನುಗುಣವಾಗಿ ಹಣ ಕೊಡ್ತಾರೆ" ಉತ್ಸಾಹದಿಂದ ಹೇಳಿದಳು.

ಕಿತ್ತಿಟ್ಟ ಪೇಪರ್ ಎತ್ತಿಕೊಂಡು "ಅವೆಲ್ಲ, ನಮ್ಗೆ ಬೇಡ. ಒಂತಿಂಗ್ಳು ಅಲ್ಲಿ ಉಳ್ಕೊಂಡು ಪ್ರಾಜೆಕ್ಟ್ ಮಾಡಿಕೊಡೋಂಥ ರಿಸ್ಕ್ ಕೆಲ್ಸ ಬೇಡ. ಯಾವುದಕ್ಕೇ ಆಗ್ಲಿ ಫುಲ್ ಡೀಟೈಲ್ ಬೇಕು. ಈಗ ಅಂಥ ಅಗತ್ಯವೇನಿಲ್ಲ" ಪೇಪರ್‌ನಲ್ಲಿ ಕಣ್ಣಾಡಿಸ ತೊಡಗಿದ.

ಆಮೇಲೆ ಅತ್ತಿಗೆ, ನಾದಿನಿಯ ಗಂಟೆಗಳ ಪ್ರಯತ್ನದಿಂದ ಅರೆ ಒಪ್ಪಿಗೆ ಸೂಚಿಸಿದ.

"ನಂಗೆ ಇಷ್ಟವಾಗ್ಲಿಲ್ಲಾಂದ್ರೆ... ಹಿಂದಿರುಗಿ ಬರ್ಬೇಕು" ಕಂಡೀಷನ್ ಹಾಕಿದ. 'ಸರಿ'ಯೆಂದು ತಲೆದೂಗಿದಳು.

* * *

ಇವರುಗಳನ್ನ ಬರಮಾಡಿಕೊಂಡಿದ್ದ ಪಂಪಾಪತಿ "ಯಜಮಾನರು ಮುಂಬಯಿಗೆ ಹೋಗಿದ್ದಾರೆ. ಒಂದೆರಡು ದಿನದಲ್ಲಿ ಬರ್ಬಹ್ದು" ಹೇಳಿದ.

ಗೌರಿಪ್ರಿಯ ಅವಳತ್ತ ನೋಡಿದ. ಅವಳೆದೆ ಧಸಕ್ಕೆಂದಿತು.

"ಮಿಕ್ಕವ್ರು..." ಎಂದಳು.

ಹೋಗುವ ಮುನ್ನ ಮಹೇಂದ್ರವರ್ಮ ಎಚ್ಚರಿಸಿದ್ದ.

"ಅಣ್ಣನಿಗೆ ತಂಗಿ ಮೇಲೆ ತುಂಬ ಪ್ರೇಮ. ಹೇಗೆ, ಕನ್ವಿನ್ಸ್ ಮಾಡಿದ್ದಾಳೋ, ಗೊತ್ತಿಲ್ಲ. ಬಿ ಕೇರ್...ಫುಲ್. ಮೌನಳ ಮಾತುಗಳಿಗೆ ಅನುಗುಣವಾಗಿ ನಿನ್ನ ಪ್ರತಿಕ್ರಿಯೆ ಇರ್ಬೇಕು."

"ಅವ್ರೆಲ್ಲ, ಆಗ್ಲೇ ಫೀಲ್ಡ್‌ಗೆ ಹೋದ್ರು, ವ್ಯಾನಿನ ವ್ಯವಸ್ಥೆ ಇದೆ. ಮೂರು ಬ್ಯಾಚ್ ಮಾಡ್ಕೊಂಡ್ ಮೇಡಮ್ ಯಮುನಾದೇವಿ ಕರ್ಕೊಂಡ್ಹೋಗಿದ್ದಾರೆ" ಸುಳ್ಳನ್ನ ಪೋಣಿಸಿದ.

ಅಂದು ಸಂಜೆ ಒಂದು ಇಂಪಾರ್ಟೆಂಟ್ ಮೀಟಿಂಗ್ ಇದ್ದುದ್ದರಿಂದ ಗೌರಿಪ್ರಿಯ ಹಿಂದಿರುಗಲೇ ಬೇಕಿತ್ತು. ಇಲ್ಲದಿದ್ದರೆ ಅಂದು ಇದ್ದು ಎಲ್ಲಾ ಶೋಧಿಸಿಯೇ ಹಿಂದಿರುಗುತ್ತಿದ್ದುದು.

"ಈಗ ಉಳ್ಕೊಳ್ಳೋಕೆ..." ಕೇಳಿದ.

"ಇಡೀ ಗೆಸ್ಟ್‌ಹೌಸ್ ಅವರಿಗಾಗಿ ಮೀಸಲಿಟ್ಟಿದ್ದೀವಿ, ಈ ಮೂವತ್ತು ದಿನಾನೂ ಯಮುನಾ ಮೇಡಮ್ ಇಲ್ಲೇ ಇರ್ತಾರೆ. ಏನು ಪ್ರಾಬ್ಲಮ್ ಇಲ್ಲ. ನೀವು ಊಟ ಮುಗ್ಸಿಕೊಂಡು ಹೋಗ್ಬನ್ನಿ" ಪಂಪಾಪತಿ ಸೂಕ್ತವಾಗಿ ಹೇಳಿದ.

ಗೌರಿಪ್ರಿಯ ಹೊರಡುವವರೆಗೂ ಅವಳ ಗುಂಡಿಗೆ ಢವಗುಟ್ಟುತ್ತಿದ್ದುದು

ಹೋದ ಕೂಡಲೇ ಸದ್ದಿಲ್ಲದಂತಾಯಿತು. ನಿಂತೇ ಹೋಗಿದೆಯೇನೋ ಎನ್ನುವ ಅನುಮಾನ ಬಂತು ಕೂಡ ತಾನು ಎಂಥ ವಿಚಿತ್ರವಾದ ಸಂದಿಗ್ಧದಲ್ಲಿ ಸಿಲುಕಿದ್ದು.

"ಮೇಡಮ್..." ಪಂಪಾಪತಿಯ ದನಿ.

ಬೆಚ್ಚಿಬಿದ್ದಳು. ಅಣ್ಣನ ಪ್ರೀತಿಯ ನೆಸಪಾಗಿ ಹಿಂದಿರುಗಿ ಬಿಡಲೆ ಎಂದು ಯೋಚಿಸಿದಳು. ಮದುವೆ, ಐದು ಲಕ್ಷ ಅಂಥದ್ದಕ್ಕಿಂತ ಅಣ್ಣನ ಬಳಿ ಆರಾಮಾಗಿರುವುದು ತೃಪ್ತಿಕರವೆನಿಸಿತು.

"ಬಸ್ಸಿಗೆ... ಹತ್ತಿಸಿದೆ. ನಿಮ್ಮ ಇರುವಿಕೆಯ ಏರ್ಪಾಟು ಬಂಗ್ಲೆಯಲ್ಲಿ, ಯಜಮಾನ್ರು ಬೇಗ ಹಿಂದಿರುಗ್ತಾರೆ. ನಿಮ್ಗೆ ತೊಂದರೆಯಾಗ್ದಂತೆ ನೋಡಿಕೊಳ್ಳೋ ಜವಾಬ್ದಾರಿ ನಂದು" ಸಮಸ್ತವನ್ನ ಹೊತ್ತಂತೆ ನುಡಿದರು. ತುಟಿ ತೆರೆಯಲಿಲ್ಲ ಮೌನ. "ಬನ್ನಿ..." ಹೇಳಿದರು.

ಕಾರಿನ ಬಾಗಿಲು ತೆಗೆದಾಗ ಒಂದೇ ಆವರಣದಲ್ಲಿರುವ ಗೆಸ್ಟ್‌ಹೌಸ್‌ನಿಂದ, ಬಂಗ್ಲೆಗೆ ಹೋಗುವುದು ಅಷ್ಟೊಂದು ದೂರದ ಹಾದಿಯಲ್ಲವೆನಿಸಿತು.

"ನಡೆದೇ ಹೋಗ್ಬಹ್ದು" ಎಂದಳು.

"ಹೋಗ್ಬಹ್ದು, ಆದರೆ ಯಜಮಾನರ ಸೂಚನೆ ಮೀರುವಂತಿಲ್ಲ, ದಯವಿಟ್ಟು ಹತ್ತಿ" ವಿನಯದಿಂದ ಹೇಳಿದ.

ಅವರುಗಳನ್ನು ಇಂಟರ್‌ವ್ಯೂ ಮಾಡಿದ ಆಫೀಸ್ ರೂಂನ ಪಕ್ಕದ ರೂಮನ್ನೇ ಅವಳ ಇರುವಿಕೆಗೆ ಅಣಿಗೊಳಿಸಲಾಗಿತ್ತು. ಒಳ್ಳೆ ಫೈವ್ ಸ್ಟಾರ್ ಹೋಟಲ್ ರೂಮಿಗಿಂತ ಚಂದವಿತ್ತು. ಇಷ್ಟಕ್ಕಿಂತ ಅವಳಿಗೆ ಗಾಬರಿಯೇ ಆಯಿತು.

"ನೀವು ಬೆಲ್ ಒತ್ತಿದರೇ ಸರ್ವೆಂಟ್ ಬರ್ತಾನೆ. ಸೆಲ್ಯುಲಾರ್ ಫೋನ್‌ನಲ್ಲಿ ನನ್ನ ಸಂಪರ್ಕಿಸಬಹ್ದು. ನೀವು ರೆಸ್ಟ್ ತಗೊಳ್ಳಿ" ಹೊರಗೆ ಹೋದಕೂಡಲೇ ಬಾಗಿಲು ಲಾಕ್ ಆಯಿತು. ಓಪನ್ ಮಾಡಬೇಕಾದರೆ, ಅನುಸರಿಸಬೇಕಾದ ವಿಧಾನ ತಿಳಿಸಿ ಹೋಗಿದ್ದರು.

ಹಾಸಿಗೆಯ ಮೇಲೆ ಕುಕ್ಕರಿಸಿದಳು. ಮನೆಯಲ್ಲಿ ಅತ್ತಿಗೆ, ಅಣ್ಣ, ಮಕ್ಕಳ ಮಧ್ಯೆ ಇದ್ದವಳಿಗೆ ಈ ನೀರವತೆ ರಾಹು ಬಡಿದಂತಾಯಿತು. ಕಣ್ಣಿಂದ ಒಂದೇ ಸಮನೆ ನೀರಿಳಿಯತೊಡಗಿತು.

"ಅಪ್ಪ ಮಾತಿಗೆ ನೀನು ಕುಣಿತೀಯಾ! ಅವಳೆಂದಾದ್ರೂ ಒಂದು ದಿನದ ಮಟ್ಟಿಗಾದ್ರೂ... ಹೊರಗೆ ಇದ್ದಿದ್ದುಂಟಾ? ಅಂಥದ್ದರಿಂದ ಒಂಟಿಯಾಗಿ ಅಲ್ಲಿ ನಿಂತು ಏನು ಪ್ರಾಜೆಕ್ಟ್ ಮಾಡ್ತಾಳೆ? ಅವೆಲ್ಲ ಮೋಸ. ಶ್ರೀಮಂತರು ಆಡೋ ಆಟ. ಅಗ್ರಿಮೆಂಟ್ ಆಗಿದ್ಯಾ! ನಾಳೆ ಏನೋ ಒಂದು ಕಾರಣವೊಡ್ಡಿ ಪ್ರಾಜೆಕ್ಟ್ ರಿಜೆಕ್ಟ್ ಮಾಡ್ಬಹ್ದು. ಹಾಗೇನು ಮಾಡ್ತೀರಾ? ಆಮೇಲೆ ಸುಮ್ನೆ ಒಂತಿಂಗ್ಳು ದುಡಿದದ್ದೇ ಬಂತು, ನಂಗಂತೂ ಇಷ್ಟವಿಲ್ಲ" ಗೌರಿಪ್ರಿಯ ಕಳಿಸುವ ಮುನ್ನ ಹಾರಾಡಿದ್ದ. ಇಂಥದೆಲ್ಲ ಇಷ್ಟವಾಗದು ಆ ಮನುಷ್ಯನಿಗೆ.

ತೀರಾ ವರೋಪಚಾರ, ಮದುವೆ, ಸಾಲ, ಜಗಳ ಮಕ್ಕಳು, ನಿರಂತರವಾದ ಆರ್ಥಿಕ ಮುಗ್ಗಟ್ಟಿನಂಥ ಸ್ಟಿರಿಯೋಟೈಪ್ ಜೀವನಕ್ಕಿಂತ ಸ್ವಲ್ಪ ಡಿಫರೆಂಟಾದ ಅನುಭವಗಳು ಮಾಮೂಲಿ ಕಲ್ಪನೆ, ಕನಸುಗಳಿಗಿಂತ ದಿನದಿಂದ ದಿನಕ್ಕೆ ಕುತೂಹಲ ಮೂಡಿಸುವ ಈ ತಿಂಗಳು ಅತ್ಯಂತ ವಿಸ್ಮಯಕಾರಿಯೆನ್ನಿಸಿದಾಗ ಅವಳ ನಿರುತ್ಸಾಹ ಬೆಂಕಿ ಸೋಕಿದ ಹುಲ್ಲಿನ ಬಣವೆಯಂತೆ ಸುಟ್ಟು ಭಸ್ಮವಾಗುವುದರ ಜೊತೆಗೆ ಕರಕಲು ಬೂದಿ ಹಾರಿಹೋಗಿ ಪೂರ್ತಿ ಚೊಕ್ಕಟವಾಯಿತು.

ಸಂಜೆ ಸುಮಾರಿಗೆ ಸೆಲ್ಯುಲಾರ್ ಫೋನ್ ಸದ್ದು ಮಾಡಿತು. "ನಾನಮ್ಮ ಪಂಪಾಪತಿ, ಬರಬಹುದಾ?" ವಿಚಾರಿಸಿದರು. "ಬನ್ನಿ..." ಫೋನಿಟ್ಟಳು.

ಅವಳಾಗಿ ಏನು ಲಾಕ್ ಮಾಡಿರಲಿಲ್ಲ. ಇಂಥ ನಂಬರ್‌ಗೆ ತಿರುವಿದರೆ ಒಳಗಿನಿಂದ ಲಾಕ್ ಆಗುತ್ತದೆಯೆಂದು ತಿಳಿಸಿದ್ದರು ಪಂಪಾಪತಿಗಳು.

ಅವರ ಜೊತೆಯಲ್ಲಿ ಒಬ್ಬ ಬಿಳಿ ಸಮವಸ್ತ್ರದ ಸರ್ವೆಂಟ್ ತಿಂಡಿಯ ಟ್ರಾಲಿಯನ್ನ ತಳ್ಳಿಕೊಂಡು ಬಂದ. ಏನು ಬೇಡವೆಂದು ಬರೀ ಕಾಫಿ ಮಾತ್ರ ತಗೊಂಡಳು.

"ಈ ಬಂಗ್ಲೆಯಲ್ಲಿ ಮತ್ತೆ ಯಾರು ಇಲ್ವಾ?" ನಿಧಾನವಾಗಿ ವಿಚಾರಿಸಿದಳು. ಅವರು ಹೇಳಿದ್ದು ನೋಡಿ ಬೆಚ್ಚಿಬಿದ್ದಳು. ಮಹೇಂದ್ರವರ್ಮನ ತಾಯಿ, ಒಬ್ಬ ಅಕ್ಕ, ಆಕೆಯ ಗಂಡ ಮತ್ತು ಅತ್ತಿಗೆ ಅವರ ಇಬ್ಬರು ಮಕ್ಕಳ ಜೊತೆ ದೂರದ ನೆಂಟರು ಅನಿಸಿಕೊಂಡ ಕೆಲವರು ಇದ್ದರು.

"ಬಂದಾಗ ಯಾರೂ ಕಾಣಲೇ ಇಲ್ಲ."

"ಇದ್ದಾರೆ, ಇರ್ತಾರೆ... ಒಳಗಡೆ. ಇನ್ಮೇಲೆ ಪರಿಚಯವಾಗ್ತಾರೆ" ಅಷ್ಟೇ ಹೇಳಿದ್ದು. ಇನ್ನೊಂದು ಮಾತು ಕೇಳುವ ಪರ್ಮಿಷನ್ ಅವನಿಗೆ ಇರಲಿಲ್ಲ. ದುರ್ಬಳಕೆಯ ಮನುಷ್ಯನಲ್ಲವೆಂದು ಮಹೇಂದ್ರವರ್ಮನಿಗೆ ಗೊತ್ತಿತ್ತು.

"ಹೊರ್ಗಡೆ... ಹೋಗ್ಬಹುದಾ?" ಕೇಳಿದಳು ಅನುಮಾನಿಸುತ್ತ. ಪಂಪಾಪತಿ ಮುಗುಳ್ನಗೆ ಬೀರಿದರು. "ಖಂಡಿತ, ದೊಡ್ಡ ಜವಾಬ್ದಾರಿ ನನ್ಮೇಲೆ ಹಾಕಿ ಹೋಗಿರೋ ದ್ರಿಂದ... ಬಹಳ ಎಚ್ಚರದಿಂದ ನಿರ್ವಹಿಸ್ಬೇಕು."

ಪಂಪಾಪತಿಯೊಂದಿಗೆ ಹೊರಗೆಬಂದಾಗ ಒಂದು ಹಿಂಡು ಜನ ಷಾಕಾದಳು. ಬಹುಶಃ ಬಂಗ್ಲೆಯ ಸಮಸ್ತ ಜನವು ಇಲ್ಲಿ ಸೇರಿರುವಂತೆ ಕಂಡಿತು. ಬಲವಂತದಿಂದ ಉಗುಳು ನುಂಗಿದಳು.

ಮುಖ್ಯವಾದವರ ಪರಿಚಯ ಮಾಡಿಕೊಟ್ಟು ಉಳಿದ ಜನರನ್ನ ಬಂಧು ಗಳೆಂದು ಹೇಳಿದಾಗ ಕೈಜೋಡಿಸಿದಳು. ಅವರ ಮುಖಗಳಲ್ಲಿ ಯಾವುದೇ ಭಾವನೆ ಗಳು ಪ್ರಕಟವಾಗಲಿಲ್ಲ.

"ಹೊರ್ಗಡೆ... ನೋಡ್ಬೇಕೂಂದ್ರು" ಪಂಪಾಪತಿ ಹೇಳಿ ಹೊರಗೆ ಬಂದು

ಮುಖ, ಕತ್ತಿನ ಬೆವರೊರೆಸಿಕೊಂಡ. ಅವರುಗಳ ಬಗ್ಗೆ ಆತನ ಮುಖದಲ್ಲಿ ತಿರಸ್ಕಾರ ವಿತ್ತಷ್ಟೆ. ವಿಚಿತ್ರವೆನಿಸಿತು ಮೌನಾಳಿಗೆ.

ಬಂಗ್ಲೆಯ ಹೊರಗಿನ ಸೌಂದರ್ಯ ಅವಳಿಗೆ ಅಪರಿಚಿತವೇ. ಆದರೆ ಹೊರಗಿನ ಚೆಲುವಿಗೆ ನಿಬ್ಬೆರಗಾದವಳು. ಅಷ್ಟೊಂದು ಶ್ರೀಮಂತಿಕೆ, ಕಲಾತ್ಮಕತೆಯನ್ನು ಕಂಡಿರಲಿಲ್ಲ.

ಪೂರ್ತಿ ದೀಪಗಳು ಹತ್ತಿಕೊಳ್ಳುವವರೆಗೂ ಓಡಾಡಿ ತನ್ನ ರೂಮಿಗೆ ಬಂದಳು. ಮಧ್ಯ ವಯಸ್ಸಿನ ಶ್ರೀಮಂತಿಕೆಯನ್ನು ಮೆತ್ತಿಕೊಂಡಂತೆ ಕಂಗೊಳಿಸುತ್ತಿದ್ದ ಮಹಿಳೆ ಇವಳನ್ನ ನೋಡಿದರೂ ಮಾತಾಡದೇ ಸರಕ್ಕನೆ ಒಳಗೆಹೋದಳು.

ತನ್ನ ಬಗ್ಗೆ ಮಹೇಂದ್ರವರ್ಮ ಏನು ಹೇಳಿರಬಹುದು? ತನ್ನ ಆಯ್ಕೆಗೆ ಕಾರಣ ವೇನು. 'ಮಿದುಳು, ಹೃದಯ, ಮನಸ್ಸು'ನ ಬಗ್ಗೆ ಬಹಳ ಹೊತ್ತು ತಲೆ ಕೆಡಿಸಿ ಕೊಂಡದಷ್ಟೆ ಲಾಭ. ಯಾವ ನಿರ್ಣಯಕ್ಕೂ ಬರಲಾಗಲಿಲ್ಲ.

ಮತ್ತೆ ಒಂಬತ್ತರ ವೇಳೆಗೆ ಬಂದ ಪಂಪಾಪತಿಗಳು "ಊಟಕ್ಕೆ ಡೈನಿಂಗ್ ಹಾಲ್‌ಗೆ ಬರ್ತೀರಾ, ಅಥ್ವಾ ಇಲ್ಲಿಗೆ ಊಟ ಕಳಿಸೋ ಏರ್ಪಾಟು ಮಾಡ್ಲಾ?" ವಿನಯದಿಂದಲೇ ಕೇಳಿದರು.

ಮಿತಿ, ಪರಿಮಿತಿ ಗೊತ್ತಿಲ್ಲ. ಬಹುಶಃ ಬಂಗ್ಲೆಯಲ್ಲಿನ ಜನ ಅವಳನ್ನು ನೋಡಿ ಸುಮುಖರಾದಂತೆ ಕಾಣಲಿಲ್ಲ. ಬಹುಶಃ ತಾನು ಏಕಾಏಕಿ ಹೋದರೆ, ಅವರ ವರ್ತನೆ ಹೇಗಿರಬಹುದು? ಯಾಕೆ ಪರೀಕ್ಷಿಸಿ ನೋಡಬಾರದೆನಿಸಿತು.

"ಬರ್ತೀನಿ..." ಮೇಲೆದ್ದಳು.

ಅಷ್ಟರಲ್ಲಿ ಊಟದ ಟ್ರಾಲಿ ತಳ್ಳಿಕೊಂಡು ಬಂದ ಸಮವಸ್ತ್ರದ ಆಳು. "ಇಲ್ಲೇ ಊಟ ಮಾಡ್ತೀನಿ" ಎಂದಳು, ಪಂಪಾಪತಿಗಳು ಹೋದರು.

ಬರೀ ಅನ್ನ, ಚಪಾತಿ, ಹಿಟ್ಟು ಹುಳಿ, ಸಾರಿನ ಊಟ ಮಾಡುತ್ತಿದ್ದವಳಿಗೆ ಇಷ್ಟು ಬಗೆಯ ವ್ಯಂಜನಗಳು ಬೇಕೆನಿಸಲಿಲ್ಲ. ತುತ್ತು ಎತ್ತುವಾಗ ಅವಳ ಕಣ್ಣಲ್ಲಿ ನೀರಾಡಿತು. ತುಪ್ಪ, ಹಾಲು, ಮೊಸರು ಅನ್ನ ತಾನು ಬಡಿಸದೆ ವಾಣಿ ಅವಳನ್ನ ಬಡಿಸಲು ಹೇಳುತ್ತಿದ್ದಳು. ಕಾರಣ ಗೊತ್ತಿದ್ದುದ್ದೇ. ಕೆಲವು ಸಲ ಬದಲಾವಣೆ ಮಾಡಿ ಗೌರಿಪ್ರಿಯ ತಂಗಿಗೆ ಬಡಿಸಿದರೂ, ಆಮೇಲೆ ವಾಣಿಯ ಮುಖದ ಪ್ರಸನ್ನತೆ ಮಾಯವಾಗಿ ಬಿಡುತ್ತಿತ್ತು. ಇಂಥದ್ದು ತೀರಾ ಬೇಸರ ತರಿಸಿತ್ತು. ಆ ಬಗೆಯ ಜೀವನ ಬೇಡವಾಗಿತ್ತು ಮೌನಳಿಗೆ.

'ಸಂಬಂಧಗಳು' ಇಷ್ಟರ ನಡುವೆ ಸತ್ತು ಹೋಗಬೇಕಾ? ಎಲ್ಲಾ ಅರ್ಥಹೀನ ವೆನಿಸಿತು. ಕಷ್ಟಪಟ್ಟು ಊಟ ಮಾಡಿದಳು. ಬಹಳ ಹೊತ್ತು ನಿದ್ರಿಸಲಾಗಲಿಲ್ಲ, ಅವಳಿಗೆ. ಹುಡುಗರು ಅವಳ ಅಕ್ಕಪಕ್ಕದಲ್ಲಿಯೇ ಮಲಗುತ್ತಿದ್ದುದು. ಅದಕ್ಕಾಗಿ ದಿನವೂ ಒಂದು ಸಣ್ಣ ಹೊಡೆದಾಟವಾಗುತ್ತಿತ್ತು. ಆದರೆ ಇಂದಿನ ಏಕಾಂಗಿತನ ಭಯ ಹುಟ್ಟಿಸುತ್ತಿತ್ತು.

ನಾಲ್ಕು ಸಲ ಎದ್ದು ಬಾಗಿಲವರೆಗೂ ಹೋಗಿ ಹಿಂದಿರುಗಿ ಬಂದು ಮಲಗಿ

ದರೂ ನಿದ್ದೆ ಮೌನಳ ಹತ್ತಿರ ಸುಳಿಯಲಿಲ್ಲ. ಎಲ್ಲಿಗೆ ಹೋದ ಈ ಮಹೇಂದ್ರ ವರ್ಮ? ಮದುವೆಗೆ ಅವನ ಒಪ್ಪಿಗೆ ಸಾಕೆ? ಇತ್ತೀಚಿನ ದಿನಗಳಲ್ಲಿ ಮಾತ್ರವೇನು ಶತಮಾನಗಳಿಂದಲೂ ಆಯ್ಕೆಗೆ ಗಂಡಿಗೆ ಪ್ರಾಶಸ್ತ್ಯ ಸಿಕ್ಕಿ ಹೆಣ್ಣು ಮೂಲೆಗುಂಪಾದ್ದು ಇದೆ. ಈಗಿನ ಹಣೆಬರಹವು ಅಷ್ಟೆ.

"ನಿನ್ನಣ್ಣನ ಒಪ್ಪಿಗೆ ಪತ್ರ ಸಿಕ್ಕಾಗ, ಆಕಾಶವೆ ಧರೆಗೆ ಇಳಿದಿತ್ತು. ನನ್ನ ಒಪ್ಪಿಗೆ ಯಾರು ಕೇಳ್ಲಿಲ್ಲ. ಸದ್ಯ ಗಂಡು ಒಪ್ಪಿದ್ರೆ ಸಾಕೂಂತ ಅಂದ್ಕೊಂಡಿದ್ದ ನಾನು ನನ್ನ ಮನಸ್ಸು ಭಾವನೆಗಳಿಗೆ ಬೆಲೆ ಕೊಡ್ಲಿಲ್ಲ" ಅದನ್ನ ಹೇಳಿದವಳು ಸಾಕ್ಷಾತ್ ಅವಳ ಅತ್ತಿಗೆ ವಾಣಿ.

ಅಂದು ಸಹಾನುಭೂತಿ, ನಾಚಿಕೆಯಿಂದ ಒದ್ದಾಡಿದ್ದಳು.

ಮಧ್ಯರಾತ್ರಿ ಕಳೆದನಂತರ ಸ್ವಲ್ಪ ನಿದ್ದೆ ಆವರಿಸಿದರೂ ಬೆಳಿಗ್ಗೆ ಬೇಗ ಎಚ್ಚರವಾಯಿತು. ಸ್ನಾನ ಮುಗಿಸಿ ಹೊರಬಂದವಳು ಮುಂಬಾಗಿಲಿನಿಂದ ಹೊರಗೆ ಕಾಲಿಟ್ಟ ಮೌನ ಹಾಗೆ ನಿಂತಿದ್ದು ಮಂಜು ಆವರಿಸಿದ ಬೆಳಗು ಅತ್ಯಂತ ಸುಂದರ.

ಮುಂದಿನ ಬಾಲ್ಕನಿ ದಾಟಿ ಹೊರಗೆ ಇಳಿದಾಗ ವಿನೂತನ ಲೋಕವಾಗಿ ಕಂಡಿತು. ಧೂಳು, ಬಸ್ಸಿನ ಹೊಗೆಯ ಘಾಟು, ಫ್ಯಾಕ್ಟರಿಯ ಸೈರನ್ – ಎಲ್ಲದರಿಂದ ಮುಕ್ತವಾದ ಪ್ರದೇಶ ಚೇತೋಪಹಾರಿ. ಜಗತ್ತೆಲ್ಲ ಇದೇ ತರಹ ಇದ್ದರೆ... ಹೇಗೆ? ಅವಳಿಗೆ ನಗುಬಂತು. ಮಾನವ ಹಾಗೆ ಬಿಟ್ಟನಾ? ಇಬ್ಬನಿ ಬಿದ್ರೆ ಮೃದುವಾಗಿ ಪಾದಗಳನ್ನೂರಿ ಸ್ಪರ್ಶಸುಖ ಅನುಭವಿಸಿದವಳು, ತಟ್ಟನೇ ಕೂತು ಹುಲ್ಲನ್ನು ಮೃದುವಾಗಿ ಅತ್ತಿತ್ತ ನೋಟವರಿಸಿ ಯಾರು ಇಲ್ಲವೆಂದುಕೊಂಡು, ಎರಡು ಕೈಗಳನ್ನ ಹುಲ್ಲಿನ ಮೇಲೆ ಒತ್ತಿ ಅದರ ತಂಪನ್ನು ಕಣ್ಣು, ಹಣೆ, ಕುತ್ತಿಗೆಗೊತ್ತಿಕೊಂಡಳು. ಅವಳು ಹುಟ್ಟಿ ಬೆಳೆದ ಪರಿಸರದಲ್ಲಿ ಇಂಥ ಸುಖವನ್ನು ಅನುಭವಿಸಿರಲಿಲ್ಲ. ಆದರೆ ಒಂದು ಜೊತೆ ಕಣ್ಣುಗಳು ಇದನ್ನು ಗಮನಿಸುತ್ತಿದ್ದುದು ಅವಳ ಅನಭವಕ್ಕೆ ಬರಲಿಲ್ಲ.

ಗಿಡದ ತುಂಬ ಹೂಗಳನ್ನು ತುಂಬಿಕೊಂಡ ಮರಕ್ಕೆ ಒರಗಿನಿಂತಳು. ಮನುಷ್ಯ ತನ್ನ ಜಂಜಾಟ, ಆಸೆ, ಸ್ವಾರ್ಥಗಳ ನಡುವೆ ಎಷ್ಟೊಂದು ಕಳೆದುಕೊಳ್ಳುತ್ತಿದ್ದಾನೆ. ತನ್ನ ಮಾರುತಿ ಎಸ್ಟೀಮ್, ಕಾರುಗಳನ್ನು ನೋಡುವುದರಲ್ಲಿ, ಮೈತಡವುದರಲ್ಲಿ ಅವನು ಅನುಭವಿಸುವ ಆನಂದದ ನೂರರಲ್ಲಿ ಒಂದು ಭಾಗವನ್ನು ಪ್ರಕೃತಿ ಮಾನವ ಜನಾಂಗಕ್ಕಾಗಿ ಸೃಷ್ಟಿಸಿರುವ ನಿತ್ಯ ಚೈತನ್ಯದ ಕಡೆ ಹರಿಸಿದಾಗ ಅವನಿಗೆ ಸಿಗುವ ಆನಂದ ಅಪಾರ – ಅವಳ ಮನ ಹುಚ್ಚು ಕುದುರೆಯಂತೆ ನಾಗಾಲೋಟದಿಂದ ಧಾವಿಸುತ್ತಿತ್ತು.

"ಹಾಯ್, ಗುಡ್ ಮಾರ್ನಿಂಗ್..." ದನಿ ಹರಿದು ಬಂದತ್ತ ನೋಟ ಹರಿಸಿ ದಳು. ಮಹೇಂದ್ರವರ್ಮ ಎದೆಯ ಮೇಲೆ ಕೈಕಟ್ಟಿ ನಿಂತಿದ್ದವನ ಕಣ್ಣುಗಳಲ್ಲಿ ಅಪಾರ ವಾದ ಪ್ರಖರತೆ ಇತ್ತು "ಗುಡ್ ಮಾರ್ನಿಂಗ್ ಸರ್..." ಎಂದಳು ಕೆಳದನಿಯಲ್ಲಿ.

"ಹೇಗೆ ಅನ್ನಿಸ್ತು" ಹತ್ತಿರಕ್ಕೆ ಬಂದು ಕೇಳಿದ.

"ಬ್ಯೂಟಿಫುಲ್... ವಂಡರ್‌ಫುಲ್... ಫೆಂಟಾಸ್ಟಿಕ್... ಎಲ್ಲಾ ಇಷ್ಟವಾಯ್ತು" ಉದ್ಗಾರದ ನಂತರ ಸಂಕೋಚಿಸಿದಳು ತುಸು. ಇಲ್ಲಿ ಅವಳದು ವಿಚಿತ್ರವಾದ ಸ್ಥಿತಿ. ಅವಳ ಜೀವಿತ ಅವಧಿಯಲ್ಲಿ ಈ ಮೂವತ್ತು ದಿನಗಳು ಅತಿ ಮುಖ್ಯವೇನೋ!

"ಗುಡ್, ಚೆನ್ನಾಗಿ ಮಾತಾಡ್ತೀಯಾ! ನಿಂಗೆ ಕವಿತೆ ಬರ್ಯೋ ಹುಚ್ಚೇನಾದ್ರೂ... ಇದ್ಯಾ?" ವಿಚಾರಿಸಿದ. ಇಲ್ಲವೆಂದು ತಲೆಯಾಡಿಸಿದಳು, "ಒಂದಿಷ್ಟು ಓದೋ ಹುಚ್ಚು ಮಾತ್ರ" ಎಂದಳು.

"ನಿನ್ನ ಅತ್ತಿಗೆ ಲೈಬ್ರರಿಗೆ ಮೆಂಬರ್. ಪುಸ್ತಕ ತರೋ ಕೊಡೋ, ಡ್ಯೂಟಿ ನಿಂದೆ... ಅಲ್ವಾ?" ಕಣ್ಣುಗಳಲ್ಲಿಯೇ ಅಳೆದಾಗ ಅವಳಿಗೆ ಅಚ್ಚರಿ, ಆದರೂ ತೋರ್ಪಡಿಸಿಕೊಳ್ಳಲಿಲ್ಲ.

"ಚಳಿ, ಅನ್ನಿಸೋಲ್ವಾ?" ಕೇಳಿದ. ತೆಳುವಾದ ಗಾರ್ಡನ್ ಸೀರೆಯಲ್ಲಿ ಅವಳ ಮೈಸಿರಿ ಉಬ್ಬುತಗ್ಗುಗಳು ಕಾಣುತ್ತಿತ್ತು. ಸುಂದರ ಗೊಂಬೆಯೇ. ಆದರೆ ಬರಿ ಸೌಂದರ್ಯಕ್ಕೆ ಬೇಸ್ತುಬೀಳುವಂಥ ಆಸಾಮಿಯಲ್ಲ. ನಡೆದುಹೋದ ಘಟನೆಗಳು ಅವನನ್ನ ಎಚ್ಚರಿಸಿತ್ತು.

ಇಬ್ಬರೂ ಒಟ್ಟಿಗೆ ಬಂಗ್ಲೆಗೆ ಹಿಂದಿರುಗಿದಾಗ ಪಂಪಾಪತಿ ಕಾದು ನಿಂತಿದ್ದ "ಕಾಫಿ, ಕಳ್ಸು" ಹೇಳಿ ಮುಂದಿನ ವಿಸಿಟಿಂಗ್ ರೂಮಿಗೆ ಹೋದ. ಅಲ್ಲೇ ಅವಳ ಇಂಟರ್‌ವ್ಯೂ ನಡೆದಿದ್ದು. ಮೆಲ್ಲನಡಿ ಇಟ್ಟಳು.

"ಕೂತ್ಕೊಳ್ಳಿ, ಮೌನ" ಸೋಫಾದತ್ತ ಕೈತೋರಿಸುತ್ತ, ಎದುರಿನಲ್ಲಿ ಕೂತ. ಕಾಫಿ ಬಂತು ತಾನೇ ಬೆರೆಸಿದ ಮಹೇಂದ್ರವರ್ಮ "ಎಷ್ಟು ಸ್ಪೂನ್ ಸಕ್ಕರೆ ಬೇಕು" ಕೇಳಿದ, ನೋಟದ ಅಂತರವನ್ನ ಕಡಿಮೆಗೊಳಿಸುತ್ತ.

"ಒಂದೇ..." ಎಂದಳು.

ಎರಡು ಕಪ್‌ಗೂ ಒಂದೊಂದೇ ಸ್ಪೂನ್ ಹಾಕಿ, ತಾನೊಂದು ಕಪ್ ತಗೊಂಡ "ನನ್ನ ಕಾಫಿಯನ್ನು ನಾನೇ ಬೆರೆಸಿಕೊಳ್ಳುವ ಅಭ್ಯಾಸ" ಕಣ್ಣಿನಲ್ಲಿನ ಅವಳ ಪ್ರಶ್ನೆಗೆ ಉತ್ತರ ನೀಡಿದ.

ಕುಡಿದಿಟ್ಟ ನಂತರ ಡ್ರಾಯರ್‌ನಲ್ಲಿದ್ದ ಒಂದು ವಿಡಿಯೋ ಕ್ಯಾಸೆಟ್‌ನ ಅವಳ ಮುಂದೆ ಹಾಕಿದ "ಆಯ್ಕೆಗೆ ಇದು ಒಂದು ವಿಧಾನ. ಒಮ್ಮೆ ನೋಡಿದನಂತರ ಅಳಿಸಿ ಬಿಡುವ ಪದ್ಧತಿ. ಇದರ ಕೆಲ್ಸನೂ ಮುಗೀತು. ಅದ್ಕೇ ನಿಂಗೆ... ಕೊಟ್ಟೆ. ಬೇಕೂಂತ ಅನ್ನಿಸಿದ್ರೆ... ಇಟ್ಕೋ. ಇಂದು ಮೊದಲ ದಿನದ ಪ್ರಾರಂಭ. ಇವತ್ತು ಕಳೆದರ... ಬರೀ ಇಪ್ಪತ್ತೊಂಬತ್ತು ದಿನಗಳಷ್ಟೇ ನಿರ್ಣಾಯಕ. ನಿಂಗೆ ಇಲ್ಲಿ ಯಾವ ವಿಧವಾದ ತೊಂದರೇನು ಇಲ್ಲ. ಇಡೀ ಬಂಗ್ಲೆ ಸಂಚರಿಸುವ ಸ್ವಾತಂತ್ರ ನಿಂಗೆ ಉಂಟು. ಇಲ್ಲಿ ಸ್ವತಂತ್ರದ ಅರ್ಥ ಸ್ವಚ್ಛಂದವಲ್ಲ. ಸಂಜೆ ಎಲ್ಲರನ್ನು ಪರಿಚಯಿಸ್ತೀನಿ. ಯಾವುದಾದ್ರೂ ಸಮಸ್ಯೆ ಎದುರಾದಾಗ ನನ್ನ ಸಹಾಯ ಪಡೆದುಕೊಳ್ಳಬಹ್ದು" ಆತ್ಮೀಯವಾಗಿ ಹೇಳಿದ. ಇಂಟರ್‌ವ್ಯೂನಲ್ಲಿನ ದನಿಗೂ, ಈಗಿನ ದನಿಗೂ ವ್ಯತ್ಯಾಸವಿದೆಯೆನಿಸಿತು.

"ಒಂದೇ... ಒಂದು... ಪ್ರಶ್ನೆ" ಎಂದವಳು ಮರುಕ್ಷಣ "ಸಮಯವಿದೆ, ನಾನೇ ಉತ್ತರ ಹುಡ್ಕೋತೀನಿ. ಸಾರಿ... ಸರ್..." ಅವಳ ಮಾತಿಗೆ ಮಹೇಂದ್ರವರ್ಮ ನಕ್ಕು ಬಿಟ್ಟ.

"ಓಕೆ, ಬೈ ಆಲ್ ಮೀನ್ಸ್" ಮೇಲೆದ್ದ.

ಕ್ಯಾಸೆಟ್ ಹಿಡಿದು ತನ್ನ ರೂಮಿಗೆ ಬಂದು ಟಿ.ವಿ. ಜೋಡಿಸಿದ್ದ ಶೆಲ್ಫ್‌ನ ಕಡೆ ನೋಡಿದಳು. ಅದಕ್ಕೆ ವಿ.ಸಿ.ಆರ್. ಜೋಡಣೆ ಇತ್ತು. ಆರಾಮಾಗಿ ಸೆಟ್ ಆನ್‌ನಲ್ಲಿಟ್ಟು ಕ್ಯಾಸೆಟ್ ತುರುಕಿದಳು. ಅವರುಗಳು ಬಂದು ಇಳಿದಾಗಿನಿಂದ ಇಂಟರ್‌ವ್ಯೂ ಮುಗಿಸಿ ಹೊರಡುವವರೆಗೂ ಇತ್ತು. ಅದರಲ್ಲಿ ಅಲ್ಲದೆ ಇದ್ದದ್ದೆಂದರೆ ಮಹೇಂದ್ರವರ್ಮ ಬಯೋಡಾಟಾ ಕೊಟ್ಟು ಮಾತಾಡಿದ್ದು ಮಾತ್ರ. 'ತುಂಬ ಇಂಟಲಿಜೆಂಟ್' ಎಂದುಕೊಂಡವಳು ಮರುಕ್ಷಣ 'ಇದೇನು ಅಂಥ ಬುದ್ಧಿವಂತಿಕೆಯಲ್ಲವೆಂದುಕೊಂಡು ತಕ್ಷಣ ಮಹೇಂದ್ರವರ್ಮ ನಕ್ಕಾಯಿತು.' ಆ ನಗು ಎಲ್ಲೆಡೆ ಪ್ರತಿಧ್ವನಿಸಿತು.

ನಿಧಾನವಾಗಿ ಉಸಿರೆಳೆದುಕೊಂಡು ಎಲ್ಲೆಡೆ ನೋಟವರಿಸಿ ನಿಧಾನವಾಗಿ ದಬ್ಬಿದಾಗ ಎದೆಯ ಭಾರ ಒಂದಿಷ್ಟು ಕಡಿಮೆಯೆನಿಸಿತು. ಮತ್ತೇನು ಪ್ರೋಗ್ರಾಂ?

"ಅತ್ತೆ, ಮೂರು ಮತ್ತೊಂದು... ಅಂದರೇನು?" ಆಗಾಗ ಸಂಗೀತ ಈ ಪ್ರಶ್ನೆ ಕೇಳಿದರೂ ಎಂದೂ ಉತ್ತರಿಸಿರಲಿಲ್ಲ. ಈಗ ಕೂತು ಲಕ್ಷಣವಾಗಿ ಅಣ್ಣನಿಗೆ ಒಂದು ಪತ್ರ ಬರೆದಳು. ಆದರೆ ಸುಳ್ಳು ಪ್ರಾಜೆಕ್ಟ್ ಬಗ್ಗೆ ಅವಳೇನು ಬರೆಯಲಾಗಲಿಲ್ಲ. 'ಮೂರು ಜನಕ್ಕೆ ಆಶೀರ್ವಾದ' ಮತ್ತೊಂದರಿಂದ ಎಂದು ಬರೆದು ಸಹಿ ಹಾಕಿ ಸೂಟ್‌ಕೇಸ್‌ನಲ್ಲಿದ್ದ ಕವರ್ ತೆಗೆದಾಗ ಅಡ್ರೆಸ್ ಬರೆದಿತ್ತು. 'ನಾನೇ ಅಡ್ರೆಸ್ ಬರ್ದು ಸ್ಟಾಂಪ್ ಹಚ್ಚಿ ಬಿಟ್ಟಿರುತ್ತೀನಿ, ನೀನು ಲೆಟರ್ ಬರ್ದು ಅದರಲ್ಲಿಟ್ಟು ಕವರ್ ತುದಿಗೆ ನೀರು ಹಚ್ಚಿ ಅಂಟಿಸಿದರೆ ಸಾಕು' ಅವಳಣ್ಣ ಒಂದು ಹತ್ತು ಸಲವಾದರೂ ಹೇಳಿದ್ದ. ಮೂವತ್ತು ದಿನಕ್ಕಾಗಿ ಮೂವತ್ತು ಕವರ್ ಸ್ಟಾಪ್ ಹಚ್ಚಿಸಿಕೊಂಡು ಅಡ್ರೆಸ್ ಬರೆಸಿ ಕೊಂಡು ಕೂತಿದ್ದವು.

ಮೌನಳ ಕಣ್ಣಂಚು ಒದ್ದೆ ಆಯಿತು. ಅಣ್ಣನ ನಿರ್ವಾಜ್ಯ ಪ್ರೇಮಕ್ಕೆ ಯಾವುದು ಸಮವಲ್ಲವೆನಿಸಿತು.

ಈಗ ಎಲ್ಲಕ್ಕಿಂತ ಇಡೀ ಮೂವತ್ತು ದಿನಗಳು ಹೇಗೆ ಕಳೆಯುವುದೆನ್ನುವ ಆತಂಕವಾಯಿತು. ಅಷ್ಟರಲ್ಲಿ ಫೋನ್ ಸದ್ದಾಯಿತು.

"ಅಮ್ಮ ನಾನು ಪಂಪಾಪತಿ, ನೀವು ಬ್ರೇಕ್‌ಫಾಸ್ಟ್‌ಗೆ ಡೈನಿಂಗ್ ಹಾಲ್‌ಗೆ... ಬರ್ತೀರಾ, ಅಥ್ವಾ ಅಲ್ಲಿಗೆ ಕಳ್ಸಿ ಅಂದರೆ ಕಳ್ಸಿ ಕೊಡ್ತೀನಿ" ಕೇಳಿದರು.

ಸಂಜೆ ಅವರುಗಳನ್ನೆಲ್ಲ ನೇರವಾಗಿ ಮಹೇಂದ್ರವರ್ಮ ಪರಿಚಯ ಮಾಡಿ ಕೊಡುವ ಮುನ್ನ, ತಾನು ಬಂಗ್ಲೆಯ ಜನರ ನೋಟ, ಮಾತನ್ನು ಎದುರಿಸುವುದು ಕಷ್ಟವೆನಿಸಿತು. ತಾನು ಯಾಕೆ, ಏನು, ಇಲ್ಲಿರುವುದಕ್ಕೆ ಕಾರಣವೇನೆಂದು ತಿಳಿಸಿದ್ದಾರಾ? ಅವಳಿಗೆ ಗೊತ್ತಿಲ್ಲ, ಪೂರ್ತಿಯಾಗಿ.

"ನಾಳೆಯಿಂದ ಅಲ್ಲೇ ತಗೋತೀನಿ. ಇಂದು ಇಲ್ಲಿಗೆ ಕಳ್ಸಿಬಿಡಿ, ಸರ್" ಎಂದಳು. ಸಹಜ ಸ್ವರದಲ್ಲಿ ಇಲ್ಲಿನ ಪಾತ್ರಗಳು ತೀರಾ ಗಲಿಬಿಲಿಯಾಗಿ ಕಂಡವು.

ಅವಳು ಕಂಡಿರುವುದು ಮಧ್ಯಮ, ಕೆಳಮಧ್ಯಮ ದರ್ಜೆಯ ಕುಟುಂಬಗಳನ್ನ ಮಾತ್ರ, ಅಲ್ಲಿ ಹೆಚ್ಚು ಇರುತ್ತಿದ್ದುದು ಆರ್ಥಿಕ ಸಂಘರ್ಷ – ಅದು ತೀರಾ ಸ್ವಾರ್ಥಿಗಳಾಗಿಸುತ್ತಿತ್ತು. ತೀರಾ ಹೃದಯಹೀನರಾಗಿ ಬಿಡುವ ಅವಕಾಶವು ಇತ್ತು. ಆದರೆ ಇಲ್ಲಿ?

ಅರ್ಧಗಂಟೆಯ ನಂತರ ಬಂದ ಪಂಪಾಪತಿ ಅವಳಣ್ಣ ನಿನ್ನೆ ರಾತ್ರಿ ಫೋನ್ ಮಾಡಿ ಪ್ರಸ್ತಾಪಿಸಿದ ಪ್ರಾಜೆಕ್ಟ್ ವಿಷಯವಾಗಿ ತಿಳಿಸಿ, "ಇಡೀ ಬ್ಯಾಚ್‌ನ ಮೇಡಮ್ ಲೊಕೇಶನ್ ಕರೆದೊಯ್ದಿದ್ದಾರೆಂದೆ. ನೀವೇ ಆಗಾಗ ಫೋನ್ ಮಾಡ್ತೀರಾಂತ ವಿಷ್ಯ ಮುಟ್ಟಿಸ್ದೆ" ಎಂದು ಹೇಳಿದರು.

"ಥ್ಯಾಂಕ್ಯೂ, ಥ್ಯಾಂಕ್ಯೂ ವೆರಿಮಚ್" ಎಂದಳು ಕೃತಜ್ಞತೆಯಿಂದ "ನಾನು ಹಣದ ಮನುಷ್ಯಂತ ನಮ್ಮ ಯಜಮಾನರ ಅಭಿಪ್ರಾಯ. ಅದು ಸರೀನೆ. ಏನ್ಮಾಡ್ತೀರಾ ವಿಪರೀತ ತಾಪತ್ರಯಗಳು. ಮುಂದೆ ನಿಮ್ಮಿಂದ ಒಂದು ರೆಕಮಂಡೇಷನ್ ಪತ್ರ ಸಿಕ್ಕರೆ, ಒಂದು ಇನ್‌ಕ್ರಿಮೆಂಟ್ ಸಿಕ್ಕುತ್ತೆ."

ಆ ಮನುಷ್ಯನ ಮಾತಿನಿಂದ ಅವಳಿಗೆ ಆಶ್ಚರ್ಯವಾದರೂ ತೋರ್ಪಡಿಸಿ ಕೊಳ್ಳಲಿಲ್ಲ. ಅವಳು ಸಂಜೆಗಾಗಿ ಕುತೂಹಲದಿಂದ ಕಾದಳು.

ಸಂಜೆಯು ಬಂತು, ಮಹೇಂದ್ರವರ್ಮ ಮಹಡಿಯ ಮೇಲಿನ ಮೊದಲ ರೂಮಿಗೆ ಕರೆದೊಯ್ದ. "ಇದು ನಮ್ಮಮ್ಮನ ರೂಮು..." ಪಗಡೆಯಾಡುತ್ತಿದ್ದ ಮೃಣಾಲಿನಿ ಬರಿ ನೋಟ ಬೀರಿ ಆಟದಲ್ಲಿ ಮಗ್ನರಾದರು "ಈಕೆ ನನ್ನ ಚಿಕ್ಕಮ್ಮ, ಅವರು ವೆಂಕಟಾಚಲ ಅಂತ ಅವ್ರ ತಮ್ಮ" ಪರಿಚಯಸಿದ. ಆ ಮನುಷ್ಯ ಹಲ್ಲು ಬಿಟ್ಟು ಎದ್ದು ನಿಂತ.

"ಇವ್ರು... ಮೌನ ಅಂತ" ಹೇಳಿದ.

"ಅರ್ಥವಾಗ್ಲಿಲ್ಲ" ಎಂದ ತಲೆ ಕೆರೆದುಕೊಳ್ಳುತ್ತಾ.

"ಅರ್ಥವಾಗೋಕೆ, ಸಮಯ ಬೇಕಾಗುತ್ತೆ. ನಿಮ್ಮ ಏಜನ್ಸಿ ಏನಾಯ್ತು? ಬಹಳ ದಿನದಿಂದ ಇಲ್ಲೇ ಉಳಿದಂಗೆ ಕಾಣ್ತೀರಾ" ಚೂಟಿಯಾಗಿ ಕೇಳಿದ.

"ತುಂಬ ಲಾಸ್‌ನ ಜೊತೆ... ಸಾಲವಾಯ್ತು. ಬೇರೆ ಬಿಜಿನೆಸ್ ಮಾಡೋ ಉದ್ದೇಶವಿದೆ" ನೋಟ ತಗ್ಗಿಸಿದ.

ಮಹೇಂದ್ರವರ್ಮ ಪಗಡೆ ಹಾಸಿನತ್ತ ನೋಟ ಹರಿಸಿದ. ಮೃಣಾಲಿನಿ ತಮ್ಮ ಪಾಡಿಗೆ ತಾವು ಆಟದಲ್ಲಿ ಮಗ್ನರಾಗಿದ್ದು ಸೋಜಿಗವಲ್ಲ. ಆ ಆಟಕ್ಕೆ ಪೂರ್ತಿ ಅಡಿಟ್ ಆಗಿಬಿಟ್ಟರೂ ಪೂರ್ತಿ ಕಲಿತಿದ್ದಿಲ್ಲ. ನಿಟ್ಟುಸಿರು ಚೆಲ್ಲಿದ.

"ಮೌನ, ಅಂತ" ಮತ್ತೊಮ್ಮೆ ಗಟ್ಟಿಯಾಗಿ ಹೇಳಿದ.

"ಗೊತ್ತು, ಪಂಪಾಪತಿ ಪರಿಚಯಿಸಿದ್ರು" ತಲೆಯೆತ್ತದೆ ಆಕೆ ಹೇಳಿದಾಗ ಮಹೇಂದ್ರವರ್ಮ ಹೋಗೋಣವೆಂದು ಸನ್ನೆ ಮಾಡಿದ. ಬಲಗಡೆಯ ಮೊದಲ ರೂಮಿಗೆ ಕರೆದೊಯ್ದು "ಈಕೆ, ನನ್ನ ಅಕ್ಕ..." ಮಧ್ಯಮ ವಯಸ್ಸಿನ ಶ್ರೀಮಂತ ಉಡುಗೆ ತೊಡುಗೆಗಳನ್ನು ತೊಟ್ಟ ಹೆಣ್ಣನ್ನು ತೋರಿಸಿದ. ತೊಟ್ಟಿದ್ದು ಕಲಾಬತ್ತು ಸೀರೆ, ಮೈತುಂಬ ಒಡವೆಗಳು.

"ಕೂತ್ಕೋ, ನಾನು ಹೇಳಿದ್ದು ಏನ್ಮಾಡ್ದೆ?" ತಮ್ಮನತ್ತ ನೋಟ ಹರಿಸಿದರು ಆಕೆ "ಈ ವಾರದಲ್ಲಿ ಸಿಗುತ್ತೆ. ಮುಂಬಯಿಗೆ ಹೋಗೋ ಪ್ರೋಗ್ರಾಂ ಹಾಕ್ಕೊಂಡ್... ನೀನೇ ತಂದ್ಬಿಡು" ಹೇಳಿದ. ಮೌನ ನಿಂತೇ ಇದ್ದಳು.

"ಕೂತ್ಕೋ ಮೌನ..." ಮಹೇಂದ್ರವರ್ಮ ಹೇಳಿದ.

"ಕೂತ್ಕೊಳ್ಳೋದ್ಬೇಡ, ನಾನು ಹೊರ್ಗಡೆ ಹೊರಟಿದ್ದೀನಿ, ನನಗೆ ಮುಂಬಯಿ ಅಂದರೆ... ಅಲರ್ಜಿ. ನೀನೇ ತಂದುಬಿಡು" ಸೀರೆಯ ನೆರಿಗೆಗಳನ್ನ ಸರಿ ಮಾಡಿ ಕೊಳ್ಳುತ್ತ ಪರ್ಸ್ ಕೈಗೆತ್ತಿಕೊಂಡಾಗ, ಇಬ್ಬರೂ ಹೊರಬರುವುದು ಅನಿವಾರ್ಯ ವಾಯಿತು.

ತನ್ನ ಎಡಗಡೆಯ ಎರಡನೇ ರೂಮಿನಲ್ಲಿದ್ದ ವ್ಯಕ್ತಿ ತನ್ನ ಭಾವನೆಂದು ಪರಿಚಯಿಸಿದಾಗ, ಇವರಿಬ್ಬರಿಗಿಂತ ಸ್ವಲ್ಪ ಭಿನ್ನ. ಸ್ವಲ್ಪ ಪ್ರತಿಷ್ಠೆಯ ಮನುಷ್ಯ. ಒಂದೇ ಸಮನೆ ಹೆಂಡತಿ ಬಗ್ಗೆ ಹೇಳತೊಡಗಿದ. ಈ ಬಂಗ್ಲೆಯಲ್ಲಿದ್ದರೂ ಗಂಡ, ಹೆಂಡತಿ ಯದು ಪ್ರತ್ಯೇಕ ರೂಮುಗಳೇ. ಊಟದ ಸಮಯದಲ್ಲೋ, ಬೇರೆಯ ಸಮಯ ದಲ್ಲೋ ಭೇಟಿಯಾದರೂ ಹಾವು, ಮುಂಗುಸಿಯಂತೆ ಗಂಟೆಗಟ್ಟಲೆ ಕಿತ್ತಾಡುತ್ತಿದ್ದರು. ಆ ಕಿತ್ತಾಟದಲ್ಲಿ ಯಾವುದೇ ಪ್ರಮುಖವಾದ ವಿಷಯವಿರಲಿಲ್ಲ. ಅದು ಇಬ್ಬರಿಗೂ ಅರ್ಥವಾಗದು. ಇವರಿಬ್ಬರ ಜಗಳದಲ್ಲಿ ಬೇರೆಯವರು ಪ್ರೇಕ್ಷಕರೇ ವಿನಃ ಬುದ್ಧಿ ಹೇಳಲಾಗಲಿ, ತಲೆ ಕೆಡಿಸಿಕೊಳ್ಳಲಾಗಲಿ ಹೋಗುತ್ತಿರಲಿಲ್ಲ. ಆಮೇಲೆ ಕೆಳಗಿನ ರೂಂನಲ್ಲಿದ್ದ ಅತ್ತಿಗೆಯ ಬಳಿಗೆ ಕರೆದೊಯ್ದ. ಇಬ್ಬರ ಮಕ್ಕಳ ತಾಯಿ, ತೀರಾ ಬುದ್ಧಿವಂತೆಯಂತೆ ಕಂಡಳು ಅಥವಾ ಗಂಭೀರ ಮುಖವದನಕ್ಕೆ ಕನ್ನಡಕ ಅಲಂಕಾರವಿದ್ದು ಮಾತು ಕಡಿಮೆ ಆಡಿದ್ದಕ್ಕೆ ಇರಬಹುದು.

"ಅಣ್ಣನಿಂದ ಫೋನ್ ಬಂತಾ?" ವಿಚಾರಿಸಿದ್ದಕ್ಕೆ ನಿರ್ಲಕ್ಷ ಉತ್ತರ, "ಅವ್ರು ತುಂಬ ಬಿಜಿ" ಹೆಚ್ಚು ಮಾತಾಡುವುದು ಇಷ್ಟವಾಗದೆಂದು ಅರಿತೇ ಮಹೇಂದ್ರವರ್ಮ "ಇವ್ರು ಮೌನ ಇಲ್ಲೇ ಇರ್ತಾರೆ, ನನ್ನ ಪರ್ಸನಲ್ ಸೆಕ್ರೆಟರಿ. ಸದ್ಯಕ್ಕೆ ಈ ಬಂಗ್ಲೆಯಲ್ಲಿ ಒಬ್ಬರಾಗಿ ಇರ್ತಾರೆ."

ಹೊರಗೆ ಬರುವ ವೇಳೆಗೆ ಗುಹೆಯಿಂದ ಹೊರಗೆ ಬಂದಂತಾಯಿತು, ಮೌನ ಳಿಗೆ. ಏನಾಗಿದೆ... ಇವರಿಗೆಲ್ಲ? ಬಂಗ್ಲೆಯಲ್ಲಿ ಒಟ್ಟಿಗೆ ಇದ್ದರೂ ಎಲ್ಲರನ್ನು ಒಂಟಿತನ ಕಾಡುತ್ತಿದೆಯೆನಿಸಿತು.

"ಇನ್ನೊಬ್ಬರನ್ನ ನಿಂಗೆ ಪರಿಚಯಿಸ್ಬೇಕಾಗಿದೆ" ಎಂದ.

ಅವಳ ತುಟಿಯಂಚಿನಲ್ಲಿ ಮುಗುಳ್ನಗೆ ತೇಲಿತು. "ಬಹುಶಃ ಅವ್ರು... ನೀವೇ" ಎಂದಳು.

"ಗುಡ್..." ಎಂದು ಮೇಲಿನ ಅವನ ರೂಮಿಗೆ ಕರೆದೊಯ್ದ. ಅತ್ಯಂತ ವಿಶಾಲವಾದ ಕೋಣೆ. ಆದರೂ ತೀರಾ ಸಿಂಪಲ್ಲಾಗಿತ್ತು. "ನನ್ನ ಆಸಕ್ತಿಗಳ ಪರಿಚಯ ನಿಂಗೆ ಮಾಡ್ಸಬೇಕಿದೆ. ನಾನು ಒಳ್ಳೆ ಡ್ರಿಂಕರ್. ಫ್ರೆಂಡ್ಸ್ ಜೊತೆಯಲ್ಲಿದ್ದಾಗ ಸ್ವಲ್ಪ ಜಾಸ್ತೀನೆ ಕುಡಿತೀನಿ. ಇದು ನನ್ನ ಸಂಗ್ರಹ" ಅವಳ ಹಿಂಭಾಗದ ಗೋಡೆಯ ಕಡೆ ತೋರಿಸಿದ. ವಿದೇಶ ಮದ್ಯದ ಬಾಟಲಿಗಳು ಒಂದಕ್ಕಿಂತ ಒಂದು ಆಕರ್ಷಕ. "ಈಗ ಕುಡಿದಿಲ್ಲ, ನಾನು ಕುಡಿಯೋದರ ಬಗ್ಗೆ ಯಾರ ಅಬ್‌ಜಕ್ಷನ್ ಇಲ್ಲ. ಪ್ರತಿ ರಾತ್ರಿ ಒಂಟಿಯಾಗಿ ಕೂತು ಕುಡೀತೀನಿ. ಆದರೆ ಪ್ರಜ್ಞೆ ತಪ್ಪುವಂತೆ ಕುಡ್ಯೋಲ್ಲ. ಇನ್ನ ವುಮನೈಜರ್ ಅಲ್ಲ. ಗರ್ಲ್ ಫ್ರೆಂಡ್ಸ್ ಇರ್ಬಹ್ದು, ಮನಸ್ಸು, ಹೃದಯ, ಮಿದುಳು ಮೈ ಹತ್ರಬಂದೋರು ಯಾರಿಲ್ಲ. ಇದಿಷ್ಟು ಬಯೋಡಾಟಾದಲ್ಲಿರಲಿಲ್ಲ" ನೇರವಾಗಿ ಫ್ರಾಂಕಾಗಿ, ತೀರಾ ಸಹಜವಾಗಿ ತಿಳಿಸಿದ.

"ಕೂತ್ಕೋ, ಮೌನ... ತೀರಾ ಮನೆಯವರು, ಕೆಲಸದವರನ್ನ ಬಿಟ್ಟು ಈ ರೂಮಿನಲ್ಲಿ ಕಾಲಿಟ್ಟ ಮೊದಲ ಹೆಣ್ಣು ಇರ್ಬೇಕು, ಏನು ಕುಡೀತೀಯಾ?" ಕೇಳಿದ ಕೂಡಲೇ ಅವಳಿಗೆ ಅಣ್ಣನ ನೆನಪಾಯಿತು. ಕುಡಿಯುವ ಜನರನ್ನ ಕಂಡರೆ ಆ ವ್ಯಕ್ತಿಗೆ ಮಹಾನ್ ಕೋಪದ ಜೊತೆ, ಭಯ ಕೂಡ. "ಲೈಬ್ರರಿಗೆ ಬೆಳಗಿನ ಸಮಯದಲ್ಲಿ ಬೇಕಾದರೆ... ಹೋಗ್ಬಾ. ಸಂಜೆ ಆ ಕಡೆ ತಲೆ ಹಾಕ್ಬೇಡ. ಹತ್ತಿರದಲ್ಲೇ ಬ್ರಾಂದಿ ಶಾಪ್ ತೆಗೆದಿದ್ದಾರೆ, ಪಕ್ಕದಲ್ಲೊಂದು ಸಣ್ಣದಾಗಿ ಕಾಫಿ ಬಾರ್. ಅಲ್ಲಿ ಕಾಫಿ ಕುಡ್ಯೋ ಜನ ಹೋಗೋಲ್ಲ, ಆರಾಮಾಗಿ ಬಾಟಲ್‌ಗಳ್ನ ಓಪನ್ ಮಾಡ್ಕೋತಾರೆ. ಇದೆಲ್ಲ ಯಾರ್ಗೇ ಹೇಳ್ಕೋಬೇಕು? ನಾನೇನಾದ್ರೂ ಪ್ರಧಾನಿಯಾದ್ರೆ ಕುಡಿತವನ್ನು ಬಂದ್... ಮಾಡ್ಬಿಡ್ತೀನಿ" ಅಬ್ಬರಿಸಿದ್ದರು ಗೌರಿಪ್ರಿಯ ಹಲವು ಸಲ. ಅಂಥದ್ದರಲ್ಲಿ ಷೋಕೇಸ್‌ನಲ್ಲಿ ಇರಿಸಿದ್ದ ಬಾಟಲುಗಳನ್ನು ನೋಡಿ ಮೂರ್ಛೆ ಹೋಗಬಹುದು.

ಬಿಳಿಚಿಕೊಂಡ ಅವಳ ಮುಖ ನೋಡಿ ನಕ್ಕುಬಿಟ್ಟ. "ನೋ ಹಾಟ್ ಡ್ರಿಂಕ್ಸ್!... ನಿಂಗೆ ಕೊಡೋದು ಕೂಲ್ ಡ್ರಿಂಕ್ಸೇ" ಎಂದು ಫ್ರಿಜ್‌ನಿಂದ ಎರಡು ಕೋಕಾಕೋಲ ಬಾಟಲುಗಳನ್ನು ತಂದು ಓಪನ್ ಮಾಡಿ, ಅವಳ ಮುಂದೆ ಒಂದಿಟ್ಟು ತಾನೊಂದು ತಗೊಂಡ.

ಯಾಕೋ ಏನೋ ಅವಳ ಕೈಮುಂದಾಗಲಿಲ್ಲ. ಷೋಕೇಸ್‌ನಲ್ಲಿ ಸೇರಿಸಿದ್ದ ಬಾಟಲುಗಳು, ಸಂಬಂಧವಿಲ್ಲದವರಂತೆ ವರ್ತಿಸುವ ಜನ, ಈ ತುಂಬು ಶ್ರೀಮಂತಿಕೆ, ಸಿರಿವಂತ ಬಂಗಲೆ, ತಕ್ಷಣ ದಿಗಿಲೆನಿಸಿತು. ಚಿತ್ಕಾರ ಹೊರಟರೂ ಈ ಬಂಗ್ಲೆಯಲ್ಲಿ ಯಾರು ಸಹಾಯಕ್ಕೆ ಬರಲಾರರು.

"ಫ್ರಿಜ್ ಐಟಂ ನಾನು ಉಪಯೋಗಿಸೋದೇ ಇಲ್ಲ, ನಂಗೆ ಕೋಲ್ಡ್ ಅಟ್ಯಾಕ್ ಆಗ್ಬಿಡುತ್ತೆ" ಎಂದಳು ಸಣ್ಣನೆಯ ದನಿಯಲ್ಲಿ. ಮಹೇಂದ್ರವರ್ಮ ಕಣ್ಣಲ್ಲಿಯೇ ನಕ್ಕ. "ಖಂಡಿತ, ಇಲ್ಲ 'ಇಬ್ಬನಿ ಕರಗಿತು' ಸೀನ್ ಕ್ರಿಯೇಟ್ ಆಗ್ಲಿಲ್ಲ. ನಾನು ಭರವಸೆ

ಕೊಡಬಲ್ಲೆ. ತಗೊಳ್ಳಿ, ನಿಮ್ಗೆ ಕೋಲ್ಡ್ ಅಟ್ಯಾಕ್ ಆಗೋಲ್ಲ. ವಾರಕ್ಕೆರಡು ಸಲವಾದ್ರು ನಿಮ್ಮಣ್ಣ ನಿಮ್ಮನ್ನ ಕರ್ಕೊಂಡ್ಹೋಗಿ, ಕೋಕಾಕೋಲಾ, ಐಸ್‌ಕ್ರೀಮ್ ಅಥ್ವಾ ಪೆಪ್ಸಿ ಕೊಡುಸ್ತಾರೇಂತ ನಂಗೆ ಗೊತ್ತು. ನಿಂಗೇನು ಕೋಡ್ಲೇ ಅಟ್ಯಾಕ್ ಆಗೋಲ್ಲ" ಅರಿತವ ನಂತೆ ನುಡಿದ.

ಬೇರೆ ದಾರಿ ಕಾಣಲಿಲ್ಲ. ಇಷ್ಟೆಲ್ಲ ತಿಳಿದ ಬಗೆ ಹೇಗೆ? ಕೇಳಬೇಕೆನಿಸಿತು, ಆದರೂ ಕೇಳಲಿಲ್ಲ. ನಿಧಾನವಾಗಿ ಕುಡಿದಿಟ್ಟಳು. ತಡೆದು ತಡೆದು ಅದರ ಪ್ರತಿಕ್ರಿಯೆ ತನ್ನ ಮೇಲೇನಾದರೂ ಆಗುತ್ತಿದೆಯೇ ಎಂದು ವಿಶ್ಲೇಷಿಸುತ್ತ ಕುಡಿದಿದ್ದನ್ನ ತದೇಕ ಚಿತ್ತವಾಗಿ ಗಮನಿಸಿದ. ಆಯ್ಕೆಯಲ್ಲಿ ತನ್ನ ಬುದ್ಧಿ ಕೈಕೊಡಲಿಲ್ಲವೆಂದು ಸಮಾಧಾನ ಪಟ್ಟುಕೊಂಡ.

"ನಿಂಗೆ ಪರಿಚಯಿಸಿದ ಎಲ್ಲಾ ಜನ ಹತ್ತಿರದ ರಕ್ತ ಸಂಬಂಧಿಗಳು, ಹೃದಯಕ್ಕೆ ಬೇಕಾದವರು, ಮನಸ್ಸಿಗೆ ಸಮೀಪದವರು, ಮಿದುಳಿಗೆ ಕೆಲ್ಸ ಹಚ್ಚುವಂಥ ಜನ. ಆದರೆ ಇವುಗಳಲ್ಲಿ ಮನಸ್ಸು, ಹೃದಯ, ಮಿದುಳು ಕೂಡ ಇಲ್ಲವೆಂದು ನನ್ನ ಭಾವನೆ. ಯಾರೂ ನೆಮ್ದಿಯಾಗಿಲ್ಲ, ಬೇರೆಯವ್ರಿಗೂ ನೆಮ್ದಿ ಕೊಡೋಲ್ಲ. ನಮ್ಮ ಚಿಕ್ಕಮ್ಮ ಕೆಟ್ಟವಳೂಂತ ಅಂದುಕೊಳ್ಳದಿದ್ರೂ, ಸಂವೇದನೆ ಇಲ್ದ ಹೆಣ್ಣು. ನಮ್ತಂದೆ ಬಹುಶಃ ದೇಶಾಂತರ ಹೋದ್ರೂ, ಎಲ್ಲಿಗೆ ಹೋದ್ರೂ... ಯಾಕೆ ಹೋದ್ರೂ... ಅದು ಕೆಲವು ಕಾಲ ಸುದ್ದಿಯಲ್ಲಿತ್ತು. ಆರಾಮಾಗಿ ಮರ್ರುಬಿಟ್ಟರು. ಇನ್ನ ನಮ್ಮಣ್ಣ ಡೈವೋರ್ಸ್ ಕೊಟ್ಟು ತಾನೇ ದೂರ ಹೋಗ್ಬಿಟ್ಟಿದ್ದಾನೆ. ಅವ್ರುಗಳ ನಡ್ವೆ ಯಾವ್ದೇ ಸಂಪರ್ಕವಿಲ್ಲ ದಿದ್ರೂ... ಆಕೆ ಇಲ್ಲೇ ಇದ್ದಾಳೆ. ಎಂಡಿಂಗ್ ಬಗ್ಗೆ ಹೇಳ್ತಾರೆ. ಇನ್ನ ನಮ್ಮಕ್ಕ, ಭಾವ ಇಲ್ಲೇ ಇರ್ತಾರೆ. ಅವ್ರ ಬಗ್ಗೆ ಯಾರು ಯೋಚಿಸುವವರಿಲ್ಲ. ನಮ್ತಂದೆ ಇಡೀ ಆಸ್ತಿಯಲ್ಲಿ ಒಂದ್ಭಾಗ ಅಳಿಯನಿಗೆ ಬರೆದಿದ್ದಾರೆ ಅನ್ನೋ ಹಕ್ಕಿನಿಂದ ಇಲ್ಲಿದ್ದಾರೆ. ಸಿಡುಕೋದು, ರೇಗಾಡೋದು ರೂಮಿನಲ್ಲಿ ಕೂತು ಕಾನೂನು ಪುಸ್ತಕಗಳನ್ನ ಓದೋದು, ಅದ್ರಿಂದ ಆ ಮನುಷ್ಯನಿಗೆ ಎಷ್ಟು ಪ್ರಯೋಜನವಾಗಿದ್ಯೋ, ಗೊತ್ತಿಲ್ಲ. ಇನ್ನ ನನ್ನ ಎರಡನೇ ಅಣ್ಣ ಒಬ್ಬ ಇದ್ದ. ವಿವಾಹವಾದ ಆರು ತಿಂಗ್ಳಿಗೆ ನನ್ನ ಅತ್ತಿಗೆ ಆತ್ಮಹತ್ಯೆ ಮಾಡ್ಕೊಂಡಾಗ ಕಡೆಯ ಸಲ ಬಂಗ್ಲೆ ಬಿಟ್ಟವನು, ಒಮ್ಮೆ ಕೂಡ ಇತ್ತ ಬರಲಿಲ್ಲ. ನಾನೇ ಕೆಲವೊಮ್ಮೆ ಹೋಗಿದ್ದುಂಟು. ಅವ್ನು ಇಲ್ಲಿನ ಜನರ ಬಗ್ಗೆ ಮಾತಾಡೋಕೆ ಇಷ್ಟಪಡೋಲ್ಲ ಮಾತ್ರವಲ್ಲ, ಒಂದು ಸಲಹೆ ಕೂಡ ಕೊಡ್ತಾನೆ. 'ನೀನು ಬಂಗ್ಲೆ ಬಿಟ್ಮೇಲೆ ವಿವಾಹವಾಗು' " ಎಂದವನು ನಕ್ಕ ಮತ್ತೆ ಅವಳ ಕಣ್ಣಲ್ಲಿ ಭಯ ವೇನಾದರೂ ಇದೆಯಾಂತ ದಿಟ್ಟಿಸಿದ. ಬರೀ ವಿಸ್ಮಯವಿತ್ತು, 'ಬಚಾವ್' ಎಂದುಕೊಂಡ.

"ಆದರೆ ನಂಗೆ ಬಂಗ್ಲೆ ಬಿಟ್ಹೋಗೋಕೆ ಇಷ್ಟವಿಲ್ಲ. ಹಣ, ಸಮಾಜದಲ್ಲಿ ಸ್ಥಾನಮಾನ ಇರೋ ನನ್ನಂಥ ಯುವಕನಿಗೆ ಹೆಣ್ಣು ಕೊಡಲು ಸಾಕಷ್ಟು ಸಂಬಂಧ ಗಳು! ಆ ಬೇಟೆ ಇನ್ನ ಮುಂದುವರಿತಾ ಇದೆ" ಎಂದು ಸುಮ್ಮನಾದ.

ಅಷ್ಟರಲ್ಲಿ ಎರಡು ಸಲ ಸದ್ದಾದ ಸೆಲ್ಯುಲಾರ್ ಸೊಲ್ಲು ಅಡಗಿಸಿದ್ದ. ಮೂರನೇ ಸಲ ಹಾಗೇ ಮಾಡದೇ ಫೋನೆತ್ತಿದಾಗ, ಮೌನ ಎದ್ದು ನಿಂತಳು.

"ಬರ್ತೀನಿ... ಸರ್" ಹೇಳಿದಾಗ, ಸರಿಯೆನ್ನುವಂತೆ ಕಣ್ಣಲ್ಲೇ ಸೂಚಿಸಿದಾಗ ಹೊರಗೆ ಬಂದವಳು, ಅತ್ತಿತ್ತ ನೋಡಿ ಮೆಟ್ಟಿಲುಗಳನ್ನ ಇಳಿಯತೊಡಗಿದಾಗ, ಎರಡು ಹುಡುಗರು ಸಣ್ಣದಾಗಿ ಜಗಳ ಶುರು ಮಾಡಿದ್ದರು. ಅವನ್ನ ಅವರಿಗಾಗಿ ನೇಮಿಸಿದ್ದ ಆಯಾ ಬಿಡಿಸಬೇಕೆ ವಿನಃ ಇನ್ನೊಬ್ಬರು ತಲೆ ಹಾಕರು.

"ಯಾಕೆ ಜಗಳ ಆಡ್ತಾ ಇದ್ದೀರಾ?" ಹತ್ತಿರಕ್ಕೆ ಹೋಗಿ ಕೇಳಿದಳು. "ನಮ್ಮಿಷ್ಟ..." ಬಂದ ಉತ್ತರ. ಅಷ್ಟರಲ್ಲಿ ಓಡಿಬಂದ ಆಯಾ ಗದರಿಸಿದ್ದು ಮಾತ್ರವಲ್ಲ ಎರಡು ಏಟು ಕೂಡ ಹಾಕಿ ಅವರನ್ನ ಕರೆದೊಯ್ದಳು.

ಇದು ತನಗೆ ಸಂಬಂಧಿಸಿದ್ದೇ ಅಲ್ಲವೆಂದು ಬಂಗ್ಲೆಯ ಯಜಮಾನಿ ಮಹೇಂದ್ರವರ್ಮನ ಚಿಕ್ಕಮ್ಮ ತಮ್ಮನೊಂದಿಗೆ ಹೊರಗೆಹೋದಾಗ ಅವಳಿಗೆ ಆಶ್ಚರ್ಯ. ಮೊಮ್ಮಕ್ಕಳು ಅನ್ನುವ ಮಮಕಾರ ಬಿಟ್ಟರೂ ಈ ಮನೆಯ ಯಜಮಾನಿ ತಾನು, ತನ್ನ ಮುಂದೆ ಆಯಾ ಮಕ್ಕಳನ್ನ ದಂಡಿಸುವುದು ಅಪರಾಧವೆನ್ನುವ ಮನೋಭಾವ ಕೂಡ ಇಲ್ಲದ ಹೆಂಗಸು.

ತನ್ನ ರೂಮಿಗೆ ಬಂದವಳೇ ಪ್ರತಿಯೊಬ್ಬರ ಹೆಸರು ಮತ್ತು ಅವರ ಬಗೆಗಿನ ಅನಿಸಿಕೆ ಬರೆದು, ಒಂದಿಷ್ಟು ಜಾಗವನ್ನ ಖಾಲಿಯಾಗಿಟ್ಟಳು, ವಿಷಯವನ್ನ ಕೂಡಿ ಹಾಕುವ ಸಲುವಾಗಿ ಅವಳಿಗೆ ಆ ಕ್ಷಣ ನೆನಪಾದದ್ದು ಅತ್ತಿಗೆ ತರಕಾರಿಗೆ ಹೊರಟಿರುತ್ತಾಳೆ.

"ಅತ್ತಿಗೆ, ನಾನು... ಬರ್ಲ್ಲಾ?" ಅವಳ ಕೇಳಿಕೆಗೆ ಸ್ಪಷ್ಟ ನಿರಾಕಾರ "ಸುಮ್ನೆ... ನೀನ್ಯಾಕೆ! ಇವ್ರಿಗೆ ಒಂದಿಷ್ಟು ಟ್ಯೂಷನ್ ಹೇಳು. ನಾನು ಡಾಕ್ಟ್ರು ಆಗ್ಬೇಕೂಂತ ಕನಸು ಕಂಡವಳು' ನಿಟ್ಟುಸಿರಿನ ಜೊತೆ "ಏನು ಆಗ್ಲಿಲ್ಲ! ಇವ್ರು ಮೂವರಲ್ಲಿ ಒಬ್ಬಳಾದ್ರೂ... ಡಾಕ್ಟ್ರು ಆಗಬೇಕೆನ್ನೋದು ನನ್ನ ಕನಸು. ನಿಮ್ಮಣ್ಣನಿಗೆ ಅಂಥದೇನಿಲ್ಲ!" ಗಂಡನ ಮೇಲೆ ದೋಷಾರೋಪಣೆ.

"ಅಣ್ಣಂಗೂ ಇದೆ, ಅತ್ತಿಗೆ! ಸ್ಟೆತಾಸ್ಕೋಪ್, ಬಿಳಿ ಕೋಟು ಕಂಡರೆ ಎಂಥವರಿಗೂ ಆಸೆಯೆ. ಅದ್ರ ಹಿಂದೆ ಎಷ್ಟೊಂದು ಹಣ, ರಾಜಕೀಯ, ಸಾಧನೆ, ಡೆಡಿಕೇಷನ್ ಇದೆ ಅನ್ನೋದು ಎಷ್ಟೋ ಜನಕ್ಕೆ ಗೊತ್ತಿಲ್ಲ. ಹೇಗೂ ಈಗ್ಲಿಂದ್ಲೇ ಪ್ರಯತ್ನ ಮಾಡೋಣ, ಮೂವರಲ್ಲಿ ಒಬ್ಬಳಾದ್ರೂ... ಡಾಕ್ಟ್ರು ಆಗೋಲ್ವಾ?" ಆಕೆಯ ಕನಸುಗಳನ್ನ ಚದುರದಂತೆ ನೋಡಿಕೊಳ್ಳುತ್ತಿದ್ದಳು ನಗುನಗುತ್ತ.

ನಿಜವಾದ ಸಂಗತಿ ಅವಳಿಗೆ ಗೊತ್ತು. ಮೂವರು ಕೂಡ ಆವರೇಜ್ ಬುದ್ಧಿವಂತರೇ. ಲಕ್ಷಾಂತರ ಡೊನೇಷನ್ ಸುರಿಯಲು ಅವಳಣ್ಣ ಸರ್ಕಾರಿ ನೌಕರ. ಅಕಸ್ಮಾತ್ ಅಂಥ ಪ್ರಯತ್ನಪಟ್ಟರೂ ತಳ್ಳಿಕೊಂಡು ಹೊರಬರಲು ಕಷ್ಟ... ಏನೋ ಅದೃಷ್ಟಕ್ಕೆ ಹೊರ ಬಂದರೂ ಅಂಥವರಿಂದ ಸಮಾಜಕ್ಕೆ ದೊಡ್ಡ ಉಪಯೋಗವೇನು ಆಗದು.

ಈ ಮಂಪರುನಲ್ಲಿ ಬಹಳ ಹೊತ್ತು ಕಳೆದುಬಿಟ್ಟಳು. ತಾನೇ ಹೊರಗೆಬಂದಾಗ ಮಹೇಂದ್ರವರ್ಮನ ಅತ್ತಿಗೆ ಅಡ್ಡಾಡುತ್ತಿದ್ದರು ಬಿರುಸಿನಿಂದ. ಅಸಹನೆ, ಕೋಪ, ಧಾವಂತದ ಸಾಕಾರಮೂರ್ತಿಯಂತೆ ಕಂಡಾಗ ಸ್ವಲ್ಪ ಮಿಟುಕಿದಳು. ಪ್ರತಿಕ್ರಿಯೆ ತೀರಾ ಖಾರವಾದರೇ ಏನು ಮಾಡುವುದು? 'ಪರವಾಗಿಲ್ಲ' ಎನ್ನುವಂತೆ ತುಟಿಯ ಮೇಲೆ ನಗೆ ತುಳುಕಿಸುತ್ತ ಹೋದಾಗ, ಖಾರದ ನೋಟದ ಜೊತೆ ಮುಖ ತಿರುಗಿಸಿ ಕೊಂಡು ದಢದಢ ಹೋದಾಗ 'ತುಂಬ ಬಿರುಸಿನ ಹೆಣ್ಣು' ಎಂದುಕೊಂಡು ಅತ್ತಿಗೆಗೆ ಹೋಲಿಸಿ 'ಶಾಂತಂಪಾಪಂ, ಶಾಂತಂಪಾಪಂ' ಎಂದು ಕೆನ್ನೆಗೆ ಹಾಕಿಕೊಂಡಳು.

ಅಡಿಗೆಯ ಮನೆಯ ಕಡೆಯಿಂದ ಬರುತ್ತಿದ್ದ ಪಂಪಾಪತಿಗಳು ಜೋಲು ಮುಖ ಹಾಕಿಕೊಂಡವರು "ಈ ಅಡಿಗೆಯವನ್ನ ಡಿಸ್‌ಮಿಸ್ ಮಾಡು ಅನ್ನೋ ಗಲಾಟೆ. ಅವ್ನು ಇಲ್ಲಿಗ್ಬಂದು ಒಂತಿಂಗ್ಳು ಅಷ್ಟೆ, ಆಗಿರೋದು. ವಾರಕ್ಕೆ ಒಬ್ಬರಂತ ಬದಲಾಗ್ತಾ ಹೋದರೇ... ಹೇಗೆ ಮ್ಯಾನೇಜ್ ಮಾಡೋದು?" ತೀರಾ ಸೋತಂತೆ ನುಡಿದರು ಮೆಲುದನಿಯಲ್ಲಿ.

ಎಲ್ಲರ ಬಗ್ಗೆ ಪೂರ್ತಿ ತಿಳಿದು ವಿಷಯ ಸಂಗ್ರಹಿಸಬೇಕಾದರೆ, ಒಂದಿಷ್ಟು ಸ್ನೇಹ, ಒಳ್ಳೆಯ ಮಾತುಗಳು ಕೂಡ ಬೇಕೆನಿಸಿತು. ಕಿರುನಗೆ ಬೀರಿದಳು. ಆದರೂ ಈ ಇಪ್ಪತ್ತೆಂಟು ದಿನದಲ್ಲಿ ಹೇಗೆ ತನ್ನ ಮಿದುಳು, ಹೃದಯ, ಮನಸ್ಸುಗಳ ಪರ್ಸೆಂಟೇಜ್‌ನ ಮಹೇಂದ್ರವರ್ಮ ತಿಳಿಯಬಲ್ಲ? ಆ ಮನುಷ್ಯನಿಗೂ ಕೂಡ ತಲೆ ಇಲ್ಲವೆಂದುಕೊಂಡಳು.

"ಈಗ ಯಾವ ಕಡೆ ಹೋಗ್ತಾ ಇದ್ದೀರಾ?" ವಿಚಾರಿಸಿದಳು. ಅವಳಿಗೆ ಗೊತ್ತು ಪಂಪಾಪತಿ ಈಗ ಹೋಗುವುದು ಗೆಸ್ಟ್‌ಹೌಸ್‌ಗೆಂದು. ಅದು ನಿಜವಾಯಿತು "ಗೆಸ್ಟ್ ಹೌಸ್‌ಗೆ, ಇಲ್ಲಿನ ಕುಕ್‌ನದು ಅಸಹಕಾರ ಚಳವಳಿಯೇ. ಅಲ್ಲಿನವನನ್ನ ಇಲ್ಲಿಗೆ ಷಿಫ್ಟ್ ಮಾಡ್ಬೇಕು" ಗೊಣಗಿದರು. ಇಂದು ಸ್ವಲ್ಪ ಬೇಸರಗೊಂಡಿದ್ದರಿಂದ ನಾಲಿಗೆಗೆ ಬಲ ಬಂದಿತ್ತು.

ಬಂಗ್ಲೆಯಿಂದ ಹೊರಬಂದ ಕೂಡಲೇ "ಈ ಜನರ ನಡುವೆ ಯಾರಾದರೂ ಇರಲು ಸಾಧ್ಯವೇ? ಒಬ್ಬೊಬ್ಬರದು ಒಂದೊಂದು ರುಚಿ. ಆ ರುಚಿ ಕೂಡ ಆಗಿಂದಾಗ್ಗೆ ಬದಲಾಗುತ್ತೆ. ಒಮ್ಮತವನ್ನೋದು ಇಲ್ಲ. ಇಲ್ಲಿ ಯಾರಿಗಾದ್ರೂ ಏನಾದರೂ ಆದರೆ... ನಂಗೆ ಅಥ್ವಾ ಫ್ಯಾಮಿಲಿ ಡಾಕ್ಟ್ರಗೆ ತಿಳಿಯುತ್ತೆ. ಮತ್ತೊಬ್ಬರಿಗೆ ಸುಳಿವು ಸಿಗೋಲ್ಲ, ಸಿಕ್ಕರೂ ತಲೆ ಕೊಡ್ಸಿಕೊಳ್ಳೋಲ್ಲ. ಇರೋ ಮುಖ್ಯವಾದ ಜನವಲ್ಲದೇ, ಇನ್ನಷ್ಟು ಜನ ಬಂಗ್ಲೆಯಲ್ಲಿ ಇದ್ದಾರೆ, ಗೊತ್ತಾಗೋಲ್ಲ! ಅಬ್ಬ... ಅಬ್ಬ..." ಕೈಯಿಂದ ಬಾಯಿ ಮುಚ್ಚಿಕೊಂಡ.

"ಅವರೆಲ್ಲ, ಯಾರು?" ಪ್ರಶ್ನಿಸಿದಳು.

"ಸಂಬಂಧಿಕರೆ... ಅಂತಾರೆ! ಅವ್ರುಗಳ ಬಗ್ಗೆ ತಲೆ ಕೆಡ್ಸಿಕೊಳ್ಳೋ ಜನರಿಲ್ಲ. ಅವರವ್ರ ಸಂಸಾರಗಳ್ನ ಪ್ರತ್ಯೇಕವಾಗಿ ಸ್ಥಾಪಿಸಿಕೊಂಡಿದ್ದಾರೆ. ಸದಾ ಚದುರಂಗದ ಹಾಸನ ಮುಂದೆ ಕೂಡೋ ದೊಡ್ಡಮ್ಮ ಅವ್ರನ್ನ ಹೊಗಳಿ... ಹೊಗಳಿ... ಆಗಾಗ ಹಣ

ಪಡ್ಕೋತಾರೆ. ಎಲ್ಲಾ... ವಿಚಿತ್ರ... ವಿಚಿತ್ರ! ಇದೆಲ್ಲ ಸರಿಹೋಗದಿದ್ರೆ... ಏನಾಗುತ್ತೆ, ಏನೋ! ಸ್ವಲ್ಪ ಚಿಕ್ಕೆಜಮಾನ್ರು ಇಲ್ಬಂದು ನಿಂತ್ಮೇಲೆ... ಅಷ್ಟಿಷ್ಟು ಪರ್ವಾಗಿಲ್ಲ. ಇರೋ ಜನ ಹೋಗದಿದ್ರೂ... ಹೊರ್ಗಿನ ಜನ ಬರ್ದಂಗೆ ಆಗಿದೆಯಷ್ಟೆ" ಕೂಲಂಕಷವಾದ ಚಿತ್ರವನ್ನ ಬಿಡಿಸಿಟ್ಟ.

ಆರಾಮಾಗಿ ಗೆಸ್ಟ್‌ಹೌಸ್‌ನವರೆಗೂ ಹೆಜ್ಜೆಹಾಕಿ ನಿಂತಳು. ಆಯಾ ಕೈಯಲ್ಲಿ ಏಟು ತಿಂದ ಹುಡುಗರಿಗೆ ವ್ಯಾಯಾಮದ ಪಾಠವಾಗುತ್ತಿದ್ದುದನ್ನು ದೂರದಿಂದ ನೋಡಿ ಮೆಲ್ಲಗೆ ಅತ್ತ ಸರಿದ ಮೌನ ನಿಂತಿದ್ದ ನಿಶ್ಯಬ್ದವಾಗಿ. ದೂರದಲ್ಲಿ ನಿಂತಿದ್ದ ಆಯಾ ನಿಧಾನವಾಗಿ ಏನೋ ಮೆಲ್ಲುತ್ತಿದ್ದಳು.

ಅವಳ ಗಮನ ಸೆಳೆಯಲು ಕೆಮ್ಮಿದ್ದೊಂದೇ ಲಾಭ, ಆ ತಾಯಿ ಆ ಕಡೆ ಕತ್ತು ಕೂಡ ಹೊರಳಿಸಲಿಲ್ಲ. ಆಮೇಲೆ ಹುಡುಗರನ್ನ ಅವರ ಪಾಡಿಗೆ ಅವರನ್ನ ಬಿಟ್ಟು ವ್ಯಾಯಾಮದ ಮಾಸ್ತರ್ ಕೂಡ ಬಂದು ಆಯಾಳೊಂದಿಗೆ ಹರಟೆಗೆ ಶುರು ಮಾಡಿದರು. ಬರೀ ಸಂಬಳಕ್ಕಾಗಿ ಕೆಲಸ ಮಾಡುವ ಜನ ಅವರಿಗೆ ಯಾವುದೇ ರೀತಿಯ ಮುತುವರ್ಜಿ ಇದ್ದಂಗೆ ಕಾಣಲಿಲ್ಲ.

ಹಿಂದಕ್ಕೆ ಬಂದವಳು ಗೆಸ್ಟ್‌ಹೌಸ್‌ನ ಬಳಿ ನಿಂತಳು. ಅತ್ಯಂತ ಸುಂದರವಾದ ಗಾರ್ಡನ್. ಬಹುಶಃ ಬಂಗ್ಲೆಯಲ್ಲಿನ ಜನಕ್ಕೆ ಮುತುವರ್ಜಿ ಇರಲಿಲ್ಲವೆನಿಸಿತು. ಇಲ್ಲ ದಿದ್ದರೆ ಸಂಜೆಯ ವೇಳೆಗಳಲ್ಲಿ ಹೊರಗೆ ಹೋಗುವುದೋ, ಬಂಗ್ಲೆಯಲ್ಲಿ ಇರುವುದೋ ಮಾಡದೆ, ಈ ಪರಿಸರದ ಆನಂದ ಅನುಭವಿಸುತ್ತಿದ್ದರು.

ಸ್ವಲ್ಪ ಕತ್ತಲಾದ ಕೂಡಲೇ ಬಂಗ್ಲೆಯ ದೀಪಗಳ ಜೊತೆ ಮುಂದಿನ ಗಾರ್ಡನ್ ದೀಪಗಳು ಹತ್ತಿಕೊಂಡಾಗ ಚಪ್ಪಾಳೆ ತಟ್ಟಿ ಕುಣಿದಾಡಿ ಬಿಡಬೇಕೆನಿಸಿತು. ಚಪ್ಪಾಳೆ ತಟ್ಟಿದಳಷ್ಟೆ, ಕುಣಿಯಲಿಲ್ಲ. ಆಮೇಲೆ ಅತ್ತಿತ್ತ ನೋಡಿದಳು. ಈಗ ಯಾರೊಂದಿ ಗಾದರೂ ಮಾತಾಡಬೇಕೆನಿಸಿತು. ಯಾರೊಂದಿಗೆ ಮಾತಾಡುವುದು? ಮನಸ್ಸಿಗೆ ಅನ್ನಿಸಿದ್ದು ಮಾಡಿಬಿಡುವುದು ಅವಳ ಸ್ವಭಾವ. ಆಡುತ್ತಿದ್ದ ಹುಡುಗರಿಗೆ ಚಪ್ಪಾಳೆ ತಟ್ಟಿದಳು. ಅವು ಹಿಂದಿರುಗಿ ನೋಡಿದವಷ್ಟೆ, ಯಾವುದೇ ಪ್ರತಿಕ್ರಿಯೆ ಇಲ್ಲ. ಅದು ಆಯಾ, ವ್ಯಾಯಾಮ ಮಾಸ್ತರರ ಗಮನಕ್ಕೆ ಬಂದಂಗಿರಲಿಲ್ಲ. ಸದ್ಯಕ್ಕೆ ಸಹಪಾಠಿ ಗಳನ್ನಾಗಿ ಹುಡುಗರನ್ನು ಆಯ್ದುಕೊಳ್ಳಬೇಕಿತ್ತು.

ರಾತ್ರಿ ಡಿನ್ನರ್ ಸಮಯದಲ್ಲಾದರೂ ಅವರನ್ನು ಹಿಡಿಯಬೇಕೆಂದುಕೊಂಡು, ಆರಾಮಾಗಿ ಬಂಗ್ಲೆಗೆ ಹೆಜ್ಜೆ ಹಾಕಿದಳು. ಬಂದು ನಿಂತ ಕಾರಿನಿಂದ ದೊಡ್ಡ ದೊಡ್ಡ ಪ್ಯಾಕೆಟ್‌ಗಳನ್ನ ಇರಿಸುತ್ತಿದ್ದುದನ್ನು ಗಮನಿಸಿದರೂ ಗಮನಿಸದಂತೆ ತನ್ನ ರೂಮಿಗೆ ಹೋದಳು. ನಿನ್ನೆಯೊಂದು ದಿನ, ಇವತ್ತೊಂದು ದಿನ ಅವಳ ಪ್ರಕಾರ ಕಳೆದು ಹೋಗಿತ್ತು. ನನ್ನ ಇಪ್ಪತ್ತೆಂಟು ದಿನ ದೂಡಿದರೆ ಐದು ಲಕ್ಷದಷ್ಟು ದೊಡ್ಡ ಮೊತ್ತದ ಹಣ ಅಥವಾ ಮಹೇಂದ್ರವರ್ಮನೊಂದಿಗೆ ಮದುವೆ – ಜೋರಾಗಿ ನಗುಬಂತು. ನಕ್ಕುಬಿಟ್ಟಳು. ಇಲ್ಲಿದ್ದ ಅವನ ಚಿಕ್ಕಮ್ಮ, ಅತ್ತಿಗೆ, ಅಕ್ಕ ಸದಾ ಹಾಲುಕೊಳದಲ್ಲಿ

ಮಿಂದಷ್ಟು ಶುಭ್ರವಾಗಿದ್ದರು. ಅದಕ್ಕೆ ಶ್ರೀಮಂತಿಕೆಯ ಗತ್ತು, ಘನತೆ, ದೌಲತ್ತು ಬೇರೆ. ತಾನು ಸಾಧಾರಣ ಯುವತಿ – ಇಲ್ಲಿನ ಪರಿಸರಕ್ಕೆ ಖಂಡಿತ ಹೊಂದಿಕೆಯಾಗೆನು.

ಅಷ್ಟರಲ್ಲಿ ಪರ್ಮಿಷನ್ ಪಡೆದೆ ಬಂದ ಪಂಪಾಪತಿಗಳು "ನಿಮ್ಮಣ್ಣ ಫೋನ್ ಮಾಡಿದ್ರು. ನೀನು ಲೈನ್‌ನಲ್ಲಿ ಸಿಕ್ಕದಿದ್ದರೆ, ಪ್ರತ್ಯೇಕವಾದ ಲೈನ್ ಒಂದನ್ನ ಸ್ವತಃ ಎಳೆದುಬಿಡ್ತಾರೋ ಏನೋ" ತಮಾಷೆಯಾಗಿ ಹೇಳಿದರು.

"ಈಗ... ಮಾಡ್ತೀನಿ" ಎಂದಾಗ ಹೊರಗೆ ಹೋದರು. ರಿಂಗಾದಾಗ ಮೊದಲು ಫೋನ್ ಎತ್ತಿದ್ದು ಅವಳ ಅತ್ತಿಗೆ "ಹೇಗಿದ್ದೀಯಾ, ಏನು ತೊಂದರೆ ಇಲ್ಲ ತಾನೇ? ನಿಮ್ಮಣ್ಣನದು ಒಂದೇ ಧಾವಂತ. ಅಮೇರಿಕ, ಇಂಗ್ಲೆಂಡ್ ದೇಶಗಳಿಗೆಲ್ಲ ಹೆಣ್ಣುಮಕ್ಳು ಒಂಟಿಯಾಗಿ ಹೋಗೋಲ್ವಾ! ಇವರದು ತೀರಾ ವಿಪರೀತ" ಬಡಬಡನೆ ಮಾತುಗಳ ಮುತ್ತುಗಳನ್ನ ಉದುರಿಸಿದಳು.

"ಅಣ್ಣ, ಕೂಡ... ಬೇರೆ ಹೆಣ್ಣುಮಕ್ಳು ಹೋದಾಗ ಧಾವಂತ ಪಟ್ಟಿದ್ದಿಲ್ಲ. ಹೋಗ್ಲಿ ನೀವು ಹುಡುಗ್ರು... ಹೇಗಿದ್ದೀರಾ! ಒಳ್ಳೆ ಪ್ರಾಜೆಕ್ಟ್ ತಯಾರು ಮಾಡ್ತಾ ಇದ್ದೀನಿ. ಐದು ಲಕ್ಷದ ಬಹುಮಾನ ಗ್ಯಾರಂಟಿ ಅಂದ್ಕೊಂಡಿದ್ದೀನಿ. ಇಲ್ಲಾಂದ್ರೂ ಎರಡೋ, ಮೂರೋ ಲಕ್ಷಗಳು ಗ್ಯಾರಂಟಿ" ಪಿಸುದನಿಯಲ್ಲಿ ಹೇಳುವಂತೆ ಹೇಳಿ ಘೊಳ್ಳನೆ ನಕ್ಕಳು. ಆ ನಗು ಪ್ರವಾಹದಂತೆ ವಾಣಿ ಮೈಮೇಲೆಲ್ಲ ಚೆಲ್ಲಾಡಿ ಕಣ್ಣೀರು ಬರಿಸಿತು. "ಏನೋ, ಬೇಗ... ಬಂದ್ಬಿಡು. ನಿಮ್ಮಣ್ಣ ಬಂದರು ನೋಡು" ಫೋನ್ ಗೌರಿಪ್ರಿಯನ ಕೈಸೇರಿತು. ನೂರೆಂಟು ಪ್ರಶ್ನೆ, ಹಲವಾರು ಸಲಹೆಗಳು.

"ಇಲ್ಲೇನು ತೊಂದರೆ ಇಲ್ಲ! ಕೊಲೀಗ್ಸ್... ಇದ್ದಾರೆ. ಮೇಡಮ್ ತುಂಬ ಒಳ್ಳೆಯವರು. ಚೆನ್ನಾಗಿ ಗೈಡ್ ಮಾಡ್ತಾರೆ. ನನ್ನ ಪ್ರಾಜೆಕ್ಟ್‌ಗೆ ಮೊದಲ ಬಹುಮಾನ ಬಂದರೇ... ಹೆಚ್ಚಲ್ಲ. ಇನ್ನ ಫೋನ್ ಇಡ್ತೀನಿ. ನಾನೇ ಫೋನ್ ಮಾಡ್ತೀನಿ" ಇಟ್ಟು ಹಣೆಯೊತ್ತಿಕೊಂಡಳು.

ಇವಳು ಡೈನಿಂಗ್ ಹಾಲ್‌ಗೆ ಊಟಕ್ಕೆ ಹೋದಾಗ ಇಡೀ ಸೀಟುಗಳೆಲ್ಲ ಭರ್ತಿ. ಆದರೆ ಪರಿಚಯ ಮಾಡಿಕೊಂಡ ಒಬ್ಬರು ಕೂಡ ಇರಲಿಲ್ಲ. ಇವರೆಲ್ಲ ಬಂಧು ಬಾಂಧವರು.

"ಯಾರು... ನೀನು?" ಒಬ್ಬರು ಪ್ರಶ್ನಿಸುವ ವೇಳೆಗೆ ಮಹೇಂದ್ರವರ್ಮನ ಪ್ರವೇಶವಾಯಿತು. "ಮೌನ..." ಎಂದಳು. ಯಾವುದೋ ಸಂಚಲನಕ್ಕೆ ಒಳಗಾದಂತೆ ಎಲ್ಲಾ ಗಂಭೀರವಾದರು. ಇನ್ನೊಂದು ಮಾತಾಡಲಿಲ್ಲ. ಯಾರು, "ಕೂತ್ಕೋ... ಮೌನ" ಎಂದ.

ಯಾರು ಯಾರು ಯಾವ ಹಂತದಲ್ಲಿ ಇದ್ದರೋ, ಐದು ನಿಮಿಷದಲ್ಲಿ ಇಡೀ ಸೀಟುಗಳೆಲ್ಲ ಖಾಲಿಯಾಗಿ ಉಳಿದಿದ್ದು ಅವರಿಬ್ಬರೇ. ಕಣ್ಣಲ್ಲಿಯೇ ಊಟ ಮಾಡು ವಂತೆ ಸನ್ನೆ ಮಾಡಿದ. ಇವಳು ತಲೆಯೆತ್ತಿದಾಗ, ಅವನು ಪರಧ್ಯಾನದಲ್ಲಿದ್ದಂತೆ ಊಟ ಮಾಡುತ್ತಿದ್ದ. ಇವರುಗಳು ಏಳುವ ವೇಳೆಗೆ ಅವನಕ್ಕ ಬಂದು ದೊಪ್ಪನೆ ಕೂತಳು.

"ಊಟ, ತಿಂಡಿ ಒಂದು ಸರಿಹೋಗ್ತಾ ಇಲ್ಲ." ಯಾರಿಗೋ ಹೇಳಿದಂತೆ ಆಡಿದಾಗ "ಅದ್ಕೇ ಯಾರು ಕಾರಣ! ತಿನ್ನೋ ಜನ ಶ್ರದ್ಧೆ ಇಟ್ಟು ತಿಂದರೆ, ಮಾಡೋ ಜನಕ್ಕೂ ಇಂಟರೆಸ್ಟ್ ಇರುತ್ತೆ." ಮೃದುವಾಗಿಯೇ ಹೇಳಿದ್ದು ಮಹೇಂದ್ರವರ್ಮ. ಈ ಬಂಗ್ಲೆಯ ಯಜಮಾನರ ಮೂರನೆ ಸಂತಾನ ಎಸ್.ಎಂ. ವರ್ಮ ಎಂದೇ ಪ್ರಚಲಿತ ವಿದ್ದ ಹೆಸರು.

"ಡ್ಯಾಮಿಟ್, ನಿನ್ನ ಮಾತೆಲ್ಲ ಕುಟುಕೋ ಹಂಗಿರುತ್ತೆ" ಎಂದಾಗ ಎದ್ದ ಮಹೇಂದ್ರವರ್ಮ "ಷಟಪ್, ಸುಮ್ನೆ ಊಟ ಮಾಡು ಇಲ್ಲ ಎದ್ದೋಗು" ಕಟ್ಟು ನಿಟ್ಟಾಗಿ ಹೇಳಿ ಕೈ ತೊಳೆದ.

ಇದು ಯಾವುದು ಕೇಳದವಳಂತೆ ಊಟ ಮಾಡಿದ ಮೌನ, ದುಮಗುಟ್ಟುವ ಚಕ್ರೇಶ್ವರಿಯನ್ನು ನೋಡಿ ಸಾಂತ್ವನದ ದನಿಯಲ್ಲಿ "ಗೆಸ್ಟ್‌ಹೌಸ್‌ನಿಂದ ಕರೆತಂದಿರುವ ಅಡಿಗೆಯವರು, ತುಂಬ ರುಚಿಯಾಗಿ ಮಾಡಿದ್ದಾರೆ. ನಾನೇ... ಬಡಿಸ್ಲಾ" ಮತ್ತಷ್ಟು ಇನ್ನಷ್ಟು ಸ್ವರವನ್ನ ಮೃದುವಾಗಿಸಿದಳು.

"ಮೈಂಡ್ ಯುವರ್ ಬಿಸಿನೆಸ್, ನನ್ನ ವಿಷ್ಯದಲ್ಲಿ ಬೇರೊಬ್ರು ಪ್ರವೇಶಿಸೋದು ನಂಗಿಷ್ಟವಿಲ್ಲ" ಖಾರವಾಗಿ ಹೇಳಿದಳು.

ಮೆಲ್ಲಗೆದ್ದು ಕೈತೊಳೆದು ನಿಂತು ತದೇಕಚಿತ್ತಳಾಗಿ ನೋಡಿದಳು. ಅತ್ತಿಗೆ ವಾಣಿ ಮತ್ತು ಚಕ್ರೇಶ್ವರಿಯ ಮುಖಭಾವಗಳಲ್ಲಿನ ಹೋಲಿಕೆಯನ್ನು ಮನದಟ್ಟು ಮಾಡಿ ಕೊಂಡನಂತರವೆ ಜಾಗ ಖಾಲಿ ಮಾಡಿದ್ದು. ಅತ್ತಿಗೆ ವಾಣಿ ಸ್ವಲ್ಪ ಸ್ವಾರ್ಥಿಯಾದರೂ ಅವಳ ಸಂಸಾರದ ಬಗ್ಗೆ ಕಾಳಜಿ, ಪ್ರೇಮ, ಆಸ್ಥೆ ಇತ್ತು. ಆದರೆ ಚಕ್ರೇಶ್ವರಿ ತನ್ನ ಸಂಸಾರವನ್ನು ಮಾತ್ರವಲ್ಲ, ಸ್ವಂತ ಇವರನ್ನ ಕೂಡ ಅಸಹನೆಯಿಂದ ಕಾಣುತ್ತಿದ್ದಳು, ದ್ವೇಷಿಸುತ್ತಿದ್ದಳು. ಯಾಕೆ, ಅವಳ ಹೃದಯದಲ್ಲಿ ಪ್ರೀತಿಯ ಒರತೆ ಸತ್ತುಹೋಗಿತ್ತು. ಸ್ವಾರ್ಥ ಬದುಕಿಗೆ ಬೇಡವಾದದ್ದೆಲ್ಲ ತುಂಬಿಕೊಂಡಿದ್ದರಿಂದ ಅವಳು ಅಗ್ನಿಪರ್ವತವೆ. ಹತ್ತಿರಕ್ಕೆ ಹೋದವರು ಸುಟ್ಟು ಭಸ್ಮವಾಗದಿದ್ದರೂ, ಸುಟ್ಟ ಗಾಯಗಳಿಂದ ನರಳುವು ದಂತೂ ಖಂಡಿತ.

ಹೊರಗಿನ ಬಾಲ್ಕನಿಯಲ್ಲಿ ನಿಂತ ಪಂಪಾಪತಿಗೆ ಏನೋ ಆದೇಶವಿಯುತ್ತಿದ್ದ ಮಹೇಂದ್ರವರ್ಮ ಇತ್ತ ತಿರುಗಿದವನೇ ಕಣ್ಣಲ್ಲಿಯೇ ಬರುವಂತೆ ಸನ್ನೆ ಮಾಡಿ "ನೀವು ಇನ್ನ ಹೋಗ್ಬಹ್ದು" ಹೇಳಿಕಳಿಸಿದ ನಂತರ ಮುಂದಿನ ಬಾಲ್ಕನಿಯ ಮೆಟ್ಟಿಲು ಇಳಿದು ಕೆಳಗೆ ಹೋದಾಗ ಹಿಂಬಾಲಿಸಿದಳು. ಯಾಕೋ, ಏನ ಮಹೇಂದ್ರವರ್ಮನಿಂದ ತನಗೆ ಅಪಾಯವಿಲ್ಲವೆಂದು ಮನದಟ್ಟಾಗಿತ್ತು. ಜೊತೆಗೆ ಈ ಬಂಗ್ಲೆಯಲ್ಲಿ ಇರುವವರೆಗೂ ತನಗೆ ಯಾವುದೇ ಆಪತ್ತು ಬರದಂತೆ ಜಾಗ್ರತೆ ವಹಿಸುತ್ತಾನೆಂದು ಅರಿವಿಗೆ ಬಂದಿತ್ತು.

ಬಂಗ್ಲೆಗೆ ಅನತಿ ದೂರದಲ್ಲಿ ಹಚ್ಚನೆಯ ಪರಿಶುಭ್ರ ಲಾನ್ ಮೇಲೆ ಎರಡು ಚೇರ್‌ಗಳನ್ನ ಹಾಕಿದ್ದರು. ಒಂದರ ಮೇಲೆ ತಾನು ಕೂತು ಇನ್ನೊಂದರ ಮೇಲೆ ಅವಳನ್ನ ಕೂಡುವಂತೆ ಸನ್ನೆ ಮಾಡಿದ.

"ಆರ್ ಯು ಸೇವಿಂಗ್ ಯುವರ್ ಸ್ಮೈಲ್? ಸದಾ ನಗೋ ಅಭ್ಯಾಸನ ಇಲ್ಲಿಗ್ಬಂದ್ಮೇಲೆ ಬಲವಂತವಾಗಿ ಹಿಡಿದಿಟ್ಟಿದ್ದೀರಾ? ನೋ... ನೋ... ನಗೋದ್ರಿಂದ ಅನ್ಕೂಲವೇ ಹೊರತು ಅನಾನುಕೂಲವಿಲ್ಲ. ಮೌನ ಒಂದು ಇಂಪಾರ್ಟೆಂಟ್ ವಿಷ್ಯ, ನಿನ್ನ ಬಗ್ಗೆ ಪೂರ್ತಿ ವಿಷ್ಯ ಸಂಗ್ರಹ ಮಾಡಿದ ಮೇಲೆನೇ ನಿನ್ನ ಆಯ್ಕೆ ಮಾಡಿದ್ದು" ಎಂದ ನಿಧಾನವಾಗಿ.

ತಲೆಯೆತ್ತಿ ನಕ್ಷತ್ರಗಳನ್ನ ನೋಡುತ್ತಿದ್ದವಳು ತಲೆ ಇಳಿಸಿ "ಯಾರು ನಂಗೆ ಅರ್ಥವಾಗ್ಲಿಲ್ಲ! ಬಹುಶಃ ಅವರವರಿಗೆ ಅವರವರೇ... ಅರ್ಥವಾಗಿಲ್ಲಾಂತ, ನನ್ನ ಅಭಿಪ್ರಾಯ. ಆದ್ರೂ... ಇನ್ನ ಇಪ್ಪತ್ತೆಂಟು ದಿನಗಳ ಕಾಲಾವಕಾಶವಿದೆ ಪ್ರಾಜೆಕ್ಟ್ ಸಿದ್ಧಮಾಡ್ತಾ ಇದ್ದೀನಿ" ಘೊಳ್ಳೆಂದು ನಕ್ಕುಬಿಟ್ಟಳು. ಆ ನಗುವಿಗೆ ಸುತ್ತಲ ಪ್ರಕೃತಿ ಸ್ಪಂದಿಸಿದಂತಾಯಿತು. ವಿಸ್ಮಿತನಾದ ಅವನಿಗೆ ಬಂದ ರಿಪೋರ್ಟ್‌ನಲ್ಲಿ ಇದ್ದಿದ್ದು 'ಸದಾ ನಗುನಗುತ್ತಾ ಮನೆಯ ವಾತಾವರಣ ಸಂಭಾಳಿಸುವ ಮೌನ, ಕೆಲವೊಮ್ಮೆ ತೀರಾ ಗಂಭೀರ. ನಗು ಅವಳ ಮುಖಕ್ಕೆ ಎಷ್ಟು ಆಕರ್ಷಣೆಯಷ್ಟೇ, ಗಂಭೀರವೂ ಅಷ್ಟೆ.' ದೀರ್ಘವಾಗಿ ಅವಳನ್ನ ನೋಡಿದ.

"ಯು ಆರ್ ಕರೆಕ್ಟ್, ನನ್ನ ಮಾತುಗಳ್ನ ನೀನು ಕೇಳ್ಸಿಕೊಂಡಂಗಿಲ್ಲ. ಓಕೆ, ನಿಂಗೇನು ಪ್ರಾಬ್ಲಮ್ ಇಲ್ವಲ್ಲ" ಪ್ರಶ್ನಿಸಿ, ಅವಳ ಪೂರ್ತಿ ಗಮನವನ್ನ ತನ್ನೆಡೆಗೆ ಸೆಳೆದುಕೊಂಡ.

ತಕ್ಷಣ ಗಾಬರಿಯಾದರೂ, ಸಾವರಿಸಿಕೊಂಡು "ಸಾರಿ ಸರ್, ಏನು... ಹೇಳಿದ್ರಿ? ನಂಗಂತು ಏನು ಪ್ರಾಬ್ಲಮ್ ಇಲ್ಲ. ಆದರೆ, ಹೇಗೆ... ಇನ್ನ ಉಳಿದ ದಿನಗಳ್ನ ಕಳೆಯೋದು? ನಂಗೆ ಅಂಥ ಭಯಂಕರವಾದ ಮಿದುಳು ಇಲ್ಲ, ಇನ್ನ ಸದಾ ಗಾಳಿಯ ಹಾಗೆ ಸಂಚರಿಸೋ ಮನಸ್ಸಿನ ಬಗ್ಗೆ ಏನು ಹೇಳೋದು? ಡಾಕ್ಟರ್‌ಗಳು ಹೃದಯನ ವಿಶ್ಲೇಷಿಸೋದು ಬೇರೆ ರೀತಿಯಲ್ಲಿ. ಕವಿಗಳು, ಸಾಹಿತಿಗಳೇ ಹೃದಯಕ್ಕೆ ಸರ್ಯಾದ ಅರ್ಥಕೊಟ್ಟಿದ್ದಾರೆಂದು ಬಹಳ ಜನರ ಅಭಿಪ್ರಾಯ ನಂಗಂತು ಏನೇನು... ಗೊತ್ತಿಲ್ಲ" ಬಡಬಡ ಹೇಳಿದಳು. ತಣ್ಣನೆಯ ಗಾಳಿ ಬಂದು ಅವಳ ಮುಂಗುರುಳುಗಳಿಗೆ ಕಚಗುಳಿ ಇಟ್ಟಿತು.

"ಅದು ಗೊತ್ತಾಗೋಕೆ, ಇನ್ನ ಕಾಲಾವಕಾಶವಿದೆಯಲ್ಲ. ಹೇಗೂ ಪ್ರಾಜೆಕ್ಟ್ ರೆಡಿ ಮಾಡ್ತಾ ಇದ್ದೀಯಲ್ಲ, ಗೊತ್ತಾಗುತ್ತೆ" ಮುಗುಳ್ನಕ್ಕು ಮೇಲೆದ್ದವನು ನಿಂತ.

"ಪಂಪಾಪತಿ ಹಣದ ಮನುಷ್ಯ. ಅವನಿಗೆ ಹಣ ಮಾತ್ರ ಮುಖ್ಯ. ಪ್ರಾಮಾಣಿಕ ಮನುಷ್ಯನೇ. ಆದರೆ ಪ್ರಾಮಾಣಿಕತೆ, ಹಣವನ್ನ ಬೇರೆ ಬೇರೆ ತಕ್ಕಡಿಯಲ್ಲಿಟ್ಟರೆ ಅವ್ನು ಆಯ್ದುಕೊಳ್ಳೋದು... ಹಣವನ್ನೆ! ಆದ್ರೂ, ಆ ಮನುಷ್ಯನನ್ನು ಬಂಗ್ಲೆಯಲ್ಲಿ ಉಳ್ಸಿಕೊಳ್ಳೋಕೆ ಮುಖ್ಯವಾದ ಕಾರಣಗಳು ಇವೆ. ತಿಂಗಳಲ್ಲಿ ಕೆಲವು ಸಲ ಮುಂಬಯಿಗೆ ಹೋಗ್ಬೇಕಾಗುತ್ತೆ, ಹೋದಾಗ ಅನಿವಾರ್ಯವಾಗಿ ಒಂದೆರಡು ದಿನಗಳು ಉಳೀಬೇಕಾಗುತ್ತೆ, ನನ್ತಂದೆ ಬಹಳ ಅಕ್ಕರೆಯಿಂದ ಈ ಬಂಗ್ಲೆ ಕಟ್ಟಿ ನೂರು ಕನಸುಗಳ್ನ ಕಂಡರೂ, ಅದು ನನ್ನ ಒಂದೆರಡು ಜನರೇಷನ್ ಕಾಣದೇ ನಾಶವಾಗಿ

ಹೋಗೋದು ನಂಗಿಷ್ಟವಿಲ್ಲ. ನನ್ನ ಕೈ ಹಿಡಿಯೋಳು ಇಲ್ಲೇ ಉಳೀಬೇಕು, ಇದು ಹಾಳಾಗ್ದಂತೆ ಕಾಪಾಡ್ಡೋಕೆ ನಂಗೆ ಸಹಕಾರ ನೀಡಬೇಕು. ನನ್ನ ವಿವಾಹದ ಹಿಂದೆ ಇಷ್ಟೆಲ್ಲ ಇದೆ" ಸ್ಪಷ್ಟವಾದ ಕಾರಣ ಅರವಿದ, ಪರಧ್ಯಾನದಿಂದ.

ಒಂಧ್ಹತ್ತು ನಿಮಿಷಗಳ ನೀರವತೆಯಲ್ಲಿ ಅವನ ಮನಸ್ಸು ಮಾತಾಡಿತು. ಬಾಯಿ ಹೇಳಲಾರದ ಎಷ್ಟೋ ಸಮಸ್ಯೆಗಳನ್ನು ಮನಸ್ಸು ನಿವೇದಿಸಿತು.

"ಮುಖ್ಯವಾದವರನ್ನ ಬಿಟ್ಟು ಉಳಿದವ್ರು ಬಂಗ್ಲೆ ಬಿಡ್ಬೇಕು. ನಾನು ಇದ್ದಾಗ ಬಿಗಿ ವಾತಾವರಣವಿದ್ರೂ, ನಂತರ ಸಡಿಲವಾಗುತ್ತೆ. ಸ್ವಾರ್ಥ ಜನರ ಮೇಜವಾನಿ ಯಲ್ಲಿ ಎಲ್ಲಾ ಹಾಳು... ಹಾಳು! ಸ್ವಂತವ್ರಿಗೆ ಆ ಬಗ್ಗೆ ಕಾಳಜಿ ಇಲ್ಲ. ನಿಂಗೆ ಅರ್ಥವಾಗಿರುತ್ತೆ. ಒಂದ್ವಿಷ್ಯ ಮೌನ, ನಂಗೆ ಇಷ್ಟವಾದ್ರೂ... ನೀನು ಸ್ವತಂತ್ರಳು! ಆಗ್ಲೂ ನಿಂಗೆ ಹತ್ತು ಲಕ್ಷ ರೂಪಾಯಿ ಸಿಗುತ್ತೆ" ಎಂದ. ಆಗ ಅವನ ದನಿಯಲ್ಲಿದ್ದ ವ್ಯಥೆ ಅವಳ ಗಮನಕ್ಕೆ ಬಂತು.

ರೂಮಿಗೆ ಬಂದ ಎಷ್ಟೋ ಹೊತ್ತಿನವರೆಗೂ ಅದೇ ಗುಂಗಿನಲ್ಲಿದ್ದಳು, ಮೌನ. ಆರ್ಥಿಕವಾಗಿ ಸುಭದ್ರವಾದ ಫ್ಯಾಮಿಲಿ. ಇಲ್ಲಿ ಮೌಢ್ಯವಿಲ್ಲ, ಎಲ್ಲಾ ವಿದ್ಯಾವಂತರೆ, ಹೇಳಿಕೊಳ್ಳುವಂಥ ಸಮಸ್ಯೆಗಳು ಇಲ್ಲದಿದ್ದರೂ ಪ್ರತಿಯೊಬ್ಬರು ಅವಿವೇಕದಿಂದ ಸಮಸ್ಯೆಗಳನ್ನ ತಂದುಹಾಕಿಕೊಂಡಿದ್ದಾರೆ. ಅದರಲ್ಲೇ ನೊಂದು, ಬೇಯುತ್ತಿದ್ದರು.

ಚಕ್ರೇಶ್ವರಿಯ ಬಗೆಗೆ ಬಿಟ್ಟ ಜಾಗದಲ್ಲಿ ಮತ್ತಷ್ಟು ತುಂಬಿದಾಗ, ಅವಳಿಗೆ ನೆನಪಿಗೆ ಬಂದಿದ್ದು ಹುಡುಗರು. ಹತ್ತಿರದಿಂದ ಹನ್ನೆರಡರೊಳಗಿನ ಮಕ್ಕಳು. ಒಳ್ಳೆಯ ಬಣ್ಣ, ಆರೋಗ್ಯದಿಂದ ಹೊಳೆಯುತ್ತಿದ್ದರೂ, ಅವರುಗಳ ಕಣ್ಣುಗಳಲ್ಲಿ ಮಂಕುತನ ವಿತ್ತು.

ಮಹೇಂದ್ರವರ್ಮನ ರೂಮಿನ ಪರ್ಸನಲ್ ಬಟನ್‌ಗಳನ್ನು ಒತ್ತಿ, ಸ್ವರಕ್ಕಾಗಿ ಕಾದಳು. ಸಿಕ್ಕಾಗ ಕೇಳಬಹುದಿತ್ತು ಅಂದುಕೊಂಡರೂ ತಪ್ಪೇನು ಇಲ್ಲವೆನಿಸಿತು.

"ಹಲೋ..." ಎಂದಾಗ ಎದೆಯ ಮೇಲೆ ಕೈ ಇಟ್ಟುಕೊಂಡು "ಸಾರಿ ಫಾರ್ ದಿ ಡಿಸ್ಟರ್ಬ್... ಸರ್, ನೀವು ಎಲ್ಲರನ್ನ ಪರಿಚಯಿಸ್ತೀನೀಂದ್ರಿ, ಆದರೆ ಇಂಪಾರ್ಟೆಂಟಾದ ನ್ಯೂ ಜನರೇಷನ್ ಹುಡುಗರನ್ನೆ ಬಿಟ್ಟರಿ, ನನ್ನ ಸಿದ್ಧವಾಗುತ್ತಿರುವ ಪ್ರಾಜೆಕ್ಟ್‌ನಲ್ಲಿ ಅವ್ರುಗಳು ತೀರಾ ಇಂಪಾರ್ಟೆಂಟ್" ಮೆಲ್ಲಗೆ ಹೇಳಿದಳು. ಆಗ ಮಹೇಂದ್ರವರ್ಮನ ಕಣ್ಣುಗಳು ಅಗಲವಾಗಿದ್ದನ್ನ ಕಾಣದಿದ್ದರೂ ಕಲ್ಪಿಸಿಕೊಂಡಳು.

"ಗುಡ್, ಬೆಳಿಗ್ಗೆ ಪರಿಚಯ ಮಾಡಿಕೊಡ್ತೀನಿ. ರಿಯಲಿ ಸಾರಿ. ಮೌನ ನಿಂದು ರೋಹಿಣಿ ನಕ್ಷತ್ರ, ವೃಷಭ ರಾಶಿಯಲ್ವ? ದೂರದೃಷ್ಟಿ ಜಾಸ್ತಿ. ಗುಡ್‌ನೈಟ್... ಸ್ವೀಟ್ ಡ್ರೀಮ್" ಫೋನಿಟ್ಟ ಮಹೇಂದ್ರವರ್ಮ.

ಬಿಗಿಯಾಗಿ ಕಣ್ಣು ಮುಚ್ಚಿಕೊಂಡು ನಿದ್ದೆ ಮಾಡುವ ಪ್ರಯತ್ನಕ್ಕೆ ಅವಳಣ್ಣ ಗೌರಿಪ್ರಿಯ ಪದೇ ಪದೇ ಭಂಗ ತರುತ್ತಿದ್ದ.

"ಇದೆಲ್ಲ ನಮ್ಗೆ ಬೇಡಾಂತ, ಎಷ್ಟು ಸಲ ಹೇಳೋದು. ನಂಗಂತೂ ಸ್ವಲ್ಪವು

ಇಷ್ಟವಿಲ್ಲ! ಮೌನ, ನನ್ನ ಎದೆಯ ಮೇಲೆ ಕೈಇಟ್ಟು ನೋಡು, ಹೇಗೆ ಢವಗುಟ್ಟುತ್ತಿದೆ" ಅಲ್ಲಿಂದ ಹೊರಡುವ ಮುನ್ನ ಅವಳ ಕೈಯನ್ನ ಎದೆಯ ಮೇಲಿಟ್ಟುಕೊಂಡು, ಅವಳು ಹೊರಡುವುದನ್ನು ನಿಲ್ಲಿಸಲು ಕಡೆಯ ಪ್ರಯತ್ನ ಮಾಡಿದ್ದುಂಟು.

"ಪ್ಲೀಸ್, ಅಣ್ಣ ನನ್ನ ತಡೀಬೇಡ. ನಂಗೆ ಒಂದೇ ತರಹದ ಸಂಸಾರದ ಜೀವನ ನೋಡಿ... ನೋಡಿ ಬೇಸತ್ತು ಹೋಗಿದ್ದೀನಿ. ಒಂದಿಷ್ಟು ಛೇಂಜ್ ಇರ್ಲಿ, ನಾನೇನು ಮಗು ಅಲ್ಲ. ಮುದ್ದುಮುದ್ದಾಗಿ ತಂಗಿನ ಮುಂದೆ ಕೂಡ್ಸಿಕೊಂಡ್ಬಿಟ್ಟರೆ, ಅವಳ ಭವಿಷ್ಯದ ಗತಿಯೇನು? ಎಂತೆಂಥ ಜನ ಇರ್ತಾರೋ, ಸ್ವಲ್ಪ ಘಾಟಿಯಾದ ಗಂಡು ಸಿಕ್ಕರೆ... ಸಂಭಾಳಿಸ್ಬೇಕಾದ ತಾಕತ್ತು ನಂಗೆ ಬೇಕಲ್ಲ" ಅರ್ಧಗಂಟೆ ಪೂಸಿ ಹೊಡೆದಿದ್ದಕ್ಕೆ ಸ್ವಲ್ಪ ಮೆತ್ತಗಾಗಿದ್ದ.

ದಿಂಬಿನ ಮೇಲೆ ತಲೆ ಇಟ್ಟು ಕಣ್ಣೀರು ಸುರಿಸಿದ್ದಳು. ತೀರಾ ಸಾಮಾನ್ಯವಾಗಿ ಕಾಣುವ ತನ್ನ ಅಣ್ಣ 'ಗ್ರೇಟ್' ಅಂದುಕೊಂಡಳು. ಒಂದು ಷರಟೋ, ಪ್ಯಾಂಟೋ ಹೊಲಿಸಬೇಕಾದರೆ ನೂರು ಸಲ ಯೋಚಿಸುವ ಗೌರಿಪ್ರಿಯ ಸಂಸಾರದ ವಿಷಯದಲ್ಲಿ ಧಾರಾಳಿಯೇ. ಹೆಂಡತಿಯ ಸ್ವಭಾವ ಬಲ್ಲ ಅವನು ತಂಗಿಗಾಗಿ ಸೀರೆಗಳನ್ನ ಖರೀದಿಸಿ ಬೇರೆ ಬೇರೆ ತರಹ ಕೊಡುತ್ತಿದ್ದ.

"ಇವತ್ತು, ನಾನು ಮೌನಾಗೆ ಚಪಾತಿ ತಿನ್ನಿಸ್ತೀನಿ." ತುಪ್ಪವನ್ನು ಸವರಿಕೊಂಡು ಬಂದು ಅವಳ ಮುಂದೆ ಕೂಡುತ್ತಿದ್ದ. "ಬೇಗ, ಬೇಗ... ಬಾಯಿ ತೆಗಿ. ಪನಿಷ್‌ಮೆಂಟ್ ಅಂದ್ಕೊಂಡ್ರೂ... ಪರ್ವಾಗಿಲ್ಲ." ಬಲವಂತವಾಗಿ ಬಾಯಿಗೆ ತುರುಕುತ್ತಿದ್ದ. ಆ ಕ್ಷಣಗಳಿಗೆ ಬೆಲೆ ಕಟ್ಟಲು ಸಾಧ್ಯವೇ ಇಲ್ಲವೆನಿಸಿತು.

"ಅಣ್ಣಾ... ಅಣ್ಣಾ..." ಪುಟ್ಟ ಮಗುವಿನಂತೆ ಕಂಬನಿಗರೆದಳು. ಬಹುಶಃ ಇದೇ ನಾದರೂ ಗೌರಿಪ್ರಿಯನವರೆಗೂ ಹರಿದುಕೊಂಡು ಹೋಗಿದ್ದರೆ, ಬಹುಶಃ ರಾಮಾಯಣದ ಹನುಮಂತನಂತೆ ಆಕಾಶದಲ್ಲಿ ಹಾರಿ ಬರುತ್ತಿದ್ದನೇನೋ.

ಆದರೂ ಮರುದಿನ ಎದ್ದು ಹೊರಬಂದಳು. ಮಾಘಮಾಸದ ಚಳಿ ಗದ ಗುಟ್ಟಿಸುತ್ತಿದ್ದರೂ ಮಂಜು ಮುಸುಕಿದ ಈ ವಾತಾವರಣ ಎಷ್ಟು ಆಹ್ಲಾದಕರವೆಂದರೆ ಕುಣಿದಾಡಬೇಕೆನಿಸಿತು. ಧೂಳು, ಕಸ ತುಂಬಿದ ಸಿಟಿಯ ರೋಡುಗಳಲ್ಲಿ ಸಂಚರಿಸಿದ್ದ ಅವಳಿಗೆ ನೂತು ಲೋಕ ಪ್ರವೇಶಿಸಿದಂತಾಯಿತು. ಬಾಲ್ಕನಿಯ ಮುಂದೆ ನಿಂತಿದ್ದ ಘೂರ್ಕ ಸಲಾಂ ಹೊಡೆದ.

ಮುಂದಿನ ಗಾರ್ಡನ್ ಪ್ರವೇಶಿಸಿದವಳು ಇಬ್ಬನಿಯಿಂದ ತೊಯ್ದ ಎಲೆ, ಬಳ್ಳಿಗಳನ್ನ ಅತ್ಯಂತ ಮೃದುವಾಗಿ ಸ್ಪರ್ಶಿಸಿದ್ದು ಸಾಲದೆ ಕೆನ್ನೆಗೊತ್ತಿಕೊಂಡು ಹರ್ಷಿಸಿದಳು. ಅತ್ತಿತ್ತ ನೋಡಿ ಗಿಡದಿಂದ ಗಿಡಕ್ಕೆ ಹರಿದಾಡುತ್ತ ಇದ್ದವಳನ್ನ ಒಂದು ಜೊತೆ ಕಣ್ಣುಗಳು ಗಮನಿಸುತ್ತಿದೆಯೆಂದು ಮೌನಳ ಅರಿವಿಗೆ ಬರಲಿಲ್ಲ. ಅಷ್ಟು ದೂರದಲ್ಲಿ ನಿಂತು ಬಂಗ್ಲೆಯನ್ನ ದಿಟ್ಟಿಸಿದಾಗ ಅವಳದು ಚೇತೋಹಾರಿ ಅನುಭವ. ಅರಮನೆಯಂತೆ ಫಳಫಳ ಹೊಳೆಯುತ್ತಿದ್ದ ಮಬ್ಬಾದ ಬಿಳಿಯ ಮಂಜಿನ ಹಾಸು. ಪುಟ್ಟ

ಹುಡುಗಿಯಂತೆ ಚಪ್ಪಾಳೆ ತಟ್ಟಿದಳು. ತೀರಾ ಗಂಭೀರ ಮುಸುಕನ್ನೊದ್ದ ಅವಳ ಹರಿದಾಟ ನೋಡಿ ಮಹೇಂದ್ರವರ್ಮ ಬೆರಗಾದ.

ಎದೆಯ ಮೇಲೆ ಕೈಕಟ್ಟಿ ನಿಂತಿದ್ದ ಮಹೇಂದ್ರವರ್ಮನನ್ನ ನೋಡಿ ಗಾಬರಿಯಾದರು, ಬೇಗ ಚೇತರಿಸಿಕೊಂಡಳು.

"ಗುಡ್ ಮಾರ್ನಿಂಗ್, ಸರ್" ಅವಳ ದನಿಗೆ ಜೀವಬಂತು. "ವೆರಿಗುಡ್ ಮಾರ್ನಿಂಗ್, ಅಂತು ಈ ಪ್ರದೇಶ ತಂಬ ಇಷ್ಟಾಗಿದೆ" ಎಂದು ನಸುನಗೆ ಚೆಲ್ಲುತ್ತ.

ಆಳುದ್ದದ ನಾಯಿ ಒಂದೇ ಹಾರಿಗೆ ಬಂದಾಗ, ಆರಾಮಾಗಿ ಕಣ್ಮುಚ್ಚಿಕೊಂಡು ಗೊತ್ತಿದ್ದ ದೇವರುಗಳನ್ನೆಲ್ಲ ನೆನಸಿಕೊಂಡುಬಿಟ್ಟಳು. ಅದೇನಾದರೂ ಬಾಯಿ ಹಾಕಿದರೆ ತನ್ನ ದೇಹದಿಂದ ಒಂದು ಕೆ.ಜಿ. ಮಾಂಸ ಕೀಳಬಹುದೆನಿಸಿತು. ಆದರೆ ಒಂದೆ ಕಡೆ ಒಂದು ಕೆ.ಜಿ. ಮಾಂಸ ಸಿಗುವ ಸಾಧ್ಯತೆ, ಇದೆಯೆ? ಅವಳ ಮನ ಲೆಕ್ಕಾಚಾರ ಕಡೆ ತಿರುಗಿತು.

"ಮೌನ, ಕಣ್ಣು ತೆರಿ! ನೀನು ಕಣ್ಮುಚ್ಚಿದ್ದು ನೋಡಿ ಬಹುಶಃ ತನಗೆ ಶಾಪ ಕೊಡಲು ಮಂತ್ರ ಪಠಿಸುತ್ತಿದೆಯೆಂದು ಓಡಿಹೋಯಿತು, ನಮ್ಮ ಟೈಗರ್! ಬಾ, ನಮ್ಮ ನ್ಯೂಜನರೇಷನ್ ಪರಿಚಯ ಮಾಡಿಕೊಡ್ತೀನಿ" ತಮಾಷೆಯಾಗಿ ಹೇಳಿದಾಗ ಕಣ್ಣು ತೆರೆದಳು. ನಾಚಿಕೆಯಿಂದ ಕೆಂಪುಕಂಪಗಾದ ಮುಖದ ಮೇಲೆ ಬಲವಂತದಿಂದ ಮೊದಲ ಬಣ್ಣವನ್ನು ಎಳೆತರುವಲ್ಲಿ ಯಶಸ್ವಿಯಾದಳು.

ಬಂಗ್ಲೆಗೆ ಒಂದು ಸುತ್ತು ಹಾಕಿಕೊಂಡು ಗೆಸ್ಟ್‌ಹೌಸ್‌ಗೆ ಬಂದು ಕಾಫಿ ಕುಡಿದು ಹಿಂದಿರುಗುವಾಗ ಹುಡುಗರಿಗೆ ವ್ಯಾಯಾಮ ಮಾಡಿಸುತ್ತಿದ್ದ ಮಾಸ್ತರು ನಿಲ್ಲಿಸಿದ. ಹೋಗುವಂತೆ ಸನ್ನೆ ಮಾಡಿದವನು ಹುಡುಗರನ್ನ ಹತ್ತಿರಕ್ಕೆ ಕರೆದ.

"ಇವ್ರು ರವಿ, ಶಶಿ... ನಮ್ಮಣ್ಣನ ಮಕ್ಳು" ಪರಿಚಯಿಸಿದ ಅವರುಗಳನ್ನ ಹತ್ತಿರ ಕ್ಕೆಳೆದುಕೊಂಡು, ಅವರು ಮಾತೇ ಆಡಲಿಲ್ಲ. "ಬಂಗ್ಲೆಗೆ ಹೋಗಿ" ಬೆನ್ನು ತಟ್ಟಿ ಕಳಿಸಿದ.

"ಬಹುಶಃ ಅವ್ರುಗಳಿಗೆ ಮಾತೇ ಗೊತ್ತಿಲ್ಲ!" ಎಂದಾಗ ಗಾಬರಿಯಾದಳು. ಸದಾ ಕಿತ್ತಾಡುವ ತನ್ನಣ್ಣನ ಮಕ್ಕಳ ನೆನಪಾದಾಗ, ಹೀಗೂ... ಉಂಟೇ? ಅನ್ನಿಸಿತು. ಅವಳು ಬೆಳೆದಿದ್ದು ಮಧ್ಯಮ ದರ್ಜೆಯ ಜನರೊಂದಿಗೆ. ಹುಡುಗರ ಮಾತು, ಜಗಳ ಹಿರಿಯರ ಬೈಗುಳ ಯಾವ ಕುಡುಂಬದಲ್ಲಿಯಾದರೂ ಇದ್ದಿದ್ದೆ. ತಕ್ಷಣ ಆ ಹುಡುಗರ ಜಗಳ, ಆಯಾ ಗದರಿಕೆ, ಏಟು ನೆನಪಾಯಿತು.

"ಅವ್ರು ಮಾತು, ಜಗಳ ಎಲ್ಲಾ ಆಡ್ತಾರೆ. ನಿಮ್ಮುಂದೆ ಮೌನ ವಹಿಸ್ತಾರೇಂತ ಕಾಣುತ್ತೆ" ಮನಸ್ಸಿಗೆ ಬಂದಿದ್ದು ಅಂದೇಬಿಟ್ಟಳು.

ಮಹೇಂದ್ರವರ್ಮ ಚಕಿತನಾದ.

"ನಿಂಗ್ಯಾರು... ಹೇಳಿದ್ದು? ಅತ್ತಿಗೆ ಪ್ರಕಾರ ಡಿಸೆಂಟ್ ಅಂದರೆ ಮೂಕ ಮಕ್ಳು!" ಚಿಂತಿತನಾದ.

ಮೌನ ಮಾತಾಡಲಿಲ್ಲ. ಶ್ರೀಮಂತನಾಗಿ ಕಳಕಳಿಯಾಗಿ ಜನರಿದ್ದ ಈ ಬಂಗ್ಲೆಯಲ್ಲಿ ಎಷ್ಟೊಂದು ಮುಖಗಳಿವೆ. ಇಲ್ಲಿ ಸತ್ಯ ಸತ್ತು ಸುಳ್ಳು ಉಸಿರಾಡುತ್ತಿದ್ದರು ಅದರ ಪರಿಜ್ಞಾನವಿಲ್ಲದ ಜನ.

ನಮ್ಮ ಚಿಕ್ಕಮ್ಮ ನಿಶ್ಚಯಿಸಿದ ಮದುವೆ ಮಾತ್ರ ಚಕ್ರೇಶ್ವರಿ ಅತ್ತಿಗೆ, ಲೋಕೇಶ್ ಪ್ರೇಮಿಗಳು ಕೂಡ. ವಿವಾಹದ ನಂತರ ನಾವು ಒಂದೇ ಒಂದು ದಿನ ಕೂಡ ಸುಖ ವಾಗಿಲ್ಲಾಂತ, ನಮ್ಮಣ್ಣನ ದೂರು. ಅದ್ನ ನಮ್ಮ ಅತ್ತಿಗೆ ಅಲ್ಲಗಳೆಯೋಲ್ಲ. ಈ ಪರಿಸರ ತುಂಬ ಇಷ್ಟಪಡುತ್ತಿದ್ದ ನಮ್ಮಣ್ಣ ಮುಂಬಯಿನಲ್ಲಿ ಉಳ್ದು ಡೈವೋರ್ಸ್ ನೋಟಿಸ್ ಕಳಿಸಿದಾಗ, ಅದಕ್ಕೆ ಒಪ್ಪಿಕೊಂಡರೂ ಆಕೆ ಇಲ್ಲೇ ಇರಲು ಅನುಮತಿ ಕೇಳಿದ್ದರು. ಆದರೆ ನಮ್ಮಣ್ಣ ಆಮೇಲೆ ಇಲ್ಲಿಗೆ ಬಂದಿದ್ದೇ ಇಲ್ಲ. ಡೈವೋರ್ಸ್ ಪಡೆದಾಗ ನಮ್ಮ ಶಶಿ ಕೆಲವು ದಿನಗಳ ಮಗು. ಗಂಡನ ಮೇಲಿನ ದ್ವೇಷದಿಂದ ಮಕ್ಕಳನ್ನ ದೂರವಿಟ್ಟು ಕರ್ತವ್ಯವೆನ್ನುವಂತೆ ನಡೆದುಕೊಳ್ಳುತ್ತಾರೆ. ಆಮೇಲೆ ಮತ್ತಷ್ಟು ವಿವರಿಸಿದ.

ಮುಂದು ಕೂಡ ಅವು ಇಲ್ಲಿಯೇ ಬೆಳೆಯಬೇಕಿತ್ತು. ಆ ಮಕ್ಕಳನ್ನ ನೋಡಿ ಕೊಳ್ಳಲು ಆಯಾ ಬಿಟ್ಟು ಒಬ್ಬ ಮಿಸ್, ವ್ಯಾಯಾಮ ಮಾಸ್ಟರ್, ಡ್ರೈವರ್ ಜೊತೆಗೆ ಅವರೆಲ್ಲ ಮೇಲ್ವಿಚಾರಕ ಒಬ್ಬ. ಅವರುಗಳು ಕೂಡ ಅಜ್ಜಿ, ತಾಯಿಯನ್ನ ಅರಸಿ ಕೊಂಡು ಅವರುಗಳ ಕೋಣೆಗೆ ಹೋಗುತ್ತಿರಲಿಲ್ಲ. ಸಣ್ಣ ಮಕ್ಕಳಾದಾಗಿನಿಂದ ದೂರ ದೂರವೆ ಇಟ್ಟಿದ್ದರು ಹೃದಯಹೀನ ಜನರು. ಕೆಲವು ಮುಖ್ಯವಾದ ಅಂಶಗಳೆ ಅವಳಿಗೆ ಸಿಕ್ಕಿದಂತಾಯಿತು. ತನ್ನ ಪ್ರಾಜೆಕ್ಟ್‌ನಲ್ಲಿ ಬಿಟ್ಟ ಕಾಲಂಗಳನ್ನ ಒಂದಿಷ್ಟು ಭರ್ತಿ ಮಾಡಿದಳು. ಅಂದು ಹುಡುಗರ ಶಾಲೆಗೆ ರಜವಿದ್ದುದರಿಂದ ಅರಸಿಕೊಂಡು ಅವರು ಗಳ ರೂಮಿಗೆ ಹೋದಾಗ ದಿಂಬುಗಳೊಂದಿಗೆ ಬಡಿದಾಡುತ್ತಿದ್ದವರು ಹಠಾತ್ತಾಗಿ ನಿಲ್ಲಿಸಿ ಇವಳೆಡೆ ನೋಡಿದರು.

"ನಾನು ಒಳ್ಗಡೆ... ಬರಬಹುದಾ?" ಅತ್ಯಂತ ಆತ್ಮೀಯವಾಗಿ ಕೇಳಿದಾಗ, ಮುಖ ಮುಖ ನೋಡಿಕೊಂಡು ಇವಳತ್ತ ನೋಡಿದರು. ಆಯಾ, ಪಾಠದ ಮಿಸ್, ವ್ಯಾಯಾಮದ ಮಾಸ್ತರ್, ಅವರ ಮೇಲ್ವಿಚಾರಕ ಬಿಟ್ಟು ಬೇರೆ ಯಾರು, ಆಗಾಗ ಮಹೇಂದ್ರವರ್ಮ ಬಿಟ್ಟು ರೂಮಿಗೆ ಯಾರು ಬರುತ್ತಿರಲಿಲ್ಲ.

"ಹಾಯ್..." ಎಂದು ಕೈಯಾಡಿಸುವ ಸಮಯಕ್ಕೆ ಪ್ರತ್ಯಕ್ಷಳಾದ ಆಯಾ "ಯಾರು... ನೀವು?" ಕೇಲುವ ವೇಳೆಗೆ ಪಂಪಾಪತಿ "ಕೆಲ್ಸ ಕಳಕೊಂಡು ಮನೆಗೆ ಹೋಗೋ ಆಸೇನಾ? ಇನ್ನೊಂದ್ಮಾತು ಮಾತಾಡಿದ್ರೆ... ಗೆಟ್‌ಔಟ್ ಆಗ್ಬಿಡ್ತೀಯಾ! ನಿನ್ನ ಪಾಡಿಗೆ ನೀನ್ಹೋಗು" ದಬಾಯಿಸಿದರು. ಅವಳು ಅರ್ಥವಾಗದವಳಂತೆ ಮುಖ ಮಾಡಿಕೊಂಡು ಹೋದಳು.

ಹುಡುಗರ ಪರ್ಮಿಷನ್‌ಗಾಗಿ ಕಾಯದೇ ಒಳಗೆ ಹೋಗಿ ಅವರು ಜಗಳ ವಾಡುತ್ತಿದ್ದ ಮಂಚದ ಮೇಲೆ ಕೂತಳು. ಹೊಡೆದಾಡುತ್ತಿದ್ದ ದಿಂಬುಗಳನ್ನು ಸವರಿ, ಮುಟ್ಟಿ ನೋಡಿ, ಅವರತ್ತ ನೋಟವರಿಸಿದಳು. ಪಿಳಿಪಿಳಿ ನೋಡುತ್ತಿದ್ದವು.

"ಈ ತರಹ ಅಲ್ಲ, ಎಸೆದಾಡೋದು, ಇಬ್ರೂ ಕೆಳಗೆ ಇಳೀರಿ" ಪುಸಲಾಯಿಸಿ

ಇಬ್ಬರನ್ನ ಎದುರುಬದುರು ಗೋಡೆಗೆ ನಿಲ್ಲಿಸಿ, ಒಂದೊಂದು ದಿಂಬು ಕೊಟ್ಟು ತಾನು ಮಧ್ಯ ನಿಂತಿದ್ದು ಗೊಂಬೆಯ ಹಾಗೆ "ಈಗ ಇಬ್ರು ನಂಗೆ ಎಸೀರಿ, ನಾನು ವಿರುದ್ಧ ದಿಕ್ಕಿನಲ್ಲಿ ಪಾಸ್ ಮಾಡ್ತೀನಿ" ತೋಚಿದ್ದು ಹೇಳಿದಳು.

ಹುಡುಗರು ತಕ್ಷಣಕ್ಕೆ ಒಡಂಬಡಲಿಲ್ಲ. ಮೌನ ವಹಿಸಿದರು "ನಾನು ಮೌನ, ಇಲ್ಲಿ ಮೌನವಾಗಿರೋಕೆ ಸಾಧ್ಯವಿಲ್ಲ." ಮೆಲ್ಲಗೆ ಪುಸಲಾಯಿಸಿದರು. ಈ ಬಗ್ಗೆ ಅವರಿಗೆ ಹೊಸದು. ಹೊರಗಡೆ ಶಿಸ್ತಿನ ಕಾನ್ವೆಂಟ್ ಓದು. ಬಂಗ್ಲೆಯಲ್ಲು ಕೂಡ ಅದಕ್ಕಿಂತ ಭಿನ್ನವಾಗಿಯೇನು ಇರಲಿಲ್ಲ. ಎಷ್ಟು ಬೇಗ ಆಕರ್ಷಿತರಾದರೆಂದರೆ ಅವಳೊಟ್ಟಿಗೆ ಜಗಳವಾಡುವ ಮಟ್ಟಿಗೆ ಇಳಿದರು. ವೇಳೆ ಸರಿದಿದ್ದು ಗೊತ್ತಾಗಲಿಲ್ಲ. ಎರಡರ ಸುಮಾರಿಗೆ ಆಯಾ ಬಂದಿದ್ದು.

"ಇದು ಲಂಚ್... ಸಮಯ."

"ನೀನ್ಹೋಗು, ಈ ಹೊತ್ತಿನ ಲಂಚ್ ನಾನು ನೋಡ್ಕೋತೀನಿ" ಶಶಿಯ ಕೆನ್ನೆ ಸವರಿದಾಗ ಕೈಹಿಡಿದುಕೊಂಡ. ದಿನ ಆಯಾ ಸುಪರ್ದಿನಲ್ಲಿ ಊಟ ಮಾಡುವ ಅವರಿಗೆ ಅದರ ರುಚಿಯೇ ಹತ್ತುತ್ತಿರಲಿಲ್ಲ. ರವಿ ಅವಳ ಕೆನ್ನೆಯ ಬಳಿ ಬಾಯಿ ಇಟ್ಟು "ನೀವು... ಮೌನಾನ?" ಆಂಗ್ಲ ಭಾಷೆಯಲ್ಲಿ ಕೇಳಿದ. ಹೌದೆಂದು ತಲೆದೂಗಿದಳು.

ಅವರಿಬ್ಬರೊಂದಿಗೆ ಡೈನಿಂಗ್‌ಹಾಲ್‌ಗೆ ಹೋದಾಗ ಹಿಂಡು ಜನ ಕೂತಿದ್ದರು. 'ಇವರೆಲ್ಲ ಯಾರು?' ಸಂಬಂಧಗಳನ್ನು ಹೇಳಿಕೊಂಡು ಬಂದು ತಲೆಯೂರಿದ ಜನ.

"ನೀವೆಲ್ಲ... ಯಾರು? ನಾನು... ಮೌನ?" ಕೇಳಿದಳು. ಹೀಗೆ ಪ್ರಶ್ನಿಸಿದ್ದು ಇವಳೆ ಮೊದಲು. ಅವರುಗಳೆಲ್ಲ ಒಬ್ಬರ ಮುಖವನ್ನೊಬ್ಬರು ನೋಡಿಕೊಂಡರು.

ಹೆಡ್‌ಕುಕ್ ಬಂದವನು ಕೈಕಟ್ಟಿನಿಂತ. 'ಮೌನ ಹೇಳ್ದಂಗೆ... ಕೇಳ್ಬೇಕು' ಇಂಥ ಆರ್ಡರ್ ಮಹೇಂದ್ರವರ್ಮನಿಂದ ಬಂದಿದ್ದರಿಂದ, ಅವರುಗಳು ಯಾರು ಬಾಯಿ ತೆರೆಯುವಂತಿರಲಿಲ್ಲ.

"ನಾನು ಮೌನ" ಮತ್ತೆ ಹೇಳಿದಳು.

ಒಮ್ಮೆಲೆ ಅವರಿಗೆಲ್ಲ ಗಾಬರಿ. 'ಮೌನ' ಅಂದರೆ ಯಾರು? ಒಮ್ಮೆ ಪಂಪಾಪತಿ ತೀರಾ ಬೇಸರವಾದಾಗ "ಇಲ್ಲಿ ಹೇಳೋರು, ಕೇಳೋರು... ಯಾರಿಲ್ಲ! ಸ್ವಲ್ಪ ದಿನ ತಡೀರಿ, ನಿಮ್ಮ ಆಟ ಕಟ್ಟಿಡಬೇಕಾಗುತ್ತೆ ಮಾತ್ರವಲ್ಲ, ಇಷ್ಟು ದಿನ ಇದ್ದಿದ್ದಕ್ಕೆ ದಂಡ ತೆರಬೇಕಾಗುತ್ತೆ" ಅಂದಿದ್ದನ್ನ ಒಟ್ಟಿಗೆ ನೆನಪು ಮಾಡಿಕೊಂಡು ಬೆವೆತುಹೋದರು. 'ದಂಡ' ಅಂದರೇನು? ಪ್ರಯತ್ನಪೂರ್ವಕವಾಗಿ ಕೂಡ ತುಟಿಗಳನ್ನ ತೆರೆಯಲಾರದೆ ಎದ್ದುಹೋಗಿದ್ದು ನಿಜವಾಗಲು ವಿಸ್ಮಯವೆ.

ಮೌನಾಳಿಗೆ ನೇರವಾಗಿ, ಪ್ರತ್ಯಕ್ಷವಾಗಿ ಹುಡುಗರ ಬೆಂಬಲ ಬೇಕಿತ್ತು. ಇಷ್ಟಪಟ್ಟಿದನ್ನ ಹಾಕಿಸಿ ಅವರೊಂದಿಗೆ ನಗುನಗುತ್ತಾ ಊಟ ಮಾಡುತ್ತಿದ್ದಾಗ ಬಂಗ್ಲೆಯ ಯಜಮಾನಿ, ಸಾಕ್ಷಾತ್ ಮಹೇಂದ್ರವರ್ಮನ ಚಿಕ್ಕಮ್ಮ ದಯಮಾಡಿಸಿದಾಗ, ಹಿಂಬಾಲಕನಂತೆ ಆಕೆಯ ಕಡೆಯ ತಮ್ಮ ಕೂಡ ಬಂದಿದ್ದ.

ಆಕೆ ಮುಖವನ್ನ ಗಡಿಗೆ ಗಾತ್ರ ಮಾಡಿಕೊಂಡು "ಆಯಾ... ಆಯಾ..." ಚೀರಿದರು, ಆ ಬಗ್ಗೆ ತಲೆ ಕೆಡಿಸಿಕೊಳ್ಳದಂತೆ ಊಟ ಮುಗಿಸಿ ಹುಡುಗರ ಜೊತೆ ಎದ್ದ ಮೌನ "ಆಯಾ, ಬಂಗ್ಲೆಯಲ್ಲಿ ಇದ್ದಂಗಿಲ್ಲ" ಉಸುರಿದಳು.

"ಯಾರು... ನೀನು?" ಆಕೆಯ ತಮ್ಮ ಕೇಳಿದ.

"ನಿಮ್ಮ ಅಕ್ಕನವರನ್ನು ಕೇಳಿ" ಎಂದು ಹುಡುಗರೊಂದಿಗೆ ಹೊರಗೆ ಬಂದವಳು ತನ್ನ ರೂಮಿಗೆ ಕರೆದೊಯ್ದು ಅನುನಯದಿಂದ ಅವರನ್ನ ಕೇಳಿದಾಗ ಒಂದು ಎಳೆಯ ಹೃದಯಗಳ ದುರಂತ ಕಾದಂಬರಿಗೆ ಮುನ್ನುಡಿಯೆನಿಸಿತು. 'ಎಳೆಯರಿಗೆ, ಹಿರಿಯರೊಂದಿಗೆ ಸ್ನೇಹ, ಸಲುಗೆ ಯಾವುದು ಇರಲಿಲ್ಲ! ಡ್ಯಾಡಿನ ನೋಡೇ ಇಲ್ಲ' ಶಶಿ ಹೇಳಿದ್ದು ಅನಾಥಾಶ್ರಮದ ಅನಾಥ ಮಕ್ಕಳಿಗೂ, ಇವರಿಗೂ ಅಷ್ಟೇನು ವ್ಯತ್ಯಾಸ ಕಾಣಲಿಲ್ಲ. ಎಲ್ಲಾ ಇದ್ದು ಕೂಡ ಇವರು ಅನಾಥರೆ.

ಸಿಡುಕುವ ಆಯಾ, ಸದಾ ಪಾಠದ ಬಗ್ಗೆ ತಲೆ ತಿನ್ನುವ ಮಿಸ್, ಶಿಸ್ತನ್ನ ಬೋಧಿಸುವ ವ್ಯಾಯಾಮದ ಮಾಸ್ತರು, ಬರೀ ಪ್ರಶ್ನೆಗಳನ್ನ ಕೇಳುವ ಮೇಲ್ವಿಚಾರಕ ಯಾರು ಅವರಿಗೆ ಇಷ್ಟವಾಗಿರಲಿಲ್ಲ. ಸ್ವಲ್ಪ ಮಹೇಂದ್ರವರ್ಮನೆಂದರೆ ಇಷ್ಟ. ಆದರೆ ಪೂರ್ತಿ ಇಷ್ಟವಾದವಳು ಒಂದೇ ದಿನದಲ್ಲಿ ಮೌನ ಮಾತ್ರ.

ಅವಳ ಜೊತೆಗೇ ಹೋಗಿ ಹೊರಗಿನ ಗಾರ್ಡನ್ ಸುತ್ತಿಬಂದರು. ಅಂದು ಅವರಿಗೆ ರಜವಾದುದ್ದರಿಂದ. ಆಯಾಳ ಸುಪರ್ದಿನಲ್ಲಿ ಮಾತ್ರ ಇರುತ್ತಿದ್ದರು. ಇಂದು 'ಫ್ರೀ ಬರ್ಡ್ಸ್.'

ರಾತ್ರಿ ಡಿನ್ನರ್ ಕೂಡ ಅವಳ ಜೊತೆಯಲ್ಲಿಯೇ ತುಂಬ ಖುಷಿಯಾಗಿದ್ದರು. ಅವರನ್ನ ಮಲಗಿಸಿ ರೂಮಿಗೆ ಬಂದಾಗ ಒಂದು ರೀತಿಯ ತೃಪ್ತಿಭಾವ. ಈಗ ಅಣ್ಣ, ಅತ್ತಿಗೆ ಏನು ಮಾಡುತ್ತಿರಬಹುದು? ಗೋಡೆಯ ಮೇಲಿದ್ದ ಯೂರೋಪಿಯನ್ ಮಾದರಿಯ ಗಡಿಯಾರ ನೋಡಿದಳು. ಹತ್ತಕ್ಕೆ ಬರೀ ಇಪ್ಪತ್ತು ಸೆಕೆಂಡ್‌ಗಳು ಇತ್ತು. ಒಂದು ಸಣ್ಣ ಮಾತಿನ ಫೈಟಿಂಗ್.

"ನೀವು ಯಾವಾಗ್ಬೇಕಾದ್ರೂ ಫೋನ್ ಮಾಡ್ಕೋಬಹ್ದು" ಪಂಪಾಪತಿ ಹೇಳಿದ್ದರು ಸೂಕ್ಷ್ಮವಾಗಿ. ಅಲ್ಲಿಂದ ಬರುವ ಕಾಲ್‌ಗಳನ್ನ ರಿಸೀವ್ ಮಾಡಿಕೊಳ್ಳಲು ಸಾಧ್ಯವಿರಲಿಲ್ಲ ಅಷ್ಟೆ.

ಫೋನ್‌ನ ಬಟನ್‌ಗಳನ್ನೊತ್ತಿ ಕಿವಿಯ ಬಳಿ ಇಟ್ಟುಕೊಂಡಳು "ಮೌನ... ತಾನೇ? ಹೇಗಿದ್ದಿ, ಫೋನ್ ಮಾಡಿದ್ರೆ ಸಿಗೋದಿಲ್ಲ" ಗೌರಿಪ್ರಿಯನ ಧಾವಂತದ ವಾಯ್ಸ್.

"ಸಾರಿ ಅಣ್ಣ, ಮೇಡಮ್ ತುಂಬ ಸ್ಟ್ರಿಕ್ಟ್. ಅವ್ರ ಅವಧಿಯಲ್ಲಿ ಪ್ರಾಜೆಕ್ಟ್ ರೆಡಿಯಾಗ್ಬೇಕಲ್ಲ. ಅದ್ಕೆ ಓವರ್ ವರ್ಕ್ಸ್. ನೀನೇನು ವರಿ... ಮಾಡ್ಬೇಡ. ಖಂಡಿತ ಈ ನಿರ್ಣಯ ನಂದೆ ಅಲ್ದೇ, ಅತ್ತಿಗೆಯದಲ್ಲ. ಸುಮ್ಮನೆ ಬೈಯಬೇಡ." ಪ್ರತಿ ಫೋನ್ ಮಾಡಿದಾಗಲೂ ಇದನ್ನ ಹೇಳುತ್ತಿದ್ದಳು.

ಗೌರಿಪ್ರಿಯ ಹತ್ತಾರು ಎಚ್ಚರಿಕೆಯ ಜೊತೆ "ಪ್ರಾಜೆಕ್ಟ್ ಬಗ್ಗೆ ತಲೆ ಕೆಡಿಸ್ಕೋಬೇಡ. ಬಹುಮಾನ... ಹಣ... ಅಂಥದೆಲ್ಲ ಇಲ್ಲದಿದ್ರೂ ಪರ್ವಾಗಿಲ್ಲ, ನೀನ್ಬಂದು ಕ್ಷಣವಾಗಿ ಊರು ತಲುಪಿದ್ರೆ ಸಾಕು. ಮತ್ತೆರಡು ಗಂಡುಗಳು ಬಂದಿವೆ" ಎಂದರು.

"ನಾನು ಹೇಳಿದ್ದೀನಲ್ಲಣ್ಣ, ಬಂದ ಗಂಡುಗಳ ಬಗ್ಗೆಯೆಲ್ಲ ಆಸಕ್ತಿ ತೋರಿಸೋದ್ಬೇಡ. ನಾನು ಸ್ವಲ್ಪ ಡಿಫರೆಂಟಾದ ಲೈಫ್ ಇಷ್ಟಪಡ್ತೀನಿ" ಹೇಳಿದಳು ಸಮಾಧಾನವಾಗಿ.

ತಕ್ಷಣ ಫೋನ್ ಸ್ತಬ್ಧವಾಯಿತು. ಅವಳ ಮಾತುಗಳ ಬಗ್ಗೆ ಕನ್‌ಫ್ಯೂಷನ್ ಜೊತೆ ಫಿಯರ್ ಕೂಡ ಶುರುವಾಗಿತ್ತು.

"ಅಣ್ಣ... ಅಣ್ಣ..." ಎರಡು ಸಲ ಕೂಗಿದನಂತರ "ಹಾ... ಎಂದ ಗೌರಿಪ್ರಿಯ "ನಿನ್ನ ಮಾತುಗಳ್ನ ಸರ್ಯಾಗಿ ಅರ್ಥಮಾಡಿಕೊಳ್ಳೋಕೆ ಆಗ್ತಾ ಇಲ್ಲ. ಡಿಫರೆಂಟ್ ಲೈಫ್ ಅಂದರೇ... ಅರ್ಥವೇನು?" ಆತಂಕದ ದನಿಗೆ ಕಿಲಕಿಲ ನಕ್ಕುಬಿಟ್ಟಳು.

ಬಹುಶಃ ಅಣ್ಣನ ನಿದ್ದೆ ಹಾಳು ಮಾಡುವುದಕ್ಕೆ ಅವಳಿಗಿಷ್ಟವಿಲ್ಲ. "ಏನಿಲ್ಲಣ್ಣ, ಸ್ವಲ್ಪ ಒಗಟಾಗಿ ಮಾತಾಡೋದ್ನ ನೀನೇ ತಾನೇ ಅಭ್ಯಾಸ ಫೋನ್ ಇಟ್ಟೇ ಬಿಟ್ಟಳು.

ತೀರಾ ಗೊಂದಲಕ್ಕೆ ಬಿದ್ದರು ಗೌರಿಪ್ರಿಯ... ಹಿಂದೆ ಕೂಡ ಇದೇ ಮಾತುಗಳನ್ನ ಆಡಿದ್ದರೂ ಮನದೆ ಆಳಕ್ಕೆ ಇಳಿದಿರಲಿಲ್ಲ. ಇಂದಂತು ತೀರಾ ಚಿಂತಿತರಾದರು.

ರಾತ್ರಿ ಹುಡುಗರು ಮಲಗಿದನಂತರ ಹೆಂಡತಿಯ ಬಳಿ ಪ್ರಸ್ತಾಪಿಸಿದರು. "ಈ ತರಹ ಲೈಫ್ ಬೋರ್, ಸ್ವಲ್ಪ ಡಿಫರೆಂಟ್ ಆಗಿರೋಕೆ ಇಷ್ಟ ಅಂದಳಲ್ಲ. ಏನು ಈ ಮಾತುಗಳ ಅರ್ಥ."

ಮೊಗಚುತ್ತಿದ್ದ ಪತ್ರಿಕೆ ಮುಚ್ಚಿಟ್ಟು ಗಂಡನ ಪಕ್ಕ ಬಂದು ಕೂತ ವಾಣಿ "ನಂಗೆ ಬೋರಾಗಿ ಹೋಗಿದೆ. ಬೆಳಗ್ನಿಂದ ಸಂಜೆವರ್ಗೂ ಗಂಡ, ಮಕ್ಳಿಗಾಗಿ ದುಡೀತಾ, ಏರು, ತಗ್ಗು ಅನ್ನೋದೇ ಇಲ್ಲ. ಸದಾ ತಾಪತ್ರಯಗಳು, ಈಗ ನಮ್ಮನ್ನ ನೋಡ್ಕೊಳ್ಳಿ ಇರೋ ಹಣದ ಜೊತೆ ಒಂದಿಷ್ಟು ಸಾಲ ಮಾಡಿಯೇ ಮೌನನ ಹೊರ್ಗೆ ಕಳಿಸ್ಬೇಕು. ಆಮೇಲೆ ಮಿಕ್ಕ ಮೂರುನ ಯೋಚ್ನೆಯಲ್ಲಿ ಮುದ್ಕರಾಗ್ತೀವಿ. ಇನ್ನೇನಿದೆ, ಈ ಬದ್ಕಿನಲ್ಲಿ? ನಂಗಂತೂ ಕೆಲವೊಮ್ಮೆ ಎಲ್ಲಾದ್ರೂ ಓಡಿಹೋಗ್ಬಿಡೋಣಾಂತ ಅನ್ನಿಸುತ್ತೆ" ಗಂಡನ ಮೊಣಕಾಲಿನ ಮೇಲೆ ಗದ್ದವನ್ನೂರಿದಳು.

"ಇದೆಲ್ಲ, ಬೇಕೂಂತ ತಾನೇ ಕಟ್ಟಿಕೊಂಡಿದ್ದು. ನಿನ್ನ ನೋಡ್ಬಂದ ಲಾಗಾಯ್ತಿನಿಂದ ಎಷ್ಟು ಪತ್ರಗಳ್ನ ಬರ್ದೇ. ಬದ್ಕೇ ಇಲ್ಲಾಂತ ಬರೆದಿದ್ದೆ ಪತ್ರಗಳಲ್ಲಿ. ಅವೆಲ್ಲ ಪ್ರೇಮದಿಂದ ಬಂದ ಮಾತುಗಳಲ್ಲ. ನಿನಗೊಂದು ಮನೆ, ಊಟ, ವಸ್ತು, ರಕ್ಷಣೆಯ ಅಗತ್ಯವಿದ್ದುದ್ದರಿಂದ ದಂಬಾಲು ಬಿದ್ದೆ. ಅದೇ, ನನ್ತಂಗಿನ ನೋಡು" ಮುಖ ಉಬ್ಬಿಸಿದ ಗೌರಿಪ್ರಿಯ ಹೆಂಡತಿಯ ಕುಟುಕಿ.

ದೂರಕ್ಕೆ ಸರಿದುಹೋದ ವಾಣಿ ಭೋರೆಂದು ಅಳತೊಡಗಿದಳು. ಮಧ್ಯೆ ಮಧ್ಯೆ ನೋವಿನ ಚಿತ್ಕಾರ, ಮಾತುಗಳ ಚಮತ್ಕಾರ, ಆತ್ಮಹತ್ಯೆಯ ಬೆದರಿಕೆ, ಮಕ್ಕಳ

ಮೇಲಿನ ಮಮತೆ ಹರಿಯತೊಡಗಿದಾಗ, ಗೌರಿಪ್ರಿಯ ಮೇಲೆದ್ದು ಕಣ್ಣೀರು ತೊಡೆದು ರೆಟ್ಟೆ ಹಿಡಿದು ರೂಮಿನಿಂದ ಹೊರತಂದು ಬಿಟ್ಟು ಸೆಲ್ಯೂಟ್ ಹೊಡೆದ.

"ಗುಡ್ ನೈಟ್, ಸ್ವೀಟ್ ಡ್ರೀಮ್... ಹೋಗಿ ಮಕ್ಳ ಜೊತೆ ಮಲಕ್ಕೋ. ನಾನಂತು ನಿನ್ನ ಅಳುನ ಸೈರಿಸೋ ಸ್ಥಿತಿಯಲ್ಲಿಲ್ಲ" ಬಾಗಿಲು ಹಾಕಿಕೊಂಡು ಬಂದು ಮಂಚದ ಮೇಲೆ ಕುಸಿದ.

ಎರಡು ಕೈಯಲ್ಲು ತಲೆ ಹಿಡಿದು ಕೂತ. ಕ್ರಾಪ್ ಕೂದಲು ಕಿತ್ತ ಮೌನ ಹೋಗಿ ಅಲ್ಲಿ ನಿಂತಿದ್ದು ಸರಿಕಂಡಿರಲಿಲ್ಲ. ಅವಳಾಡಿದ ಮಾತುಗಳ ಅರ್ಥವೇನು? ಡಿಫರೆಂಟ್ ಲೈಫ್ ಅಂದರೇನು? ಈ ತರಹದ ಜೀವನವನ್ನ ದ್ವೇಷಿಸುತ್ತಾಳಾ? ಬಹಳ ಹೊತ್ತಿನವರೆಗೂ ನಿದ್ದೆ ಬರಲಿಲ್ಲ.

ವಾಣಿಯ ಸ್ವಭಾವ ಅರಿತ ಮೌನ ಎಷ್ಟು ಹೊಂದಿಕೊಂಡಿದ್ದಳೆಂದರೆ, ಅವಳ ಮೃದು ಮಾತು, ಪ್ರೀತಿಯಿಂದ ತುಟಿತೆರೆಯದಂತೆ ಮಾಡುತ್ತಿದ್ದಳು. ಇಲ್ಲದಿದ್ದರೆ ಅತ್ತಿಗೆ, ನಾದಿನಿಯರ ಸಂಗ್ರಾಮದಲ್ಲಿ ಗೌರಿಪ್ರಿಯ ಹಣ್ಣುಹಣ್ಣಾಗಬೇಕಿತ್ತು.

* * *

ಎಚ್ಚರವಾದ ಕೂಡಲೇ ಮೌನ ಎದ್ದು ಕೂತು ಯೋಚಿಸತೊಡಗಿದಳು. ಉಳಿದ ದಿನಗಳಲ್ಲಿ ತಾನು ಏನಾದರೂ ಮಾಡಬೇಕು, ಇಲ್ಲದಿದ್ದರೆ, ಇಲ್ಲಿ ಉಳಿದಿದ್ದಕ್ಕೆ ಮತ್ತು ಮಹೇಂದ್ರವರ್ಮ ಉಳಿಸಿಕೊಂಡಿದ್ದಕ್ಕೆ ಪ್ರಯೋಜನವೇನು? ಬಹು ಎಚ್ಚರ ದಿಂದ ತಾನು ತಯಾರು ಮಾಡುತ್ತಿದ್ದ ಪ್ರಾಜೆಕ್ಟ್‌ನಿಂದ ಕೆಲವು ವ್ಯಕ್ತಿಗಳನ್ನು ಅವರ ಗುಣ ವಿಶ್ಲೇಷಣೆಗಳ ಬಗ್ಗೆ ಚಾರ್ಟ್ ತಯಾರು ಮಾಡಿಟ್ಟುಕೊಂಡು ಕಾರ್ಯೋನ್ಮುಖ ಳಾಗಲು ಸಿದ್ಧತೆ ನಡೆಸಿದ್ದು ಬುದ್ಧಿವಂತಿಕೆಯಿಂದ.

ಈ ಬಂಗ್ಲೆಯಲ್ಲಿ ಸೇರಿಕೊಂಡಿದ್ದ ಘಟಿಂಗರ ಒಂದು ಲಿಸ್ಟ್ ಮಾಡಿದಳು. ಅವರು ಹೊರಬೀಳಬೇಕು. ಯಾಕೆ? ಎನ್ನುವ ಪ್ರಶ್ನೆಗೆ ಉತ್ತರಿಸಲು ವೇಳೆ ಬೇಕೆನಿಸಿತು.

ಎದ್ದು ಹೊರ ಬಂದಳು. 'ಹೃದಯಕ್ಕೆ ಹತ್ತಿರವಾದವರು, ಮನಸ್ಸಿಗೆ ಇಷ್ಟ ವಾದವರು, ಮಿದುಳಿಗೆ ಕೆಲಸ ಕೊಡಬಲ್ಲಂಥವರು ಎಂದಿದ್ದರ ಅರ್ಥವನ್ನು ಮನದಲ್ಲಿಯೇ ಎಳೆಎಳೆಯಾಗಿ ವಿಂಗಡಿಸಿದಳು.'

"ಹಲೋ..." ಗುಲಾಬಿ ಗಿಡಗಳ ಸಮೀಪ ಬಂದಾಗ ರವಿಯ ದನಿ ಬಂದು ಅವಳ ಅಪ್ಪಿತು. ಮೃದುವಾಗಿ "ಹಾಯ್..." ಅವರತ್ತ ತಿರುಗಿದಳು. ರವಿ, ಶಶಿ ಓಡಿ ಬಂದವರ ಸೀಟಿ ಊದುತ್ತಿದ್ದ ಡ್ರಿಲ್ ಮಾಸ್ಟರ್ ಕಡೆ ತೋರಿಸಿದರು. "ನಮ್ಗೆ ಆ ವ್ಯಕ್ತಿ ಇಷ್ಟವಿಲ್ಲ" ಮೊದಲ ಸಲ ತಮ್ಮ ಮನವನ್ನು ವ್ಯಕ್ತಪಡಿಸಲು ಸಮರ್ಥರಾದರು.

ಸೀಟಿ ಹಾಕುತ್ತಿದ್ದ ವ್ಯಕ್ತಿಯ ಕಡೆ ನೋಟ ಹರಿಸಿದಳು. ಆಯಾ ಜೊತೆ ಆಗಾಗ ಮಾತಾಡುವುದರ ಜೊತೆ ಸೀಟಿಯನ್ನೂದುತ್ತಿದ್ದ.

"ಹೊಡೀತಾನೆ" ಇಂಗ್ಲಿಷ್‌ನಲ್ಲಿ ಹೇಳಿದ ರವಿ. ಅವನ ಮುಖದ ತುಂಬ

ಭಯದ ನೆರಳು. "ಮಮ್ಮಿಗೆ ಹೇಳಬಹುದಲ್ಲ" ಅನುನಯಿಸಿ ಅವನ ಮುಖದ ಭಾವನೆಗಳನ್ನ ಓದಲು ಪ್ರಯತ್ನಿಸಿದಳು. 'ಬೇಡ' 'ಇಷ್ಟವಿಲ್ಲ' ಎನ್ನುವ ಅರ್ಥದಲ್ಲಿ ತಲೆಯಾಡಿಸಿಬಿಟ್ಟ.

ಪುಟ್ಟ ಮಕ್ಕಳ ಮಿದುಳಿನಲ್ಲಿ ತಾಯಿಯ ಬಗ್ಗೆ ಅನಾಸಕ್ತಿ. ಚಕ್ರೇಶ್ವರಿ ನೆನಪಾದಳು. ಯಾರದೋ ತಪ್ಪಿಗೆ ಯಾರಿಗೋ ಶಿಕ್ಷೆ, ಏನೇನೂ ಸರಿಯೆನಿಸಲಿಲ್ಲ.

"ಅಂಕಲ್‌ಗೆ ಹೇಳಿ, ಅವ್ರನ್ನ ಕೆಲ್ಸದಿಂದ ತೆಗ್ಸಿ ಹಾಕೋಣ" ಕೆನ್ನೆ ಸವರುತ್ತಿದ್ದಂಗೆ, ಡ್ರಿಲ್ ಮಾಸ್ಟರ್ ಕೋಲಾಡಿಸುತ್ತ ಬಂದಾಗ ಅವಳ ಹಿಂದೆ ಸರಿದರು.

"ಎಲ್ಲಿ... ಅವ್ರು?" ಕೇಳಿದ.

"ಯಾರು?" ಅವಳ ದನಿ ಕೂಡ ಅರಿವಾಗದಂತೆ ಏರಿತು. "ಹುಡುಗ್ರು..." ಪಾನ್ ಜಗಿಯುತ್ತಿದ್ದವನು ಪಕ್ಕಕ್ಕೆ ಉಗಿದಾಗ, ಬಂದು ಮೇಲೆ ಬಿದ್ದಂತಾಯಿತು ಅವಳಿಗೆ. ಗಾಬರಿಯಾದಳು 'ಮಿದುಳು ಚುರುಕಾಗಿದ್ದಾಗ ಎದೆನು ಗಟ್ಟಿಯಾಗಿರಬೇಕು' ಒಮ್ಮೆ ಗೌರಿಪ್ರಿಯ ಮಾತಿನ ಸಂದರ್ಭದಲ್ಲಿ ಹೇಳಿದ್ದ ಮಸ್ತಿಷ್ಕದಲ್ಲಿ ಸುಳಿಯಿತು.

"ಲಗೇಜ್ ರೆಡಿ ಮಾಡ್ಕೊಳ್ಳಿ" ಎಂದಳು.

ಓಡಿಬಂದ ಆಯಾ ಬಾಯಿ ತೆರೆಯದಂತೆ ಅವನನ್ನ ಪಕ್ಕಕ್ಕೆ ಎಳೆದುಕೊಂಡು ಹೋಗಿ "ಕೆಲ್ಸ ಕಳಕೊಂಡ್ ಹಾಳಾಗ್ತೀಯಷ್ಟೆ! ಮೌನಾ... ಮೌನ್..." ಎಂದು ಅವನ ಕಿವಿಯ ಬಳಿ ಪಿಸುಗುಟ್ಟಿದಳು, ಕಣ್ ಕಣ್‌ಬಿಟ್ಟ.

"ಯಾರಾದ್ರೆ ನಂಗೇನು! ಚಕ್ರೇಶ್ವರಿ ಮೇಡಮ್ ಕೂಡ ನನ್ನ ಮಾತಾಡಿಸೋಲ್ಲ" ಉಡಾಫೆ ಮಾಡಿದ.

ಉದಾಸೀನದಿಂದ ಹುಡುಗರನ್ನ ಕರೆದುಕೊಂಡು ತನ್ನ ರೂಮಿಗೆ ಹೋದವಳು ಅವರನ್ನ ಹತ್ತಿರ ಕೂಡಿಸಿಕೊಂಡು ಮೃದುವಾಗಿ "ಈಗ ಮಮ್ಮಿ ರೂಮಿಗೆ ಹೋಗೋಣ್ವಾ?" ಕೇಳಿದಕೂಡಲೇ ಗೆಲುವಾಗಿದ್ದ ಹುಡುಗರು ಮಂಕಾದರು. ಅವರಿಗೆ ಇಷ್ಟವಿಲ್ಲವೆಂದು ವ್ಯಕ್ತವಾದ ನಂತರ ಆ ಪ್ರಸ್ತಾಪ ಅಲ್ಲಿಗೆ ಬಿಟ್ಟಳು.

ಹುಡುಗರ ಜೊತೆಗೆ ಬ್ರೇಕ್‌ಫಾಸ್ಟ್‌ಗೆ ಬಂದಾಗ ಇಡೀ ಡೈನಿಂಗ್ ಟೇಬಲ್ಲಿನ ಎಲ್ಲಾ ಚೆರ್‌ಗಳು ತುಂಬಿದ್ದವು. ಅದರ ಸಂಪೂರ್ಣ ನೇತೃತ್ವ ವಹಿಸಿದಂತೆ ಮೃಣಾಲಿನಿಯವರ ತಮ್ಮ ವೆಂಕಟಾಚಲ ಕೂತಿದ್ದ.

ಬಡಿಸುತ್ತಿದ್ದ ಅಡಿಗೆಯವನನ್ನ ಕಣ್ ಸನ್ನೆಯಿಂದಲೇ ಹತ್ತಿರಕ್ಕೆ ಕರೆದು ಹುಡುಗರ ಬ್ರೇಕ್‌ಫಾಸ್ಟ್ ತಗೊಂಡ್ ರೂಮಿಗೆ ಬರುವಂತೆ ಹೇಳಿದಾಗ, ತಲೆದೂಗಿದ್ದ. ಈಗಾಗಲೇ ಅವನಿಗೆ ಅಣತಿ ದೊರೆತಿತ್ತು.

"ನಡೀರಿ..." ಅವರ ರೂಮಿಗೆ ಕರೆದೊಯ್ದಳು.

'ನಿಮ್ಗೆ ಏನು ತಿನ್ನೋಕೆ ಇಷ್ಟ?" ಕೇಳಿದಳು.

ಅವರಿಗೆ ಎಲ್ಲವೂ ಇಷ್ಟವೇ. ಆದರೆ ಆಯಾ ಬ್ರೆಡ್‌ಟೋಸ್ಟ್ ಹಾಲು ಬಿಟ್ಟು ಬೇರೇನು ತಿನ್ನಗೊಡುತ್ತಿರಲಿಲ್ಲ. ಇದೊಂದು ರೀತಿಯ ಶಿಕ್ಷೆ ಅವಕ್ಕೆ.

ಮೌನಾಳ ಕಣ್ಣಂಚು ಒದ್ದೆ ಆಯಿತು. ಸದಾ ಮಕ್ಕಳ ಇಷ್ಟಾಇಷ್ಟಗಳ ಬಗ್ಗೆ ಗಮನವಿರಿಸಿದ್ದ ಅತ್ತಿಗೆ ಮಮತಾಮಯಿಯಂತೆ ಕಂಡಳು. ಚಕ್ರೇಶ್ವರಿ ಕೂಡ ಹೆಣ್ಣು! ಮಗಳು, ಸೋದರಿ, ಅತ್ತಿಗೆ, ಮಡದಿ, ತಾಯಿ ಎಲ್ಲಾ ಪೋಸ್ಟ್‌ಗಳ ಅಧಿಕಾರಿಣಿ ಕನಿಷ್ಟ ತಾಯಿ ಎನ್ನುವುದನ್ನು ಮರೆತು ಹೆತ್ತ ಮಕ್ಕಳನ್ನು ಉತ್ಪ್ರೇಕ್ಷಿಸಿ ಸೇಡು ತೀರಿಸಿ ಕೊಳ್ಳುವುದರ ಅರ್ಥವೇನು?

ಬ್ರೇಕ್‌ಫಾಸ್ಟ್ ರೂಮಿಗೆ ಬಂತು. ಸಿದ್ಧವಾಗಿದ್ದ ಪೂರಿ, ಸಾಗು, ಕೇಸರಿಬಾತ್, ಇಡ್ಲಿ, ವಡೆಯ ಜೊತೆಗೆ ಬ್ರೆಡ್‌ಟೋಸ್ಟ್ ಕೂಡ ಬಂತು.

"ಏನಾದ್ರೂ ತಿನ್ನಬಹುದಾ?" ಸಂತಸದಿಂದ ರವಿ ಕೇಳಿದಾಗ ಹ್ಞೂಗುಟ್ಟಿ, ಅವರುಗಳನ್ನು ತಿನ್ನಲು ಬಿಟ್ಟು ಸ್ವತಂತ್ರವಾಗಿ, ಹೆಡ್ ಕುಕ್‌ನ ಕರೆಸಿಕೊಂಡಳು. ಸಮಸ್ತವನ್ನು ಮುಂದಿಟ್ಟ.

"ಆಗೋಲ್ಲ ಮೇಡಮ್! ನಾನು ದೊಡ್ಡ ದೊಡ್ಡ ಶ್ರೀಮಂತರ ಮನೆಯಲ್ಲೇ ಕೆಲ್ಸ ಮಾಡಿರೋದು. ಇಂಥ ವಿಪರೀತಗಳ್ನ ಎಲ್ಲಿ ನೋಡಿಲ್ಲ. ಇಡೀ ಟೇಬಲ್ಲಿನ ತುಂಬೆಲ್ಲ ಕೂತಿದ್ದ ಜನರೆಲ್ಲ ಯಜಮಾನ್ರು ಅನ್ನೋ ತರಹ ನಡ್ಕೋತಾರೆ" ತೀರಾ ಬೇಸರಗೊಂಡಂತೆ ಅಸಹನೆ ಕಕ್ಕಿದ.

ಅತ್ಯಂತ ಸಮಾಧಾನದಿಂದ ವಿಚಾರಿಸಿಕೊಂಡಳು. ಅವರಿಗೆ ಪುರಸತ್ತೆ ಇಲ್ಲ. ಹೋಟೆಲ್‌ನಲ್ಲಿಯಾದರೂ ವೇಳೆ ನಿಗದಿಯಾಗಿರುತ್ತಿತ್ತು. ಆ ಜನರ ತಿನ್ನುವಿಕೆಗೆ ಸಮಯಗಳು ಇರುತ್ತಿರಲಿಲ್ಲ. ಒಂದಲ್ಲ ಒಂದು ತಿಂಡಿಗೆ ಆಫರ್ ಮಾಡುತ್ತಿದ್ದರು.

ಕೇಳಿದವಳಿಗೆ ಗಾಬರಿಯುಂಟಾಯಿತು. ಮೃಣಾಲಿನಿ, ಚಕ್ರೇಶ್ವರಿ, ಈ ಮನೆಯ ಮಗಳು, ಅಳಿಯ ತಿಂಡಿ, ಊಟ ತಮ್ಮ ತಮ್ಮ ರೂಮುಗಳಿಗೆ ತರಿಸಿಕೊಳ್ಳುತ್ತಿದ್ದವರು, ಅಪರೂಪಕ್ಕೆ ಡೈನಿಂಗ್ ಹಾಲ್‌ಗೆ ಬರುತ್ತಿದ್ದರು. ಆದರೆ ಈ ಉಳಿದ ಜನರ ಬಗ್ಗೆ ತಲೆ ಕೆಡಿಸಿಕೊಳ್ಳುತ್ತಿರಲಿಲ್ಲ. ಎಲ್ಲಾ ವಿಪರೀತಗಳೆ!

ಸ್ಕೂಲಿಗೆ ಹುಡುಗರನ್ನ ಕಳಿಸಲು ಬಂದ ಆಯಾಗೆ ನೇರವಾಗಿ ತಾಕೀತು ಮಾಡಿದಳು, "ಅವ್ರ ಇಷ್ಟ ಪ್ರಕಾರ ನೀನು ನಡ್ಕೋಬೇಕು. ಸರ್‍ಯಾಗಿ ನೋಡ್ಕೋಬೇಕು. ಇಲ್ಲ, ಏನಾದ್ರೂ ಕಂಪ್ಲೇಂಟ್ ಬಂದರೆ, ಬಹುಶಃ ಇಲ್ಲಿ ಜಾಗ ಖಾಲಿ ಮಾಡ್ಬೇಕಾಗುತ್ತೆ."

ಬಿಟ್ಟ ಕಣ್ಣುಗಳಿಂದ ನೋಡಿದಳು ಆಯಾ. ಹೊಸದಾಗಿ ಬಂದ ಈ ಹೆಣ್ಣು ತನ್ನ ಮೇಲೆ ಅಧಿಕಾರ ಚಲಾವಣೆ! ಅವಳ ಅಹಂಕಾರಕ್ಕೆ ದೊಡ್ಡ ಪೆಟ್ಟು ಬಿದ್ದಂತಾ ಯಿತು.

"ಇಲ್ಲಿ ಐದು ವರ್ಷದಿಂದ ಇದ್ದೀನಿ. ಮಕ್ಳು ನಂಗೆ ಮಾತ್ರ ಹೊಂದಿ ಕೊಂಡಿರೋದು. ಅವ್ರ ಇಷ್ಟ ಕಷ್ಟಸುಖ ನೋಡಿದೋಳು, ನಾನು" ಪುರಾಣ ಶುರು ಮಾಡಿದಾಗ ಕೈಯೆತ್ತಿ ನಿಲ್ಲಿಸುವಂತೆ ಕಣ್ಣಲ್ಲಿಯೇ ಹೇಳಿದ್ದು.

"ಅದೆಲ್ಲ, ಬೇಡ! ಇಂದಿನಿಂದ ಜಾರಿಗೆ ಬರುತ್ತ ಇರೋ ರೂಲ್ಸು ಇದು. ಇದ್ನ ಪಾಲಿಸದೇ ಇದ್ದರೇ ಮನೆಗೆ ಹೋಗ್ತೀಯಾ! ಬಿ ಕೇರ್‌ಫುಲ್... ಅಂದರೆ

ಎಚ್ಚರಿಕೆಯಿಂದಿರೂಂತ ಅರ್ಥ" ದಬಾಯಿಸಿ ಹುಡುಗರ ಬೆನ್ನುತಟ್ಟಿ ಕಳಿಸಿದಳು. ಅವರ ಕಣ್ಣುಗಳಲ್ಲಿ ಸಂತೋಷದ ಅರಳು ಚೆಲ್ಲಾಡಿತು.

ಬಟನ್‌ಗಳನ್ನೊತ್ತಿ ಮಹೇಂದ್ರವರ್ಮನನ್ನು ಸಂಪರ್ಕಿಸಿದಳು. "ಗುಡ್ ಮಾರ್ನಿಂಗ್ ಸರ್... ಒಂದಿಷ್ಟು ಮಾತಾಡೋದಿದೆ, ಈಗ.. ಬರ್ಲಾ?"

"ವೈ ನಾಟ್, ಕಾಯ್ತ ಇರ್ತೀನಿ... ಬಾ."

ಪರ್ಮಿಷನ್ ಸಿಕ್ಕ ಮೇಲೆ ರೂಮಿನಿಂದ ಹೊರಗೆ ಎದುರಾದದ್ದು ಮಹೇಂದ್ರ ವರ್ಮನ ಅಕ್ಕ. ಪೂರ್ಣಪ್ರಮಾಣದಲ್ಲಿ ಸಿದ್ಧವಾಗಿ ಹೊರಟಿದ್ದರೂ ಮುಖ ಮಾತ್ರ ಧುಮುಗುಟ್ಟುತ್ತಿತ್ತು. 'ಈಡಿಯಟ್, ರೋಗ್... ನನ್ಮೇಲೆ ಛಾಲೆಂಜ್' ಸಿಡುಕಾಟ ಹರಿದು ಬಂತು.

ಪೇಟಾ ಸರಿಮಾಡಿಕೊಂಡು ಬಂದ ಪಂಪಾಪತಿ ಕೈಜೋಡಿಸಿ "ಅಮ್ಮ, ನಂಗೆ ಒಂದು ನಾಲ್ಕು ದಿನ ರಜ ಕೊಡ್ಸಿಬಿಡಿ. ಇಲ್ಲಾಂದ್ರೆ... ನನ್ನ ಮೆಂಟಲ್ ಆಸ್ಪತ್ರೆಗೆ ಅಡ್ಮಿಟ್ ಮಾಡ್ಬೇಕಾಗುತ್ತೆ" ಪಿಸುದನಿಯಲ್ಲಿ ನುಡಿದ.

"ಇಷ್ಟೊತ್ತಿನಿಂದ್ಲೇ ರಜ ಹೋಗ್ಬಿಡಿ. ಪ್ರತಿಯೊಂದಕ್ಕೂ ಪ್ರತ್ಯೇಕ... ಪ್ರತ್ಯೇಕ ಜನ ಇದ್ದಾರೆ. ಒಂದಷ್ಟು ದಿನ ವಿಶ್ರಾಂತಿಯ ನಂತರ ಹುರುಪು ತುಂಬಿಕೊಂಡ್ಬರ್ತೀರಾ" ಸಲಹೆ ಕೊಟ್ಟಳು, ಅವರು 'ಹ್ಲೂ'ಗುಟ್ಟಿದರು.

ನಾಲ್ಕು ಮೆಟ್ಟಲು ಹತ್ತಿದ ನಂತರ ಎದುರಾದದ್ದು ಮೃಣಾಲಿನಿಯ ತಮ್ಮ ವೆಂಕಟಾಚಲ. ಕಣ್ಣು ಕಿರಿದು ಮಾಡಿಕೊಂಡು ತೀಕ್ಷ್ಣವಾಗಿ ನೋಡುತ್ತ ಕನ್ನಡಕ ಸರಿ ಮಾಡಿಕೊಂಡ.

"ನೀನು..." ಮಾತಿಗೆ ಪ್ರತಿಕ್ರಿಯಿಸದೇ ಮೆಟ್ಟಿಲೇರಿ ಮೇಲೆ ಹೋದವಳು ಹಿಂದಕ್ಕೆ ನೋಟ ಹರಿಸಿದಾಗ, ಆತ ಅಲ್ಲೇ ಇದ್ದ. ತನ್ನ ಬಗ್ಗೆ ಯೋಚಿಸುತ್ತಿರ ಬಹುದೆಂದುಕೊಂಡವಳು ತುಟಿಯಂಚಿನಲ್ಲಿ ಕಿರುನಗೆ ಅರಳಿತು.

ಮೆಲ್ಲಗೆ ಬಾಗಿಲು ತಳ್ಳಿದಾಗ ತೆರೆದುಕೊಂಡಿತು. ಒಳಗಡಿ ಇಟ್ಟವಳು ಸುತ್ತಲು ನೋಟ ಹರಿಸಿ ಒಂದು ಕಡೆ ನಿಲ್ಲಿಸಿದಳು. ಮಹೇಂದ್ರವರ್ಮ ಇನ್ನ ಮಲಗಿಯೇ ಇದ್ದ. ಸುಂದರವಾಗಿ ಜೋಡಿಸಿದ್ದ ಬಾಟಲುಗಳ ಕಡೆ ಅವಳ ನೋಟ ಹರಿದ ಕೂಡಲೇ ತರತರ ನಡುಗಿಬಿಟ್ಟಳು. ಹೆದರಿಕೆಯಿಂದ ಮುಖ ಕೆಂಪಾಯಿತು.

"ಮೌನಾ, ಹೆದರಿಕೊಳ್ಳುವ ಅಗತ್ಯವಿಲ್ಲ. ಚಲನಚಿತ್ರದ ಸೀನ್‌ಗಳು ಇಲ್ಲಿ ಕ್ರಿಯೇಟ್ ಆಗವು. ವಿಲನ್ ಅವ್ನ ಕಡೆಯವರಾರು ಇಲ್ಲಿಲ್ಲ." ಎರಡು ಕೈಗಳನ್ನ ಹಾಸಿಗೆಗೆ ಊರಿ ಎದ್ದು ಮಲಗಿದ್ದಂಗೆಯೇ ಮಂಚಕ್ಕೆ ಒರಗಿದ.

ಬಲವಂತದ ನಗೆಯನ್ನು ಮುಖದ ಮೇಲೆ ಎಳೆದು ತಂದಳು. ಸ್ವಲ್ಪ ಜೋರಾಗಿಯೇ ನಕ್ಕುಬಿಟ್ಟ.

"ಕೂತ್ಕೋ ಮೌನಾ, ಡೋಂಟ್ ವರೀ... ಗೌರಿಪ್ರಿಯ ಸಮಸ್ತ ಆಯುಧಗಳ

ಸಮೇತ ತಂಗಿಯ ರಕ್ಷಣೆಗೆ ಆಗಮಿಸಿಬಿಡ್ತಾರೆ. ಆ ಅಗತ್ಯವೇನು ಬರೋಲ್ಲ. ವಾಟ್ ಈಸ್ ಯುವರ್ ಪ್ರಾಬ್ಲಮ್" ಕೇಳಿದ ಮುಖವನ್ನುಜ್ಜುತ್ತ.

ಅಲ್ಲೇ ಇದ್ದ ಸೋಫಾದ ಅಂಚಿಗೆ ಕೂತವಳು ಅನುಮಾನಿಸಿದ್ದು ಆಶ್ಚರ್ಯ ತಂದಿತು. ಮಹೇಂದ್ರವರ್ಮನಿಗೆ "ಐ ಬಿಲೀವ್ ಮಿ, ಇನ್ನ ಉಳಿದ ದಿನಗಳು ನಿಂಗೆ ಮಾತ್ರ ಪರೀಕ್ಷೆಯಲ್ಲ, ನಂಗೂ ಕೂಡ ಅಷ್ಟೆ. ನಿನ್ನ ಡಿಸಿಷನ್‌ಗೆ ಇಲ್ಲಿ ಪೂರ್ತಿ ಬೆಲೆ ಇದೆ. ಆ ಬಗ್ಗೆ ಚಿಂತೆ ಬೇಡ" ಆಶ್ವಾಸನೆ ನೀಡಿದ. ಮೌನಾಳ ಗಂಟಲಲ್ಲಿ ಸಿಕ್ಕಿಕೊಂಡ ಏನೋ ಒಳಗೆ ಇಳಿದಂತಾಯಿತು.

ಹದಿನೈದು ನಿಮಿಷಗಳ ಕಾಲ ಅವನ ನೋಟಿಸಿಗೆ ಬರದ ಎಷ್ಟೋ ವಿಷಯ ಗಳನ್ನು ತಿಳಿಸಿದ್ದು ಮಾತ್ರವಲ್ಲ, ಕೆಲವು ಪರಿಹಾರಗಳನ್ನ ಅವನ ಮುಂದಿಟ್ಟಳು.

"ಓಕೇ, ಓಕೇ, ಓಕೇ... ನನ್ನ ಸಹಿ ಇರುತ್ತೆ. ಡೋಂಟ್... ವರೀ. ಇಲ್ಲಿ ನಿನ್ನ ಮಿದುಳಿನದು ಮಾತ್ರವಲ್ಲ, ಹೃದಯದ ಪರೀಕ್ಷೆ. ಗೋ ಅಹೆಡ್... ರಾತ್ರಿ ಸ್ವಲ್ಪ ಡ್ರಿಂಕ್ಸ್ ಜಾಸ್ತಿ ತಗೊಂಡೇ, ಆ ಮತ್ತು ಇಳಿದಿಲ್ಲ. ನಮ್ಮಣ್ಣನಿಗೆ ಫೋನ್ ಮಾಡಿದ್ದೆ, ಈ ಜನ್ಮದಲ್ಲಿ ಇಲ್ಲಿಗೆ ಬರೋಲ್ವಂತೆ. ಅವ್ನು ಇಲ್ಲಿಗೆ ಬರಬೇಕಾದ್ರೆ ಅತ್ತಿಗೆ ಇಲ್ಲಿಂದ ಹೋಗ್ಬೇಕು. ಮನಸ್ಸುಗಳ್ನ ಕೊಂದುಕೊಂಡ ಜನ" ಮುಷ್ಟಿ ಬಿಗಿದು ಹಣೆಗೊತ್ತಿ ಕೊಂಡ. ಸಾಮರಸ್ಯವಿಲ್ಲದೆ ಹುಚ್ಚಾಟದ ಬದುಕುಗಳಿಗಾಗಿ ನೊಂದಿದ್ದ. ಇಲ್ಲಿ ಹಣ ವೊಂದಿತ್ತಷ್ಟೆ.

"ನೀವು ತುಂಬ ಅಪ್‌ಸೆಟ್ ಆಗ್ಬಿಡ್ತೀರಾ, ಕಾಫಿ ತರಲಾ?" ಕೇಳಿದಳು. ಬೇಡ ವೆಂದು ತಲೆಯಾಡಿಸಿದವನು ಹೊದ್ದಿಕೆ ಸರಿಸಿ ಮೇಲೆದ್ದವನು "ಜಸ್ಟ್ ಎ ಮಿನಿಟ್..." ಬಾತ್‌ರೂಮಿಗೆ ಹೋದ.

ಯಾಕೋ, ಎಲ್ಲಾ ವಿಚಿತ್ರವಾಗಿ ಕಂಡಿತು. ಇಷ್ಟು ದೊಡ್ಡ ಬಂಗ್ಲೆಯಲ್ಲಿ ಬಿಡಿ ಬಿಡಿಯಾದ ರಾಜ್ಯಗಳಂತೆ, ಒಂದಕ್ಕೊಂದು ಸಂಬಂಧವಿಲ್ಲದೆ ಜೀವಿಸುವ ಜನರನ್ನ ಒಟ್ಟಿಗೆ ಒಂದು ರೂಮಿನಲ್ಲಿ ಕೂಡಿ ಹಾಕಿದ್ದರೆ, 'ಉಸಿರು ಕಟ್ಟಿ ಸಾಯ್ತಾರೆ' ಮನಸ್ಸು ಉತ್ತರಿಸಿತು. ಅಂಥ ಒಂದು ದೃಶ್ಯವನ್ನು ಮನದಲ್ಲಿಯೇ ಕಲ್ಪಿಸಿಕೊಂಡು ನಕ್ಕುಬಿಟ್ಟಳು.

"ಗುಡ್, ಅಂತು ನಿಮ್ಮ ನಗುನ ಬಂಧಿಸಿಡಬಾರ್ದು ಅನ್ನುವ ತೀರ್ಮಾನಕ್ಕೆ ಬಂದಿದ್ದೀರಾ?" ಬಾತ್‌ರೂಂನಿಂದ ಬಂದ ಮಹೇಂದ್ರವರ್ಮ ನುಡಿದಾಗ ಗಂಭೀರವಾದಳು "ಸಾರಿ, ಸರ್... ಏನೋ ನೆನಪಾಯ್ತು."

ಮೌನಳ ಮಾತಿಗೆ ಅಲ್ಲವೆಂದು ತಲೆಯಾಡಿಸಿದ ವರ್ಮ "ಒಂದು ದೃಶ್ಯನ ಸಂಯೋಜಿಸಿದ್ರಿ, ಮನದಲ್ಲಿ. ಆ ದೃಶ್ಯ ಏನೂಂತ ಹೇಳ್ಲಾ? ಈ ಬಂಗ್ಲೆಯಲ್ಲಿ ಅಲ್ಲಲ್ಲಿ ಒಬ್ಬರ ಬಗ್ಗೆ ಒಬ್ಬರು ತಲೆ ಕೆಡಿಸಿಕೊಳ್ದಂಗೆ ಇರೋ ಜನರನ್ನ ಒಟ್ಟಿಗೆ ಸೇರ್ಸಿ, ಒಂದು ರೂಮಿನಲ್ಲಿ ಬಂಧಿಸಿಟ್ಟರೇ ಹೇಗೆಂತ?" ಎದುರಿಗೆ ಕೂತು ಹೇಳಿದ್ದು ಸರಿಯಾ, ಎನ್ನು ವಂತೆ ನೋಡಿದಾಗ ಮೌನ ಸ್ತಬ್ಧಳಾದಳು. ಸಹಜ ನಿಖರವಾಗಿ ಕ್ಯಾಚ್ ಮಾಡಿದ್ದ.

"ನಂಗೆ ಫೇಸ್ ರೀಡಿಂಗ್, ಗೊತ್ತು" ಮೆಲ್ಲನೆ ಉಸುರಿದ ಅಣಕಿಸುವಂತೆ. "ನಿಂಗೂ ಬೇಕಾದ್ರೆ ಹೇಳಿ ಕೊಡ್ತೀನಿ. ನನ್ನ ಮೇಲೆ ಪ್ರಯೋಗವಾಗುವ ಭಯ."

ಮಾತಲ್ಲಿ ನಗುತ್ತ ಆತಂಕ ನಟಿಸಿದಾಗ, ಅವಳ ತಲೆಯಲ್ಲಿ ಮತ್ತೇನೋ ಇದ್ದರೂ ತಾನು ಯಾಕೆ "ಫೇಸ್ ರೀಡಿಂಗ್ ಕಲೀಬಾರ್ದು?" ಚಿಂತೆ ನಡೆಸಿದ್ದು ದೀರ್ಘವಾಗಿ.

ಆಗ ಅವಳಿಗೆ ನೆನಪಾದದ್ದು ಅತ್ತಿಗೆ "ಹೆಣ್ಣು ನೋಡೋಕೆ ಬರೋ ಜನ ಹಿಂದೆ, ನಿಮ್ಮ ಮಗ್ಳಿಗೆ ಅಡಿಗೆ ಬರುತ್ತಾ, ಹೊಲಿಗೆ ಬರುತ್ತಾ, ದೇವರ ನಾಮ ಬರುತ್ತಾ ಅಂತ ಕೇಳ್ತಾ ಇದ್ರು. ಈಗ ಟೈಪಿಂಗ್ ಗೊತ್ತಾ, ಕಂಪ್ಯೂಟರ್ ಕಲೀತಿದ್ದಾಳ? ಬೇರೆ ಯಾವ ಯಾವ ಕೋರ್ಸುಗಳ್ನ ಮಾಡಿಕೊಂಡಿದ್ದಾಳೆ? ಅಪಾಯಿಂಟ್‌ಮೆಂಟ್ ಸಿಗೋ ಹಂಗಿದ್ಯಾ? ಇಂಥ ಪ್ರಶ್ನೆಗಳೆ ಈಗ." ವಾಣಿ ಆಗಾಗ ಹೇಳುತ್ತಿದ್ದರು.

ಗಂಟಲು ಸರಿಪಡಿಸಿಕೊಂಡ ಮಹೇಂದ್ರವರ್ಮ "ನನ್ನ ಮಾತುಗಳು ನಿಂಗೆ ಕೇಳಿಸ್ತೋ, ಇಲ್ವೋ! ಬಹುಶಃ ನೀನು ನಿಮ್ಮ ಅತ್ತಿಗೆಯ ನೆನಪಿನಲ್ಲಿ ಇದ್ದೆ" ಛೇಡಿಸಿದ. ಆಮೇಲೆ ಬಂದ ವಿಷಯ ರವಿ, ಶಶಿಯದು.

"ಬಹುಶಃ ಅವರಿಬ್ಬರಿಗೆ ತಂದೆಯ ನೆನಪೇ ಇಲ್ಲ. ನಮ್ಮಣ್ಣ ಕೂಡ ಮಕ್ಳ ಬಗ್ಗೆ ವಿಚಾರಿಸೋಲ್ಲ. ಅವ್ನ ಪ್ರಕಾರ ರವಿ, ಶಶಿ ಅತ್ತಿಗೆಯ ಮಕ್ಳು. ಈಕೆಯೆ ಹೇಳುವಂತೆ ಅವು ಗಂಡನ ಮಕ್ಳು. ಇದು ವಸ್ತುಸ್ಥಿತಿಯಾದ್ದರಿಂದ ಅವರುಗಳು ಯಾರ್ಗೂ ಬೇಡ" ಸತ್ಯವನ್ನು ಬಿಡಿಸಿಟ್ಟ.

ಕಾಫಿ ತರಿಸಿದ. ಒಟ್ಟಿಗೆ ಕುಡಿದರು. ಎಷ್ಟೋ ಕುತೂಹಲಕಾರಿಯಾದ ವಿಷಯ ಗಳನ್ನ ತಿಳಿಸಿದ. ಶ್ರದ್ಧೆಯಿಂದ ಕತೆ ಕೇಳುವಂತೆ ಕೇಳಿದಳು.

"ಚಿಕ್ಕಮ್ಮನಿಗೆ ಸದಾ ಚೆಸ್‌ನ ಖಯಾಲಿ. ಊಟ, ತಿಂಡಿ, ನಿದ್ದೆಯ ವೇಳೆ ಯನ್ನ ಬಿಟ್ಟು ಸದಾ ಚೆಸ್ ಮುಂದೆ ಕೂತಿರುತ್ತಾರೆ. ಇದ್ನ ಬೇರೆಯವ್ರು ಉಪಯೋಗಿಸ್ಕೋತಾರೆ. ನಮ್ಮ ಡ್ಯಾಡಿ ಸಾಕಷ್ಟು ಹಣ ಆಕೆಯ ಅಕೌಂಟ್‌ನಲ್ಲಿ ಇಟ್ಟಿದ್ರು. ಚೆಕ್‌ಗೆ ಸಹಿ ಹಾಕೋದು ಮಾತ್ರ ಗೊತ್ತು, ಆಕೆಗೆ. ಸಹಿ ಹಾಕಿದ ಚೆಕ್‌ಗಳು ಹಿಂದಿರುಗಿ ಬರೋ ಕಾಲ ದೀರ್ಘವೇನಿಲ್ಲ" ಎಂದ ವ್ಯಸನದಿಂದ.

ನೇರವಾಗಿ ಅವಳು ಬಂದಿದ್ದು ಕಿಚನ್‌ಗೆ ಅರ್ಧಗಂಟೆ ಚರ್ಚಿಸಿ ಜನನ ನೋಡಿ ಅಡಿಗೆ ಮಾಡಬೇಕು, ಅದು ಮಿತಿಯಾಗಿ, ಆ ಸಮಯ ಮುಗಿತೆಂದರೆ ಮನೆ ಆಳು, ಕಾಳುಗಳಿಗೆ ಬಡಿಸಿ ಮುಗಿಸುವುದು. ನಂತರ ಅಡಿಗೆಗೆ ಕೈ ಹಾಕಬಾರದು ತಿಂಡಿಯ ಸಮಯದವರೆಗೂ. ಅದು ತಕ್ಷಣದಿಂದ ಜಾರಿಗೆ ಬರಬೇಕು ಸರಿಯಾದ ಪ್ಲಾನ್ ಹಾಕಿಕೊಟ್ಟಳು.

ಅಡಿಗೆಯವನು ಕಣ್ಣರಳಿಸಿ ನೋಡಿದ. ಇದು ಸಾಧ್ಯವೇ? ಮೂರು ಸಲ ಕೆಲಸ ಬಿಟ್ಟು, ಎರಡು ಸಲ ಕೆಲಸದಿಂದ ವಜಾ ಆಗಿ ಎರಡು ದಿನದ ಹಿಂದೆ ಮತ್ತೆ ಬಂದು ಅಡಿಗೆಗೆ ನಿಂತಿದ್ದ.

"ಯಾಕ ಭಯ ಆಗುತ್ತೆ. ಯಾವ ಯಾವ ಸಮಯಕ್ಕೆ ಊಟ ಮಾಡ್ತಾರೋ! ಫೋನ್ ಬರೋವರ್ಗೂ ರೂಂಗಳ ಕಡೆ ತಲೆ ಹಾಕೋ ಹಂಗಿಲ್ಲ. ಇನ್ನ ಮಿಕ್ಕವರೆಲ್ಲ ಬಂದು... ಬಂದು ಬಡ್ಸಿಕೊಂಡು ತಿಂದು ಖಾಲಿ ಮಾಡ್ಬಿಡ್ತಾರೆ" ತೋಡಿಕೊಂಡ.

ಅಂತು ಒಂದು ಪ್ಲಾನ್ ಸಿದ್ಧವಾಯಿತು. ಮಧ್ಯಾಹ್ನ ಅಡಿಗೆಯಾದ ಕೂಡಲೇ ಮೃಣಾಲಿನಿ, ಚಕ್ರೇಶ್ವರಿ, ಪಾಲ್‌ಚಂದಾನಿ ಮತ್ತು ವಿಜಯೇಶ್ವರಿ ರೂಮುಗಳಿಗೆ ಇನ್‌ಫರ್ಮೇಷನ್ ಹೋಯಿತು. 'ಊಟ ರೆಡಿ ಇದೆ' ತಕ್ಷಣ ಚಕ್ರೇಶ್ವರಿ ತರಿಸಿಕೊಂಡು ಊಟ ಮಾಡಿದರು. ಮಿಕ್ಕ ಮೂರು ರೂಮುಗಳಿಗೂ ಹಾರ್ಟ್ ಕ್ಯಾರಿಯರ್‌ನಲ್ಲಿ ಊಟವನ್ನೊಯ್ದು ಇಟ್ಟ ಲಕ್ಷ್ಮಣ.

"ಅನುಸರಿಸ್ಕೋಬೇಕು! ಫೋನ್ ಹಚ್ಚಿದ ಕೂಡ್ಲೇ ಬಂದು ಬಡುಸ್ತೀನಿ" ಮೃಣಾಲಿನಿ ಚೆಸ್ ಆಡುತ್ತಿದ್ದರಿಂದ "ಆಯ್ತು..." ಎಂದರು ಯಾವುದೋ ಜ್ಞಾನದಲ್ಲಿ.

ಅವರಿಗೂ ಅಷ್ಟು ಸಾಕಿತ್ತು. ಬಂದ ನಾಲ್ಕು ಜನಕ್ಕೆ ಬಡಿಸಿ, ತಾವು ಉಂಡು ಮಿಕ್ಕದನ್ನು ಆಳುಗಳಿಗೆ ಬಡಿಸಿ ಆರಾಮಾಗಿ ಅಡ್ಡಾಡಿದರು.

ಮತ್ತೆ ಹನ್ನೆರಡು ಮಂದಿಗೆ ಊಟ ಬೇಕಿತ್ತು. ಅವರ ಕೂಗಾಟ ಅಡಿಗೆಯ ಮನೆಯೊಳಗಿನ ಮಿತಿಯಲ್ಲಿ ಮಾತ್ರ. ಇವರುಗಳ ಮಾತಿಗೆ ಬೆಲೆಯೇ ಇಲ್ಲ. 'ಮೂರರನಂತರ ಅದು ತಿಂಡಿಗಾಗಿ ಸ್ಟೌವ್ ಹಚ್ಚೋದು' ಲಕ್ಷ್ಮಣ ಹೇಳಿ ಸುಮ್ಮನಾದ.

ಅವರುಗಳು ತೀರಾ ಹತ್ತಿರದ ಸಂಬಂಧಿಕರೇನು ಅಲ್ಲ. ಕಷ್ಟಸುಖ ಹೇಳಿ ಸಹಾಯ ಪಡೆಯಲು ಬಂದವರು ಇಲ್ಲಿನ ಆರಾಮದ ಜೀವನ ನೋಡಿ ಇಲ್ಲಿಯೇ ಉಳಿದಿದ್ದು ಸೋಜಿಗವಲ್ಲ. ಪರರ ಮನೆ ಸ್ವಂತದಾಗಿತ್ತು. ಸಿರಿವಂತಿಕೆಯ ಭೋಗ ಭಾಗ್ಯಗಳು ಅವರ ಪಾಲಿಗೆ. ಅದರಿಂದ ಆರಾಮಾಗಿ ತಳವೂರಿದ್ದರು.

ಅವರಲ್ಲಿ ಒಬ್ಬ ಹಿರಿಯ ಬಂದು ರೋಪ್ ಹಾಕಿದ. "ಏನು ವಿಪರೀತ! ಉಳಿಗಕ್ಕೆ ಇರೋನಿಗೆ... ಮಾತೆಷ್ಟು?" ಲಕ್ಷ್ಮಣ್ ಹೆಗಲ ಮೇಲಿನ ವಸ್ತ್ರವನ್ನ ಸೊಂಟಕ್ಕೆ ಕಟ್ಟಿ ಕದನಕ್ಕೆ ಸಿದ್ಧರಾಗಿಯೇ ಬಿಟ್ಟರು.

"ಯಾರು ಉಳಿಗದವ್ರು? ನಾವು ಒಂದು ಯೂನಿಯನ್ ಮಾಡ್ಕೊಂಡಿದ್ದೀವಿ. ನಮ್ಗೂ ಕಾನೂನು ಗೊತ್ತಿದೆ. ದಿನಕ್ಕೆ ಎಂಟು ಗಂಟೆ ಮಾತ್ರ ಕೆಲ್ಸ. ಇನ್ನೊಂದ್ಮಾತಾಡಿದ್ರೆ ನಾವೆಲ್ಲ ಸ್ಟ್ರೈಕ್ ಮಾಡ್ತೀವಿ" ಎಂದಕೂಡಲೇ ಕಿಚನ್ ಕ್ಲೀನ್ ಮಾಡುತ್ತಿದ್ದ ನಾಲ್ವರೂ ಇಷ್ಟೆ ಸಾಕು ಎನ್ನುವಂತೆ ಬಂದು ನೆಲದ ಮೇಲೆ ಕೂತೇ ಬಿಟ್ಟರು. ಎಲ್ಲರಿಗೂ ಗಾಬರಿ.

ಅವರಿಗೆಲ್ಲ ತಬ್ಬಿಬ್ಬು. ಬೆಳಗಿನ ತಿಂಡಿಯ ಸಮಯದಲ್ಲಿ ಎಲ್ಲಾ ಚೆನ್ನಾಗಿದ್ವು ಈಗ ತಿರುಗುಮುರುಗು ಆದುದ್ದೇಕೆ? ಯಾರಿಗೇನು ಅರ್ಥವಾಗಲಿಲ್ಲ. ಎಲ್ಲಾ ಬಂದು ಒಂದು ರೂಮಿನಲ್ಲಿ ಸೇರಿಕೊಂಡು ಗುಸುಗುಸು ಪಿಸಿಪಿಸಿಯಿಂದ ಚರ್ಚಿಸ ತೊಡಗಿದರು. ಇದಕ್ಕೆ ಕಾರಣರು ಯಾರು?

ಈಗ ಯಾರಲ್ಲಿಗೆ ಒಯ್ಯುವುದು ಆರೋಪವನ್ನ, ಎನ್ನುವ ಪ್ರಶ್ನೆ ಬಂದಾಗ, ಎಲ್ಲರ ಮುಖಗಳು ಬಿಳಿಚಿಕೊಂಡವಷ್ಟೆ.

"ಮೃಣಾಲಿನಿ ಸ್ವಂತ ಚಿಕ್ಕಮ್ಮನ ಮಗಳೇ! ಆದ್ರೂ ಮೂರ್ಹೊತ್ತು ಪಗಡೆ ಹಾಸು ಮುಂದೆ ಸಾಯ್ತಾಳೆ. ಬಂಗ್ಲೆಗೆ ಬಾಂಬ್ ಬಿದ್ದರೂ ತಲೆ ಕೆಡ್ಸಿಕೊಳ್ಳೋಲ್ಲ" ಒಬ್ಬರ ಉವಾಚ.

ಆ ಮನುಷ್ಯ ಹೆಂಡತಿ ಕಾಯಿಲೆ ಬಿದ್ದಾಗ ಹಣದ ಸಹಾಯ ಪಡೆಯಲು ಬಂದಿದ್ದ. ಆಮೇಲೆ ಹೆಂಡತಿ ಸತ್ತನಂತರ ಬಂದ. 'ನಾಲ್ಕು ದಿನ ಇದ್ದೋಗು' ಮೃಣಾಲಿನಿ ಸಲಹೆ ಕೊಟ್ಟರು. ಅವನು ನಾಲ್ಕು ದಿನವೇನು, ನಾಲ್ಕು ವರ್ಷದಿಂದ ಇಲ್ಲೆ ಇದ್ದಾನೆ. ಉಳಿದ ಜೀವನವನ್ನ ಇಲ್ಲೆ ಕಳೆದುಬಿಡುವ ಮಹತ್ತರ ಆಸೆ. ಈಗ ಆ ವ್ಯಕ್ತಿಗೆ ತಳಮಳ.

"ಚಕ್ರೇಶ್ವರಿನು ಅಷ್ಟೆ. ಇಲ್ಲಿಗೆ ಕಟ್ಟಿಕೊಂಡೋನು ಬರೋಲ್ಲ. ಅಲ್ಲಿಗೆ ಒಂದು ರೀತಿಯ ವಿರಕ್ತಿ. ನಾನ್ಹೋಗಿ ಹೇಳ್ಕೊಂಡ್ರು, ಈ ಕಿವಿಯಲ್ಲಿ ಕೇಳಿ ಆ ಕಿವಿಯಲ್ಲಿ ಬಿಟ್ಟು ಬಿಡ್ತಾಳೆ" ಚಕ್ರೇಶ್ವರಿಯ ಒರಿಜಿನಲ್ ಚಿಕ್ಕಮ್ಮನ ಮಾತು. ಇದು ಸತ್ಯವು ಕೂಡ.

ಇಲ್ಲಿ ಯಾವ ಬೆಕ್ಕಿಗೆ ಗಂಟೆ ಕಟ್ಟಿದರೆ ಪ್ರಯೋಜನವಾಗಬಹುದು, ಎನ್ನುವ ಗೊಂದಲಕ್ಕೆ ಬಿದ್ದರು. ಕಡೆಗೆ ಸುಮ್ಮನಿರುವುದೇ ಲೇಸೆಂಬ ತೀರ್ಮಾನಕ್ಕೆ ಬಂದದ್ದು ಸ್ವಾರಸ್ಯಕರ.

ರಾತ್ರಿಯ ವೇಳೆಗೆ ಇಡೀ ಚಿತ್ರವೇ ಬದಲಾಯಿತು. ಹೇಳಿದೆಲ್ಲ ಮಾಡದೇ, ರಾತ್ರಿ ಸಿದ್ಧವಾಗಿದ್ದು ಬರೀ ರಸ, ಅನ್ನ, ಒಂದು ತರಕಾರಿಯ ಪಲ್ಯ. ಮೃಣಾಲಿನಿ ರಾತ್ರಿ ವೇಳೆ ಬರೀ ಹಣ್ಣು, ಹಾಲು ತಗೊಂಡರೇ ಪಾಲ್‌ಚಂದಾನಿಗೆ ಸಿಹಿ ಪದಾರ್ಥಗಳಿದ್ದರೇ ಸಾಕು, ಆ ಪುಣ್ಯಾತ್ಮನ ಹೆಂಡತಿ ಏಳರಿಂದ ಹತ್ತರ ವೇಳೆಯವರೆಗೆ ನಾಲ್ಕು ಲೋಟ ಹಾಲು, ಒಂದು ಬಟ್ಟಲು ಮೊಸರು ಮಾತ್ರ ತಗೋತಿದ್ದುದು. ಆದ್ದರಿಂದ ಅವರುಗಳು ತಕರಾರು ಎತ್ತಲು ಸಾಧ್ಯವಿರಲಿಲ್ಲ.

ರವಿ, ಶಶಿಗಾಗಿ ಪ್ರತ್ಯೇಕವಾದ ಊಟ ತಯಾರಾಗಿತ್ತು. ಎಂಟಕ್ಕೆ ಅವರು ಊಟ ಮಾಡುವಾಗ ಅಲ್ಲಿಯೇ ಇದ್ದ ಮೌನ, ಒಂಬತ್ತಕ್ಕೆ ಮಹೇಂದ್ರವರ್ಮ ಡೈನಿಂಗ್‌ಹಾಲ್‌ಗೆ ಬಂದಾಗ ಎಲ್ಲಾ ಖಾಲಿ... ಖಾಲಿ. ಅವನ ತುಟಿಯಂಚಿನಲ್ಲಿ ಕಿರುನಗು. ಈ ಸಮಸ್ತ ಜನರು ಇಲ್ಲಿಂದ ಖಾಲಿಯಾಗಬೇಕು, ಸದ್ದುಗದ್ದಲ ವೈಮನಸ್ಸಿಲ್ಲದೇ. ನೇರವಾಗಿ ಕ್ರಮ ತೆಗೆದುಕೊಂಡರೇ, ಕೆಲವರ ಮನಸ್ಸಿಗೆ ನೋವು. ಸದಾ ಅಸಮಾಧಾನ, ಉದಾಸೀನದಿಂದ ಕುದಿಯುತ್ತಿರುವ ಬಂಗ್ಲೆ ಸುಟ್ಟು ಭಸ್ಮವಾಗಿ ಬಿಡಬಹುದು. ಅದು ಅವನಿಗಿಷ್ಟವಿಲ್ಲ.

"ಕೂತ್ಕೋ, ಮೌನಾ!" ಹೇಳಿದ.

ಇಬ್ಬರು ಊಟ ಮುಗಿಸಿದನಂತರ ಹೊರಗಡೆಯ ಬಾಲ್ಕನಿಗೆ ಬಂದವನು ದೂರದಲ್ಲಿ ಮಾಲೀ ಕುಶಲೋಪರಿ ವಿಚಾರಿಸುತ್ತಿದ್ದ ಪಂಪಾಪತಿಯನ್ನು ಕರೆದು ಒಂದು ತರಹ ನೋಡಿದ.

"ನಿನ್ನ ರಜ, ಲೋನ್ ಎರಡು ಸ್ಯಾಂಕ್ಷನ್" ಹೇಳಿದ.

ಪಂಪಾಪತಿ ಸದ್ದಿಲ್ಲದೆ ನಿಂತ. ಈ ಬಂಗ್ಲೆಗೆ ಅವನೊಬ್ಬ ತೀರಾ ಅನಿವಾರ್ಯ ಎನ್ನುವ ವಿಷಯ ಮನದಟ್ಟು ಮಾಡಿಕೊಂಡಿದ್ದವನು, ಎಲ್ಲವನ್ನು ತಲೆಯ ಮೇಲೆ ಹಾಕಿಕೊಂಡಂತೆ ಪ್ರತಿಕ್ರಿಯಿಸುತ್ತಿದ್ದ.

"ಸರ್‌ಪ್ರೈಸ್ ಏನಿಲ್ಲ, ಕೆಲ್ಸದ ಭಾರ ಹೊರೋಕೆ ನಿಂಗೂ ರಜ ಅನಿವಾರ್ಯ" ಅಷ್ಟೆ ಹೇಳಿದ್ದು.

"ಆಯ್ತು" ಎಂದು ಉಸುರಿದ.

ಹಣ ನೋಡವುದೆಂದರೆ ಅವನಿಗೆ ಖುಷಿಯ ವಿಷಯ. ನೋಟುಗಳನ್ನ ನೋಡಿದಕೂಡಲೇ ಪೂರ್ತಿ ಶರಣಾಗಿ ಬಿಡುತ್ತಿದ್ದ. ಇಂಥ ವ್ಯಕ್ತಿಯಿಂದ ಅನಾನುಕೂಲಗಳು ಇದ್ದವು.

"ಆಫೀಸ್‌ನಲ್ಲಿ ಹಣ ತಗೋ" ಅಷ್ಟು ಹೇಳಿ ಹೊರಗೆ ನಿಲ್ಲಿಸಿದ್ದ ಜೀಪು ಕಡೆ ಹೊರಟಾಗ, ಮೆಲ್ಲಗೆ ಮೌನಾಳ ಕಡೆ ನೋಡಿದ. ಮೊದಲ ಸಲ ನೋಡಿದಂತೆಯೇ ಕಂಡಳು.

ಜೀಪು ಹತ್ತುವ ಮುನ್ನ ಒಮ್ಮೆ ನೋಟ ಹರಿಸಿದ. ಎಂತಹ ಆವೇಗವನ್ನಾಗಲಿ ಮನದಲ್ಲಿ ಹತ್ತಿಕ್ಕಿ ಹೊರಗಿನ ನೋಟಕ್ಕೆ ಶಾಂತಳಾಗಿ ಕಾಣುವಲ್ಲಿ ನಿಸೀಮಳಾಗಿ ಕಂಡರೂ, ಒಂದಿಷ್ಟು ಅನುಮಾನ. ಅವಳು ಅಣ್ಣ, ಅತ್ತಿಗೆ ಮಕ್ಕಳನ್ನ ಹೆಚ್ಚು ಪ್ರೀತಿಸುತ್ತಿದ್ದಳು.

ಅತ್ಯಂತ ಮೋಹಕವಾಗಿ ನೋಡಿದ ಅವಳತ್ತ, ಮೊದಲ ಸಲ ಎನ್ನುವಂತೆ ಕ್ಷಣ ಅವಳ ಹೃದಯ ನಿವರಾಗಿ ಕಂಪಿಸಿದರೂ ದೃಢವಾಗಿ ನಿಂತಳು. ಕಣ್ಣು ಮರೆಯಾಯಿತು ಜೀಪು.

ಮೆಲ್ಲಗೆ ಸಮೀಪಿಸಿದ ಪಂಪಾಪತಿ "ನೀವು ರೆಕಮಂಡ್ ಮಾಡಿದ್ರಾ, ನನ್ನ ಲೀವ್‌ಗೆ?" ಮೆಲ್ಲಗೆ ರಾಗ ತೆಗೆದಾಗ "ಖಂಡಿತ, ನಿರಂತರ ದುಡಿತಾ ನಿಮ್ಮ ಆರೋಗ್ಯನ ಹಾಳು ಮಾಡುತ್ತೆ. ಆಗಾಗ ವಿಶ್ರಾಂತಿ ಅಗತ್ಯ! ಲೀವ್ ಜೊತೆ ಲೋನ್ ಕೂಡ ಸ್ಯಾಂಕ್ಷನ್ ಆಗಿದೆ" ಮೆಲ್ಲಗೆ ಅಂದಳು ಚುರುಕಾಗಿ.

ಕೈಕೈ ಹೊಸೆದ ಪಂಪಾಪತಿ ಪೆಚ್ಚುನಗೆ ಬೀರಿದ. 'ಹಣ ಒಂದು ದೌರ್ಬಲ್ಯ' ಎನ್ನುವುದು ಅವರ ವಿಷಯದಲ್ಲಿ ಸಾಬೀತಾಗಿದ್ದರಿಂದಲೇ, ಅಕೌಂಟ್ ಸೆಕ್ಷನ್‌ನಿಂದ ಮಹೇಂದ್ರವರ್ಮ ದೂರವಿರಿಸಿದ್ದ.

"ಒಳ್ಳೇದು, ಉಪಕಾರವೇ ಆಯ್ತು. ಧರ್ಮಸ್ಥಳ, ಉಡುಪಿ, ಮಂಗಳೂರು ಒಂದು ಟೂರ್ ಮಾಡ್ಕೊಂಡ್ ಬರ್ತೀನಿ, ಸಂಸಾರದ ಜೊತೆ" ಸಂತೋಷ ವ್ಯಕ್ತಪಡಿಸಿದರು.

ಪಂಪಾಪತಿಯ ಜೊತೆ ಬಾಲ್ಕನಿ ಇಳಿದು ಗೆಸ್ಟ್‌ಹೌಸ್ ಕಡೆ ಹೊರಟಾಗ, ಬಂಗ್ಲೆಯಲ್ಲಿನ ಇಬ್ಬರ ನೆಂಟರ ಜೊತೆ ವೆಂಕಟಾಚಲಪತಿ ಇದ್ದ. ಕಿಚನ್‌ನಲ್ಲಿ ಬದಲಾದ ವ್ಯವಸ್ಥೆಯ ಚುರುಕು ಅವರಿಗೂ ಮುಟ್ಟಿತ್ತು.

ಸೈಕಲ್‌ನ ಬದಲಾಯಿಸಿಕೊಂಡು ಬಂದ ವೆಂಕಟಾಚಲಪತಿ "ಎಲ್ಲಿ ಸತ್ತಿದ್ದೆ? ಏನು ಅವ್ಯವಸ್ಥೆ? ಎಲ್ಲಾ ಉಪವಾಸ ಬೀಳಬೇಕೂಂತ ಮಾಡಿದ್ದೀಯಾ! ಒದ್ದು

ಹೊರ್ಗಡೆ ಹಾಕ್ತೀನಿ" ರೋಪು ಹಾಕಿದ. ಮೌನ ಎದುರಿಗೆ ಇದ್ದಿದ್ದರಿಂದ ದನಿಗೆ ಕಾವು ಏರಿತ್ತು.

"ಇದು ಒಳ್ಳೆ ಗ್ರಹಚಾರವಾಯಿತಲ್ಲ! ಅಡಿಗೆಯವ್ರುನ್ನ ಮಾತಾಡಿಸಿದ್ರೆ, ಬೇಕಾಬಿಟ್ಟಿ ಮಾತಾಡ್ತಾರೆ. ಎಲ್ಲಕ್ಕೂ ನನ್ನ ಯಾಕೆ ಹೊಣೆ ಮಾಡ್ತೀರಾ? ಇಂದಿನಿಂದ ಲೀವ್‌ನಲ್ಲಿದ್ದೀನಿ" ಅಂದ ಸ್ವಲ್ಪ ಜೋರಾಗಿಯೇ ಪಂಪಾಪತಿ. ಸ್ವಲ್ಪ ಅವನಿಗೆ ವೆಂಕಟಾಚಲಪತಿಯ ಬಗ್ಗೆ ಬೇಸರವೇ. ಒಮ್ಮೆ ಕೂಡ ಒಂದಿಪ್ಪತ್ತು ಕೊಟ್ಟಿದ್ದಿಲ್ಲ. ಮಿಕ್ಕವರೆಲ್ಲ ತಮ್ಮ ಅವಸರಗಳಿಗೆ ಅನುಗುಣವಾಗಿ ಕೈ ಬೆಚ್ಚಗೆ ಮಾಡುತ್ತಿದ್ದರು.

ಮೌನ ತನಗೆ ಕೇಳಿಸಲೇ ಇಲ್ಲವೆನ್ನುವಂತೆ ನಡೆಯುತ್ತಿದ್ದಳು. ಮುಂದಿನ ದೃಶ್ಯಗಳಿಗಾಗಿ ಕಾತರಿಸಿತು ಅವಳ ಮನ.

"ಏನು ನೀನು ರಜ ಹೋಗ್ತೀಯಾ? ನಿಂಗೆ ಯಾರು ರಜ ಕೊಟ್ಟಿದ್ದು?" ವೆಂಕಟಾಚಲಪತಿ ಗತ್ತಿನಿಂದ ಪ್ರಶ್ನಿಸಿದ. ಮೃಣಾಲಿನಿಯ ತಮ್ಮ ಎನ್ನುವ ಅಹಂಕಾರ.

"ಕೊಡ್ಬೇಕಾದವ್ರು ಕೊಟ್ಟಿದ್ದಾರೆ. ಇನ್ನ ಎಂಟು ದಿನ ನಿಮ್ಮ ಹಣೆ ಬರಹ" ಹೆಜ್ಜೆಯ ವೇಗ ಹೆಚ್ಚಿಸಹೊರಟವನು ಮೌನನ ಕೂಡಿಕೊಂಡ" ನೋಡಿದ್ರಾ, ಎಷ್ಟೊಂದು ಬೋರು ಮಾಡ್ತಾರೆ. ನಾನು ಬರೋ ವೇಳೆಗೆ ಪ್ರಳಯವೇ ಆಗಿ ಹೋಗಿರುತ್ತೆ, ಬಂಗ್ಲೆಯಲ್ಲಿ" ಪೇಟಾ ಜೊತೆಗೆ ಕನ್ನಡಕವನ್ನ ಸರಿಮಾಡಿಕೊಂಡರು.

ಸ್ವಲ್ಪ ಹೆಜ್ಜೆಯ ವೇಗವನ್ನ ಕಡಿಮೆ ಮಾಡಿ "ನಿಮ್ಗೆ, ಈ ಕೆಲ್ಸ ಇಷ್ಟವಾಯ್ತ? ಸುಮಾರು ಸಲ ಇಂಟರ್‌ವ್ಯೂ ನಡೆದಿದ್ದು ಆರು ತಿಂಗಳಲ್ಲಿ" ನಿಲ್ಲಿಸಿ ಅತ್ತಿತ್ತ ನೋಡಿದ.

ಮೌನ ಮಾತಾಡಲಿಲ್ಲ. ಪಂಪಾಪತಿಗೆ ಎಲ್ಲಾ ವಿಷಯವು ಗೊತ್ತಿಲ್ಲವೆಂದು ಮನದಟ್ಟಾಯಿತು. ಆದರೆ ಎಲ್ಲಕ್ಕೂ ಅವನೇ ಪೌರೋಹಿತ್ಯ ವಹಿಸಿದ್ದ.

ಅವಳಿಗೂ ಕೆದಕಿ ಕೇಳಲು ಇಷ್ಟವಾಗಲಿಲ್ಲ. ಐದು ಲಕ್ಷದಷ್ಟು ದೊಡ್ಡ ಮೊತ್ತದ ಜೊತೆ ಬಂದ ಅಪರೂಪವಾದ, ಡಿಫರೆಂಟಾದ ಅನುಭವಕ್ಕಾಗಿಯೇ ಇಲ್ಲಿಗೆ ಬಂದಿದ್ದಳು. ಮಹೇಂದ್ರವರ್ಮ ತನ್ನನ್ನ ವಿವಾಹವಾಗಬಹುದೆನ್ನುವುದನ್ನು ಮಾತ್ರ ಪಕ್ಕಕ್ಕೆ ಸರಿಸಿದ್ದಳು. ಸಂಬಂಧವಿಲ್ಲದವರಂತೆ ಒಂಟೊಂಟಿಯಾಗಿ ಜೀವಿಸುವ ಇಲ್ಲಿನವರ ಜೀವನವಂತು ಗಾಬರಿ ಹುಟ್ಟಿಸುವಂಥದ್ದೆ. ಈ ಬದುಕು ಅವಳಿಗೆ ಇಷ್ಟವಿಲ್ಲ ಕೂಡ.

ತಿರುಗಾಡಿಕೊಂಡು ಬಂಗ್ಲೆಗೆ ಹಿಂದಿರುಗಿದಾಗ, ಚಕ್ರೇಶ್ವರಿಯ ರೂಮಿನಿಂದ ಒಂದು ಸಣ್ಣ ಗಲಾಟೆ ಕೇಳಿಸುತ್ತಿತ್ತು. ಇಷ್ಟು ದೊಡ್ಡ ಬಂಗ್ಲೆಯಲ್ಲಿ ಇಂಥದ್ದು ಎಲ್ಲಿ ಅಡಗಿಹೋಗುತ್ತಿತ್ತು, ಅಥವಾ ಕೇಳಿಸಿದರೂ ಯಾರು ಆಸಕ್ತಿ ವಹಿಸರು.

"ಚೆನ್ನಾಗಿ ಪನಿಷ್ ಮಾಡು, ತಾವಾಗಿ ದಾರಿಗೆ ಬರ್ತಾರೆ. ಎಲ್ಲ ಅವ್ರ ಡ್ಯಾಡಿಯಂತೆನೇ! ಆ ಪ್ರಾಮಾಣಿಕ ಮನುಷ್ಯ" ಕೇಳಿಬಂತು ಚಕ್ರೇಶ್ವರಿಯ ದನಿ. ಮಾಜಿ ಪತಿಗೆ ಬೈದಳು.

ಆಕೆ ಗಂಡನನ್ನು ಶತ್ರುವಿನಂತೆ ದ್ವೇಷಿಸುತ್ತಿದ್ದಳು. ಕಾರಣಗಳು ತೀರಾ

ಭಯಂಕರವಾಗಿಯೇ ಇರಬಹುದು. ತಣ್ಣಗೆ ತನ್ನ ರೂಮಿಗೆ ಹೋದಳು. ತನ್ನ ಪ್ರಾಜೆಕ್ಟ್ ತೆಗೆದುಕೊಂಡು ಬಿಟ್ಟ ಸ್ಥಳಗಳನ್ನ ತುಂಬತೊಡಗಿದಳು.

ಅರ್ಧಗಂಟೆಯಲ್ಲಿಯ ಮೌನಗೆ ಬುಲಾವ್ ಬಂತು ಮೃಣಾಲಿನಿಯಿಂದ. ಪಂಪಾಪತಿ ಹೋಗುವ ಮುನ್ನ ಹಸಿರು ನೋಟುಗೆ ಒಂದು ಬಾಂಬ್ ಹಾಕಿದ್ದ. 'ಎಲ್ಲಾ ಮೌನಯಿಂದಲೇ.'

"ಯಾರು... ನೀನು?" ಕೇಳಿದರು ಸೂಕ್ಷ್ಮವಾಗಿ.

"ಮೌನ..." ಅಷ್ಟೆ ನುಡಿದಿದ್ದು.

ವೆಂಕಟಾಚಲ ಆಕೆ ಮುಖ ಮುಖ ನೋಡಿಕೊಂಡರು. 'ಮೌನ' ಎಂದು ಮಹೇಂದ್ರವರ್ಮ ಪರಿಚಯಿಸಿದಾಗ ಅವಳ ಬಗ್ಗೆ ಒಂದಿಷ್ಟು ಡೀಟೈಲ್ಸ್ ಪಡೆಯ ಬೇಕಾಗಿತ್ತೆಂದುಕೊಂಡರೂ, ಅದು ತೀವ್ರವಾಗಿ ಬಾಧಿಸಲಿಲ್ಲ.

ಮೃಣಾಲಿನಿ ಮುಖ ಕೆಂಪಾಯಿತು. ಕಿಚನ್‌ನ ವ್ಯವಸ್ಥೆಯನ್ನ ಅಕ್ಕನವರೆಗೂ ತಂದಿದ್ದ ವೆಂಕಟಾಚಲ ಎಂದಿನಂತೆ ಎಲ್ಲರ ಮಿದುಳು ನಿದ್ರಿಸಬೇಕೆಂಬುದೇ ಅವನ ಉದ್ದೇಶ.

"ಯಾರು... ನೀನು?" ಕೇಳಿದಾಗ ವೆಂಕಟಾಚಲ ಮಧ್ಯೆ ಬಂದ "ಬೇಡ ಬಿಡು, ನೀನ್ಯಾಕೆ ತಲೆ ಬಿಸಿ ಮಾಡ್ಕೋತೀಯಾ! ನಾನೆಲ್ಲ ಸರಿ ಮಾಡ್ತೀನಿ. ನೀನು ಹೋಗಮ್ಮ, ಮೌನ" ಹೇಳಿದ. ಸ್ವಲ್ಪ ಹೆದರಿದಂತೆ ಕಂಡ ಕೂಡ.

ಸ್ವಲ್ಪ ಕೆದಕಿದರೆ ಗೆದ್ದಲ ಹುಳುಗಳಂತೆ ಸೇರಿಕೊಂಡಿರುವ ಜನರ ಗತಿಯೇನು? ಸದ್ಯಕ್ಕೆ ಇವನು ಅವರಿಗೆ ಯಜಮಾನನಂತೆ ಜೋರು ಮಾಡಿಕೊಂಡಿದ್ದ. ಈಗ ರಾದ್ಧಾಂತದ ಪರಿಣಾಮ ತೀರಾ ಕೆಟ್ಟದಾಗುತ್ತದೆಯೆನಿಸಿತು.

ಮೌನ ಅರ್ಥಮಾಡಿಕೊಂಡವಳಂತೆ "ನನ್ನ ಬಯೋಡಾಟಾ ನಿಮ್ಮ ಬಂಗ್ಲೆಯ ಆಫೀಸ್‌ನ ಫೈಲಿನಲ್ಲಿದೆ. ಇಲ್ಲಿರೋ ಎಷ್ಟೋ ಜನರ ಬಯೋಡಾಟಾ ನಿಮ್ಗೆ ಗೊತ್ತಿಲ್ಲ. ವೆಂಕಟಾಚಲ ಅವ್ರಿಗೆ ಡೀಟೈಲಾಗಿ ಗೊತ್ತಿದೆ, ವಿಚಾರ್ಸಿಕೊಳ್ಳಿ, ಮೇಡಮ್" ಎಂದವಳೇ ನಡೆದಳು ರೂಮಿನಿಂದ ಹೊರಗೆ. ಇಂದು ಈ ಬಂಗ್ಲೆಯ ಹಿರಿಯ ಯಜಮಾನಿಯನ್ನು ಸರಿಯಾಗಿ ಹತ್ತಿರದಿಂದ ನೋಡಿದ್ದಳು. ಕಿಂಚಿತ್ ಆತ್ಮವಿಶ್ವಾಸವಿಲ್ಲದ ಕಣ್ಣುಗಳಲ್ಲಿ ಇದ್ದಿದ್ದು ಬರೀ ಭ್ರಮೆ. ಅದು ಬದಲಾಗದಷ್ಟು ಮುನ್ನಡೆದಿದ್ದು ಮಾತ್ರ ಶೋಚನೀಯ.

ಒಂದೇ ದಿನಕ್ಕೆ ತಿಂದು ಕೊಬ್ಬಿದ ಜನ ಸುಸ್ತಾದರು. ಕೂತು, ಮಲಗಿ, ಟಿ.ವಿ. ನೋಡಿಕೊಂಡು ಎ.ಸಿ.ಗಳನ್ನ ಆನ್ ಮಾಡಿಕೊಂಡಿರುತ್ತ ಆಕಾಶದಲ್ಲಿ ಹಾರಾಡುತ್ತಿದ್ದ ಜನರನ್ನು ನೆಲಕ್ಕಲ್ಲ ಪಾತಾಳಕ್ಕೆ ಅಮುಕಿದಂತಾಗಿತ್ತು.

ಫ್ರಿಜ್‌ನಲ್ಲಿದ್ದ ಐಟಂಗಳೆಲ್ಲ ಅರ್ಧಗಂಟೆಯಲ್ಲಿ ಖಾಲಿಯಾಯಿತು. ಅದಕ್ಕಾಗಿ ಸಣ್ಣ ಜಗಳ. ಚಕ್ರೇಶ್ವರಿ ಚಿಕ್ಕಮ್ಮ ಇಂದು ಮಗಳನ್ನು ಹುಡುಕಿಕೊಂಡು ಹೋದಾಗ ತಲೆ ಹಿಡಿದುಕೊಂಡು ಕೂತಿದ್ದಳು.

"ಏನಾಯ್ತು?" ಈಕೆಯೇ ವಿಚಾರಿಸಬೇಕಾಯಿತು.

"ಐಆಮ್ ಫುಲ್ಲಿ ಅಪ್‌ಸೆಟ್! ಸುಮ್ನೆ ತಲೆಬಿಸಿ! ಯಾರ್ಗೆ ಬೇಕು, ಈ ಜೀವನ? ನನ್ನ ಲೈಫ್‌ನ ಹಾಳು ಮಾಡ್ಬಿಟ್ಟ, ಸ್ಕೌಂಡ್ರಲ್! ಲವ್ ಅಂತೇ... ಲವ್" ಚೀರಾಡಿದಳು ಆಕೆ.

ಅದಕ್ಕೆ ಒಂದು ಕಾರಣವೂ ಇತ್ತು. ಮಹೇಂದ್ರವರ್ಮನ ಅಣ್ಣ ಆರಾಮಾಗಿ ವಿವಾಹವಾಗಿ ತನ್ನ ಬಿಜಿನೆಸ್ ಮುಂದುವರಿಸಿಕೊಂಡಿದ್ದಾನೆಂಬ, ರೂಮರ್ ಇತ್ತು. ಅದು ರೂಮರ್ ಅಲ್ಲ, ಸತ್ಯವೆನ್ನುವುದು ಮನದಟ್ಟಾಗಿದ್ದರೂ, ಯಾಕೋ ಆಕೆಯ ಮನ ಒಪ್ಪಿಕೊಳ್ಳಲು ಹಿಂದೇಟು ಹಾಕುತ್ತಿತ್ತು.

"ಇದೆಲ್ಲ ಹಳೇ ವಿಷ್ಯ, ಅಲ್ವಾ!" ಬಿಸಿಗೆ ತಣ್ಣೀರು ಹಾಕುವಂತೆ ಅಂದು ಅಲ್ಲೇ ಕೂತರು. ತಣ್ಣಗಾಗುವ ಬದಲು 'ಸುಯ್' ಎಂದು ಹೊಗೆ ಎದ್ದಿತು. "ಯು ಗೆಟ್ ಔಟ್, ನಿಮ್ಗೆಲ್ಲ ಹಳೇ ವಿಷ್ಯವಾಗಿ ಹೋಯ್ತು. ನನ್ನ ಬದ್ಕಿನ ಬಗ್ಗೆ ನಿಮ್ಗೆ ಎಲ್ಲಿದೆ ಕಾಳಜಿ" ಎದ್ದು ತರಾಟೆಗೆ ತಗೊಂಡಾಗ ಸದ್ದಿಲ್ಲದೆ ಹೊರಗಡೆ ಬಂದು 'ಹೋದ ಸಮಯ ಸರಿ ಇಲ್ಲ' ಎಂದು ರೂಮಿಗೆ ಹೋದಳು.

ಅಂತು ಒಂದು ಸದ್ದು ಅಡಗಿದಂತಾಯಿತು.

ಮರುದಿನ ಮದುವೆಯೆಂದು ಒಬ್ಬೊಬ್ಬರೇ ಒಬ್ಬರಾದ ಮೇಲೆ ಒಬ್ಬರಂತ ಹೊರಗೆ ಹೋದಾಗ, ಬೆಳಗಿನ ತಿಂಡಿಯನ್ನ ಪೂಗದ್ದಾಗಿ ಮುಗಿಸಿ ಅಡಿಗೆಮನೆ ಚೊಕ್ಕಟ ಮಾಡಿಸಿದ ಹೆಡ್‌ಕುಕ್ ಅಸಿಸ್ಟೆಂಟ್‌ಗಳಿಗೆ ಅರ್ಧ ದಿನ ರಜ ಕೊಟ್ಟು ಆರಾಮಾಗಿ ಗೆಸ್ಟ್‌ಹೌಸ್‌ಗೆ ಹೋದ.

ಕಾದು... ಕಾದರೂ, ಯಾಕೋ ಸರಿಯಿಲ್ಲವೆನಿಸಿ ಬಂಗ್ಲೆಯಲ್ಲೇ ಇದ್ದ ಮಹೇಂದ್ರವರ್ಮನ ಜೊತೆ ಹೋಗಿ ಮಾತಾಡಲು ಹಿಂದುಮುಂದು ನೋಡಿದರು. ಎಲ್ಲರಂತೆ ಇವನು ಕೂಡ ಮುಂಬಯಿನಲ್ಲಿ ಹೋಗಿ ನಿಂತಿದ್ದರೇ ಚೆನ್ನಿತ್ತು ಎಂದು ಕೊಂಡರು. ಅಂಥ ಒಂದು ಆಸೆಯು ಇತ್ತು. ಮಹೇಂದ್ರವರ್ಮ ಪ್ರತಿ ಸಲ ಹೊರಟಾಗಲೂ ಇಲ್ಲಿಗೆ ಬರದೇ ಇರಲಿಯೆಂಬುದೇ ದೇವರಲ್ಲಿ ಪ್ರಾರ್ಥನೆಯಾಗಿತ್ತು. ಆದರೆ ಹಿಂದಿರುಗಿ ಬಂದು ಭೂತವಾಗಿ ಕಾಡುತ್ತಿದ್ದ. ಆದಷ್ಟು ಅವನ ಕಣ್ಣಿಗೆ ಬೀಳದಂತೆ ಎಚ್ಚರ ವಹಿಸಿದ್ದರು.

"ಈಗೇನ್ಮಾಡೋದು? ನಂಗೆ ಚೆನ್ನಾಗಿ ತಿಂದು ಅಭ್ಯಾಸ. ಗ್ಯಾಸ್ಟ್ರಿಕ್ ಕೂಡ ಇದೆ. ಹೊಟ್ಟೆ ತುಂಬಿರದಿದ್ರೆ ತುಂಬ ಹಿಂಸೆ" ಮೃಣಾಲಿನಿಯ ದೂರದ ಸಂಬಂಧಿ ಕೇಳಿಕೊಂಡಾಗ, ಮಿಕ್ಕವರು ಪ್ರತಿಕ್ರಿಯಿಸಲಿಲ್ಲ.

"ನಾನ್ಬಂದು ಎರಡು ವರ್ಷದ ಮೇಲೆ ಎರ್ಡು ತಿಂಗಳಾಯ್ತು. ಈವರೆಗೆ ಇಂಥ ಅನುಭವ ಆಗಿಲ್ಲ. ಎಷ್ಟು ಹದ್ದುಬಸ್ತಿನಲ್ಲಿದ್ದ ಜನ ಬಾಲ ಬಿಚ್ಚೋಕೆ ಮುಖ್ಯವಾದ ಕಾರಣವೆ ಇದೆ" ಅವರ ಮಿದುಳಿನಲ್ಲಿ ಇಣುಕಿದ್ದು ಮೌನ. ಯೌರು ಈ ಮೌನ? ಇಷ್ಟು ದಿನ ಜಡವಾಗಿದ್ದ ಅವರ ಮಿದುಳು ಕೆಲಸ ಮಾಡತೊಡಗಿತು. ಒಳ್ಳೆಯ ಲಕ್ಷಣವೇ.

'ಮೌನ ಯಾರು?' ಈ ಪ್ರಶ್ನೆಗೆ ಒಬ್ಬರ ಬಳಿಯಲ್ಲೂ ಉತ್ತರವಿಲ್ಲ. "ವೆಂಕಟಾಚಲಪತಿಗೆ ಗೊತ್ತಿಲ್ಲ? ಮೌನ... ಅಂದರೇ ಮೌನ ಅಷ್ಟೆ" ಒಬ್ಬ ಉಸುರಿದ.

"ನಾವೇ ಅಡಿಗೆ ಮಾಡೋಣ" ಸ್ವಲ್ಪ ವಯಸ್ಸಾದ ದಂಪತಿಗಳು ಮುಂದಾದರು. ಅವರು ಸರಿಯಾಗಿ ಯಾರ ಕಡೆಯವರೆಂದು ಯಾರಿಗೂ ಗೊತ್ತಿಲ್ಲ. ಬಂಗ್ಲೆಯಲ್ಲಿ ನಡೆಯುತ್ತಿದ್ದ ಎಲ್ಲಾ ಪೂಜೆ, ವ್ರತ ಮುಂತಾದ ಕಾರ್ಯಕ್ರಮಗಳಲ್ಲಿ ಭಾಗವಹಿಸುತ್ತಿದ್ದರಿಂದ, ನೆಂಟರೆಂದು ತಿಳಿಯಬೇಕಿತ್ತಷ್ಟೆ.

ಎಲ್ಲ ಅಡಿಗೆಯ ಮನೆಗೆ ಧಾವಿಸಿದರು. ಅತ್ಯಂತ ಚೊಕ್ಕಟವಾಗಿತ್ತು. ಸಾಮಾನು ಇದ್ದ ಪ್ರತಿ ಅಲಮಾರುಗೆ ಬೀಗ ಹಾಕಿತ್ತು. ತಲೆ ಚಚ್ಚಿಕೊಂಡರು.

"ಈಗೇನ್ಮಾಡೋದು?" ಒಬ್ಬರ ಕೇಳಿಕೆಗೆ ಮತ್ತೊಬ್ಬರು ತಟ್ಟನೆ ಉತ್ತರಿಸಿದರು "ಎಲ್ಲಾ ಒಡೆದು ತೆಗ್ದುಬಿಡಿ. ಆಮೇಲೆ ನೋಡಿಕೊಳ್ಳೋಣ."

"ಮಹೇಂದ್ರವರ್ಮ ಇದ್ದಾನೆ, ಅವ್ನು ಇಲ್ಲದಿದ್ದರೇ, ಆ ಕೆಲ್ಸ ಮಾಡ್ಬಹ್ದು, ಸದ್ದು ಮಾಡಿದ್ರೆ ಪೂರಾ... ಪೂರಾ ಹೊರ್ಗೆ ಹೋಗ್ಬೇಕಾಗುತ್ತೆ" ಇನ್ನೊಬ್ಬರು ಎಚ್ಚರಿಸಿದರು.

ಹೇಗೂ ಧೈರ್ಯವಹಿಸಿ ಬೀಗಗಳನ್ನು ಹೊಡೆದದ್ದು ಆಯಿತು. ಇಣುಕಿದ ಒಬ್ಬ ಅಡಿಗೆಯವನು "ಅಯ್ಯೋ ಅಡಿಗೆ ಮನೆಗೆ ಕಳ್ಳರು ಬಿದ್ದಿದ್ದಾರೆ" ಜೋರಾಗಿ ಅರಚೋಕೆ ಶುರು ಮಾಡಿದ. ಅವನೆರಡು ಬೆಳ್ಳಿ ಲೋಟ, ಬಟ್ಟಲುಗಳನ್ನ ಕದ್ದು ಸಾಗಿಸಿದ್ದ. ಈಗ ತಪ್ಪಿಸಿಕೊಳ್ಳಲು ಒಂದು ಅವಕಾಶ ಸಿಕ್ಕಿತಷ್ಟೆ. ಬಂಗ್ಲೆಯ ಇತರ ಆಳುಕಾಳುಗಳೆಲ್ಲ ಒಟ್ಟಾಗಿ ಸೇರಿದಾಗ ದೊಡ್ಡ ಗಲಾಟೆಯೇ ಆಯಿತು.

ಮೊದಲು ಬಂದಿದ್ದು ಮೌನಾ, ನಂತರ ವಿಷಯ ಮುಟ್ಟಿ ಆಗಮಿಸಿದವನು ಮಹೇಂದ್ರವರ್ಮ. ಹುಬ್ಬುಗಂಟಿಕ್ಕಿ ಎಲ್ಲರೆಡೆ ನೋಟ ಹರಿಸಿದಾಗ, ಅವರುಗಳ ಬಾಯಲ್ಲಿನ ಪಸೆಯಾರಿತು.

"ಯಾರು ಇವರೆಲ್ಲ?" ಕೆಲಸದವರನ್ನ ಕೇಳಿದ.

"ಗೊತ್ತಿಲ್ಲ" ತಲೆಯಾಡಿಸಿದರು.

"ನಾನು... ನಾನು... ನಾನು..." ಒಂದೊಂದು ಸಂಬಂಧ ಹೇಳಿಕೊಳ್ಳಲು ಶುರು ಮಾಡಿದಾಗ ಅವನ ಕಣ್ಣುಗಳು ಕೆಂಪಾಯಿತು. "ಈಡಿಯಟ್ಸ್ ಹುಡ್ಗಾಟ ಆಡ್ತೀರಾ, ಸಂಜೆ ಹೊತ್ಗೆ ನಿಮ್ಮ ಬಯೋಡಾಟಾಗಳ್ನ ತಗೊಂಡ್ ಅದ್ಕೆ ಯಜಮಾನಿ ಯಮ್ಮನ ಸಹಿ ಹಾಕ್ಸಿಕೊಂಡ್ಬನ್ನಿ" ಹೂಂಕರಿಸಿದ. ತಲೆತಗ್ಗಿಸಿಕೊಂಡು ಅಪಮಾನ ವಾದವರಂತೆ ಹೋದರು.

ಮೌನಗೆ ಬಾಗಿಲಲ್ಲಿ ವೆಂಕಟಾಚಲಪತಿ ಎದುರಾದರು "ನಿಮ್ಮ, ನಿಮ್ಮ ಬಯೋಡಾಟಾನು ರೆಡಿ ಮಾಡ್ಕೊಂಡ್ ಮೇಡಮ್ ಹತ್ರ ಸಹಿ ಮಾಡ್ಸಿ ಕೊಂಡ್ಬರ್ಬೇಕಂತೆ. ತುಂಬ ಟೆನ್ಸ್ ಇದೆ, ಒಳ್ಗೆ" ಹೇಳಿ ಆತುರಾತುರದಿಂದ ಮುಂದೆ ಹೋದಳು.

ವೆಂಕಟಾಚಲಪತಿ ಎದೆ ಧಸಕ್ಕೆಂದಿತು. ಸುಮಾರು ಜನ ಸೇರಿಕೊಂಡಿದ್ದ

ಬಂಗ್ಲೆ. ಯಾವ ವಸ್ತುಗಳ ಅಪಹರಣವಾಯಿತೋ, ಮಹೇಂದ್ರವರ್ಮನನ್ನ ನೆನೆಸಿಕೊಂಡು ಮುಖದ ಬೆವರನ್ನೊರೆಸಿಕೊಂಡು ಎಡಕ್ಕೆ ಹೋದರು ಸದ್ದಿಲ್ಲದೆ.

ನಡೆದದ್ದು ಪುಟ್ಟ ಘಟನೆ. ಅಲ್ಲಿ ರೆಕ್ಕೆಪುಕ್ಕಗಳು ಹುಟ್ಟಿಕೊಂಡು, ಒಂದು ವಿಶಿಷ್ಟವಾದ ರೂಪ ದೊರೆತಿತ್ತು.

"ಬಯೋಡಾಟಾ ಅಂದರೇನು?" ಸ್ವಲ್ಪ ಓದುಬರಹ ಕಡಿಮೆ ಇದ್ದವರ ಪ್ರಶ್ನೆ. ಇನ್ನೊಬ್ಬ ಅಷ್ಟೆ ತಿಳಿವಳಿಕೆ ಇದ್ದ ವ್ಯಕ್ತಿ "ಪೊಲೀಸ್‌ನವರು ಪ್ರಶ್ನೆಗಳ್ನ ಕೇಳಿ ಬರೆದಿಟ್ಕೋತಾರಲ್ಲ, ಅದು" ಇಂಥ ಚರ್ಚೆಗಳು ಶುರುವಾದವು.

ವೆಂಕಟಾಚಲ ಇವನ್ನೆಲ್ಲ ತಳ್ಳಿ ಹಾಕಿದ. ಆದರೆ ಪೂರ್ತಿ ಸತ್ಯ ಸಿಗದಿದ್ದರೂ ಸಂಜೆಯ ವೇಳೆಗೆ ಬಯೋಡಾಟಾ ಕೊಡಬೇಕೆಂಬುದು ಮಾತ್ರ ತಿಳಿದಾಗ ಗಾಬರಿಯಾದ.

"ಏನಿದೆಲ್ಲ? ಅಕ್ಕ ಬಂದ ಕೂಡ್ಲೆ ಎರಡರಲ್ಲಿ ಒಂದನ್ನ ತೀರ್ಮಾನ ಮಾಡ್ತೀನಿ" ಶಪಥ ಮಾಡಿದರು.

"ಎರಡರಲ್ಲಿ ಒಂದು ಅಂದರೇನು?" ಒಬ್ಬರ ಪ್ರಶ್ನೆ.

"ಇರೋದು, ಅಥ್ವಾ ಹೋಗೋದು!" ಮತ್ತೊಬ್ಬರ ಮಾತು, "ಅಷ್ಟಕ್ಕೆ ಮುಗಿಯೋಲ್ಲ, ಏನೋ ಇದೇಂಥ ಅನ್ನಿಸ್ತಾ ಇದೆ. ನಮ್ಗೆ ಇದರ ಉಸಾಬರಿ ಬೇಡ" ವಯಸ್ಸಾದ ದಂಪತಿಗಳು ಲಗೇಜ್ ರೆಡಿ ಮಾಡಿಕೊಂಡು ಬಿಟ್ಟರು.

ಸಂಜೆ ವೇಳೆಗೆ ಹನ್ನೊಂದರಲ್ಲಿ ಆರು ಜನ ಖಾಲಿಯಾದರು. ಇದರಿಂದ ಯಾರಿಗೂ ನಷ್ಟವಿಲ್ಲ. ಸಿಕ್ಕವರಿಗೆ ಒಂದು ಮಾತು ಹೇಳಿದಳು ಮೌನ.

"ಇದ್ದಕ್ಕಿದ್ದಂತೆ ಹೊರಟುಬಿಡ್ತಾ ಇದ್ದೀರಲ್ಲ ಮೇಡಮ್ ಇಲ್ಲಿ ಮಹೇಂದ್ರ ವರ್ಮ ಇದ್ದಾರೆ. ಒಂದ್ಸಲ ಭೇಟಿ ಮಾಡಿ ಇಲ್ಲದಿದ್ದರೇ ಪುನಃ ಬಂದಾಗ ತೊಂದರೆ ಆಗುತ್ತೆ."

"ಬರೋದೇ ಇಲ್ಲ, ಬಿಡು, ಎಲ್ಲಿನ ಗ್ರಹಚಾರನೋ, ನಮ್ಮ ನೆತ್ತಿ ಮೇಲೆ ತೂಗು ಕತ್ತಿಯಾದರೇ, ನಾವೇನು ಮಾಡೋಣ. ಮಾಡಿ ಹಾಕಿದ್ನ ನಾವು ಊಟ ಮಾಡಿದ್ದೇವೇ ವಿನಃ ಇನ್ನೊಂದು ಉಸಾಬರಿಗೆ ಹೋದವರಲ್ಲ, ಅಕ್ಕನ ಸಪೋರ್ಟ್‌ನಿಂದ ವೆಂಕಟಾಚಲಪತಿ ಏನನ್ನು ಸಾಗಿಸಿ ಬಿಟ್ಟಿದ್ದಾನೋ" ತುಟಿ ಜಾರಿ ಆಡಿತ ಮಾತೇನಲ್ಲ. ಏನಿದ್ದರೂ ಅವನ ಮೇಲೆ ಇರಲೀ, ತಮ್ಮವರೆಗೂ ಬರದೇ ಇರಲೀಂತ ಅಷ್ಟೆ.

ಅಂತು ವರ್ಷಾನುಗಟ್ಟಲೇ ಬೀಡುಬಿಟ್ಟ ಜನ ಕೆಲವು ಗಂಟೆಗಳಲ್ಲಿ ಖಾಲಿಯಾಗಿದ್ದು ಆಶ್ಚರ್ಯದ ವಿಷಯ. ಅದರ ವಿಜಯ ಮೌನದ್ದು ಆದರೂ ಒಪ್ಪಳು. ರಿಸ್ಕ್ ತೆಗೆದುಕೊಳ್ಳದ ಸೋಮಾರಿ ಜನ ಅವರೆಂಬುದೇ ಅವಳ ಅಭಿಪ್ರಾಯ.

* * *

ಬೆಳಗಿನ ಜಾವ ಅಣ್ಣನಿಗೆ ಫೋನಾಯಿಸಿ ತಾನು ಇಲ್ಲಿಗೆ ಬಂದು ಏಳು ದಿನಗಳಾಗಿ ಹೋಯಿತು. ಚೇತೋಹಾರಿಯಾಗಿದೆ. ತುಂಬ ಇಂಟರೆಸ್ಟಾಗಿದೆ ಎಂದು ಹೇಳಿ ಫೋನಿಟ್ಟಾಗ ಅವಳ ಮುಖದಲ್ಲಿ ಮಂದಾರ ಪುಷ್ಪಗಳು ಅರಳಿದ್ದವು.

ಬಂಗ್ಲೆಯಿಂದ ಹೊರಬಂದಳು. ಮಾಗಿಯ ಚಳಿ ಮೌನಳ ಮೈಯನ್ನ ಸೆಟೆಸುವಂತಿದ್ದರೂ, ಆ ಬೆಳಗು, ಇಬ್ಬನಿ ಹಿಮದಲ್ಲಿ ಮಿಂದು ನಿಂತ ಹೂಗಿಡಗಳನ್ನ ನೋಡುವ ಅವಕಾಶ ಕಳೆದುಕೊಳ್ಳಲಾರದಷ್ಟು ಸಂಭ್ರಮಿಸಿದ್ದಳು.

ಗುಲಾಬಿ ಗಿಡಗಳ ಬಳಿ ಬಂದವಳು ಒಂದೊಂದು ಹೂವನ್ನ ಮೃದುವಾಗಿ ಸಂಭಾಷಿಸಿ ಕೆನ್ನೆಗೊತ್ತಿಕೊಳ್ಳುತ್ತಿದ್ದನ್ನ ದೂರದಿಂದಲೇ ನೋಡಿದ ಮಹೇಂದ್ರವರ್ಮ ಹತ್ತಿರಕ್ಕೆ ಬಂದ.

"ಹಲೋ, ಗುಡ್ ಮಾರ್ನಿಂಗ್..." ಎಚ್ಚರಿಸಿದ.

ಬೆಚ್ಚಿಬಿದ್ದವಳಂತೆ ಅವನತ್ತ ತಿರುಗಿ ದೀರ್ಘ ನೋಟ ಹರಿಸಿ "ಯಾವಾಗ್ಬಂದಿದ್ದು?" ಎಂದವಳು ತನಗೇ ತಾನೇ ತಲೆಯ ಮೇಲೆ ಮೊಟಕಿಕೊಂಡು "ಸಾರಿ, ಗುಡ್‌ಮಾರ್ನಿಂಗ್ ಸರ್..." ಎಲೆಯ ಮೇಲೆ ಕೂತ ಹಿಮ ಬಿಂದುವಿನತ್ತ ಕಳ್ಳನೋಟ ಹರಿಸಿದಳು.

ಮುಖ ಮೇಲೆತ್ತಿ ಮಹೇಂದ್ರವರ್ಮ ಜೋರಾಗಿ ನಕ್ಕ. ಆ ನಗೆ ಎಲ್ಲೆಡೆ ವ್ಯಾಪಿಸಿ ಮರಳಿ ಅವಳ ಬಳಿಗೆ ಬಂದಂತಾಯಿತು. ತೀರಾ ಹತ್ತಿರಕ್ಕೆ ಬಂದು ಹಿಮ ಬಿಂದುಗಳನ್ನು ಒಡ್ಡಿದ ಅವಳ ಅಂಗೈ ಮೇಲೆ ಸುರಿದ. ಮುತ್ತು ಉರುಳಿದಂತೆ ಮೌನ ಅಂಗೈಯಲ್ಲಿ ಕೂತ ಮಂಜಿನ ಮುತ್ತಿಗೆ ಮಣಿ ತೀರಾ ತೀರಾ ಬೆಲೆಯುಳ್ಳದೆನಿಸಿತು.

"ಫೆಂಟಾಸ್ಟಿಕ್, ಥ್ಯಾಂಕ್ಯೂ... ಥ್ಯಾಂಕ್ಯೂ... ವೆರಿಮಚ್" ರೋಮಾಂಚಿತಳಾಗಿ ನುಡಿದಾಗ ತನ್ನ ಅಂಗೈಯೊಡ್ಡಿದ "ಧನ್ಯವಾದ ಅಂಥದ್ದೆಲ್ಲ ಬೇಡ, ಆರಾಮಾಗಿ ವರ್ಗಾಯಿಸು. ನಾನು ಕೂಡ ಆ ಸುಖ ಅನುಭವಿಸಿ ನೋಡ್ತೀನಿ" ಕಣ್ಣಲ್ಲಿ ಕಣ್ಣಿಟ್ಟು ನೋಡಿದ.

ಮೆಲ್ಲಗೆ ಚದುರದಂತೆ ಅವನ ಅಂಗೈ ಹಳ್ಳಕ್ಕೆ ವರ್ಗಾಯಿಸಿದಳು. ಆಗ ಅವಳು ಪುಟ್ಟ ಮಗುವೇ ಆಗಿದ್ದಳು. ಆ ಮುಗ್ಧತೆ ತೀರಾ ಅಪರೂಪವೆನಿಸಿತು. ಸಮೀಪದ ಹರ್ಷದ ನಯನಗಳು ಮೆಚ್ಚಿಗೆಯೆನಿಸಿತು. ಮಹೇಂದ್ರವರ್ಮನಿಗೆ.

"ಮೌನಾ... ಮೌನಾ..." ರವಿ, ಶಶಿ ಇಬ್ಬರು ಕೂಗಿಕೊಂಡು ಓಡಿಬಂದರು. ಆ ಓಟ ಜಿಂಕೆಗಳನ್ನು ನೆನಪಿಸುವಂತಿತ್ತು.

ಆಗಲೇ ಅವನಿಗೆ ಮೌನ ಗದಗುಟ್ಟುವ ಶರೀರದ ಅರಿವಾಗಿತ್ತು. "ಏಯ್ ಮೌನಾ, ಇದು ಸಿಟಿ ಪ್ರದೇಶವಲ್ಲ. ಈ ಸೀಸನ್‌ನಲ್ಲಿ ಚಳಿ ಜಾಸ್ತಿ" ಸ್ವೆಟರ್ ಮೇಲಿನ ಶಾಲನ್ನ ತೆಗೆದು ಅವಳಿಗೆ ಕೊಡಲು ಹೋದಾಗ ಸಂಕೋಚಿಸಿದಳು.

"ಬೇಡ, ಸ್ವೆಟರ್ ಶಾಲು ಎಲ್ಲಾ ಇದೆ. ಯಾಕೋ ಏನೋ ಈ ಇಬ್ಬನಿ, ಚಳಿ ಎಲ್ಲಾ ಇಷ್ಟ" ಗಿಡಗಳ ಮೇಲೆ ಹರಡಿದ ಮಂಜನ್ನ ನೋಡಿದಳು.

ಮಾತಾಡಬಾರದೆಂದು ತುಟಿಯ ಮೇಲೆ ಬೆರಳಿಟ್ಟುಕೊಂಡು ಎಚ್ಚರಿಸಿದನು, ಶಾಲನ್ನ ಅವಳಿಗೆ ಹೊದ್ದಿಸಿದ ಅಣ್ಣನ ನೆನಪಾಯಿತು ಅವಳಿಗೆ. ಧಸ್ಸಕ್ಕೆಂದಿತು ಎದೆ.

"ನಂಗೆ ಹೊಸ ರೀತಿಯ ಸಂಸ್ಕೃತಿ ಸ್ವಲ್ಪ ಕೂಡ ಇಷ್ಟವಾಗೋಲ್ಲ. ಕೋ-ಎಜುಕೇಷನ್ ಅಂದರೆ ಸುತರಾಂ ಒಪ್ಪೋಲ್ಲ. ಬಸ್‌ನಲ್ಲಿ ಕೈ, ಮೈ ಮುಟ್ಟೋ ದೂಂದ್ರೇನು? ಮ್ಯಾನರ್ಸ್ ಅನ್ನೋದೇ ಇಲ್ಲ" ಆಗಾಗ ಇಂಥ ವಿಷಯದ ಬಗ್ಗೆ ಕಾಮೆಂಟ್ಸ್ ಮಾಡುತ್ತಿದ್ದರು ಗೌರಿಪ್ರಿಯ.

ಅವಳ ಭಾವನೆಗಳನ್ನ ಅರಿತವನಂತೆ ನಕ್ಕ ಮಹೇಂದ್ರವರ್ಮ "ನೋ ಪ್ರಾಬ್ಲಮ್, ಇಲ್ಲಿ ನಿಮ್ಮಣ್ಣ ಇಲ್ಲ, ನನ್ನ ಕೈಕಾಲು ಮುರ್‍ಯೋಕೆ" ಎಂದ. ಅವಳೇ ಗಾಬರಿಯಾದಳು ಅಂಥ ಪ್ರಕರಣ ನಡೆದದ್ದುಂಟು.

ಹುಡುಗರು ಒಂದಿಷ್ಟು ಜಾಗಿಂಗ್ ಮಾಡಿ ಹಿಂದಿರುಗಿ ಹೊರಟಾಗಲೂ ಇನ್ನ ಚೇತರಿಸಿಕೊಂಡಿರಲಿಲ್ಲ ಮೌನ. ಮನೆಯಲ್ಲಿ ಆಡುವ ಮಾತುಗಳು ಕೂಡ ಮಹೇಂದ್ರ ವರ್ಮನಿಗೆ ಹೇಗೆ ಗೊತ್ತು? ತೀರಾ ಜಿಜ್ಞಾಸೆಗೆ ಒಳಗಾದಳು.

"ಒಂದು... ಡೌಟ್?" ಎಂದಳು.

"ಏನೋ... ಏನೋ... ಮನೆಯ ಒಳಗಿನ ಸಣ್ಣಪುಟ್ಟ ವಿಷ್ಯಗಳೆಲ್ಲ ಇವ್ರಿಗೆ ಹೇಗೆ ಗೊತ್ತೂಂತ? ಖಂಡಿತ ಗೊತ್ತು. ನಿನ್ನ ಬಗ್ಗೆ ನಿಂಗೆ ಎಷ್ಟೋ ಗೊತ್ತಿಲ್ಲ, ಆದರೆ ನಂಗೆ ಗೊತ್ತು. ತೀರಾ ಸಿಂಪಲ್ಲಾಗಿ ನಿಂಗೆ ಬೆಂಡೆಕಾಯಿ ಹುಳಿ, ನುಚ್ಚಿನ ಉಂಡೆ, ಗಸಗಸೆ ಪಾಯಸ ಇಂಥದೆಲ್ಲ ಇಷ್ಟ. ಆದರೆ ಎಂದೂ ತೋರ್‍ಸಿಕೊಂಡಿದ್ದಿಲ್ಲ. ತುಪ್ಪ, ಮೊಸರು ಹಾಕ್ಕೊಂಡಿದ್ದಿಲ್ಲ; ನಿಮ್ಮಣ್ಣ ಹಾಕಬೇಕು. ನಿಂಗೆ ಒಬ್ಬ ಒಳ್ಳೆ ಅಣ್ಣ ಇದ್ದಾನೆ. ನಿನ್ನ ಅತ್ತಿಗೆ ಕೆಟ್ಟವಳಲ್ಲ, ಹೃದಯ ಇದೆ. ಸಂಗೀತ, ಗೀತಾ... ನಿನ್ನ ಅಣ್ಣನ ಮಕ್ಳನ ಕಂಡರೇ ತುಂಬ... ತುಂಬ ಪ್ರೀತಿ. ಇನ್ನಷ್ಟು ಹೇಳ್ಲಾ? ಈವತ್ತೋಗೆ... ಸಾಕು ಬಿಡು" ಎಂದ ನಗುತ್ತ. ಆ ನಗುವಿನಲ್ಲಿ ಗೂಢತೆ ಅಡಗಿದೆಯೆನಿಸಿತು.

ಬಂಗ್ಲೆಯ ವಿದ್ಯಮಾನಗಳ ಬಗ್ಗೆ ಚರ್ಚಿಸುತ್ತ "ಅದೇನು ಪ್ರಾಬ್ಲಮ್ ಆಗೋಲ್ಲ, ಈ ಜನರ ಬಗ್ಗೆ ಚಿಂತಿಸುವವರಾರಿಲ್ಲ. ಹೋದ ಜನ ಹಿಂದಕ್ಕೆ ಬರ್‍ದಂಗೆ ತಾಕೀತು ಮಾಡ್ಬೇಕಷ್ಟೆ. ಅದಕ್ಕೆ ಅಗತ್ಯವಾದದ್ನ ನಾನು ಮಾಡ್ತೀನಿ. ಥ್ಯಾಂಕ್ಯೂ" ಎಂದವನು ನಿಂತು ಅವಳತ್ತ ನೋಟ ಹರಿಸಿದ.

"ಮೌನ..." ಮತ್ತೆ ಶುರು ಮಾಡಿದ.

"ಒಳಗುಟ್ಟು, ಜವಾಬ್ದಾರಿಗಳ್ನ ಒಬ್ಬ ಹೆಣ್ಣಿಗೆ ಒಪ್ಪಿಸಬೇಕಾದರೇ, ಅದ್ರ ಹಿಂದೆ ಸಾಕಷ್ಟು ಹೋಂವರ್ಕ್ ಇದೆ. ಅಕಸ್ಮಾತ್ ನಿನ್ನ ವಿವಾಹವಾಗಲು ತಕರಾರು ಕೂಡ ಇರ್‍ಬಾರ್‍ದು, ಎನ್ನುವ ಅಭಿಪ್ರಾಯದಿಂದಲೇ ನಿನ್ನ ಸೆಲೆಕ್ಟ್ ಮಾಡಿದ್ದು..." ಮುಚ್ಚಿಡದೆ ಎಲ್ಲಾ ಹೇಳಿದ. ಅವಳ ಪ್ರಾಮಾಣಿಕತೆಯ ಬಗ್ಗೆ ಮಹೇಂದ್ರನಿಗೆ ನಂಬಿಕೆ ಇತ್ತು.

ಆರಾಮಾಗಿ ನಕ್ಕುಬಿಟ್ಟಳು ಮೌನ. ಒಂದಿಷ್ಟು ಬದಲಾವಣೆಯ ಗಾಳಿ, ಹೊಸ ಅನುಭವವಷ್ಟೆ ಅವಳ ಇರಾದೆಯಾಗಿತ್ತು ವಿನಃ ಮಹೇಂದ್ರವರ್ಮನ ಪಕ್ಕದಲ್ಲಿ ತನ್ನನ್ನ

ಕಲ್ಪಿಸಿಕೊಳ್ಳಲಾರಳು. ಇವಳು ಖಾಲಿ ಕೈಯಲ್ಲಿ ಆರಾಮಾಗಿ ಮನೆಗೆ ಹೋದರೂ ವಾಣಿ ಒಂದಿಷ್ಟು ನಿರಾಶಳಾಗಬಹುದೇ ವಿನಃ ಗೌರಿಪ್ರಿಯ ಖಂಡಿತ ಅಪೇಕ್ಷಿಸಲಾರ.

"ಥ್ಯಾಂಕ್ಯೂ ಸರ್, ಒಂದು ಗುಡ್ ಪ್ರಾಜೆಕ್ಟ್ ರೆಡಿ ಮಾಡಿ ಕೊಟ್ಟುಹೋಗ್ತೀನಿ. ಎನಿ ವೇ... ಮಾಗಿಯ ಸಂಜೆ, ಬೆಳಕು, ಮಂಜು ಎಲ್ಲಾ ಇಷ್ಟವಾಗಿದೆ. ಇಲ್ಲಿ ಕಳೆದ ದಿನದ ಅಮೂಲ್ಯತೆ ಬಹಳ ಕಾಲ ನನ್ನ ನೆನಪಿನಲ್ಲಿರುತ್ತೆ" ಭಾವುಕಳಾಗಿ ಮೈಮರೆತು ನುಡಿದಳು.

ಅಂದಿಗೆ ಎಂಟು ದಿನವಾಗಿತ್ತು. ಗೌರಿಪ್ರಿಯನ ಚಡಪಡಿಕೆಯಂತು ಹೇಳ ತೀರದು. ಬೆಳಗಿನಿಂದ ಬೈಗುಳೋ... ಬೈಗುಳ! 'ಮೂರು ಮತ್ತೊಂದಂತೆ... ಅಪ್ಪುನ ಉರಿದು ಮುಕ್ಕಿ ಬಿಟ್ಟಳು' ಇದೇ ಅರ್ಥ ಬರುವ ಮಾತುಗಳನ್ನು ಹಲವು ಸಲ ಆಡಿದಾಗ ವಾಣಿಗೆ ತಡೆಯಲಾಗಲಿಲ್ಲ.

"ಏನೇನೋ ಮಾತಾಡ್ಬೇಡಿ! ಎಂದಾದ್ರೂ ಕೆಟ್ಟದಾಗಿ ಒಂದ್ಮಾತು ಆಡಿದ್ದೀನಾ? ಬೇಕಾದ್ರೆ ಅವಳನ್ನೇ ಕೇಳಿ. ಆ ಮಾತು ಪ್ರೀತಿಯಿಂದ ಆಡ್ತಾ ಇದ್ದಿದ್ದೇ. ಮೂರರ ಜೊತೆ ಅಪ್ಪು ಕೂಡ ನಮ್ಗೆ ಮಗಳ ಸಮನೇ" ಕಣ್ಣುಮೂಗೊರೆಸಿಕೊಂಡಳು.

ಉಟ್ಟಿದ್ದ ಲುಂಗಿ ಬಿಚ್ಚಿ ಪ್ಯಾಂಟ್ ತೊಟ್ಟು ರೂಮಿನಿಂದ ಹೊರಗೆ ಬಂದವನು, "ನಾಚ್ಕೆ ಆಗೋಲ್ಲ! ಅಪ್ಪು ನಿನ್ನ ಮೂರು ಮಕ್ಳಿಗಿಂತ ಹೆಚ್ಚೇನೇ, ಎಂದಾದ್ರೂ ಮನಃಪೂರ್ತಿಯಾಗಿ ಅಪ್ಪು ತಟ್ಟೆಗೆ ಒಂದು ಮಿಳ್ಳೆ ತುಪ್ಪ ಹಾಕಿದ್ದೀಯಾ! ನಿಂಗೆ ಕೈಯೇ ಬರೋಲ್ಲ. ಇವಕ್ಕೆ ತುಪ್ಪ ಮೊಸರು ಸುರಿದಿದ್ದು ಸುರಿದಿದ್ದೇ. ಲಕ್ಷಣವಾದ ಮುಖ ಲಕ್ಷಣನಾ, ಬಣ್ಣನಾ? ಮುಂದ ಗೊತ್ತಾಗುತ್ತೆ, ನಿಂಗೆ" ಬಾಯಿಗೆ ಬಂದಂತೆ ಬೈಯ್ದ. ಅದುಮಿಟ್ಟ ಕೋಪ ದವಾನಲವಾಗಿ ಪ್ರವಹಿಸುತ್ತಿತ್ತು.

ಎಂದೂ ಗೌರಿಪ್ರಿಯ ರೌದ್ರಾವತಾರ ತಾಳಿರಲಿಲ್ಲ. ಬೇಗ ಕಾಂಪ್ರಮೈಸಾಗಿ ಬಿಡುತ್ತಿದ್ದ. ತಂಗಿ ಅಲ್ಲಿ ಉಳಿದಿದ್ದ ಕೋಪವನ್ನ ಹೆಂಡತಿಯ ಮೇಲೆ ತೀರಿಸಿಕೊಳ್ಳ ತೊಡಗಿದ.

ವಾಣಿಗೆ ಭಯದ ಜೊತೆ ಅಳು ಕೂಡ. ಅಕಸ್ಮಾತ್ ಅವಳೇನಾದರೂ ಕೆಲಸದ ನೆವದಲ್ಲಿ ಅಲ್ಲಿ ಉಳಿದು ಬಿಟ್ಟರೇ ವ್ಯಂಗ್ಯ ಮಾತುಗಳಿಂದಲೇ ಗಂಡ ತನ್ನನ್ನು ಕೊಂದುಬಿಡುತ್ತಾನೆಂದುಕೊಂಡಳು.

ಭಾನುವಾರ ಪೂರ್ತಿ ಗಂಡಹೆಂಡತಿ ಜಗಳವಾಡಿದರೂ, ಆ ರಾತ್ರಿ ತನಗೇ ಗೊತ್ತಿದ್ದ ದೇವರುಗಳಿಗೆಲ್ಲ ಮುಡುಪು ಕಟ್ಟಿ ಇಟ್ಟಳು. 'ಬೇಗ ಮೌನ ಬಂದುಬಿಡಲಿ' ದೇವರಲ್ಲಿ ವಿಶೇಷವಾದ ಪ್ರಾರ್ಥನೆ. ಸದ್ಯಕ್ಕೆ ದೇವರು ಅದನ್ನ ನಡೆಸಿಕೊಡುವ ಸ್ಥಿತಿಯಲ್ಲಿರಲಿಲ್ಲ. ಪ್ರತಿಯೊಬ್ಬರ ಮಾತನ್ನು ಕೇಳಲು ದೇವರಾಗಬೇಕಿರಲಿಲ್ಲ.

ಗೌರಿಪ್ರಿಯ ಮರುದಿನ ಹೊರಟು ತಂಗಿಯನ್ನ ಕರೆದುಕೊಂಡು ಬರುವ ನಿರ್ಧಾರ ಮಾಡಿದ. ಆದರೆ ರಾತ್ರಿ ಒಂಬತ್ತರ ಸುಮಾರಿಗೆ ಮೌನಳಿಂದ ಫೋನ್ ಬಂತು.

"ಹೇಗಿದ್ದಿ, ಅಣ್ಣಾ?" ವಿಚಾರಿಸಿದ ಕೂಡಲೇ ಗೌರಿಪ್ರಿಯ ಮುಖ ಮತ್ತಷ್ಟು ದಪ್ಪಗಾಯಿತು "ಚೆನ್ನಾಗಿದ್ದೀನಿ, ನೀನು ಹೇಗಿದ್ದಿ? ನಾಳೆ ನಾನು ಬರ್ತಾ ಇದ್ದೀನಿ, ನಿನ್ನ ಲಗೇಜ್ ರೆಡಿ ಮಾಡ್ಕೋ" ಹೇಳಿದ ಬಿರುಸಾಗಿ.

"ಅಣ್ಣ ಅತ್ತಿಗೆಗೆ ಸ್ವಲ್ಪ ಫೋನ್ ಕೊಡು. ನಾಳೆ ನೀನ್ಬಂದರೆ ನಾನು ಸಿಗೋಲ್ಲ. ಇಡೀ ಟೀಂ ಮುಂಬಯಿಗೆ ಹೋಗ್ತಾ ಇದ್ದೀವಿ. ಎಂಟು ದಿನ ಕಳದೇಹೋಯಿತಲ್ಲ, ಇನ್ನ ಇಪ್ಪತ್ತೆರಡೇ ದಿನ ತಾನೇ, ನಾನೆ... ಬಂದ್ಬಿಡ್ತೀನಿ" ಫೋನಿನಲ್ಲಿಯೇ ಪುಸಲಾಯಿಸಿದಳು.

ಗೌರಿಪ್ರಿಯ ಹೆಂಡತಿ ಕೈಗೆ ಫೋನ್ ಕೊಟ್ಟು ಅಲ್ಲಿಯೇ ಇದ್ದ ಸ್ಟೂಲಿನ ಮೇಲೆ ಕೂತ, ಧುಮಗುಟ್ಟುತ್ತ.

"ಏನತ್ತಿಗೆ, ಮಾತಾಡು! ಅಣ್ಣ ತುಂಬ ಎಗ್ಸೈಟ್ ಆಗಿದ್ದಾರೆ, ಏನು ವಿಷಯ?" ವಾಣಿಯನ್ನ ಕೇಳಿದಳು. ಅಳೋಕೆ ಶುರು ಮಾಡಿದ "ಪ್ಲೀಸ್ ನಾಳೆನೆ ನೀನು ಬಂದ್ಬಿಡು, ಮೌನ. ಇಲ್ಲಿ ನಿಮ್ಮಣ್ಣ ನರ್ಕ ಮಾಡ್ಬಿಟ್ಟಿದ್ದಾರೆ. ಎಷ್ಟು ವರ್ಷಗಳ ಕೋಪವೋ, ಈಗ ಆರಾಮಾಗಿ ತೀರಿಸ್ಕೋತಾ ಇದ್ದಾರೆ. ಪ್ಲೀಸ್ ಬಂದ್ಬಿಡಮ್ಮ" ಅಳುತ್ತ ಗೋಗರೆದಾಗ ಸ್ವಲ್ಪ ಹೆದರಿದಳು ಮೌನ.

"ಅತ್ತಿಗೆ ಅಣ್ಣನಿಗೆ ಸ್ವಲ್ಪ ಮುಂಗೋಪ, ಮುಂದಾಲೋಚನ ಇಲ್ಲ. ತುಂಬ ಸೀರಿಯಸ್ಸಾಗಿ, ಕಾನ್ಫಿಡೆಂಟಾಗಿ ಪ್ರಾಜೆಕ್ಟ್ ಸಿದ್ಧಮಾಡ್ತಾ ಇದ್ದೀನಿ. ಎಂಟು ದಿನ ಮುಗ್ದೇ ಹೋಯ್ತು, ಇನ್ನ ಅಬ್ಬಬ್ಬ ಅಂದರೆ... ಇಪ್ಪತ್ತೆರಡು ದಿನ ಹಾರಿಕೊಂಡು ಬಂದ್ಬಿಡುತ್ತೆ. ಪ್ಲೀಸ್ ನೀವು ಅಣ್ಣನ ಮಾತುಗಳ್ನ ಸೀರಿಯಸ್ಸಾಗಿ ತಗೋಬೇಡಿ. ಸ್ವಲ್ಪ ಅಣ್ಣಂಗೆ ಕೊಡಿ, ಫೋನ್" ಮನವೊಲಿಸುವ ದನಿಯಲ್ಲಿ ಹೇಳಿದಳು.

ಹೆಂಡತಿ ಅಂದಕೂಡಲೇ ತಕ್ಷಣ ತಗೊಂಡ. "ಈಗ ಹೇಳು, ನಿಮ್ಮ ಅತ್ತಿಗೆ ಹೇಳಿದೆಲ್ಲ ಪುರಾಣ ಅವೆಲ್ಲ ಇದ್ಕೊಳ್ಳಿ... ಎಂದು ಬರ್ತೀಯಾ? ನಾನೇ ಬಂದು ಕರ್ಕೊಂಡ್ ಬರ್ತೀನಿ" ಗಡುಸಾಗಿತ್ತು ಸ್ವರ.

"ಖಂಡಿತ... ಖಂಡಿತ...! ಅದ್ವರ್ಗೂ ಅತ್ತಿಗೇನಾ ಬಯ್ಯಬಾರ್ದು. ಪ್ರಾಮಿಸ್ ಮಾಡು, ನನ್ನ ಕೈಫೋನ್‌ನ ಹತ್ತಿರಾನೇ ಇದೆ" ಪುಸಲಾಯಿಸಿದಳು ಫೋನ್‌ನಲ್ಲಿಯೇ.

"ಯೂ ನಾಟಿ ಗರ್ಲ್, ಹುಷಾರಾಗಿರು. ರಾತ್ರಿ ಹೊತ್ತು ಒಬ್ಳೇ ಹೊರ್ಗಡೆ... ಬರ್ಬೇಡ" ಎಚ್ಚರಿಸಿದ ಪ್ರೀತಿಯಿಂದ.

"ಆಯ್ತು, ಫೋನಿಟ್ಟೆ" ಇಟ್ಟೇಬಿಟ್ಟಳು.

ಸ್ವಲ್ಪ ಹೊತ್ತು ಮೌನ ತಟಸ್ಥಳಾಗಿ ಕೂತಳು. 'ಕತ್ತಲೆ ಕಂಡರೆ ತುಂಬ ಹೆದರ್ತಾಳೆ' ಅವಳಣ್ಣ ಹೇಳುತ್ತಿದ್ದ ಆಗಾಗ. ಅವಳ ಅನುಭವಕ್ಕೇನು ಬಂದಿರಲಿಲ್ಲ. ಕತ್ತಲೆಯಲ್ಲಿ ಹೊರಗೆ ಹೋಗುತ್ತಿದ್ದುದು ಕಡಿಮೆ, ಹೋದರೂ ಒಂಟಿಯಾಗೇನಲ್ಲ. ಅಣ್ಣ, ಅತ್ತಿಗೆ ಅಥವಾ ಹುಡುಗರು ಇಲ್ಲ ಗೆಳತಿಯರು ಯಾರಾದರೂ ಇರುತ್ತಿದ್ದರು. ಒಂಟೊಂಟಿಯಾಗಿ ಕತ್ತಲೆಯಲ್ಲಿ ಓಡಾಡುವುದು ಕೂಡ ರೋಮಾಂಚಕಾರಿ ಅನುಭವ ವಾಗಿ ಕಂಡಿತು.

ಹೆಡ್‌ಕುಕ್ ಫೋನಲ್ಲಿ ಸಂಪರ್ಕಿಸಿ "ಅಮ್ಮ, ಸೊಸೆ ಅಮ್ಮ ನಿಮ್ಮನ್ನ ನೋಡ್ಬೇಕಂತೆ" ಎಂದ. ಎಷ್ಟೋ ಸಲ ಚಕ್ರೇಶ್ವರಿಯೊಂದಿಗೆ ಮಾತಾಡಲು ಪ್ರಯತ್ನಿಸಿದರೂ ಮುಖ ತಿರುವುತ್ತಿದ್ದಳು ಗತ್ತಿನಿಂದ. ಸೋಡಾ ಚೀಟಿ ಪಡೆದ ಅವಳು ಇಲ್ಲಿಗೆ ಏನು ಅಲ್ಲ. ಆ ಬಗ್ಗೆ ಯಾರು ತಲೆ ಕೆಡಿಸಿಕೊಳ್ಳರು, "ಬರ್ತೀನಿ" ಫೋನಿಟ್ಟಳು. ತೀರಾ ಹತ್ತಿರದಿಂದ ಆಕೆಯ ಮನಸ್ಸನ್ನು ಅರಿಯುವ ಸದವಕಾಶ.

ರೂಮಿನಿಂದ ಹೊರಗೆ ಬಂದು ಚಕ್ರೇಶ್ವರಿಯ ಪುಟ್ಟ ಅರಮನೆಯ ಪ್ರವೇಶ ದ್ವಾರದ ಬಳಿ ಸಿಕ್ಕಳು ಆಯಾ. ಒಂದು ಸಲ ಅಡಿಯಿಂದ ಮುಡಿಯವರೆಗೂ ನೋಡಿ ತಲೆತಗ್ಗಿಸಿ ಹೋದಳು. ಕಂಪ್ಲೇಂಟ್ ಇಲ್ಲಿಯವರೆಗೂ ಬಂದಿದ್ದು ಶುಭ ಲಕ್ಷಣವೆನಿಸಿತು. ಏನಾದರೂ ಹೇಳಲು ಒಂದು ಅಪೂರ್ವ ಅವಕಾಶವಾಗಿ ಕಂಡಿತು, ಹರ್ಷಿತಳಾದಳು.

"ಹಲೋ ಮೇಡಮ್..." ಎಂದಳು.

ಕೈಯಲ್ಲಿನ ಮ್ಯಾಗ್‌ಝೀನ್‌ನ 'ರಪ್' ಎಂದು ಎಸೆದ ಚಕ್ರೇಶ್ವರಿ "ಆಯಾನ ದಂಡಿಸೋ ಅಧಿಕಾರ ನಿಂಗ್ಯಾರು ಕೊಟ್ಟೋರು?" ಕೇಳಿದ್ದು, ಸ್ವಲ್ಪ ಕಿಂಚಿತ್ ದನಿಯೇರಿಸಿ.

ಮೌನ ಸುಮ್ಮನೆ ನೋಡುತ್ತ ನಿಂತಳು. ನೇರವಾದ ನೋಟ. 'ಅದನ್ನ ಕೇಳಲು ನೀವು ಯಾರು?' ಎನ್ನುವಂತಿತ್ತು, ಸ್ವಲ್ಪ ವಿಚಲಿತಳಾದಳು, ಚಕ್ರೇಶ್ವರಿ.

ಆದರೂ ತೀರಾ ಅನುನಯ ದನಿಯಲ್ಲಿ ಆಯಾ ಮಕ್ಕಳ ಜೊತೆ ಒರಟಾಗಿ ವರ್ತಿಸುವ, ಶಿಸ್ತಿನ ನೆವದಲ್ಲಿ ಅವಕ್ಕೆ ವಿಧಿಸುವ ಶಿಕ್ಷೆಯ ಬಗ್ಗೆ ತಿಳಿಸಿದ್ದು ಸೂಕ್ಷ್ಮವಾಗಿ, ಅತ್ಯಂತ ನಿವಾರಾಗಿ, ಆತ್ಮೀಯವಾಗಿ.

"ಅದು ಅನಗತ್ಯ ವಿಷ್ಯ" ಎಂದಳು ಖಾರವಾಗಿ. ಚಕ್ರೇಶ್ವರಿ, ಕೋಣೆಯಲ್ಲಿ ಗಾಳಿಯೇ ಸ್ತಬ್ಧವಾದಂತಾಯಿತು. ಮೌನಗೆ ವಾಣಿಯ ನೆನಪಾಯಿತು. ತಾಯ್ತನದ ಮೂರ್ತಿ ಅವಳು.

"ಯಾವ್ದು ಮೇಡಮ್, ಅನಗತ್ಯ ವಿಷ್ಯ?" ಸ್ಪಷ್ಟಪಡಿಸಿ ಎನ್ನುವಂತಿತ್ತು ಅವಳ ದನಿ "ಗೋ ಟು ಹೆಲ್, ನನ್ನವರ್ಗೂ ಕಂಪ್ಲೇಂಟ್ ಬರಬಾರದ್ದು ಅಷ್ಟೆ" ಚೀರಿದ್ದು ತುಸು ದನಿಯೇರಿಸಿ.

ಬಹಳ ನಿಧಾನವಾಗಿ ಹೊರಗೆ ಬಂದ ಮೌನ ಅವರ ರೂಮಿನ ಬಾಗಿಲಲ್ಲಿ ನಿಂತು ರವಿ, ಶಶಿಯನ್ನ ನೋಡಿ ಸನ್ನೆ ಮಾಡಿ ಹತ್ತಿರಕ್ಕೆ ಕರೆದಳು, ಬರಲಿಲ್ಲ. ಆಯಾ ಎಚ್ಚರಿಸಿರಬೇಕೆಂದುಕೊಂಡವಳು ತಾನೇ ಅವರ ಬಳಿಗೆ ಹೋದಳು.

"ಮಮ್ಮಿ, ನಿಮ್ಮನ್ನ ಕರೀತಾರೆ."

ಒಬ್ಬರ ಮುಖವನ್ನೊಬ್ಬರು ನೋಡಿಕೊಂಡರಷ್ಟೆ. ಆಯಾ, ಮೇಲ್ವಿಚಾರಕ, ವ್ಯಾಯಾಮದ ಮಾಸ್ಟರ್, 'ಮಮ್ಮಿ' ಎನ್ನುವ ಹೆಸರನ್ನು ನೆನಪಿಸುತ್ತಿದ್ದರಷ್ಟೆ. ಅಂಥ ಅನನ್ಯ ಸಂಪರ್ಕವೇನಿಲ್ಲ. ಸಿಕ್ಕಾಗ, ಅಪರೂಪಕ್ಕೆ ಯಾವುದೋ ಒಂದು ಕಾರಣಕ್ಕೆ

ಚಕ್ರೇಶ್ವರಿಯ ರೂಮಿಗೆ ಹೋದಾಗ ದೂರ ನಿಂತೇ ಮಾತು. ಬರೀ ಪ್ರಶ್ನೆ, ಉತ್ತರ ಗಳಷ್ಟೆ. ಬೇರೊಂದು ಮಾತಿಗೆ ಎಡೆ ಇರಲಿಲ್ಲ. ಗಂಡನ ಪ್ರತಿರೂಪಗಳನ್ನು ದ್ವೇಷಿಸು ತ್ತಿದ್ದುದು ವಿಪರೀತವೆ.

"ಮಮ್ಮಿ, ಹತ್ರ ಹೋಗೋಣ" ಕೈಹಿಡಿದಳು.

"ಬರೋಲ್ಲ..." ಕೈ ಕೊಸರಿಕೊಂಡ ರವಿ.

ತಾಯಿಯ ಬಗ್ಗೆ ಆ ಮಕ್ಕಳಲ್ಲಿ ಯಾವುದೇ ಭಾವನೆಗಳು ಇಲ್ಲ! ಅವಳ ಅಂತರಂಗಕ್ಕೆ ಬಲವಾದ ಪೆಟ್ಟು ಬಿತ್ತು.

"ಹೋಗ್ಲಿ, ನನ್ನ ರೂಮಿಗೆ ಹೋಗೋಣ."

"ಇಲ್ಲ, ಆಯಾ ಪನಿಷ್ ಮಾಡ್ತಾಳೆ."

ಮೌನ ಬೆಚ್ಚಿಬಿದ್ದಳು. ಇಲ್ಲಿ ಪನಿಷ್ ಮಾಡುವುದು ಹೆತ್ತವರಲ್ಲ, ಆಯಾ. ಅವಳು ಕೂಡ ಮಮತಾಮಯಿ ಅಲ್ಲದಿರುವುದು ಮಕ್ಕಳ ದುರಂತ.

ಅವರ ಪಾಡಿಗೆ ಅವರನ್ನ ಬಿಟ್ಟು ತನ್ನ ರೂಮಿಗೆ ಹೋದಳು. ಇಂದಿನ ವಿಷಯ ಬಹಳ ಮುಖ್ಯವಾಗಿ ಕಂಡಿತು. ಚಕ್ರೇಶ್ವರಿಯ ಖಾಲಿ ಪುಟಗಳಲ್ಲಿ ಇದಿಷ್ಟು ಭರ್ತಿಯಾಯಿತು. ಇಲ್ಲಿ ಹೃದಯ, ಮನಸ್ಸು, ಮಿದುಳು ಪ್ರತಿಯೊಂದು ಎಷ್ಟೆಷ್ಟು ಪರ್ಸೆಂಟ್ ಇದೆ? ಟಿ.ವಿ.ಯ ನೆಟ್‌ವರ್ಕ್ ಪ್ರೋಗ್ರಾಂ ಸರಿಗಮ ಕಾರ್ಯಕ್ರಮದ ಜಡ್ಜ್ ಮುಂದ ಒಬ್ಬ ತಾಳ, ಲಯ, ಭಾವ ಅರಿಯದ ಸಿಂಗರ್ ಬಂದು ಹಾಡಿದಾಗ ಎಂಥ ಪೇಚಾಟಕ್ಕೆ ಒಳಗಾಗಬೇಕೋ, ಮಾರ್ಕ್ಸ್ ಹಾಕಲು – ಅಂಥ ಸಂದಿಗ್ಧಕ್ಕೆ ಒಳಗಾದಳು.

ಬಹು ಎಚ್ಚರಿಕೆಯಿಂದ ಬರೆದಳು ಚಕ್ರೇಶ್ವರಿಯ ಬಗ್ಗೆ. ಆ ಹೆಣ್ಣು ಹೇಗೆ ಬದುಕುತ್ತಿದ್ದಾಳೆ? ಯಾಕೆ ಜೀವಿಸುತ್ತಿದ್ದಾಳೆ? ಹೊರಗೆ ಹೋದಾಗಲೆಲ್ಲ ಪುಸ್ತಕಗಳನ್ನು ಹೊತ್ತು ತರುತ್ತಿದ್ದಳು. ಅದರಲ್ಲಿ ಹುಡುಕಾಟ ನಡೆಸಿರಬೇಕು. ಜೀವನದಲ್ಲಿ ಇಲ್ಲದ್ದು ಪುಸ್ತಕಗಳಲ್ಲಿ ಏನಿದೆ? ಪ್ರಾಕ್ಟಿಕಲ್ ಲೈಫ್ ಕಡೆ ಬೆನ್ನ ಹಾಕಿದ್ದ ಮಹಿಳೆಯ ಬಗ್ಗೆ ಅನುಕಂಪ.

ಸಂಜೆ ಒಂಟಿಯಾಗಿ ಗಾರ್ಡನ್‌ನಲ್ಲಿ ಕೂತಾಗ ಮಹೇಂದ್ರವರ್ಮ ಅರಸಿ ಕೊಂಡು ಬಂದವನು ಫುಲ್ ಸೂಟ್‌ನಲ್ಲಿದ್ದ ಯಾವುದೋ ಬಿಜಿನೆಸ್ ಪಾರ್ಟಿಯಲ್ಲಿ ಭಾಗವಹಿಸಿ ಬಂದಿರಬೇಕು. ಒಂದೆರಡು ಪೆಗ್ ಜಠರ ಸೇರಿರಬೇಕು ಕಣ್ಣುಗಳು ಮತ್ತಿನಲ್ಲಿ ತೇಲಿದಂತಿತ್ತು.

"ಯಾಕೆ, ತೀರಾ ಡಲ್ಲಾಗಿ ಕಾಣ್ತೀಯಾ?" ಕೇಳಿದ.

ನೋಟವರಿಸಿದವಳು ಮುಗುಳ್ನಗೆ ಬೀರಿ "ಅಂಥದ್ದೇನಿಲ್ಲ, ನಿಮ್ಗೆ ರೆಸ್ಟ್ ಬೇಕೂಂತ ಅನ್ನಿಸುತ್ತೆ" ಕಣ್ಣುಗಳನ್ನು ನೋಡಿ ಊಹಿಸಿದಳು.

"ಡ್ಯಾಮಿಟ್, ನಾನು ಇರೋ ಮೂಡ್‌ನಲ್ಲಿ ನಿನ್ನ ಎದುರು ಕೂತು

ಮಾತಾಡ್ಬೇಕೂಂತ ಅನ್ನಿಸುತ್ತೆ. ನಿನ್ನ ಫೇವರೆಟ್ ಜಾಗಕ್ಕೆ ಹೋಗೋಣ" ತೇಲಿದಂತೆ ಬಂದವು ಮಾತುಗಳು.

ಅವಳಿಗೂ ಅವನ ಬಳಿ ಮಾತಾಡುವುದಿತ್ತು. ಮಕ್ಕಳ ಬಗ್ಗೆ ಆತಂಕಗೊಂಡಿದ್ದಳು. "ಓ.ಕೆ...." ಹೆಜ್ಜೆ ಹಾಕಿದಳು ಅವನೊಂದಿಗೆ

ಬಳ್ಳಿ ಹಬ್ಬಿಸಿ ತಣ್ಣನೆಯ ನೆರಳಿನ ಛತ್ರಿಯ ಏರ್ಪಾಟು ಮಾಡಿ ಕೆಳಗೆ ಆಸನ ವ್ಯವಸ್ಥೆ ಮಾಡಿದ್ದ ಪ್ರದೇಶಕ್ಕೆ ಬಂದವರು ಕೂತರು ಎದುರುಬದುರಾಗಿ.

ನೇರವಾಗಿ ನೋಡಿದ "ಏನೋ ಹೇಳ್ಬೋದಿದೆ, ಹೇಳು. Force isthe index of mind ಅಂತಾರೆ, ನಿನ್ನ ಮುಖ ಅತ್ಯಂತ ಸ್ಪಷ್ಟವಾಗಿ ಹೇಳ್ತಾ ಇದೆ" ಉತ್ಸಾಹ ತೋರಿದ. ಅವಳ ಮುಖ ಮತ್ತಷ್ಟು ಸಪ್ಪಗಾಯಿತು.

"ನಂಗೆ ರವಿ, ಶಶಿ ಭವಿಷ್ಯದ ಬಗ್ಗೆ ಆತಂಕ" ಅವಳ ದನಿಯಲ್ಲಿ ಸೌಮ್ಯತೆ ಇತ್ತು. ನೋವಿನ ಛಾಯೆ ಇತ್ತು. ಮಹೇಂದ್ರವರ್ಮನ ಕಣ್ಣುಗಳು ಮಿನುಗಿತು. "ಥ್ಯಾಂಕ್ಯೂ... ಥ್ಯಾಂಕ್ಯೂ ವೆರಿಮಚ್ ಮೌನ. ಆ ದುರ್ದೈವಿ ಮಕ್ಕಳ ಭವಿಷ್ಯದ ಬಗ್ಗೆ ಮಾತಾಡಿದ ಏಕೈಕ ವ್ಯಕ್ತಿ ನೀನೆ. ಇಲ್ಲೇ ಇದ್ದರೂ ಅತ್ತಿಗೆ ತಲೆ ಕೆಡ್ಸಿಕೊಳ್ಳೋಲ್ಲ. ಅಣ್ಣನ, ನೆನಪಿನ ಪುಟದಲ್ಲಿ ರವಿ, ಶಶಿಗೆ ಜಾಗವಿಲ್ಲ" ಅಪಾರವಾದ ನೋವಿತ್ತು ಅವನ ದನಿಯಲ್ಲಿ.

"ಮುಂದಿನ ಭವಿಷ್ಯದ ಪ್ರಜೆಗಳು ಆ ವಂಶದ ಪ್ರಾಪರ್ಟಿ. ಜೋಪಾನ ಮಾಡೋದು ಕೂಡ ಅವ್ರಿಗೆ ಸೇರುತ್ತೆ" ಸ್ಪಷ್ಟವಾಗಿ ಉಸುರಿದಳು.

ಮೇಲಕ್ಕೆದ್ದ ಮಹೇಂದ್ರವರ್ಮ ಪ್ಯಾಂಟ್‌ನ ಜೇಬುಗಳಲ್ಲಿ ಕೈಗಳನ್ನ ಇಳಿಬಿಟ್ಟು ಚೆನ್ನಾಗಿ ಹಬ್ಬಿಸಿದ್ದ ಬಳ್ಳಿಯ ಕಡೆ ಮುಖಮಾಡಿ ನಿಂತ. ಭಾರವಾದ ಉಸಿರನ್ನು ಹೊರಗೆ ದಬ್ಬಲಾರದೆ ಚಡಪಡಿಸಿದ. ಅವನೆದೆಯಲ್ಲಿ ಭಯಂಕರವಾದ ಬೆಂಕಿ ಇತ್ತು.

"ಯು ಆರ್ ಕರೆಕ್ಟ್, ಇಲ್ಲಿ ಮನೆತನದ ವ್ಯಾಪ್ತಿಗೆ ಬರೋ ಜನರಾರು? ಅಕ್ಕ, ಭಾವ ಬದ್ಧ ವೈರದಿಂದ ಕಾದಾಟಕ್ಕೆ ನಿಂತಿರೋದ್ರಿಂದ ಅವ್ರಿಗೆ ಬೇರೆ ಪರಿವೆ ಇಲ್ಲ. ಇನ್ನ ಚಿಕ್ಕಮ್ಮ ತಮ್ಮ ಚದುರಂಗದಾಟ ಬಿಟ್ಟು ಬೇರೆಡೆ ನೋಟ ಹರಿಸರು. ಬಹುಶಃ ಮಕ್ಕಳು ಈ ಬಂಗ್ಲೆಯಲ್ಲಿರೋ ನೆನಪು ಅವ್ರಿಗೆ ಇದ್ಯೋ, ಇಲ್ವೋ! ಅವ್ರ ಮಿದುಳು ಕೆಲಸ ಮಾಡದು. ಭೇಟಿಯಾದರೂ ಅಣ್ಣ, ಅತ್ತಿಗೆಯ ಬಗ್ಗೆಯಾಗ್ಲೀ, ಮಕ್ಕಳ ವಿಷಯ ವಾಗಿಯಾಗ್ಲೀ ವಿಚಾರಿಸಿದ್ದೇ ಇಲ್ಲ. ಇನ್ನೊಬ್ಬ ಈ ಮನೆತನದಿಂದ ದೂರ ಹಾರಿ ಹೋದ. ಇದು ಒಟ್ಟಾರೆಯ ಸ್ಥಿತಿ" ಸ್ಪಷ್ಟಚಿತ್ರಣ ನೀಡಿದ. ವ್ಯಂಗ್ಯಕ್ಕೆ ಬದಲಾಗಿ ಅವನ ದನಿಯಲ್ಲಿ ನೋವಿತ್ತು. ಮಕ್ಕಳ ಭವಿಷ್ಯದ ಬಗ್ಗೆ ಭಯವಿತ್ತು.

"ನೀವು, ಇದ್ದೀರಲ್ಲ" ಅವಳ ದನಿ ಎಚ್ಚರಿಸಿತು. ಚೆನ್ನಾಗಿದ್ದವನು ಅವಳತ್ತ ತಿರುಗಿದ "ಹೌದು ಸರ್, ರವಿ ಶಶಿಯ ಭವಿಷ್ಯದ ಬಗ್ಗೆ ನೀವು ಚಿಂತನೆ ಮಾಡ್ಬೇಕು. ಎಳೆಯ ಚಿಗುರು ಪ್ರೀತಿಯ ಆರೈಕೆ ಇಲ್ದೇ ಬಾಡಬಾರ್ದು" ಸ್ವತಂತ್ರವಹಿಸಿ ಎರಡು ಮಾತು ಹೇಳಿದ್ದು, ಸಾಹಸದಿಂದ.

"ಷ್ಯೂರ್, ಆದರೆ ನನ್ನ ವೇಳೆಯಲ್ಲಿ ಅಲ್ಪಸ್ವಲ್ಪ ಅಪ್ರಿಗಾಗಿ ಮೀಸಲಾಗಿಡೋದು ಕಷ್ಟ. ನಾನು ಮುಂಬಯಿ, ಬಂಗ್ಲೆಯ ನಡ್ವೆ ಹಾರಾಡೋ ವ್ಯಕ್ತಿ" ನಿಸ್ಸಹಾಯಕತೆ ತೋಡಿಕೊಂಡ.

ಅರ್ಥವಾಯಿತು ಮೌನಾಗೆ. ತುಟಿ ತೆರೆಯಲಿಲ್ಲ.

"ಈ ಮಕ್ಕು ಬಗ್ಗೆ ಗಂಡಹೆಂಡತಿ ಅನಾಸಕ್ತಿ ವಹಿಸಿದಾಗ ಕೋರ್ಟು ಮಕ್ಕಳ ಯೋಗಕ್ಷೇಮವನ್ನು ಮನೆತನಕ್ಕೆ ವಹಿಸಿತು." ಸತ್ಯವನ್ನು ಹೊರಹಾಕಿದ ಮಹೇಂದ್ರ ವರ್ಮ.

ಮಕ್ಕಳಿಗಾಗಿ ಸುಪ್ರೀಮ್‌ಕೋರ್ಟವರೆಗೂ ಹೋಗಿ ಹೊಡೆದಾಡಿದ ದಂಪತಿಗಳು ಇದ್ದರು. ಆದರೆ ತಮ್ಮ ಮಕ್ಕಳ ಉಸಾಬರಿಯೇ ಬೇಡವೆಂದ ತಾಯ್ತಂದೆಯರಲ್ಲಿ ಇವರುಗಳು ಮೊದಲಿಗರೇನೋ ಎಂದುಕೊಂಡಳು.

ಹಾಕಿದ್ದ ಎರಡು ಪೆಗ್ ವಿಸ್ಕಿಯ ಕಣ್ಣು ಕೆಂಪು ತಿಳಿಯಾಗಿ ಹೋಯಿತು. "ತುಂಬ ಇಂಟರೆಸ್ಟಿಂಗ್ ಕ್ಯಾರೆಕ್ಟರ್ ಅನ್ನಿಸುತ್ತೆ ಅಲ್ವಾ! ಷ್ಯೂರ್... ನಡೀ ಹೋಗೋಣ. ನಿಂಗೆ ಕತ್ತಲು ಅಂದರೆ ಭಯ ಅಲ್ವಾ?" ಸಣ್ಣಗೆ ನಕ್ಕ ಮಹೇಂದ್ರವರ್ಮ.

ಇಬ್ಬರು ಜೊತೆಯಾಗಿಯೇ ಬಂಗ್ಲೆಗೆ ಬಂದಿದ್ದು ಆಳುಕಾಳುಗಳು ಏನೇನೋ ಯೋಚಿಸಿ ತಲೆ ಕೆಡಿಸಿಕೊಳ್ಳಬೇಕಿರಲಿಲ್ಲ. ಮುಂಬೈ ಆಫೀಸ್‌ನಿಂದ ಕೆಲವು ಕಾಲ ಇಲ್ಲಿಗೆ ಡೆಫುಟ್ ಆಗಿ ಬಂದಿದ್ದಳು, ಒಬ್ಬ ತುಂಡು ಲಂಗದ ಯುವತಿ ಒಮ್ಮೆ ಅದೃಶ್ಯಳಾದಳು. ಮತ್ತೆ ಬರಲಿಲ್ಲ. ಅದರಿಂದ ಮೌನಳ ಬಗ್ಗೆಯೂ ಯೋಚಿಸಿ ತಲೆ ಕೆಡಿಸಿಕೊಳ್ಳಲಾರರು. ಆದರೆ ಅವಳದು ಮಿತಿ. ಮೌನ ಮಾತ್ರ ಬಂಗ್ಲೆಯವಳಂತೆ ವರ್ತಿಸುತ್ತಿದ್ದುದು ಆಶ್ಚರ್ಯಕರ. ಆದರೂ ತಲೆ ಕೆಡಿಸಿಕೊಳ್ಳುವಷ್ಟು ಅವರ ಮಿದುಳು ಚುರುಕಾಗಿರಲಿಲ್ಲ. ಯಥಾ ರಾಜ; ತಥಾ ಪ್ರಜಾ.

ರೂಮಿಗೆ ಬಂದ ಕೂಡಲೇ ಸುಮ್ಮನೆ ಕೂತಳು. ತನ್ನ ಮಿದುಳು, ಹೃದಯ, ಮನಸ್ಸಿನ ಬಗ್ಗೆ ಪರೀಕ್ಷಿಸಲು ನನ್ನನ್ನೇ ಆಯ್ದುಕೊಂಡಿದ್ದಾನೆ, ಗುಡ್... ನಾನೇನು ಗಲಾಟೆ ಮಾಡಲಾರೆನೆಂಬ ನಂಬಿಕೆಯೋ! ಮೆಲು ಮಧ್ಯಮ ದರ್ಜೆಯ ಜನರ ಬದುಕಿನಲ್ಲಿ ಭಯ ಒಂದು ದೌರ್ಬಲ್ಯ, ಜೊತೆಗೆ ಮಾನ ಮರ್ಯಾದೆಗಳೇ ಅವರಿಗೆ ಮುಖ್ಯ.

ಊಟಕ್ಕೆ ಡೈನಿಂಗ್ ಹಾಲ್‌ನತ್ತ ನಡೆಯುತ್ತಿದ್ದಾಗ ಬಾಲ್ಕನಿಯಿಂದ ಮಹೇಂದ್ರ ವರ್ಮನ ಸ್ವರ ದೊಡ್ಡದಾಗಿ ಕೇಳಿಸುತ್ತಿತ್ತು.

"ಯಾರು ನೀವು? ಹೂ ಆರ್ ಯು? ಪ್ರತಿಯೊಂದಕ್ಕೂ ಬಯೋಡಾಟಾಗಳು ಬೇಕು. ನಿಮ್ಗೆ ಇಷ್ಟ ಬಂದಂಗೆ ಬರ್ದುಕೊಂಡ್ಬಂದರೆ ತಗೊಳೋಕೆ ನಾನೇನು... ಈಡಿಯೆಟ್ ಅಲ್ಲ."

"ಆಗ್ಲೇ ಎರ್ಡು ವರ್ಷದಿಂದ ಇಲ್ಲೇ ಇದ್ದ ನಾವು ನಿಂಗೆ ಗೊತ್ತಿಲ್ಲ. ಮೃಣಾಲಿನಿ ನನ್ನ ಖಾಸ ಚಿಕ್ಕಮ್ಮ" ಒಬ್ಬರ ತೆಳು ದನಿಗೆ ಅಬ್ಬರಿಸಿದ.

"ನಂಗೆ ಗೊತ್ತಿಲ್ಲ, ಹೋಗಿ ಅವ್ರನ್ನ ಕರ್ಕೊಂಡ್ಬಾ."

ಮೃಣಾಲಿನಿಯನ್ನು ಹುಡುಕಿಕೊಂಡು ಹೊರಟ ಅವರ ಹಿಂದೆ ಒಬ್ಬ ಸರ್ವೆಂಟ್ ಅಟ್ಟಿದ. "ಮೇಡಮ್ ಏನ್ಹೇಳ್ತಾರೋ ಕೇಳ್ಕೊಂಡ್ಬಾ. ಪೊಲೀಸ್‌ನ ಕರಿಸ್ತೀನಿ" ಅಲ್ಲೇ ಚೇರ್ ತರಿಸಿ ಹಾಕಿಕೊಂಡು ಕೂತ. ಉಳಿದವರು ಖಾಲಿ ಆಗುವ ಅಗತ್ಯವಿತ್ತು.

ಅವರೆಲ್ಲ ಲಬೋ ಲಬೋ ಎನ್ನಬೇಕಿತ್ತಷ್ಟೆ. ಎಷ್ಟೋ ಸಲ ಇಂಥ ಮಾಡ ಬೇಕೆಂದರೂ ಮುಂದಿನ ಪ್ರತಿಕ್ರಿಯೆಯನ್ನು ಗಮನಿಸುವುದು ಮಾತ್ರವಲ್ಲ, ಅವರುಗಳು ಇವನ ಕಣ್ಮುಂದೆ ಸುಳಿಯುತ್ತಲೇ ಇರಲಿಲ್ಲ.

ಈಗಾಗಲೇ ರಾಜನನ್ನು ಕಳೆದುಕೊಂಡು ಗೊಂದಲದಲ್ಲಿ ಇದ್ದ ಮೃಣಾಲಿನಿ "ನಂಗೆ ನೀವ್ಯಾರು ಗೊತ್ತಿಲ್ಲ, ಹಾಳಾಗಿ ಹೋಗಿ" ಎಂದುಬಿಟ್ಟಳು. ಆಟದ ಮೂಡ್‌ನಲ್ಲಿದ್ದ ವೆಂಕಟಾಚಲ ಕೂಡ ಎಚ್ಚೆತ್ತುಕೊಳ್ಳಲಿಲ್ಲ.

ಮಹೇಂದ್ರವರ್ಮನ ಬಸ್ಸಿನ ಛಾರ್ಜಾಗುವಷ್ಟು ಹಣ ಕೊಟ್ಟು ಅವರನ್ನು ಲಗೇಜ್‌ನ ಸಮೇತ ಹೊರಗೆ ಹಾಕಿ "ಡ್ರೈವರ್, ಇವ್ರನ್ನ ಬಸ್ಸು ಹತ್ತಿಸಿಯೇ ಬಾ. ಜೊತೆಗೆ ಮೈನ್ ಗೇಟಿನಲ್ಲಿರೊ ವಾಚ್‌ಮನ್‌ಗೆ ತಿಳ್ಸು ಈ ಮುಖಗಳನ್ನ ಮತ್ತೆ ಕಂಡರೆ ಪೊಲೀಸ್‌ಗೆ ತಿಳಿಸ್ಲಿ" ಅಧಿಕಾರದಿಂದ ಹೇಳಿದ. ಬಹಳ ದಿನಗಳಿಂದ ಬೇರೂರಿದ್ದ ಈ ಜನ ಯಾರ ಸಪೋರ್ಟ್ ಸಿಗದೇ ಬಂಗ್ಲೆಯಿಂದ ಹೊರಬಿದ್ದರು ಪರದೇಶಿಗಳಂತೆ. ಇದನ್ನ ನಿರೀಕ್ಷಿಸಿರಲಿಲ್ಲ.

ಇದರಿಂದ ಹೆಚ್ಚು ಖುಷಿಪಟ್ಟವರು ಕುಕಿಂಗ್ ಸೆಕ್ಷನ್‌ನವರು. ಅರ್ಧ ಕೆಲಸ ಕಡಿಮೆಯಾಗುವುದರ ಜೊತೆಗೆ ಗೊಂದಲ, ಗಲಾಟೆ ಎಲ್ಲಾ ತಪ್ಪಿಹೋಯಿತು.

* * *

ಡಾಕ್ಟರ್‌ನ ನೋಡಿದಾಗ ಮೌನಾಗೆ ಆಶ್ಚರ್ಯ. ಅದು ಎರಡೇ ನಿಮಿಷ. ಇಲ್ಲಿ ಯಾರಿಗಾದರೂ ಅನಾರೋಗ್ಯವಾದರೇ ಡಾಕ್ಟರಿಗೆ ತಿಳಿಯಬೆಕೇ ವಿನಃ ಉಳಿದವರಿಗೆ ಗೊತ್ತಾಗುತ್ತಿರಲಿಲ್ಲ. ಇಲ್ಲಿ ಆಗಾಗ ನಾರ್ಮಲ್ ಚೆಕ್‌ಅಪ್‌ಗಾಗಿ ಬರುತ್ತಿದ್ದರು.

ಇಂದು ಅವರು ಹೋಗಿದ್ದು ರವಿ, ಶಶಿಯ ಕೋಣೆಗೆ. ಅವಳ ಜೀವ 'ಝಲ್' ಎಂದಿತು. ಹತ್ತು ನಿಮಿಷದ ಹಿಂದೆ ಚಕ್ರೇಶ್ವರಿ ಹಿಂದೆ ಷೆಡ್‌ನಲ್ಲಿ ನಿಲ್ಲಿಸಿದ್ದ ಕಾರು ತರಿಸಿಕೊಂಡಿದ್ದರು. ಯಾವುದೋ ಫಂಕ್ಷನ್‌ಗೆ ಹೊರಟಿರಬೇಕೆಂದುಕೊಂಡ ಳಷ್ಟೆ. ಹೋಗಿ, ಬರುವುದು ಕೆಲಸದವರಿಗೆ ಹೇಳಿದರೆ ಉಂಟು, ಇನ್ನೊಬ್ಬರಿಗೆ ತಿಳಿಯುತ್ತಿರಲಿಲ್ಲ. ಇದು ಎಲ್ಲರ ಅನುಸರಣೆ.

ಹಿಂದೆ ಕೋಣೆಯೊಳಕ್ಕೆ ಹೋದಳು. ಶಶಿ ಮಂಚದ ಮೇಲೆ ಮಲಗಿದ್ದ. ರವಿಗೆ ಮಿಸ್ ಪಾಠ ಹೇಳುತ್ತಿದ್ದಳು ಒಂದು ಕಡೆ, ತನ್ನ ಪಾಡಿಗೆ ತಾನು. ಬಹುಶಃ ಅವಳು ಒಗ್ಗಿಕೊಂಡಿದ್ದಳು.

ಸೀಳಿದಂತೆ ಗಾಯವಾದ ಕೈಯನ್ನು ನೋಡಿ ಡಾಕ್ಟರ್ ಯಾಂತ್ರಿಕವಾಗಿ ಒರೆಸಿ ಬ್ಯಾಂಡೇಜ್ ಮಾಡಿ ಒಂದು ಇಂಜಕ್ಷನ್ ಕೊಟ್ಟು, ಆಯಾಗೆ ಕೊಡಬೇಕಾದ ಔಷಧಿಯ ಬಗ್ಗೆ ತಿಳಿಸಿ ಹೊರಟಾಗ ಅಲ್ಲೇ ಇದ್ದಳು ಮೌನ.

ಶಶಿಯ ಕಣ್ಣುಗಳಿಂದ ನೀರಿಳಿಯುತ್ತಿತ್ತು. ಬಗ್ಗಿ ಬೆರಳಿನಿಂದ ತೊಡೆದವಳು ಹಣೆಯ ಮೇಲೆ ಕೈಇಟ್ಟಳು. ಕಾದ ಹೆಂಚಿನಂತಿತ್ತು. ಡಾಕ್ಟರ್ ಬರೆದಿಟ್ಟ ಸ್ಲಿಪ್ ಅಲ್ಲಿಯ ಇತ್ತು. ಆದನ್ನ ಕೈಗೆತ್ತಿಕೊಂಡಳು. ಅದು ಆಯಾ ಮೂಲಕ ಕೈಗೆ ಹೋಗಿ ಔಷಧಿ ಬರಬೇಕಿತ್ತು.

"ಏನಾಯ್ತು?" ಊದಿದ ಕೈ ಹಿಡಿದುಕೊಂಡಳು.

ಹಿಂದೆ ಸರಿಸಿದ ಅವನ ನೋಟದಲ್ಲಿ ಭಯವಿತ್ತು. ಬಂದ ಆಯಾ ತಟ್ಟನೆ ನುಡಿದಳು. "ಬಿದ್ದು ಪೆಟ್ಟು ಮಾಡ್ಕೊಂಡಿದ್ದಾನೆ. ನಾನೇ ಡಾಕ್ಟ್ರಗೆ ಫೋನ್ ಮಾಡಿ ಕರ್ಸಿಕೊಂಡೆ."

"ಶಶಿ, ಮಮ್ಮಿಗೆ ತಿಳಿಸಿದ್ಯಾ?" ಕೇಳಿದಳು.

"ಅಂಥ ಪರಿಪಾಠವೇನಿಲ್ಲ. ನೀನೇ ಎಲ್ಲಾ ನೋಡಿಕೊಳ್ಳೋದು."

ನೋಟವೆತ್ತಿ ಆಯಾ ಕಡೆ ಹರಿಸಿದಳು. ಸತ್ಯವೇ ಹೇಳಿರಬಹುದು. ನೂರಕ್ಕೆ ನೂರರಷ್ಟು ಸತ್ಯ. ಹುಡುಗರ 'ಅನಗತ್ಯ ವಿಷಯ' ಎಂದಿದ್ದು ನೆನಪಿಸಿಕೊಂಡಳು.

"ಅವ್ನಿಗೆ ಡಿಸ್ಟರ್ಬ್ ಆಗುತ್ತೆ. ನೀವು ಹೊರ್ಗಡೆ ಹೋಗಿ" ನಾಜೂಕಾಗಿತ್ತು ಅವಳ ಭಾಷೆ. "ನಾನು ನೋಡ್ಕೊತೀನಿ. ನೀನು ಬೇರೆ ಏನಾದ್ರೂ ಕೆಲ್ಸ ನೋಡ್ಕೋ." ಶಶಿಯ ಹಣೆಯ ಮೇಲೆ ಕೈಇಟ್ಟಳು. ಆಯಾ ಅಲ್ಲಿಂದ ಕದಲಲಿಲ್ಲ.

"ನಾನು ಅವ್ರನ್ನ ನೋಡಿಕೊಳ್ಳೋಕೇಂತಲೇ ನೇಮಿಸಲ್ಪಟ್ಟವಳು. ಅಗತ್ಯವೆನಿಸಿದ್ರೆ ಮೇಲ್ವಿಚಾರಕರಿಗೆ ಹೇಳ್ತೀನಿ. ಇಷ್ಟು ನನ್ನ ಡ್ಯೂಟಿ" ಆಯಾ ವಿವರಣೆ ಇಷ್ಟು.

ಡಾಕ್ಟರ್ ಕೊಟ್ಟ ಸ್ಲಿಪ್ ಹಿಡಿದುಹೊರಗೆ ಬಂದಾಗ ಹಿಂಬಾಲಿಸಿಕೊಂಡು ಬಂದ ಆಯಾ "ಅದ್ನ ಇಲ್ಲಿ ಕೊಡಿ. ರಮಣ ಸರ್... ತರ್ತಾರೆ" ಹೇಳಿದಳು.

"ಅವರು, ಈಗ ಎಲ್ಲಿದ್ದಾರೆ?"

"ಇಲ್ಲೇ ಗೆಸ್ಟ್‌ಹೌಸ್‌ನಲ್ಲೇ ಇರ್ತಾರೆ."

ಒಂದು ಸಲ ಸ್ಲಿಪ್‌ನಲ್ಲಿನ ಔಷಧಿಗಳನ್ನ ಓದಿಕೊಂಡು, "ಓಕೆ, ಮೊದ್ಲು ಅವ್ರನ್ನ ಹುಡ್ಕಿ ತರ್ಸು. ನಾನು ಶಶಿ ಹತ್ರ ಇರ್ತೀನಿ" ಕಳಿಸಿದಳು. ನಿರಾಸಕ್ತಿ ಮೂಡಿತು ಕೆಲವು ಕ್ಷಣಗಳು ಅವಳಲ್ಲಿ.

ಆಯಾ ಗೊಣಗುತ್ತ, ಮೌನಗೆ ಶಾಪ ಹಾಕುತ್ತ ಗೆಸ್ಟ್‌ಹೌಸ್‌ನತ್ತ ನಡೆದಳು. ಅವಳೇನು ಈ ಔಷಧಿಗಳನ್ನ ತರಿಸುತ್ತಿರಲಿಲ್ಲ. ಎಂದೋ ಎತ್ತಿ ಇರಿಸಿದ್ದನ್ನ ಕೊಟ್ಟು ಸುಧಾರಿಸುತ್ತಿದ್ದಳು, ಅಥವಾ, ಬಿಲ್‌ಗೆ ಹತ್ತರಷ್ಟು ಹಣದ ರಸೀದಿಯನ್ನು ರಮಣ ತರುತ್ತಿದ್ದ. ಎಲ್ಲಾ ಷೇರ್ ಮಾಡಿಕೊಳ್ಳುತ್ತಿದ್ದರು. ಡಾಕ್ಟರ್‌ಗೆ ತಿಂಗಳಿಗೊಮ್ಮೆ ನೀಡುವ

ಬಿಲ್‌ಗೆ ಚೆಕ್‌ನ ಮೂಲಕ ಹಣ ಸಂದಾಯವಾಗುತ್ತಿದ್ದರಿಂದ ತಲೆ ಕೆಡಿಸಿಕೊಳ್ಳು ತ್ತಿರಲಿಲ್ಲ.

ಶಶಿಯ ಬಳಿ ಕೂತು ಅವನ ಹಣೆಯ ಮೇಲೆ ಕೈಯಿಟ್ಟಾಗ ಬಂದ ಸಿಸ್ಟರ್ ಕ್ರಾಸ್ ಮಾಡಿಕೊಂಡು "ಈ ಮಕ್ಳುನ ಏಸುನೆ ರಕ್ಷಿಸಬೇಕು" ಎಂದು ಮೆಲುದನಿಯಲ್ಲಿ ನುಡಿದು ಅತ್ತಿತ್ತ ನೋಡಿ ಕಣ್ಮರೆಯಾದಳು.

"ಎಲ್ಲಿ... ಬಿದ್ದ?" ಅಳಲು ಶುರು ಮಾಡಿದ ಮೌನಳ ಪ್ರಶ್ನೆಗೆ. ಅಲ್ಲೇ ಬಂದು ಕೂತ ರವಿ ಕೈಯಿಂದ ಬಾಯಿ ಮುಚ್ಚಿಕೊಂಡು ಕಣ್ಣೀರು ಸುರಿಸತೊಡಗಿದ. ಬಿದ್ದ ಪೆಟ್ಟಲ್ಲವೆನಿಸಿತು.

"ಪ್ಲೀಸ್ ನಿಜ ಹೇಳು ರವಿ. ಶಶಿ ಎಲ್ಲಿ ಬಿದ್ದ?" ಅವನ ಭುಜದ ಮೇಲೆ ಕೈಯಿಟ್ಟಳು. ಬಿಕ್ಕುವುದು ಜಾಸ್ತಿಯಾಯಿತು. ಹೊರಬಿದ್ದ ಸತ್ಯಕ್ಕೆ ಮಂಜಿನ ಗಡ್ಡೆ ಯಾದಳು. 'ಆಯಾ ಒಡೆದ ಪೆಟ್ಟು' ಆಕೆ ರಾಕ್ಷಸಿಯಾಗಿ ಕಂಡಳು. ಇಂಥ ಶಿಕ್ಷೆಗಳನ್ನ ಮಕ್ಕಳು ನಿರಂತರವಾಗಿ ಅನುಭವಿಸುತ್ತಿದ್ದರು. ಶ್ರೀಮಂತಿಕೆಯ ಸಂಪತ್ತಿಗೆಯಲ್ಲಿದ್ದ ಮಕ್ಕಳು ಇಲ್ಲಿ ಪರದೇಶಿಗಳು.

ಅವಳತ್ತ ಸರಿದ ರವಿ ಬಿಕ್ಕಿದ "ಆಯಾ..." ಅವಚಿಕೊಂಡು ಕೂದಲಲ್ಲಿ ಕೈಯಾಡಿಸಿದ ಮೌನ "ಅವಳೇನು ಮಾಡೋಕ್ಕಾಗೋಲ್ಲ. ಇವತ್ತೇ ಬಂಗ್ಲೆಯಿಂದ ಗೇಟ್‌ಪಾಸ್" ಭರವಸೆ ಕೊಟ್ಟ ನಂತರವೇ ಅವನು ಕಣ್ಣುಮುಚ್ಚಿದ್ದು.

ರವಿ ಗುಬ್ಬಚ್ಚಿಯಂತೆ ಅವಳ ಪಕ್ಕ ಕೂತಿದ್ದ. ಒಂಟಿಯಾಗಿ ದಿಕ್ಕುದೆಸೆ ಇಲ್ಲದ ಹಾರಾಡುತ್ತಿದ್ದ ಹಕ್ಕಿಗೆ ಆಸರೆ ಸಿಕ್ಕಾಗಿನ ಸ್ಥಿತಿ ಅವನದು.

ಪೇಜರ್‌ನಲ್ಲಿ ಮೆಸೇಜ್ ಕೊಟ್ಟ ಅರ್ಧ ಗಂಟೆಯಲ್ಲೆ ಮಹೇಂದ್ರವರ್ಮ ಇಲ್ಲಿದ್ದ. ಅದಕ್ಕೆ ಮೊದಲು ಚಕ್ರೇಶ್ವರಿಯವರನ್ನ ಹುಡುಕಿಕೊಂಡು ಎರಡು ಸಲ ಹೋಗಿ ಹಿಂದಿರುಗಿ ಮೂರನೇ ಸಲ ಹೋದಾಗ, ಆಗ ತಾನೇ ಜೊತೆಯಲ್ಲಿ ತಂದಿದ್ದ ಪುಸ್ತಕಗಳನ್ನ ತಿರುವಿ ಹಾಕುತ್ತಿದ್ದ ಆಕೆ ಇವಳ ಮಾತಿಗೆ ಯಾವುದೇ ಪ್ರತಿಕ್ರಿಯೆ ವ್ಯಕ್ತಪಡಿಸಲಿಲ್ಲ.

"ಆಯಾ, ರಮಣ ಇದ್ದಾರೆ. ಬೇಕೂಂದರೇ ಡಾಕ್ಟ್ರನ ಕರೆಸಿಕೊಳ್ಳುತ್ತಾರೆ" ಐದು ನಿಮಿಷದ ತರುವಾಯ ಹೇಳಿದ್ದು. "ಅವ್ರೆಲ್ಲ ಸಂಬಳಕ್ಕಾಗಿ ಕೆಲ್ಸ ಮಾಡೋ ಜನ. ನೀವು ಅವ್ನ ತಾಯಿ, ನಿಮ್ಮ ಅಗತ್ಯವಿದೆ ಅವ್ನಿಗೆ." ನವಿರಾಗಿ ವಿವರಿಸಿದಾಗ ಚಕ್ರೇಶ್ವರಿಯ ಕಣ್ಣುಗಳು ಕೆಂಪಗಾದವು.

"ಮೈಂಡ್ ಯುವರ್ ಬಿಜಿನೆಸ್, ಅನಗತ್ಯ ವಿಷ್ಯಗಳಲ್ಲಿ ತಲೆ ಹಾಕ್ಬೇಡ, ಗೆಟ್ ಔಟ್" ಬಾಗಿಲ ಕಡೆ ಕೈತೋರಿದ್ದಳು ಆ ತಾಯಿ. ಈಕೆಯ ತಾಯ್ತನಕ್ಕೆ ಸೃಷ್ಟಿಯ ಒಡೆಯ ಬೆರಗಾಗಬೇಕಿತ್ತು.

ಸದ್ದಿಲ್ಲದೆ ಹೊರಗೆ ಬಂದ ಮೌನ ಕಿಚನ್‌ಗೆ ಹೋಗಿ ಎರಡು ಗ್ಲಾಸ್

ತಣ್ಣನೆಯ ನೀರು ಕುಡಿದು ಸುಧಾರಿಸಿಕೊಂಡಿದ್ದು ಪ್ರಯಾಸದಿಂದಲೇ. ಈ ತಾಯಿ ಅವಳ ನೆನಪಿನಲ್ಲಿ ಬಹಳ ಕಾಲ ಉಳಿಯಬಲ್ಲವಳಾಗಿದ್ದಳು.

ಬಂದ ಮಹೇಂದ್ರವರ್ಮ ವಿಚಾರಿಸಿದ. ಇಂಥ ವಿಷಯಗಳು ಅವನವರೆಗೂ ಹೋಗುತ್ತಲೇ ಇರಲಿಲ್ಲ. ಬಹುಶಃ ಮೌನ ಇಲ್ಲದಿದ್ದರೆ ಈ ವಿಷಯವು ಅಷ್ಟೆ.

ಡಾಕ್ಟರನ್ನ ಫೋನ್‌ನಲ್ಲಿ ಸಂಪರ್ಕಿಸಿ ವಿಚಾರಿಸಿದ. ಅವರು ಕೂಡ ಬಿದ್ದು ಪೆಟ್ಟು ಮಾಡಿಕೊಂಡಿದ್ದಿಲ್ಲ. ಬಲವಾದ ಪೆಟ್ಟಿನಿಂದಾದ ಗಾಯ ಎಂದು ತಮ್ಮ ಅಭಿಪ್ರಾಯ ವ್ಯಕ್ತಪಡಿಸಿದರು. ಅವನ ಮೈಯಲ್ಲಿ ಬೆಂಕಿ ಹೊಗೆಯಾಡಿತು.

"ಈಡಿಯಟ್ಸ್..." ಹಲ್ಮುಡಿಯನ್ನು ಕಚ್ಚಿಡಿದ.

ಶಶಿ ಪಕ್ಕ ಕೂತು ಅನುನಯದಿಂದ ಪ್ರಶ್ನಿಸಿದಾಗ ನಿಜ ಉಸುರಿದ. ಆಯಾ ಮೌನ ಬಳಿಗೆ ಹೋಗಿದ್ದಕ್ಕೆ ಸಣ್ಣದಾದ ಬರಲಿನಂತೆ ಮೊನಚಾದ ಕೋಲಿನಿಂದ ಎರಡು ಬಿಗಿದಿದ್ದಳು. ಒಂದು ಹಿಂದಿನ ಕುಂಟೆಯ ಮೇಲೆ ಬಿದ್ದರೂ ದಪ್ಪಗಾದ ಜೀನ್ಸ್ ಪ್ಯಾಂಟು ತೊಟ್ಟಿದ್ದರಿಂದ, ಪೆಟ್ಟು ಬಲವಾಗಿ ಬಿದ್ದಿರಲಿಲ್ಲ. ಆದರೆ ಮುಂಭಾಗದ ಏಟು ಮುಂಗೈ, ಅಂಗೈ ನಡುವಿನ ಪ್ರದೇಶಕ್ಕೆ ಬಿದ್ದಿದ್ದರಿಂದ ರಕ್ತ 'ಛೆಲ್' ಎಂದಿತ್ತು. ಊದಿ ನೋವಿನ ಜೊತೆ ಜ್ವರವನ್ನು ತಂದಿದ್ದರಿಂದ ಡಾಕ್ಟರ್ ಬರಬೇಕಿತ್ತು. ಇಂಥ ಪೆಟ್ಟುಗಳು ಅಪರೂಪವಲ್ಲ.

ಆಯಾ, ರಮಣ ಜೊತೆಯಾಗಿಯೇ ಔಷಧಿ ಮಾತ್ರೆಗಳನ್ನ ಹಿಡಿದು ಬಂದಾಗ ಮಹೇಂದ್ರವರ್ಮನ ಕಣ್ಣುಗಳು ಉರಿಯುತ್ತಿದ್ದವು. ಅವರ ಬಲವೆ ಉಡುಗಿತು.

"ಏನಾಯ್ತು, ಶಶಿಗೆ?" ಅವನ ಕಂಠದ ಏರಿಕೆಗೆ ಆಯಾ ಕಂಪಿಸಿದಳು. "ಬಿದ್ದು ಪೆಟ್ಟು ಮಾಡ್ಕೊಂಡಿರೋದು." ನಡುಗುವ ದನಿಯಲ್ಲಿ ಉಸುರಿದ ಅವಳ ಮುಖ ಬಿಳುಚಿಕೊಂಡಿತ್ತು. ಆಯಾ ಜೀವ ಅಂಗೈಯಲ್ಲಿತ್ತು.

ಅವನ ಸಿಟ್ಟು ನೆತ್ತಿಗೇರಿತು. "ನಿಜ... ಹೇಳು! ನನ್ನ ಕೋಪದ ಬಗ್ಗೆ ನಿಂಗೆ ಗೊತ್ತಿಲ್ಲ. ಸದ್ದುಗದ್ದಲವಿಲ್ದೇ ಕೊಂದು ಬಿಡ್ತೀನಿ. ಸತ್ಯ ಹೊರ್ಗೆ... ಬರಲೀ" ಸಿಟ್ಟಿನಿಂದ ಕುದಿದ, ತಾಳ್ಮೆ ಕಳೆದುಕೊಂಡ.

ಮೊದಲ ಸಲ ಕೋಪದ ರೂಪ ನೋಡುತ್ತಿರುವುದು, ಆಯಾ. ಹೇಳುವವರು, ಕೇಳುವವರು ಇಲ್ಲದೆ ಸಾಮ್ರಾಜ್ಞಿಯಂತೆ ಮೆರೆದಿದ್ದಳು ಇಂದು ಅವಳ ಅಗ್ನಿಪರೀಕ್ಷೆ.

"ಖಂಡಿತ, ಅವನನ್ನೆ ಕೇಳಿ. ನಾಲ್ಕು ವರ್ಷದಿಂದ ಇಲ್ಲಿದ್ದೀನಿ. ಒಂದು ದಿನವಾದ್ರೂ ನನ್ಮೇಲೆ ಕಂಪ್ಲೇಂಟ್ ಬಂದಿದ್ದುಂಟಾ? ಬೇಕಾದ್ರೆ ದೊಡ್ಡಮ್ಮ ಅವ್ರನ್ನು, ಚಿಕ್ಕಮ್ಮ ಅವ್ರನ್ನ ಕೇಳಿ ನೋಡಿ" ಎಂದು ತನ್ನನ್ನ ತಾನು ಸಮರ್ಥಿಸಿಕೊಂಡಳು. ಕಾಲಿಗೆ ಬಿದ್ದರೆ ಆ ಕಲ್ಲುಗಳು ತನ್ನ ಸಪೋರ್ಟ್‌ಗೆ ನಿಲ್ಲಬಹುದೆಂದು ಅವಳ ಅಂದಾಜು. ಬಹುಶಃ ಅವರು ಪೂರ್ತಿ ಕಲ್ಲುಗಳೆಂದು ಅವಳಿಗೆ ಗೊತ್ತಿಲ್ಲ.

ಮಹೇಂದ್ರವರ್ಮನ ಮುಖ ರಮಣ ಕಡೆ ಹರಿಯಿತು. ಅವನ ಗಂಟಲು ಒಣಗಿತು. ಹುಡುಗರ ಮೇಲಿನ ಮೇಲುಸ್ತುವಾರಿ ಅವನ ಕೆಲಸ. ಹೊರಗಡೆ ಸಣ್ಣ ಪುಟ್ಟ ಬಿಜಿನೆಸ್ ಮಾಡಿಕೊಂಡಿರುತ್ತಿದ್ದವನು ವಾರದಲ್ಲಿ ಎರಡು ಸಲ ಬಂದು ಹೋಗಿ ತಿಂಗಳಿಗೊಮ್ಮೆ ಕ್ಯಾಷಿಯರ್‌ನಿಂದ ಸಂಬಳದ ಚೆಕ್ ಪಡೆಯುತ್ತಿದ್ದ ಧೀಮಂತ.

"ಎರ್ಡು ದಿನದಿಂದ ರಜದಲ್ಲಿದ್ದೆ. ನಂಗೇನು ಗೊತ್ತೆ ಇಲ್ಲ" ಎಂದ ನಡುಗುವ ಸ್ವರದಲ್ಲಿ. ಇದನ್ನೆಲ್ಲ ಮ್ಯಾನೇಜ್ ಮಾಡುತ್ತಿದ್ದ ಪಂಪಾಪತಿ ರಜದಲ್ಲಿ ಇದ್ದುದ್ದರಿಂದ ಬಂದಿತ್ತು ಪಿಕಲಾಟ.

ಮತ್ತೆ ಆಯಾ ಕಡೆ ಹೊರಳಿದ ನೋಟ ರವಿಯ ಮೇಲೆ ನೆಟ್ಟಿತು. "ರವಿ, ಶಶಿಗೆ ಏನಾಯ್ತು?" ಕೇಳಿದಕೂಡಲೆ ಅಳತೊಡಗಿದ. ಹೆದರಿಸಿ... ಹೆದರಿಸಿ ಅವನನ್ನು ಹಿಡಿತದಲ್ಲಿಟ್ಟುಕೊಂಡಿದ್ದ ಆಯಾ ಕಣ್ಣುಗಳು ಈಗಲು ಹೆದರಿಸುತ್ತಿತ್ತು. ಅತ್ತ ನೋಡಲೇ ಹೆದರುತ್ತಿದ್ದ.

"ನೀನೇ... ಹೇಳು? ಮಾತಿನಲ್ಲಿ ಸಾಧ್ಯವಾಗದ್ದು ಹಂಟರ್‌ನಲ್ಲಿ ಸಾಧ್ಯ ವಾಗುತ್ತೆಂತ, ನನ್ನ ಡ್ಯಾಡಿ ಹೇಳ್ತಾ ಇದ್ರು. ಅದು ನನ್ನ ಅನುಭವಕ್ಕೆ ಕೂಡ ಬಂದಿದೆ. ಈಗ ನಿನ್ನ ಅನುಭವಕ್ಕೆ ಕೂಡ ಬರುತ್ತೆ. ಅದ್ಕೆ ನೀನು ಅವಕಾಶ ಕೊಡ್ಬೇಡ. ನನ್ನ ವೇಳೆಗೆ ಬೆಲೆ ಇದೆ" ಗದರಿಸಿದ. ಕಂಠದಲ್ಲಿನ ಬಿಗಿತ, ಗತ್ತಿಗೆ ಹೆದರಿ ಅಳತೊಡಗಿ ದಳು. ಆದರೆ ಸುಲಭವಾಗಿ ಒಪ್ಪಿಕೊಳ್ಳಲಾರಳು. ತೀರಾ ಘಾಟಿ ಹೆಣ್ಣು. ಇಲ್ಲಿಗೆ ಬಂದ ಮೇಲೆ ಸಾಕಷ್ಟು ಪಳಗಿಸಿದ್ದು ಇಲ್ಲಿನ ವಾತಾವರಣ.

"ಚಿಕ್ಕಮ್ಮಾವರ್ನ ಕರ್ಕೊಂಡ್ ಬರ್ತೀನಿ" ರೂಮಿನಿಂದ ಹೊರಬಿದ್ದಳು. "ರಮಣ, ಅವ್ಳನ ಕರ್ಕೊಂಡ್ ನನ್ನ ಆಫೀಸ್ ರೂಮಿಗೆ ಹೋಗು." ಹೊರಗೆ ಕಳಿಸಿ ಶಶಿಯ ಬಳಿ ಕೂತ.

"ಅಂಕಲ್ ನಮ್ಗೆ ಆಯಾ ಬೇಡ" ರವಿ ಬಿಕ್ಕಿದ.

"ಷೂರ್... ಷೂರ್... ಈ ಬಂಗ್ಲೆಯೊಳಕ್ಕೆ ಅವ್ಳ ನೆರಳು ಕೂಡ ಬೀಳೋಲ್ಲ. ಬಿ ಡೇರ್ ಯಾರ್" ಅವನ ಕೆನ್ನೆ ತಟ್ಟಿ "ಮೌನ ಸ್ವಲ್ಪ ನೋಡ್ಕೋ" ಎಂದು ಹೊರ ಬಂದ.

ಚಕ್ರೇಶ್ವರಿ ಹೆಬ್ಬಂಡೆಯಾಗಿದ್ದಳು. ಆಯಾ ಅವಳೆರಡು ಕಾಲುಗಳನ್ನು ಭದ್ರವಾಗಿ ಹಿಡಿದಿದ್ದಳು. "ನಂಗ್ಯಾಕೋ ಭಯ, ನೀವು... ಬನ್ನಿ" ಜಿಗಣೆಯಂತೆ ಹಿಡಿದು ಮುಂದಿನ ಆಫೀಸ್ ರೂಂವರೆಗೂ ಬರಲು ಸಮರ್ಥಳಾದಳು.

ಹಂಟರ್‌ನ ಪಕ್ಕದಲ್ಲಿಟ್ಟುಕೊಂಡೇ ಕೂತಿದ್ದ ಮಹೇಂದ್ರವರ್ಮ ಬೆಂಕಿಯ ಮೇಲೆ ಇದ್ದಂತೆ ಚಡಪಡಿಸುತ್ತಿದ್ದ. 'ಹುಡುಗರು ಮನೆತನದ ಆಸ್ತಿ' ಕೋರ್ಟು ಹೇಳಿದ್ನ ನೆನಪಿಸಿದ್ದಳು ಮೌನ.

ಇವನೆದುರು 'ದೊಪ್' ಎಂದು ಕೂತ ಚಕ್ರೇಶ್ವರಿ ಮುಖವನ್ನು ಒಂದು ತರಹ ಮಾಡಿ "ಏನಿದೆಲ್ಲ, ಮಹೇಂದ್ರ? ನಂಗೆ ಯಾವುದರಲ್ಲೂ ಇಂಟರೆಸ್ಟ್ ಇಲ್ಲ. ರವಿ,

ಶಶಿ ಅವ್ರ ಡ್ಯಾಡಿಯಂತೆ ಸುಳ್ಳುಗಾರರು. ಅವ್ರ ಮಾತನ್ನು ಕೇಳ್ಕೊಂಡ್ ಯಾಕೆ ರಾದ್ಧಾಂತ ಮಾಡ್ತೀಯಾ?" ಬೇಸರದಿಂದ ನುಡಿದಳು.

"ನೀವು ಯಾಕೆ ಬಂದ್ರಿ?" ಕೇಳಿದ ತೀಕ್ಷ್ಣವಾಗಿ.

"ನೋ, ನಾನ್ಯಾಕೆ... ಬರ್ಲಿ? ಆಯಾ ನನ್ನ ಎಳ್ಕೊಂಡ್ ಬಂದ್ಲು. ನಂಗೆ ಪೀಸ್ ಬೇಕು. ನನ್ನ ತಲೆನ ಯಾಕೆ ಬಿಸಿ ಮಾಡ್ತೀರಾ?" ಅವನ ಮೇಲೆ ದೋಷವನ್ನು ಹೊರೆಸಿದಳು.

"ಐ ಹ್ಯಾವ್ ಫರ್‌ಗಾಟನ್. ಕೋರ್ಟಿನಲ್ಲೇ ಮಕ್ಳು ಬಗ್ಗೆ ನಿರಾಕರಣೆ ತೋರಿ ದೋರಲ್ವಾ! ಮಕ್ಳು ಉಸಾಬರಿ ನಿಮಗ್ಯಾಕೆ? ಹೋಗಿ ರೆಸ್ಟ್ ತಗೊಳ್ಳಿ" ಸೀರಿಯಸ್ಸಾಗಿ ಮುಖದ ಮೇಲೊಡೆದಂತೆ ಹೇಳಿದಾಗ, ಚಕ್ರೇಶ್ವರಿ ಧುಮುಗುಟ್ಟುತ್ತಾ ಹೋದಳು.

ಆಕೆಗೆ ಪ್ರಾಕ್ಟಿಕಲ್ಲಾಗಿ ಯಾವುದು ಬೇಡ, ಥಿಯರಿಯಲ್ಲಿಯೇ ಹುಡುಕಾಟ. ಪ್ರೇಮ, ಪ್ರೀತಿ, ಮಕ್ಕಳು – ಎಲ್ಲಾ ಬೂಸ್ಟ್. ಅವೆಲ್ಲದರ ಅಗತ್ಯದಿಂದ ಯಾರು ಸುಖವಾಗಿರೋಲ್ಲ. ಇಂಥ ಹುಚ್ಚುಚ್ಚು ಯೋಚನೆಗಳ ಕುದುರೆಯನ್ನೇರಿ ಎತ್ತಲೋ ಧಾವಿಸುತ್ತಿದ್ದಳು. ಗಮನವೆಲ್ಲಿಯದೋ ಗೊತ್ತಿಲ್ಲ.

ಮೆಲ್ಲನೆ ಆಯಾ ಕಡೆ ನೋಟ ಹರಿಸಿದ ಮಹೇಂದ್ರವರ್ಮ "ನೀನಾಗಿ ಹೇಳಿದ್ರೆ ಬರೀ ಕೆಲ್ಸದಿಂದ ಡಿಸ್‌ಮಿಸ್. ಇಲ್ಲಿ, ನೋಡಿರೋ ಸಾಕ್ಷಿಗಳು ಉಸುರಿದ್ರೆ ಈ ಹಂಟರ್‌ನಲ್ಲಿ ಹತ್ತು ಏಟು. ನಿಂಗೆ ಯಾವ್ದು ಬೇಕೋ ಆರಿಸ್ಕೋ ಹತ್ತು ಎಣಿಸೋಷ್ಟರಲ್ಲಿ ನಿನ್ನ ತೀರ್ಮಾನ ಹೊರ ಬೀಳ್ಬೇಕು." ಗಟ್ಟಿದನಿಯಲ್ಲಿ ಎಚ್ಚರಿಸಿದ.

ಎಷ್ಟೋ ಸಲ ಪಂಪಾಪತಿಯನ್ನು ವಿಚಾರಿಸಿದ್ದ. ಪ್ರತಿಯೊಬ್ಬರನ್ನು ಹೊಗಳು ತ್ತಿದ್ದ. ಆಯಾಗೆ ದೇವತೆಯ ಸ್ಥಾನದಲ್ಲಿ ಕೊಡಿಸಿದ್ದ. ಈ ರಾಕ್ಷಸಿ ಆಗಾಗ ಹಣ ಕೊಟ್ಟು ಬುಕ್ ಮಾಡಿಕೊಂಡಿದ್ದು ಈಗ ಅವನ ಅರಿವಿಗೆ ಬಂದಿತ್ತು.

ಸದ್ದಿಲ್ಲದೆ ನಿಂತ ರಮಣನ ಮುಂದೆ ಹಂಟರ್ ಹಾಕಿ ಆಜ್ಞಾಪಿಸಿದ "ಇವ್ಳಿಗೆ ಬೀಳೋ ನೂರು ಏಟು ಕೂಡ ನಮ್ಮ ಶಶಿ ಮೈಮೇಲೆ ಬಿದ್ದ ಏಟಿಗೆ ಸಮನಾಗದು. ಎನಿ ವೇ... ಹತ್ತಂತು ತೀರ್ಮಾನಕ್ಕ ಬಂದಿದ್ದೀನಿ. ನೀನೇನಾದ್ರೂ ಕರುಣೆ ತೋರಿ ಸೋಕೆ ಹೋದರೆ, ಆಮೇಲಿನ ಪರಿಣಾಮ ನೆಟ್ಟಗಾಗದು."

ಮೊದಲೇ ಸಪೂರ ದೇಹದ ರಮಣ ಹಿಡಿಯಷ್ಟಾದ. 'ಒಂದು, ಎರಡು, ಮೂರು, ನಾಲ್ಕು, ಐದು, ಆರು, ಏಳು, ಎಂಟು...' ಎಣಿಸತೊಡಗಿದ. ಒಂಬತ್ತಕ್ಕೆ... ಅವನ ಕಾಲಿಗೆ ಬಿದ್ದಳು. ಜೋರಾಗಿ ಅಳೋಕೆ ಶುರು ಹಚ್ಚಿದಳಷ್ಟೆ.

"ನಾನೇ ಹೊಡೆದಿದ್ದು" ಅಷ್ಟು ಸಾಕಾಗಿತ್ತು.

ಮಹೇಂದ್ರವರ್ಮ ಹಂಟರ್ ತಾನೆ ಎತ್ತಿಕೊಂಡು ಬಿಟ್ಟ "ನಿಂಗೆ, ಎಷ್ಟೊಂದು ಧೈರ್ಯ! ಈಗೀಂದೀಗ್ಲೇ ಬಂಗ್ಲೆ ಖಾಲಿ ಮಾಡು. ಅರ್ಧಗಂಟೆಯೊಳ್ಗೆ ಮೈನ್ ಗೇಟು ದಾಟಿರಬೇಕು." ಬೆಲ್ ಮಾಡಿ ಸರ್ವೆಂಟ್‌ನ ಕರೆಸಿ "ಇವಳನ್ನ ಲಗೇಜ್ ಸಮೇತ ಗೇಟಿನಿಂದ ಹೊರ್ಗಡೆ ಹಾಕಿ. ಸುತ್ತಮುತ್ತ ಮುಖ ಕಂಡರೆ, ಲಾರಿಗೆ ಹಾಕ್ಸಿ ಮುಂಬಯಿಗೆ ಪಾರ್ಸಲ್ ಮಾಡ್ಸಿ ಬಿಡೋಣ. ಗೆಟ್ ಔಟ್..." ಎಂದ.

ಕೈಹಿಡಿದು ಅಳುತ್ತಿದ್ದ ರಮಣ ಒಳಗೆ ಕರೆದು "ಆಮೇಲೆ ಬಂದು ನೋಡು" ತಿಳಿಸಿದ.

ಎರಡು ಕೈಯಲ್ಲು ತಲೆಯನ್ನು ಭದ್ರವಾಗಿ ಹಿಡಿದುಕೊಂಡ. ರಾಕ್ಷಸಿಯಂತೆ ವರ್ತಿಸಿದ ಆಯಾಗಿಂತ ಚಕ್ರೇಶ್ವರಿ ಕೆಟ್ಟ ಹೆಣ್ಣಾಗಿ ಕಂಡಳು. ತಾಯಿ, ಮಕ್ಕಳ ಮೇಲಿನ ಅನನ್ಯ ಸಂಬಂಧ ತೊಡೆದು ಹೋಗಲು ಗಂಡ ಕಾರಣನೇ? ಎಲ್ಲಾ ಅರ್ಥಹೀನವಾಗಿ ಕಂಡಿತು.

ಈ ಸಲ ಹೋದಾಗ ಅವನಣ್ಣನನ್ನ ಭೇಟಿಯಾದಾಗ ಮಕ್ಕಳ ಬಗ್ಗೆ ಪ್ರಸ್ತಾಪಿಸಿದ್ದ "ದಿಸ್ ಈಸ್ ನಾಟ್ ಗುಡ್, ಯಾರ ತಪ್ಪಿಗೆ ಯಾರಿಗೆ ಶಿಕ್ಷೆ. ನೀನು ಬದ್ಕಿದ್ದು ಅವ್ರ ಪಾಲಿಗೆ ಇಲ್ದೇ ಹೋಗೋದು ಎಷ್ಟು ಸರಿ" ಸ್ವರವೇರಿತ್ತು.

"ಹಿಂದಿನ ಜನ್ಮದ ಪಾತ್ರಗಳು ಈ ಜನ್ಮದಲ್ಲಿ ಸ್ಮರಣೆಯಲ್ಲಿ ಉಳಿಯೋಲ್ಲ, ಹಾಗೆಯೇ ಮಕ್ಳು ಮಡದಿಯ ಯಾವ ನೆನಪು ನಂಗಿಷ್ಟವಿಲ್ಲ. ಅದ್ಕೆ ಬಂಗ್ಲೆ ಕಡೆ ಮುಖ ಹಾಕೋಲ್ಲ... ಪ್ಲೀಸ್ ಡೋಂಟ್ ಡಿಸ್ಟರ್ಬ್ ಮೈ ಮೈಂಡ್" ಎಂದು ಎದ್ದು ಹೋಗಿದ್ದ.

ಆದರೆ ಗಂಡನ ಬಗ್ಗೆ ರೋಷವಿರಬಹುದು. ಡೈವೋರ್ಸ್ ಪಡೆದ ನಂತರವು ಚಕ್ರೇಶ್ವರಿ ಮಾತ್ರ ಬಂಗ್ಲೆಯಲ್ಲಿ ಉಳಿದಿದ್ದಕ್ಕೆ ಅವನಿಗೆ ಅಂಥ ಕಾರಣವೇನು ಕಾಣಲಿಲ್ಲ. ಅದಕ್ಕಾಗಿ ಮೃಣಾಲಿನಿ ತಲೆ ಕೆಡಿಸಿಕೊಂಡಿರಲಿಲ್ಲ. ಈಗ ಹೊರಟರೂ ಕೂಡ ತಡೆಯಲಾರರು.

ಬಿಸಿಬಿಸಿ ಬೂಸ್ಟ್ ಕಪ್ ಅವನ ಮುಂದೆ ಬಂದು ಕೂತಾಗ ಸ್ವಲ್ಪ ತಲೆಯೆತ್ತಿದ. "ತಗೊಳ್ಳಿ, ಸರ್" ಎಂದಳು. ನಗಬೇಕೆನಿಸಿತು, ನಕ್ಕ. ಕಾರಣ ಮಾತ್ರ ಹೇಳಲಿಲ್ಲ.

"ಸರ್... ಸರ್... ಸಂಬೋಧನೆ ಹೋಮ್ಲಿಯಾಗೆ ಕಾಣೋಲ್ಲ, ತೀರಾ ಆಫೀಸ್ ಎನ್ವಾರ್‌ಮೆಂಟ್ಸ್ ಅನ್ನಿಸುತ್ತೆ ಅಂತ್ಲೇ ನೀವು ನಕ್ಕಿದ್ದು" ಏಟಿಗೆ ಪ್ರತಿ ಏಟು. ಏಟು ಕೂಡ ಹೂವಿನಷ್ಟೆ ಮೃದುವಾಗಿತ್ತು.

ಅವಳ ಹೇಳಿಕೆಗೆ ದಂಗಾಗಲಿಲ್ಲ. ಮೌನನ ಕಂಡಾಗಲೇ ಅವಳ ಹೃದಯ ಸಂವೇದನೆಭರಿತ ಮನಸ್ಸು, ವಿಶಾಲ ಪ್ರೀತಿ ತುಂಬಿದ ಹೃದಯ, ಚುರುಕು ಮಿದುಳನ್ನು ಗುರುತಿಸಿಯೇ ಸೆಲೆಕ್ಟ್ ಮಾಡಿದ್ದ.

"ನಾನು ಮೋಸ ಹೋಗ್ಲಿಲ್ಲ" ದೀರ್ಘವಾಗಿ ನೋಡಿದ.

ಸುಂದರವಾಗಿ ಹೂ ಬಿರಿದಂತೆ ನಕ್ಕಳು. ಆ ನಗುವಿನಲ್ಲಿ ಬಲವಂತದ ಆಕರ್ಷಣೆಯೇನು ತುರುಕಲಿಲ್ಲ. ಅದು ಸಹಜ ನಗೆ. ಒಂದು ರೀತಿಯ ವಿವರವಿತ್ತು ಆ ನಗೆಯಲ್ಲಿ.

ಅಷ್ಟರಲ್ಲಿ ಪೇಜರ್‌ನಲ್ಲಿ ಒಂದು ಮುಖ್ಯವಾಗಿ ಬಂದ ಸಂದೇಶದಿಂದ ಸ್ವಲ್ಪ ಮಟ್ಟಿಗೆ ವಿಚಲಿತನಾದ. ಹಣೆಯೊತ್ತಿಕೊಂಡ. ಇಲ್ಲಿನ ಸಮಸ್ಯೆಗಳು ಸಾಕಿತ್ತು. ನೆನಪಿನಲ್ಲಿ ಸುಳಿದು ಮರೆಯಾದಳು ಕುಂಕುಮ.

ಅರ್ಥಮಾಡಿಕೊಂಡವಳಂತೆ ಹೊರಗೆ ಹೋದಳು.

ಆ ರಾತ್ರಿ ಶಶಿಗೆ ಜ್ವರವೋ ಜ್ವರ. ಇಡೀ ರಾತ್ರಿ ಪಕ್ಕದಲ್ಲಿ ಕೂತಿದ್ದ ಅವನನ್ನು ಸುಧಾರಿಸಿದಳು ಮೌನ. 'ಅಮ್ಮ' 'ಅಮ್ಮ' ಎಂದು ಕನವರಿಸುತ್ತಿದ್ದ ಸಹಜವಾಗಿ. ಅದು ಸಹಜವಾದ ಕನವರಿಕೆಯೆ ವಿನಃ ಸ್ಪಷ್ಟವಾದ ರೂಪು ಇರಲಿಲ್ಲ ಅವನ ಮನದಲ್ಲಿ. ಅದಕ್ಕೊಂದು ಸ್ಪಷ್ಟ ರೂಪ ಕೊಡಲು ಹೆಣಗಿರಲಿಲ್ಲ ಚಕ್ರೇಶ್ವರಿ.

ಆಯಾ, ರಮಣ, ಅವರಿವರು ಚಕ್ರೇಶ್ವರಿಯ ಕಡೆ ತೋರಿಸಿ 'ನಿನ್ನ ಮಮ್ಮಿ... ಮಮ್ಮಿ' ಎಂದಿದ್ದರಿಂದ ಗುರುತಿಸಿದ್ದೇನೆ ವಿನಃ ತಾಯ್ತನದಿಂದ ಯಾವುದೇ ಭಾಪನ್ನ ಮೂಡಿಸಿರಲಿಲ್ಲ. ಆ ಲಲನಾಮಣಿ, ಇಂಥ ವೈಪರೀತ್ಯಗಳನ್ನು ಹುದುಗಿಸಿಕೊಂಡಿತ್ತು ಬಂಗ್ಲೆ.

ಬೆವತಿದ್ದ ಶಶಿಗೆ ಸರಿಯಾಗಿ ಹೊದ್ದಿಸಿ, ರವಿಯ ಹೊದ್ದಿಕೆ ಸರಿಮಾಡಿ ಹೊರಗೆ ಬಂದಾಗ ಸೂರ್ಯ ಬೆಳಗಿನ ಮಂಜನ್ನ ತೊಡೆಯಲೋಸುಗವೆ ಪೂರ್ವದ ಕಡೆಯಿಂದ ಉದಯಿಸುತ್ತಿದ್ದ. ಆ ದೃಶ್ಯ ಚೇತೋಹಾರಿಯೇ.

ರೂಮಿಗೆ ಬಂದಾಗಲೆ ಮಹೇಂದ್ರವರ್ಮನ ಶಾಲು ಇಲ್ಲೇ ಉಳಿದಿದ್ದು ನೆನಪಾಗಿದ್ದು. ಕೈಗೆತ್ತಿಕೊಂಡಳು. 'ವಿವಾಹ ಇಲ್ಲ ಐದು ಲಕ್ಷ' ನವಿರಾದ ಅವಳ ಮನದಲ್ಲಿ ಮೂಡಿ ಮರೆಯಾದವು. ಈಗಲೂ ಅವಳಿಗೆ ನಂಬಲರ್ಹವಾಗಿ ಕಾಣಲಿಲ್ಲ. 'ಒಂದು ಪ್ರಯೋಗವೇನೋ, ಓ.ಕೆ. ತನಗೇನು ಲಾಸ್ ಇಲ್ಲವಲ್ಲ.' ಐದು ಲಕ್ಷ ಹಿಡಿದು ಹೋಗಿ ಅಣ್ಣನನ್ನ ನಂಬಿಸಲು, ಒಪ್ಪಿಸಲು ಸಾಧ್ಯವೆ? ಸುತರಾಂ ನಂಬೋಂಥ ಮನುಷ್ಯನಲ್ಲ. ದೊಡ್ಡ ಇನ್‌ವೆಸ್ಟಿಗೇಷನ್ ನಡೆದುಹೋದರೆ? ತಲೆಯ ಮೇಲೊಂದು ಮೊಟಕಿಕೊಂಡಳು.

"ಹಲೋ... ಡಾಲ್" ಕೇಳಿಸಿದತ್ತ ತಿರುಗಿದಳು. ನಿಂತಿದ್ದ ಮಹೇಂದ್ರವರ್ಮನ ಮುಖದಲ್ಲಿ ಪರಿಹಾಸ್ಯವಿತ್ತು. "ಡಾಲ್... ಗೊಂಬೆ... ಬೊಂಬೆ ಅನ್ನೋ ಪದಗಳ್ನ ಯಾರು ಉಪಯೋಗಿಸೋದು ನಿಮ್ಮಣ್ಣನಿಗೆ ಇಷ್ಟವಿಲ್ಲ. ಸಾರಿ..." ಎಂದ.

ಜಾಗಿಂಗ್ ಡ್ರೆಸ್‌ನಲ್ಲಿ ಮತ್ತಷ್ಟು ಆಕರ್ಷಕವಾಗಿ ಕಂಡ. ಸ್ವಲ್ಪ ದಪ್ಪ ಇದ್ದಿದ್ದರೆ ಈ ಮನುಷ್ಯನ ಬಣ್ಣ, ಎತ್ತರಕ್ಕೆ ಮತ್ತಷ್ಟು ಚೆನ್ನಾಗಿ ಕಾಣಿಸುತ್ತಿದ್ದ ಎಂದುಕೊಂಡಳು ಮನದಲ್ಲಿ.

"ಶ್ಯೂರ್, ನಾನು ಅದೇ ಪ್ರಯತ್ನದಲ್ಲಿ ಇದ್ದೀನಿ!" ಎಂದ ಎತ್ತಲೋ ನೋಡುತ್ತ. ಅವಳ ಕಣ್ಣುಗಳಲ್ಲಿ ಅಚ್ಚರಿಯ ಹನಿಗಳು ಮಿನುಗಿದವು. ಮಾತಾಡಲಿಲ್ಲ.

"ಹೇಗಿದ್ದಾನೆ, ಶಶಿ?" ಕೇಳಿದ.

"ಟೆಂಪರೇಚರ್ ಕಮ್ಮಿ ಆಗಿದೆ. ಈಗ ಆರಾಮಾಗಿ ನಿದ್ದೆ, ಆಯಾ ವಿಷ್ಯದಲ್ಲಿ ನಿಮ್ಮ ನಿರ್ಣಯದ ಬಗ್ಗೆ ಚಕ್ರೇಶ್ವರಿ ಮೇಡಮ್ ಕೋಪ ಮಾಡ್ಕೋಬಹ್ದು" ಪ್ರಸ್ತಾಪಿಸಿದಳು.

"ಮಾಡ್ಕೊಳ್ಳಿ, ನಿತ್ಯ ಕೋಪಿಗಳು, ಅಪರೂಪಕ್ಕೆ ಕೋಪ ಮಾಡ್ಕೊಂಡರೇ,

ಸಕಾರಣವಾಗಿ ಕೋಪಿಸ್ಕೊಂಡ್ರೆ ಅವ್ರುನ ಸಮಾಧಾನ ಮಾಡೋ ಪ್ರಯತ್ನ ಮಾಡ್ಬೇಕು. ಇಂಥವರಿಗಾಗಿ ಮಾತ್ರ ತಲೆ ಕೆಡಿಸ್ಕೋಬಾರ್ದು. ಒಂದು ಚೀನಿ ಉಕ್ತಿ ಇದೆ. When the finger points to the moon, fools look at the fingers (ಬೆರಳು ಚಂದ್ರನತ್ತ ತೋರಿದಾಗ ಮೂರ್ಖರು ಬೆರಳನ್ನು ಮಾತ್ರ ನೋಡುತ್ತಾರೆ) ಆ ವರ್ಗದ ಜನರಲ್ಲಿ ನನ್ನ ಅತ್ತಿಗೆ, ಅಕ್ಕ, ಭಾವ, ಚಿಕ್ಕಮ್ಮ ಇರ್ತಾರೆ... ಫೂಲ್ಸ್..." ಎಂದ ಬೇಸರದಿಂದ. ಎಲ್ಲರನ್ನ ಒಂದೇ ಸಾಲಿನಲ್ಲಿ ನಿಲ್ಲಿಸಿದ್ದ.

ಅವಳ ಗಮನವೆಲ್ಲ ಇಬ್ಬನಿಯಲ್ಲಿ ತೊಯ್ದು ಹೂಗಳತ್ತಲೇ ಇತ್ತು. "ಕಡ್ಡಿಗಳು ಹಾಕಿದ್ರೆ ಬರುತ್ತೆ" ಮಾಲೀ ಹೇಳಿದ್ದ. ತಾನು ಇವುಗಳ ಕೆಲವು ಕಡ್ಡಿಗಳನ್ನೊಯ್ದರೆ ಅವಳಿಗೆ ನಿಜವಾಗಿಯೂ ಕುಣಿದಾಡುವಷ್ಟು ಸಂತೋಷವಾಯಿತು. ಬಹುಶಃ ಮಹೇಂದ್ರವರ್ಮ ಜೊತೆಯಲ್ಲಿ ಇಲ್ಲದಿದ್ದರೆ ಹಿಗ್ಗಿನ ಮೊಗ್ಗೆಯಾಗಿ ಬಿಡುತ್ತಿದ್ದಳು.

"ನನ್ನ ಅತ್ತಿಗೆ ಚಕ್ರೇಶ್ವರಿ ಹೇಗೆ? ಬಂಗ್ಲೆಯಿಂದ ಆಗಾಗ ಹೊರಗಿರುವ ಅಥವಾ ಬಂಗ್ಲೆಯಲ್ಲಿ ಇದ್ದಾಗಲೂ ನಮ್ಮ ಭೇಟಿ ಅಪರಿಚಿತವೇ... ಏನಾದರೂ ಬೇಕಾದ ಸಂದರ್ಭದಲ್ಲಿ ಫೋನ್‌ನಲ್ಲಿ ತಿಳಿಸ್ತಾರೆ. ಬಹುಶಃ ಮಕ್ಕಿಗಾಗಿ ಇಲ್ಲಿ ಉಳಿದಿದ್ದಾರೇಂತ ಅನ್ನಿಸೋಲ್ಲ. ಸ್ವತಃ ಆಕೆಯ ಅಗ್ನಿಕುಂಡವಾಗಿರೋದ್ರಿಂದ ಬಂಗ್ಲೆಯ ಧಗೆಯನ್ನು ಮತ್ತಷ್ಟು ಹೆಚ್ಚಿಸಿದ್ದಾರೆ" ಮನದ ಮಾತುಗಳನ್ನು ಬಿಚ್ಚಿ ಅವಳ ಮುಂದೆ ಸುರಿದ. ಎಲ್ಲವನ್ನು ಹೇಳಿಕೊಂಡಿದ್ದು ಅವಳಲ್ಲಿ ಮಾತ್ರ.

"ಅಬ್ಸರ್‌ವೇಷನ್‌ನಲ್ಲಿಟ್ಟಿದ್ದೀನಿ." ತಟ್ಟನೆ ಅಂದು ನಿಲ್ಲಿಸಿದಳು. ಜೋರಾಗಿ ನಕ್ಕುಬಿಟ್ಟ ಮಹೇಂದ್ರವರ್ಮ.

"ನಿಮ್ಮ ಅತ್ತಿಗೆ ಪ್ರಕಾರ ನೀನು ಚುರುಕಿನ ಹುಡ್ಗೀನೆ. ಆಕೆಗೆ ನಿನ್ನ ಬಗ್ಗೆ ಒಂದಿಷ್ಟು ಗಾಬರಿ, ಅಸೂಯೆ."

ಮಂಜು ಚೆಲ್ಲಿದ ಕಲ್ಲಿನ ಆಸನದ ಮೇಲೇನೇ ಕೂತುಬಿಟ್ಟಳು. ಅವಳಿಗೆ ಭಯಂಕರ ಗಾಬರಿ. ಈ ಮನುಷ್ಯನಿಗೆ ಇನ್ನೇನೂ ಗೊತ್ತು, ತನ್ನ ಬಗ್ಗೆ? ಅವಳೆದೆಯ ಬಡಿತ ಚಳಿಯಲ್ಲಿಯೂ ಒಂದೇಸಮನೆ ಏರಿ ಒಂದು ಸ್ಥಾಯಿಯಲ್ಲಿ ನಿಂತಿತು. ಅಲ್ಲೇ ನಿಲ್ಲಿಸುವ ಹೆಣಗಾಟ ಅವಳದು.

"ನಂಗೆ... ಭಯ!" ಹೇಳಿದಳು.

"ಯಾಕೆ, ಯಾಕೆ... ಇವತ್ತು ಕೂಡ ಶಾಲು ಇಲ್ದೇ ಆರಾಮಾಗಿ ಬಂದಿದ್ದೀಯ. ಪ್ರತಿಯೊಂದು ದಿನಾನು ಒಂದೊಂದು ಶಾಲು ಶೇಖರಿಸೋ ಆಸೇನಾ?" ಹಾಸ್ಯ ಮಾಡಿದ ವ್ಯಂಗ್ಯವಿರಲಿಲ್ಲ. ಅದರಲ್ಲಿ.

"ನಮ್ಮಣ್ಣನ ಮಾತು ನಾನು ಕೇಳ್ಬೇಕಿತ್ತು. ಇದು ಎಲ್ಲಿಯ ಉಸಾಬರಿ? ನನ್ನ ಬಗ್ಗೆ ಇಷ್ಟೊಂದು ಡೀಟೈಲ್ಸ್ ತಿಳಿದಿದ್ದು ಹೇಗೆ? ನಂಗ್ಯಾಕೋ... ಭಯವಾಗ್ತಾ ಇದೆ. ಬಹುಶಃ ನನ್ನ ಸೆಲೆಕ್ಟ್ ಮಾಡಿರೋದರ ಹಿಂದೆ ಬೇರೇನೋ ಇರಬೇಕು" ಎಂದಳು ಗಾಬರಿಯಿಂದ, ನೀರಿನಲ್ಲಿ ಅದ್ದಿ ತೆಗೆದಂತಿತ್ತು. ಅವಳ ಮುಖ.

ಮಾಗಿಯ ಮಂಜುನಲ್ಲಿ ತೊಯ್ಯುತ್ತಿದ್ದ ಮುಖದಲ್ಲಿ ಗಾಬರಿಯ ಕೆಂಪು, ಏರಿಳಿಯುತ್ತಿದ್ದ ಎದೆ. ಸಹಜ ಸೌಂದರ್ಯಕ್ಕೆ ಯೌವನದ ಕಳಶಗಳು. ಅನಾಮತ್ತಾಗಿ ಅವಳನ್ನೆತ್ತಿ ಮೂರು ಸುತ್ತು ಸುತ್ತಿಸಿ ಬಿಡಲೆ ಅನ್ನಿಸಿತು. ಕೋಲಿಡಿದು ಬರುವ ಗೌರಿಪ್ರಿಯನನ್ನ ನೆನಸಿಕೊಂಡ.

"ಯಾರೋ... ಬಂದಿದ್ದಾರೆ?" ಸರ್ವೆಂಟ್ ವಿಷಯ ಮುಟ್ಟಿಸಿದ "ಬಂದೇ... ನಡಿ" ಅವನನ್ನ ಕಳಿಸಿ, ಒಂದು ಎಲೆಯ ಮೇಲೆ ಶೇಖರವಾದ ಮಂಜಿನ ಹನಿಗಳನ್ನು ಅವಳ ಅಂಗೈ ಹಿಡಿದು ಅದಕ್ಕೆ ಸುರಿದ. "ಈ ಇಬ್ಬನಿಯ ಮುತ್ತನ್ನ ಜಾಗ್ರತೆಯಿಂದ ಕಾಯ್ದಿಡು" ತುಂಟ ಹುಡುಗನಂತೆ ಕಣ್ಣೊಡೆದಾಗ ಅವಳಿಗೆ ನಂಬಲಾಗಲಿಲ್ಲ. ಇದು ವಾಸ್ತವವೋ ಅಥವಾ ಭ್ರಮೆಯೋ. ಎತ್ತರವಾಗಿ ಗಂಭೀರವಾಗಿ ಕಾಣುವ ಮಹೇಂದ್ರವರ್ಮನಿಂದ ಇದೆಲ್ಲ ಸಾಧ್ಯವಿಲ್ಲ. ಆದರೆ ಅಂಗೈನಲ್ಲಿ ನಿಂತ ಇಬ್ಬನಿಯ ಹನಿ ನಾನು ಸಾಕ್ಷಿ ಎಂದು ಎದೆತಟ್ಟಿ ಹೇಳುವಂತಿತ್ತು. 'ಛೆ...' ಎಂದು ಹಿಡಿ ಮುಚ್ಚಿಕೊಂಡವಳು ಹೆದರಿದಂತೆ ಕೆನ್ನೆಯನ್ನು ಒತ್ತಿಡಿದಳು. 'ಮಂಜಿನ ಮುತ್ತನ್ನ ಕಾಯ್ದಿಡು' ಕಿವಿಯಲ್ಲಿ ಮಹೇಂದ್ರವರ್ಮ ಮತ್ತೊಮ್ಮೆ ಉಸುರಿದಂತಾಯಿತು. ಬೆಚ್ಚಿ ಸುತ್ತಲೂ ನೋಟ ಹರಿಸಿದಳು. ಅಷ್ಟು ದೂರದಲ್ಲಿ ನಿಂತವನು ಕೈಬೀಸಿದ ಆಕಾಶದಲ್ಲಿ ನಿಂತಂಗೆ ಕಂಡ.

ಬಹಳ ಬೇಗನೆ ಹಿಂದಿರುಗಿದಳು ಶಶಿಯ ರೂಮಿಗೆ. ರವಿ ಕೂಡ ಎಚ್ಚರವಾಗಿ ಕೂತಿದ್ದ. ಸ್ನಾನಕ್ಕೆ ಬಟ್ಟೆಗಳನ್ನ ತೆಗೆದು ಕೊಟ್ಟು, ಶಶಿಯ ಟೆಂಪರೇಚರ್ ನೋಡಿದಳು. ನಾರ್ಮಲ್‌ಗೆ ಬಂದಿದ್ದರೂ ಊದಿದ ಕೈನ ನೋವಿನಿಂದ ನರಳುತ್ತಿದ್ದ. 'ಅಮ್ಮ, ಅಮ್ಮ' ಎಂದು. ಈಗ ವಾಣಿ ಶಶಿಯ ಅಮ್ಮನ ಸ್ಥಾನದಲ್ಲಿ ಇದ್ದಿದ್ದರೇ?

ಒಮ್ಮೆ ತಾನು ಹೋಗಿ ಯಾಕೆ ಚಕ್ರೇಶ್ವರಿಯನ್ನ ಮೀಟ್ ಮಾಡಬಾರದೆಂದುಕೊಂಡಳು. ಪ್ರಯೋಜನವಾಗುತ್ತೋ, ಇಲ್ಲವೋ ಅಂತು ಒಂದು ಪ್ರಯತ್ನ ಮಾಡುವುದು ಸಮಂಜಸವೆನಿಸಿತು. ಸ್ವಲ್ಪ ಹಿಂಜರಿಕೆ.

ಸದಾ ಮುಚ್ಚಿದ ಬಾಗಿಲ ಹಿಂದೆ ಪುಸ್ತಕಗಳಲ್ಲಿ ಬದುಕನ್ನ ಹುಡುಕುವ ಹೆಣ್ಣು ಗಾಢವಾಗಿ ಕಂಡಳು. ಅಲ್ಲಿ ತಲುಪುವ ಮುನ್ನವೇ ಮಹೇಂದ್ರವರ್ಮನ ಅಕ್ಕ, ಭಾವ ಜೋರು ದನಿಯಲ್ಲಿ ಒಬ್ಬರ ಮೇಲೊಬ್ಬರು ಬೈಗುಳ ಸುರಿಮಳೆ ಸುರಿಸುತ್ತಿದ್ದುದು ಕೆಲಸದವರಿಗೆ ಸಹಜವಾಗಿ ಕಂಡಿರಬೇಕು. ಅವರುಗಳು ಅವರ ಕೆಲಸದಲ್ಲಿ ಮಗ್ನರಾಗಿದ್ದರು. ಇದೊಂದು ಅಪರೂಪದ ಸೀನ್ ಅಲ್ಲ ಅವರ ಪಾಲಿಗೆ.

"ಇವತ್ತು ಎರಡರಲ್ಲಿ ಒಂದು ತೀರ್ಮಾನವಾಗಿ ಬಿಡ್ಬೇಕು. ನೀವೂ ಈ ಬಂಗ್ಲೆಯಿಂದ ಹೊರ್ಗಡೆ ಹೋಗ್ಬೇಕು" ಜೋರಾಗಿ ಛಾರ್ಜ್ ಮಾಡುತ್ತಿದ್ದರು ಆಕೆ.

"ನೋ, ನಿಂಗೆ ತಾಳಿ ಕಟ್ಟಿದಾಗ್ಲೇ ನಂಗೆ ಈ ಮನೆಯಲ್ಲಿ ಇರೋಕೆ ಪರ್ಮಿಷನ್ ಸಿಕ್ಕಿದೆ" ಆ ಮನುಷ್ಯ ಗುದ್ದಾಟಕ್ಕೆ ಸಿದ್ಧವಾಗಿದ್ದ.

ರೂಮಿಗೆ ಹೋದವಳೇ ತನ್ನ ಪುಟ್ಟ ಟ್ರಾನ್ಸಿಸ್ಟರನ್ನ ತಂದು ರೂಮಿನ ಬಾಗಿಲ ಬಳಿ ಹೂಕುಂಡದ ಬಳಿ ಆನೆ ಮಾಡಿಟ್ಟಳು. ಅವರಿಬ್ಬರು ಆ ಬದಿ ಈ ಬದಿಯಲ್ಲಿದ್ದ

ರಷ್ಟೆ. ತಮಗೆ ಒಬ್ಬರಿಂದ ಒಬ್ಬರಿಗೆ ಮೋಸವಾಗಿದೆಯೆಂದು ಆರೋಪಿಸುತ್ತ ದನಿ ಯೇರಿಸುತ್ತಿದ್ದರು. 'ಘೋ' ಎಂದು ಅರ್ಧಗಂಟೆ ಸಾಗಿದ ಜಗಳ ಕೊನೆಗೆ ನಿಂತಿತು.

"ನಾನು ಇರ್ಬೇಕು, ಅಥ್ವಾ ನೀನು ಇರ್ಬೇಕು" ಇಂಥ ನಿರ್ಣಯಕ್ಕೆ ಬಂದರು ಕಡೆಯಲ್ಲಿ.

ಮೆಲ್ಲಗೆ ಬಾಗಿಲು ತಳ್ಳಿಕೊಂಡು ಒಳಹೋದಳು ಮೌನ.

"ಯಾರು...?" ಹಿಂದಕ್ಕೆ ತಿರುಗಿದಳು ವಿಜಯೇಶ್ವರಿ ಕೋಪದಿಂದ ಕುದಿಯು ತ್ತಿದ್ದ ಮುಖ ಮಾಮೂಲಿ ಬಣ್ಣಕ್ಕೆ ಹಿಂದಿರುಗಿರಲಿಲ್ಲ. "ಮೌನ..." ಸ್ವರ ಏರಿತು.

"ನೀನೇನು ಗುಪ್ತಚಾರಿಣೀನಾ? ನನ್ನ ಅನೇಕ ಸಲ ಫಾಲೋ ಮಾಡಿದ್ದು ನನ್ನ ಗಮನಕ್ಕೆ ಬಂದಿದೆ. ನೀನು... ಯಾರು?" ಮಿದುಳಿಗೆ ಕೆಲಸ ಹಚ್ಚಿದ ಮೂರ್ಖ ಹೆಣ್ಣು.

"ಮೌನ ನೇರವಾಗಿಯೇ ಪರಿಚಯಿಸಿದರಲ್ಲ. ಅಂದು ನನ್ನ ಬಗ್ಗೆ ಇಂಟರೆಸ್ಟ್ ತೋರಲಿಲ್ಲ. ಆದರೆ ನಿಮ್ಮ ವ್ಯಕ್ತಿತ್ವ ಮಾತ್ರ ನಂಗೆ ಇಂಟರೆಸ್ಟ್ ಅನಿಸಿತು. ಸುಖ, ಸಾಮರಸ್ಯ, ಒಂದಿಷ್ಟು ವಿರಹ, ಸ್ವಲ್ಪ ಜಗಳ ಅಂತಾರೆ. ಇಲ್ಲೀ ಪೂರ್ತಿ ಡಿಫರೆಂಟ್... ಅದ್ಕೆ ನಂಗ ತೀರಾ ಇಂಟರೆಸ್ಟಾಗಿ ಕಂಡ್ರಿ... ನೀವು. ಕೂತ್ಕೋತೀನಿ" ಆರಾಮಾಗಿ ಕೂತ ಮೌನ ವಿಜಯೇಶ್ವರಿಯ ಕಣ್ಣುಗಳಲ್ಲಿ ಇಣುಕಿದಳು. ತೀರಾ ಗೊಂದಲ, ಕಳವಳ, ಭಯದ ಮಧ್ಯೆ ಕಣ್ಣಿನ ಗೋಲಿಗಳು ತಿರುಗುತ್ತಿದ್ದವು.

ನಿಂತಿದ್ದ ವಿಜಯೇಶ್ವರಿ ಕುಕ್ಕರಿಸಿದವಳೇ ಮುಖ ಮುಚ್ಚಿಕೊಂಡು ಅಳತೊಡಗಿ ದಳು. ನಿರಂತರವಾಗಿ ಏಳು ವರ್ಷಗಳಿಂದ ಬಡಿದಾಡುತಿದ್ದರೂ ಈ ಬಂಗ್ಲೆಯಲ್ಲಿ ಸಾಂತ್ವನಿಸುವವರಾಗಲೀ, ಬೈಯ್ದು ಬುದ್ಧಿ ಹೇಳುವವರಾಗಲೀ ಒದ್ದು ಹೊರ ಹಾಕು ವವರಾಗಲೀ ಇದ್ದಿದ್ದರೆ, ಈ ಡಿಫರೆಂಟ್ ಸ್ಥಿತಿ ಅಲ್ಲ ಸ್ವಲ್ಪವಾದರೂ ಮಾಮೂಲಿಗೆ ಮರಳುತ್ತಿತ್ತು. ಅಂಥವರಿಲ್ಲಿ ಮಹೇಂದ್ರವರ್ಮನಿಗೆ ಇದಕ್ಕೆ ಪುರಸೊತ್ತು ಇಲ್ಲ. ರೋಗಿಗಳು ಎಂದು ಗೊತ್ತು ಯಾವ ತರಹದ ರೋಗವೆಂದು ಮಾತ್ರ ಗೊತ್ತಿಲ್ಲ.

ಬಹಳ ಧೈರ್ಯದಿಂದ ಆಕೆಯ ಬೆನ್ನಮೇಲೆ ಕೈಯಿಟ್ಟಳು 'ಷಾಕ್' ಹೊಡೆದವ ಳಂತೆ ಇವಳ ಕೈಯನ್ನು ಅಷ್ಟು ದೂರಕ್ಕೆ ತಳ್ಳಿದಳು. ನೀರು ತುಂಬಿಕೊಂಡ ಕಣ್ಣು ಗಳಲ್ಲಿ ಇದ್ದಿದ್ದು ಮಾನಸಿಕ ವಿಕಾರ.

ಮಟ್ಟಸವಾಗಿ ಎತ್ತರವಾಗಿ ಬಲವಾಗಿದ್ದ ವಿಜಯೇಶ್ವರಿ ತನ್ನನ್ನ ಅನಾಮತ್ತಾಗಿ ಎತ್ತಿ ಎಸೆದರೇ, ಹತ್ತುಮೀಟರ್ ದೂರಕ್ಕೆ ಹೋಗಿ ಬಿದ್ದಾಗಿನ ತನ್ನ ಪರಿಸ್ಥಿತಿಯನ್ನ ನೆನೆಸಿಕೊಂಡ ಕೂಡಲೇ ಬೆವತು ಹೊರಬಂದಳು. ಪುಟ್ಟ ಟೇಪ್ ರಿಕಾರ್ಡರ್ ಅವಳ ಸೂಟ್‌ಕೇಸ್ ಸೇರಿತು.

ಎಲ್ಲೋ ಹೋಗಿದ್ದ ಮಹೇಂದ್ರವರ್ಮ ಸಂಜೆಯ ಸುಮಾರಿಗೆ ಬಂದಾಗ ಸ್ವಲ್ಪ ಅಪ್‌ಸೆಟ್ ಆದಂಗೆ ಕಂಡ. ನೇರವಾಗಿ ಅವನು ಶಶಿಯನ್ನು ನೋಡಲು ಬಂದಿದ್ದ. ಅಲ್ಲೇ ಇದ್ದಳು ಮೌನ.

"ಹೇಗಿದ್ದಾನೆ, ನಮ್ಮ ಶಶಿ?" ಅವನ ಪಕ್ಕನೆ ಕೂತು ಹಣೆಯ ಮೇಲೆ ಕೈಯಿಟ್ಟ. ಇಂದು ಜ್ವರ, ಕೈನ ನೋವಿನಿಂದ ಕಂಗೆಟ್ಟಿದ್ದರೂ, ಕಣ್ಣುಗಳು ಹೊಳೆಯುತ್ತಿದ್ದವು. ಅವನ ನೋಟ ಹರಿಯಿತು ಮೌನಳ ಹತ್ರ. ಅಲ್ಪ ಸ್ವಲ್ಪ ಸಲುಗೆ, ಸ್ನೇಹ ವಿದ್ದರೂ ಚಿಕ್ಕಪ್ಪನೊಂದಿಗೆ ಕೂಡ ಮುಕ್ತವಾಗಿ ಮಾತಾಡಲಾರ.

"ಅಂಕಲ್‌ಗೆ... ಹೇಳು" ಎಂದಳು ಮೌನ.

ಇಬ್ಬರೂ ಮುಖಗಳನ್ನ ಬದಲಿಸಿ ಬದಲಿಸಿ ನೋಡಿದ ಮಹೇಂದ್ರವರ್ಮ ಜೋರಾಗಿ ನಕ್ಕುಬಿಟ್ಟ. ನಗುವಿನಲ್ಲಿ ವ್ಯಂಗ್ಯವಾಗಲಿ, ಸಿಟ್ಟಾಗಲೀ ಇರಲಿಲ್ಲ. ಕೆಲವು ದಿನಗಳ ಹಿಂದೆ ಬಂದು ವಾರದಿಂದ ಸ್ನೇಹ ಬೆಳೆಸಿದ ಮೌನ ಅವನ ಮನಕ್ಕೆ ಎಷ್ಟು ಹತ್ತಿರವಾದಳು. ಹುಟ್ಟಿದಾಗಿನಿಂದ ಒಂದೇ ಛಾವಣಿಯ ಅಡಿಯಲ್ಲಿದ್ದ ಹೆತ್ತ ತಾಯಿ ಕೂಡ ಅವರಿಂದ ದೂರವೆ.

"ಕ್ವಿಟ್, ಆಲ್ ರೈಟ್" ಎಂದ ಸಂಕೋಚದ ನೋಟ ಹರಿಸುತ್ತ ಮುಗುಳ್ನಕ್ಕು ಅವನ ತಲೆ ಸವರಿದ. "ಇನ್ಮೇಲೆ ಅಂಕಲ್ ಜೊತೆ ವ್ಯಾಯಾಮ, ನಾನು ಬಂಗ್ಲೆಯಲ್ಲಿದ್ದ ದಿನಗಳಲ್ಲಿ" ಮುದುರಿನಿಂತ ರವಿಯನ್ನು ಹತ್ತಿರಕ್ಕೆಳೆದುಕೊಂಡ. ನೂರಾರು ಮೈಲಿಗಳ ಅಂತರ ಕೆಲವೇ ನಿಮಿಷಗಳಲ್ಲಿ ಹತ್ತಾರು ಕಿಲೋಮೀಟರ್ ಕಡಿಮೆಯಾಯಿತೆನಿಸಿತು.

ಮೌನ, ಮಹೇಂದ್ರವರ್ಮ ರೂಮಿನಿಂದ ಹೊರಗೆ ಬರುವವೇಳೆಗೆ ಎದುರಾದ ಚಕ್ರೇಶ್ವರಿಯನ್ನ ನೋಡಿ ಮೌನಳ ಕಣ್ಣುಗಳು ಮಿನುಗಿತು, ಬಹುಶಃ ಶಶಿಯನ್ನ ನೋಡಲು ಬಂದಿರಬಹುದೆಂದುಕೊಂಡಳು.

"ಮುಂಬಯಿಗೆ ಬಂದು ಹೋಗ್ತೀಯಾ?" ಕೇಳಿದಳು ಮೈದುನನನ್ನು, "ಯಾಕೆ, ನೀವೇನಾದ್ರೂ ಬರ್ತೀರಾ?" ಸ್ವಲ್ಪ ಮೊನಚಾಗಿ ಪ್ರಶ್ನಿಸಿದ.

"ಕೆಲವು ಸಾಮಾನುಗಳ್ನ ಅಂದರೆ ಜ್ಯೂಯೆಲ್ಸ್‌ನ ತರ್ರೋದಿತ್ತು. ಆರ್.ಕೆ. ಜ್ಯೂಯಲರ್ಸ್‌ನವರು ಎಗ್ಸಿಬಿಷನ್ ಹಾಕಿದ್ದಾರೆ" ಎಂದ ಚಕ್ರೇಶ್ವರಿಯನ್ನ ನೇರವಾಗಿ ಮಹೇಂದ್ರವರ್ಮ ನೋಡಿದಾಗ, ಮೌನ ಅದೃಶ್ಯಳಾದಳು.

"ಡೈವೋರ್ಸ್ ಆದ್ಮೇಲೂ ನಿಮ್ಮ ಅತ್ತಿಗೆ ಇಲ್ಲಿದ್ದಾರೆ ಯಾಕೆ?" ಇಂಥ ಒಂದು ಪ್ರಶ್ನೆ ಎತ್ತಿದ್ದಳು ಮೌನ ಎರಡು ದಿನದ ಹಿಂದೆ. ಬಿಜಿನೆಸ್ ವ್ಯವಹಾರದ ಸುಳಿಯಲ್ಲಿ ಮಗ್ನವಾದ ಅವನ ಮಿದುಳಿಗೆ ಇಂಥ ವಿಷಯ ಹೊಳೆದಿರಲಿಲ್ಲವಲ್ಲ, ಈ ಕಡೆ ಪೂರ್ತಿಯಾಗಿ ಗಮನ ಹರಿಸಲಾಗಿರಲಿಲ್ಲ.

"ಬನ್ನಿ..." ಆಕೆಯ ರೂಮಿಗೆ ಹೋದವನು ಹೇಳಿಸಿಕೊಳ್ಳದೇ ಕೂತ. ಯಥೇಚ್ಛವಾದ ಪುಸ್ತಕಗಳ ಸಂಗ್ರಹ ಒಂದೆಡೆ ಇತ್ತು. ಇದು ಒಳ್ಳೆಯದೇ? ಆದರೆ ಇಷ್ಟು ಓದಿದ ನಂತರವು ಸಂವೇದನೆ ಇಲ್ಲದ ಹೃದಯದ ಬಗ್ಗೆ ಬೇಸರ. ಈಗಲೂ ಗಂಡನ ಕಡೆ ಬೆಟ್ಟು ಮಾಡುತ್ತಿದ್ದಳೇ ವಿನಃ ಇಂದಿಗೂ ಅದರಲ್ಲಿ ತನ್ನ ತಪ್ಪೇನಾದರೂ ಇದೆಯಾಂತ ಚಿಂತಿಸಿದವಳೇ ಇಲ್ಲ. ಜೊತೆಗೆ ಜ್ಯೂಯಲ್ಸ್ ಸಂಗ್ರಹ ಒಂದು ಹಾಬಿ.

ಅದು ನಿರಂತರವಾಗಿ ಮುಂದುವರಿಯುತ್ತಿತ್ತು. ಎಷ್ಟೋ ಸಲ ಮಹೇಂದ್ರವರ್ಮ ನಿಂದಲೇ ತರಿಸಿದ್ದಳು.

ಚಕ್ರೇಶ್ವರಿ ಬಂದು ಎದುರು ಕೂತಳು.

"ಸಾಕಷ್ಟು ಪುಸ್ತಕಗಳ್ನ ಸಂಗ್ರಹಿಸಿದ್ದೀರಾ!" ಎಂದ. ಲೈಬ್ರರಿಯ ಕಡೆ ನೋಟ ಹರಿಸುತ್ತ "ಅಂತು ಬೆಡ್‌ರೂಮು ಲೈಬ್ರರಿ ಒಂದೇ ಮಾಡ್ಕೊಂಡಿದ್ದೀರಾ! ಒಂದೇ ಒಂದು ಪ್ರಶ್ನೆ ನೀವು ಇಲ್ಲಿ ಯಾಕೆ ಇದ್ದೀರಾ? ಈ ಬಂಗ್ಲೆಗೂ ನಿಮ್ಗೂ ಏನು ಸಂಬಂಧ? ಇಲ್ಲಿರೋ ಜನರಿಗೂ ನಿಮ್ಗೂ ಯಾವುದೇ ಸಂಬಂಧವಿಲ್ಲ. ಅಣ್ಣನ ಕೈ ಹಿಡಿದೇ ಇಲ್ಲಿಗೆ ಕಾಲಿಟ್ಟ ಹೆಣ್ಣು, ಅವನಿಲ್ಲದ ಅವನಿಂದ ಡೈವೋರ್ಸ್ ಪಡೆದು ಇಲ್ಲಿ ಉಳಿದಿದ್ದು ಸರಿಯಲ್ಲ. ಬಹುಶಃ ಮಕ್ಳಿಗಾಗಿ ಅಂದುಕೊಳ್ಳೋದು ತೀರಾ ತಪ್ಪು. ಅವರ, ನಿಮ್ಮ ಮಧ್ಯೆ ಯಾವುದೇ ಅನನ್ಯ ಭಾವವಿಲ್ಲ. ಕೋರ್ಟ್‌ನಲ್ಲಿ ಮಕ್ಳು ನಿರಾಕರಿಸಿದ್ರಿ. ಅವು ಈ ಮನೆತನದ ಸ್ವತ್ತಾಯ್ತು. ಸುಮ್ನೆ ಉಳ್ದು ಅಸೂಯೆ, ಅಸಹನೆಯಿಂದ ಬೇಯುವ ಬದ್ಲು ಬದ್ಕನ್ನ ನಿಮ್ಗೆ ಇಷ್ಟವೆನಿಸಿದಂತೆ ರೂಪಿಸ್ಕೋಬಹುದಿತ್ತು. ಈಗ್ಲೂ ಅವಕಾಶವಿದೆ. ನಾನು ಕೇಳಿದ ಮೊದಲ ಪ್ರಶ್ನೆಗೆ ಉತ್ತರ ಹೇಳುವ ಮುನ್ನ, ಈ ವಿಷ್ಯವನ್ನೆಲ್ಲ ಗಮನದಲ್ಲಿ ಇಟ್ಟುಕೊಳ್ಳಿ" ಒಂದು ಸೂಚನೆಯನ್ನು ನೀಡಿದ. ಸ್ವಲ್ಪ ಕಟುವಾಗುವುದು ಅವನಿಗೆ ಅನಿವಾರ್ಯವಾಗಿತ್ತು.

ಚಕ್ರೇಶ್ವರಿಗೆ ಮೊದಲ ಸಲ ಈ ಪ್ರಶ್ನೆ ಎದುರಾಗಿತ್ತು! ಊಹಿಸಿಕೊಳ್ಳಲಾರದ, ಕಲ್ಪನೆಗೂ ಸಿಕ್ಕದ ಚಿತ್ರ ಧುತ್ತೆಂದು ಎದುರುನಿಂತಿತು. ಕ್ಷಣಕಾಲ ವಿಚಲಿತಳಾದಳು.

"ಮಾನಸಿಕವಾಗಿ, ದೈಹಿಕವಾಗಿ ನಿಮ್ಮಗಳ ಸಂಬಂಧ ಕಡಿದುಹೋಗಿ ವರ್ಷಗಳೇ ಉರುಳಿಹೋಯಿತು. ನಮ್ಮಣ್ಣನ ಜೀವನದಿಂದ ನೀವು ತುಂಬ ದೂರ. ಒಂದೇ ಒಂದ್ಸಲ ಕೂಡ ಈ ಕಡೆ ತಲೆ ಹಾಕ್ಲಿಲ್ಲ. ಕಾರಣ, ನೀವೇ. ನಮ್ಮಣ್ಣನ ಮಕ್ಳುನ ದ್ವೇಷಿಸೋ ನಿಮ್ಗೆ ಇಲ್ಲಿರೋ ಅಧಿಕಾರ ಯಾರು ಕೊಟ್ರು? ಕಾನೂನು ಬಿಡುಗಡೆಯ ದಿನವೇ ನಿಮ್ಗೆ ಕೊಡಿಸಬೇಕಾದ್ನ ಕೊಡಿಸಿದೆ. ಮತ್ತೆ ಯಾಕೆ ಇಲ್ಲಿದ್ದೀರಾ?"

ಅರ್ಜುನನ ಬಾಣಗಳಂತೆ ಬಂದು ಚುಚ್ಚಿದವು. ನೋವನ್ನ ಅನುಭವಿಸಿದರೂ ಅದರ ಒಳಅರ್ಥವನ್ನು ಗ್ರಹಿಸಲಿಲ್ಲ ಮೂರ್ಖ ಹೆಣ್ಣು ಶುದ್ಧ ಅವಿವೇಕಿ.

"ನನ್ನ ಇಲ್ಲಿಂದ ಹೋಗ್ಬಿಡೂಂತ ಇದ್ದೀಯಾ? ನಿಂಗೆ ಆ ಹಕ್ಕು ಇಲ್ಲ" ಎಂದುಬಿಟ್ಟಳು.

ಮಹೇಂದ್ರವರ್ಮನಿಗೆ ನಗುಬಂತು.

"ನಾನು ಅಂದ್ಕೊಂಡಿದ್ದು ನಿಜ. ರವಿ, ಶಶಿಯ ಲಾಲನೆಪಾಲನೆ ಮಾಡ್ಕೊಂಡ್ ಈ ಬಂಗ್ಲೆಯಲ್ಲಿ ಇರ್ಬಹ್ದು. ಅದ್ಬಿಟ್ಟು ಗೆಸ್ಟ್ ತರಹ ಇಲ್ಲಿರೋಕೆ ಇದೇನು ಗೆಸ್ಟ್‌ಹೌಸ್ ಅಲ್ಲ. ಇಲ್ಲಿಂದ ಹೋಗೋದೋ ಬಿಡೋದೋ ನೀವೇ ತೀರ್ಮಾನ ಮಾಡ್ಕೊಳ್ಳಿ. ನಿಮ್ಮ ನಿರ್ಣಯ ಬೇಗ ಬೇಕಾಗುತ್ತೆ" ಮೇಲೆದ್ದ. ಇಂದು ಬಹಳ ಕಟುವಾಗಿದ್ದ.

ಚಕ್ರೇಶ್ವರಿ ಭೂಮಿಗೆ ಕುಸಿಯಲಿಲ್ಲ. ತಕ್ಷಣ ಲೀಗಲ್ ಅಡ್ವೈಸರ್‌ನ ಭೇಟಿ ಮಾಡಿದಳು. ಅವರ ಪ್ರಕಾರ ಕೂಡ ಏನು ಅಲ್ಲ, ಆ ಮನೆತನಕ್ಕೆ.

"ಹಾಗಾದ್ರೆ, ನಾನು ಬಂಗ್ಲೆ ಬಿಟ್ಟು ಹೋಗ್ಬೇಕಾ?" ಅವಳ ದನಿ ಸತ್ತಿತ್ತು. ಅಡ್ವೋಕೇಟ್ ಜಗನ್ನಾಥ್ ಕನ್ನಡಕ ಸರಿಮಾಡಿಕೊಂಡು ಮುಗುಳ್ನಕ್ಕರು.

"ಅಂಥ ಅಗತ್ಯವೇನಿಲ್ಲ! ನೀವು ಹೆತ್ತ ಮಕ್ಳುನ ನೋಡ್ಕೊಂಡ್ ಇಲ್ಲೇ ಇರಬಹ್ದೂಂತ ಮಹೇಂದ್ರವರ್ಮ ಒಪ್ಗೇ ಸೂಚಿಸಿದ್ದಾರಲ್ಲ, ನೋ ಪ್ರಾಬ್ಲಮ್... ಆರಾಮಾಗಿ ಇದ್ಬಿಡಿ. ಸದ್ಯಕ್ಕೆ ನಿಮ್ಮ ಮಕ್ಳೇ ಭವಿಷ್ಯದಲ್ಲಿ ವಂಶದ ವಾರಸುದಾರರು." ವಿವೇಕ ಬೋಧಿಸಿದರು.

ಇದನ್ನ ಚಕ್ರೇಶ್ವರಿಯ ಮನ ಒಪ್ಪಲಿಲ್ಲ. ತನ್ನ ಬದುಕನ್ನ ಕಾಡು ಬೆಳದಿಂಗಳಾಗಿಸಿದ ವ್ಯಕ್ತಿಯ ಮಕ್ಕಳನ್ನ ತಾನು ಬೆಳೆಸುವುದು! ಅದೇ ರಕ್ತದ ಬೀಜಾಸುರರು.

"ಬೇರೆ ದಾರಿ ಇಲ್ಲ! ಲೀಗಲ್ಲಾಗಿ ಏನಾದ್ರೂ ಮಾಡಲು ಸಾಧ್ಯವಿಲ್ವಾ?" ಸ್ವರದಲ್ಲಿ ಹಟವಿತ್ತು. ದಿನಗಳು ಕಳೆದಂತೆ ಭ್ರಮೆಗಳು ಕಳಚಿಹೋಗಿದ್ದರೂ ಬಂಗ್ಲೆಯಲ್ಲಿನ ರಿಸ್ಕ್ ಇಲ್ಲದ ಜೀವನಕ್ಕೆ ಒಗ್ಗಿಹೋಗಿದ್ದಳು. ಈಗ ಬೇರೆಯ ಪ್ರಪಂಚಕ್ಕೆ ಹೊಂದಿಕೊಳ್ಳಲಾರದಷ್ಟು ಜಡತೆ. ಈ ಜಡತೆಯನ್ನು ಕೊಡವಿಕೊಳ್ಳಲಾರದಂಥ ನಿಷ್ಕ್ರಿಯತೆ.

ಫೈಲು ಮುಚ್ಚಿ ಪಕ್ಕಕ್ಕಿಟ್ಟು ಜಗನ್ನಾಥ್ ತಲೆಯಾಡಿಸಿದರು. "ನಿಮ್ಗೆ ಯಾವ್ದೇ ಹಕ್ಕು ಇಲ್ಲ. ಇಷ್ಟು ವರ್ಷ ಅಲ್ಲಿ ಹೇಗೆ ಉಳಿದುಕೊಂಡಿದ್ರಿ? ಅವ್ರುಗಳು ಹೇಗೆ ಉಳ್ಸಿಕೊಂಡಿದ್ರು! ಎರಡು ವಿಚಿತ್ರವೇ" ದಬಾಯಿಸಿದರು. ಅವರಿಗೂ ಕೂಡ ಬೇಸರವೆ.

ಅಂದು ಕೋರ್ಟು ಡೈವೋರ್ಸ್ ಘೋಷಿಸಿದಾಗ ಇವರು ಇದ್ದರು. ಮಕ್ಕಳನ್ನ 'ಒಲ್ಲೆ' ಎಂದಿದ್ದನ್ನ ಕಿವಿಯಾರೆ ಕೇಳಿ ನಿಬ್ಬೆರಗಾಗಿದ್ದರು. ಅದು ಸಾಧಾರಣದ ಬೆರಗಲ್ಲ. ಸೃಷ್ಟಿಯ ಮೂಲಕ್ಕೇನೋ ಲೋಪವೆನ್ನುವಂತೆ ವರ್ತಿಸಿದ ಹೆಣ್ಣಿನ ಬಗ್ಗೆ ಅವರಿಗೆ ಸಹಾನುಭೂತಿಯೇನು ಇರಲಿಲ್ಲ.

ಚಕ್ರೇಶ್ವರಿ ಹಲ್ಲು ಕಚ್ಚಿ ಕೋಪ, ಅಳುವನ್ನು ನುಂಗಿದಳು. 'ಯೂ ಬ್ಲಡಿ ಬಾಸ್ಟರ್ಡ್' ಮುಷ್ಟಿ ಬಿಗಿಯಾಯಿತು.

"ಡೋಂಟ್ ಬಿ ಎಗ್ಸೈಟ್, ಕೂಲ್ ಡೌನ ಚಕ್ರೇಶ್ವರಿ. ನಾನು ಹಿರಿಯ ನಿನ್ನ ಗಂಡನನ್ನ ಕೂಡ ಬಲ್ಲವ. ಈಗ್ಲೂ ನಿಂಗೆ ಮುದ್ದಾದ ಮಕ್ಳು ಇದೆ. ಅವ್ರ ಭವಿಷ್ಯ ನಿರೂಪಿಸುತ್ತ ಉಳಿದ ದಿನಗಳ್ನ ಆರಾಮಾಗಿ ಕಳೀಬಹ್ದು. ಅಥ್ವಾ ಈಗ್ಲೂ ಕಾಲ ಮಿಂಚಿಲ್ಲ, ಸಾಕಷ್ಟು ಜೀವನ ನಿಮ್ಮುಂದೆ ಬಿದ್ದಿದೆ. ಹೇಗೆ ಬೇಕೋ, ಹಾಗೆ ಇದ್ಕೋ. ಈಗ ಎರಡು ದಾರಿ ಇದೆ. ಯಾವುದನ್ನ ಬೇಕಾದ್ರೂ... ಆರಿಸ್ಕೋ" ಸಲಹೆ ಕೊಟ್ಟರು ನಿರ್ದಾಕ್ಷಿಣ್ಯವಾಗಿ.

ಅಡ್ವೋಕೇಟ್ ಜಗನ್ನಾಥ್‌ರ ಪಕ್ವಗೊಂಡ ಮನ ಅವಳ ತಾಯ್ತನವನ್ನು ಉತ್ತೇಜಿಸುವ ಪ್ರಯತ್ನ ಮಾಡಿತು.

"ಸ್ವಲ್ಪ ಡೀಪಾಗಿ ಯೋಚ್ಸು. ಲೋಕೇಶ್‌ನಿಂದ ನಿಂಗೆ ಅನ್ಯಾಯವಾಗಿದೆ,

ಅವ್ವಿಗೆ ನಿನ್ನಿಂದ ಅನ್ಯಾಯವಾಗಿದೆ! ಇದ್ನೆಲ್ಲ ಕೋರ್ಟು ಕೇಳಿಯೇ ಬಿಡುಗಡೆ ಘೋಷಿಸಿದೆ. ಇಲ್ಲಿ ಮಕ್ಳು ತಪ್ಪಿತಸ್ಥರಲ್ಲ. ನಿನ್ನ ಗರ್ಭಸ್ಥಶಿಶುಗಳು. ಅದ್ರ ಮೇಲೆ ದ್ವೇಷ ಭಾವನೆ ಸಲ್ಲದು. ನಾನು ಮಹೇಂದ್ರನ ಹತ್ರ ಮಾತಾಡ್ತೀನಿ. ಮಕ್ಳುಗೆ ಮಮತೆಯ ತಾಯಾಗಿ ಇದ್ಬಿಡಮ್ಮ" ಬುದ್ಧಿ ಹೇಳಿದರು.

"ಸಾರಿ, ಲೋಕೇಶ್ ನಂಗೆ ಮಾಡಿದ ಅನ್ಯಾಯಕ್ಕೆ ಅವ್ನ ಮಕ್ಳನ್ನ ನಾನು ಸ್ವೀಕರಿಸೋಕೆ ಸಿದ್ಧವಿಲ್ಲ." ಪ್ರತಿಕ್ರಿಯೆ ತೀರಾ ಖಾರವಾಗಿತ್ತು. ಅಂದು ಇಂದಿನ ದನಿಗೆ ವ್ಯತ್ಯಾಸವಿರಲಿಲ್ಲ.

ಅಡ್ವೋಕೇಟ್ ಜಗನ್ನಾಥ್ ಹಣೆಯುಜ್ಜಿಕೊಂಡರು. ಮುಖದ ಸುಕ್ಕುಗಳು ಮತ್ತಷ್ಟು ಆಳವಾದವು. 'ಮೆಂಟಲ್ ಕೇಸ್' ಎನಿಸಿತು.

"ಆದಷ್ಟು ಬೇಗ ಬಂಗ್ಲೆ ತೆರವು ಮಾಡಿ ಹೋಗ್ಬಿಡಿ" ಎನ್ನುವ ಸಲಹೆ ಕೊಟ್ಟು ಎದ್ದುಹೋದರು. ಮಕ್ಕಳ ನೆನಪು ನೋಯಿಸಿತು ಅವರನ್ನ.

ಸ್ವಾಭಿಮಾನಕ್ಕೆ ಬಿದ್ದ ಪೆಟ್ಟಾಗಿತ್ತು ಚಕ್ರೇಶ್ವರಿಗೆ. ಬಂಗ್ಲೆಯಲ್ಲಿದ್ದರೂ ಆಕೆಯೆಂದು ಮಕ್ಕಳನ್ನು ನೋಡುತ್ತಿರಲಿಲ್ಲ. ಎದುರಿಗೆ ಸಿಕ್ಕಾಗ ಮಾತ್ರ ಅವುಗಳ ದರ್ಶನ. ಆಗ ಕಾಡುತ್ತಿದ್ದುದು ತಾಯಿ ಮಮತೆಯಲ್ಲ, ತನಗೆ ಆದ ಅನ್ಯಾಯಕ್ಕೆ ಪ್ರತಿಜ್ವಾಲೆ. ಸುಮ್ಮನೆ ಹೋಗಿ ಬಿಡುತ್ತಿದ್ದಳಷ್ಟೆ.

ಆಳುಗಳನ್ನು ಕರಿಸಿ ರೂಮಿನಲ್ಲಿನ ಪ್ರತಿಯೊಂದು ಸಾಮಾನನ್ನು ಪ್ಯಾಕ್ ಮಾಡಿಸುತ್ತಿದ್ದಾಗ, ಭಯ ಆಂದೋಲನ, ಇದುವರೆಗೂ ಬಂಗ್ಲೆಯಲ್ಲಿ ಯಾವ ಕೊರತೆ ಇಲ್ಲದೆ ಬೆಚ್ಚಗಿದ್ದ ಹೆಣ್ಣು, ಮುಂದೆ ಎದುರಿಸಬೇಕಾಗಿದ್ದು ಬೇಕಾದಷ್ಟಿತ್ತು. ಆದರೆ ಡೈವೋರ್ಸ್ ಪಡೆದಾಗ ಪೂರ್ತಿ ಮೊತ್ತವಾಗಿ ಪಡೆದ ಗಂಟು ಈಗ ಮತ್ತಷ್ಟು ದೊಡ್ಡದಾಗಿತ್ತು.

ಮೃಣಾಲಿನಿಯನ್ನ ಹುಡುಕಿಕೊಂಡು ಆಕೆಯ ರೂಮಿನವರೆಗೂ ಹೋದಳು ಹಾಗೆಯೇ ಹಿಂದಿರುಗಿ ಬಂದಳು. ಹೇಳಬೇಕೆಂದೇನು ಅನ್ನಿಸಲಿಲ್ಲ. ಅಪರೂಪಕ್ಕೆ ಭೇಟಿಯಾದರೂ ಅವರಿಬ್ಬರ ನಡುವೆ ಅಂಥ ಮಾತುಕತೆಯೇನು ನಡೆಯುತ್ತಿರಲಿಲ್ಲ. ಅತ್ತೆ, ಸೊಸೆಯ ಮಧ್ಯದ ಸಂಬಂಧವೇನಿರಲಿಲ್ಲ.

ವಿಜಯೇಶ್ವರಿ ಅಹಂಕಾರದ ಹೆಣ್ಣು. ಸ್ವಲ್ಪ ಮಧ್ಯಮ ದರ್ಜೆಯಲ್ಲಿ ಹುಟ್ಟಿ ಬೆಳೆದ ಇವಳ ಬಗ್ಗೆ ಎಂದೂ ಪ್ರೀತ್ಯಾದರ ತೋರಿದ್ದಿಲ್ಲ, ಮಾತ್ರವಲ್ಲ, ಇವಳ ಇರುವಿನ ಬಗ್ಗೆ ಯೋಚಿಸಿದವಳೇ ಅಲ್ಲ. ಆದ್ದರಿಂದ ಅವಳ ಬಳಿಹೋಗಿ ಮಾತಾಡು ವುದಾಗಲೀ, ಹೇಳಿಬರುವುದಾಗಲೀ ಬೇಡವೆನಿಸಿತು. ಸ್ವಲ್ಪ ಎಲ್ಲರ ಬಳಿಯು ಚಲಾವಣೆಯಾಗಿದ್ದವನು ಪಂಪಾಪತಿ ಮಾತ್ರ. ಅವನು ಇದ್ದಿದ್ದರೇ ಚೆನ್ನಾಗಿತ್ತು ಎಂದುಕೊಂಡಳು.

ವಿಷಯ ಮುಟ್ಟಿದ್ದು ಮೌನಳ ಮೂಲಕವೇ ಮಹೇಂದ್ರವರ್ಮನಿಗೆ. ಇಲ್ಲಿಂದ ಹೊರದಬ್ಬುವ ಇರಾದೆ ಅವನಿಗಿಲ್ಲದಿದ್ದರೂ, ಮಕ್ಕಳ ಬಗ್ಗೆ ಪ್ರೀತಿ ಬೆಳೆಸಿಕೊಳ್ಳಲಿ,

ಅವರಿಗೆ ತಾಯಿ ಪ್ರೀತಿ ಸಿಗಲಿಯೆನ್ನುವ ಮುಂದಾಲೋಚನೆ ಇತ್ತು. ಅದು ಮುರಿದು ಬಿದ್ದಾಗ ಅವಾಕ್ಕಾದ.

ಮಹೇಂದ್ರವರ್ಮ ಬರುವವೇಳೆಗೆ ಪ್ಯಾಕ್ ಮಾಡಿದ ಲಗೇಜ್ ಹೊರಗೆ ಹೋಗಿತ್ತು. ಬಂಗ್ಲೆಗೆ ಕಡೆಯ ಸಲ ನಮಸ್ಕಾರ ಹಾಕಿ ಹೊರಟ ಚಕ್ರೇಶ್ವರಿಯನ್ನು ಬೀಳ್ಕೊಡಲು ಇಲ್ಲಿ ಯಾರಿಲ್ಲ, ಆ ಅಗತ್ಯ ಕೂಡ ಆಕೆಗೆ ಕಂಡಿರಲಿಲ್ಲ.

"ಹೊರಟಿದ್ದೀರಾ, ಎಲ್ಲಿಗೆ?" ಮಹೇಂದ್ರವರ್ಮ ಪ್ರಶ್ನಿಸಿದ.

"ನಂಗೆ ಲೀಗಲ್ಲಾಗಿ ಈ ಬಂಗ್ಲೆಯಲ್ಲಿ ಇರುವ ಅಧಿಕಾರ ಇಲ್ಲ. ಅದಕ್ಕೋಸ್ಕರ ಹೊರಡ್ತಾ ಇದ್ದೀನಿ, ನನ್ನ ಲಗೇಜ್‌ನ ಮಾತ್ರ ಪ್ಯಾಕ್ ಮಾಡ್ಕೊಂಡಿದ್ದೀನಿ" ಹೇಳಿದಳು ಸ್ಪಷ್ಟವಾಗಿ.

"ಎಲ್ಲಾ ಲಗೇಜ್ ಪ್ಯಾಕ್ ಮಾಡ್ಕೊಂಡ್ರಾ" ಕೇಳಿದ.

"ಹೌದು..." ಎಂದಳು ಚುಟುಕಾಗಿ.

"ರವಿ, ಶಶಿ..." ಬಗ್ಗೆ ಜ್ಞಾಪಿಸಿದ.

"ಅವನ್ನ ನಾನು ನನ್ನ ಮಕ್ಳೂಂತ ಅಂದುಕೊಂಡಿಲ್ಲ, ಇಂದು ಅಷ್ಟೆ, ಮುಂದೆ ಅದೇ. ಮುಗಿದ ಸಂಬಂಧದ ಯಾವ್ದೇ ಕೊಂಡಿ ನೆನಪಾಗಿ ನನ್ನ ಬಳಿ ಉಳಿಯೋದು ಇಷ್ಟವಿಲ್ಲ" ಹೊಸಲಿನಿಂದ ಹೊರಗೆ ನಡೆದಳು.

ಫೋನ್ ಮಾಡಿ ಟ್ರಾನ್ಸ್‌ಪೋರ್ಟ್ ಕಂಪನಿಗೆ ಲಗೇಜ್‌ನ ವಹಿಸಿದ್ದರಿಂದ ಸಮಸ್ಯೆ ಇರಲಿಲ್ಲ. ಹೆಸರಾಂತ ಟ್ರಾನ್ಸ್‌ಪೋರ್ಟ್‌ನ ಒಂದು ಕಾರನ್ನ ಬಾಡಿಗೆಗೆ ಪಡೆದು ಹೊರಟಿದ್ದಳು.

ಕಾರಿನಲ್ಲಿ ಕುಳಿತಾಗಲೂ ಹಿಂದಕ್ಕೆ ನೋಟ ಹರಿಸಲಿಲ್ಲ. ಮೌನಳ ಬಳಿ ನಿಂತ ರವಿ, ಶಶಿ ಅವಳ ಕೈಗಳನ್ನ ಭದ್ರವಾಗಿ ಹಿಡಿದು ಹೋಗುತ್ತಿದ್ದ 'ಮಮ್ಮಿ'ಯನ್ನ ನೋಡುತ್ತಿದ್ದರು. ಪ್ರೀತಿ, ಪ್ರೇಮ, ಸ್ನೇಹ, ಸನಿಹ ಸಿಕ್ಕದಿದ್ದರೂ ತಮಗೊಬ್ಬ 'ಮಮ್ಮಿ' ಇದ್ದಾಳೆನ್ನುವ ಭ್ರಮೆಯನ್ನು ಚಿಂದಿ ಮಾಡಿ ಹೊರಟಿದ್ದ ಚಕ್ರೇಶ್ವರಿ ಬದುಕು ಸಂಶೋಧನೆಗೆ ಯೋಗ್ಯವಾಗಿತ್ತು.

ಮಹಿಳೆಯ ಬದುಕಿನ ವಿಷಯವಾಗಿ ಸಂಶೋಧನೆ ನಡೆಸಬೇಕೆಂದು ಮುಂದಾಗುವ ಸಂಶೋಧಕರು ಇಂಥ ಹೆಣ್ಣನ್ನ ಗಣನೆಗೆ ತಂದುಕೊಳ್ಳಬೇಕು.

ಮೌನ ಸ್ತಬ್ಧಚಿತ್ರವಾಗಿದ್ದಳು, ಒಂದೇ ವಾರದಲ್ಲಿ ಕೆಲವು ಕಾಲ ವಾಸಿಸಿದ್ದ ಕುಟುಂಬಗಳು ಬೇರೆಡೆ ಹೋಗುವಾಗ ಕಣ್ಣೀರು ಸುರಿಸುತ್ತ ಅಕ್ಕಪಕ್ಕದವರಿಂದ ಬೀಳ್ಕೊಡುವುದನ್ನು ನೋಡಿದ್ದಳು. ಇದು ಮಾತ್ರ ತೀರಾ ವಿಚಿತ್ರವಾಗಿ ಕಂಡಿತು.

* * *

ಪಂಪಾಪತಿ ಇನ್ನ ನಾಲ್ಕು ದಿನ ರಜ ಪಡೆದು ಬಹಳ ಉತ್ಸಾಹದಿಂದ ಹಿಂದಿರುಗಿದವನು ಇಲ್ಲಿನ ಚಿತ್ರ ನೋಡಿ ಬೆಪ್ಪಾದ. ಬಂಧುಗಳು ಪೂರ್ತಿ ಖಾಲಿ. ಚಕ್ರೇಶ್ವರಿ ರೂಮು ಖಾಲಿಯಾಗಿತ್ತು.

"ಏನಿದೆಲ್ಲ?" ಕೆಲಸಗಾರರನ್ನ ಪ್ರಶ್ನಿಸಿದ.

"ಗೊತ್ತಿಲ್ಲ, ಆ ಜನ ಹೋದ್ಮೇಲೆ ಎಷ್ಟೋ ಕೆಲ್ಸ ಕಡ್ಮೆಯಾಗಿದೆ" ಅಷ್ಟೇ ಪ್ರತಿಕ್ರಿಯಿಸಿದ್ದು. ಇಷ್ಟು ವರ್ಷಗಳು ಇದ್ದ ಚಕ್ರೇಶ್ವರಿಯ ಬಗ್ಗೆ ಅವರಿಗೆ ಪ್ರೀತ್ಯಾದರ ಗಳು ಬೆಳೆದಿಲ್ಲವೆಂದುಕೊಂಡರೇ, ಅದಕ್ಕೆ ಅವಳೇ ಕಾರಣಳು. ಬೇಕಾದ ಕೆಲಸ ಮಾಡಿಸಿಕೊಂಡರೆ ಮುಗಿಯಿತು, ಕೆಲವೊಮ್ಮೆ ಬೈಗಳು ಅವರ ಪಾಲಿಗೆ. ಎಂದೂ ಕೆಲಸಗಾರರನ್ನ ಮನುಷ್ಯರೆಂದು ತಿಳಿದು ವ್ಯವಹರಿಸಿದ್ದೇ ಇಲ್ಲ.

ಮೌನ, ಅಂದು ಬೆಳಗು ಹೊರಗೆ ಬರಲೇ ಇಲ್ಲ. ಎಂದಿನಂತೆ ಲವಲವಿಕೆ ಇಲ್ಲದೆ, ತಲೆ ಭಾರವೆನಿಸಿತು. ಆರಾಮಾಗಿ ಹೊದ್ದು ಮಲಗಿದಳು.

ಇದನ್ನ ಹುಡುಗರು, ಕೆಲಸಗಾರರು ಗಮನಿಸುವುದರ ಜೊತೆಗೆ ಮಹೇಂದ್ರ ವರ್ಮನ ಗಮನಕ್ಕೂ ಬಂತು. ಸ್ವಲ್ಪ ಗಾಬರಿಯಾದ, ಅಲ್ಪಸ್ವಲ್ಪ ಹೆಚ್ಚು ಕಡಿಮೆ ಯಾದರೂ ಗೌರಿಪ್ರಿಯ ಎದೆಯೊಡೆದು ಪ್ರಾಣಬಿಡುತ್ತಾನೆ. ಇಷ್ಟಕ್ಕೆಲ್ಲ ಹೆಂಡ್ತಿ ಕಾರಣ ವೆಂದು ಡೈವೋರ್ಸ್ ಮಾಡಿದರೂ ಹೆಚ್ಚಲ್ಲ. ಆ ವ್ಯಕ್ತಿಯನ್ನ ಬಹಳ ಮೆಚ್ಚಿಕೊಂಡಿದ್ದ ವರ್ಮ. ಗಾಬರಿಯಿಂದಲೇ ಬಂದ.

ಸೀಕ್ರೆಟ್ ಕಿ ಬಂಚ್ ಲಾಕ್ ಓಪನ್ ಮಾಡಿದ. ರಾತ್ರಿ ಬರೆದ ಪ್ರಾಜೆಕ್ಟ್‌ಗೆ ಸಂಬಂಧಪಟ್ಟ ಹಾಳೆಗಳು ಅಲ್ಲಲ್ಲಿ ಚೆಲ್ಲಾಪಿಲ್ಲಿಯಾಗಿ ಬಿದ್ದಿದ್ದರೇ, ಎಚ್ಚರವಿಲ್ಲದೆ ನಿದ್ದೆ ಮಾಡುತ್ತಿದ್ದಳು ಮೌನ.

ಹತ್ತಿರಕ್ಕೆ ಹೋದಾಗಲೇ ಉಸಿರಾಟದಲ್ಲಿ ಏರುಪೇರಾಗಿದ್ದು ಅವನ ಗಮನಕ್ಕೆ ಬಂದಿದ್ದು. ಆತಂಕದಿಂದ ಅವಳ ಹಣೆಯ ಮೇಲೆ ಕೈಇಟ್ಟಾಗಲೇ ಬಿಸಿಯ ಅನುಭವವಾಗಿತ್ತು. ತಕ್ಷಣ ಅವಳ ಕೈಯನ್ನು ತನ್ನ ಕೈಯೊಳಗೆ ತಗೊಂಡ. ಜ್ವರ ಬರುತ್ತಿತ್ತು. ತಕ್ಷಣ ಕಣ್ಣು ತೆರೆದ ಮೌನ ಸನ್ನಿಹದಲ್ಲಿ ಮಹೇಂದ್ರವರ್ಮನನ್ನ ನೋಡಿ ಹೊದ್ದಿಕೆ, ಕೂದಲನ್ನು ಸರಿಮಾಡಿಕೊಂಡಳು.

"ಟೆಂಪರೇಚರ್ ಜಾಸ್ತಿ ಆಗಿದೆ. ಡಾಕ್ಟ್ರು ಬರ್ತಾರೆ" ಹೇಳಿದ. ನೋಟ ಕೆಳಗೆ ಹಾಕಿ ಸಂಕೋಚದ ಮುಖ ಮಾಡಿದಳು. "ಡಾಕ್ಟ್ರು ಅಗತ್ಯವಿಲ್ಲ, ಮಾತ್ರೆ ನುಂಗಿದರೆ ಸಂಜೆ ಹೊತ್ಗೆ ಓಡಿಹೋಗುತ್ತೆ" ಹೊದ್ದಿಕೆಯನ್ನು ಪೂರ್ತಿಯಾಗಿ ಎಳೆದು ಹೊದ್ದು ಎದ್ದು ಕೂತೇಬಿಟ್ಟಳು.

"ಎನೀ ವೇ, ಡಾಕ್ಟ್ರು ನೋಡೋದ್ರಿಂದ ಏನು ಅನಾಹುತವಾಗೋಲ್ಲ. ಯು ಆರ್ ಮೈ ಗೆಸ್ಟ್." ನಸುನಕ್ಕ. ಅವಳಿಗೆ ಪ್ರಾಣ ಹೋದಂತಾಯಿತು. 'ಇನ್ನ ಬರೀ ಏಳು ದಿನ ಮಾತ್ರ' ಅಣ್ಣನಿಗೆ ಹಿಂದಿನ ದಿನ ಫೋನ್‌ನಲ್ಲಿ ಹೇಳಿದ್ದನ್ನ ಕೇಳಿದ್ದ. ಹೊರಡಲು ಒಂಟಿಕಾಲಿನ ಮೇಲೆ ನಿಂತಂಗೆ ಕಂಡಳು. 'ಬರೀ ಐದು ಲಕ್ಷದ ಆಸೆಗಾಗಿ ಇಲ್ಲಿ ಬಂದು ನಿಂತಳೇ?' ಆ ಪ್ರಶ್ನೆಗೆ 'ಹ್ಞೂ' ಎನ್ನಲಾರ. 'ಉಹ್ಞೂ' ಅನ್ನಲು ಅವಳ ಬಳಿ ಆಧಾರಗಳು ಇಲ್ಲ. ಇವನನ್ನು ಸೆಳೆಯಲು ಇಲ್ಲೇ ಉಳಿಯಲು ಯಾವುದೇ ಪ್ರಯತ್ನ ಮಾಡಿದಂಗೆ ಕಾಣಲಿಲ್ಲ.

ಮೌನ ಇಲ್ಲಿ ವಾಸ್ತವ್ಯ ಹೂಡಿದ ಮೇಲೆ ಎಂದೂ ಈ ರೂಮಿಗೆ

ಬಂದಿರಲಿಲ್ಲ. ಪುಟ್ಟ ಟೇಬಲ್ಲು ಕ್ಯಾಲೆಂಡರ್‌ನ ತಾರೀಖಿನ ಕಳೆದ ದಿನಾಂಕಗಳನ್ನ ಹೊಡೆದುಹಾಕಿದ್ದಳು. ಎಣಿಸಿದ, ಇನ್ನ ಏಳೇ ಏಳು ದಿನಗಳು ಮಾತ್ರ ಇಲ್ಲಿ ಉಳಿದು ಹೋಗುವ ಬಗ್ಗೆ ಉತ್ಸುಕಳಾಗಿದ್ದಂತೆ ಕಂಡಳು. ಅವನ ತುಟಿಯಂಚಿನಲ್ಲಿ ಕಿರುನಗು ಮಿಂಚಿ ಮರೆಯಾಯಿತು.

ಮೌನ ಭದ್ರವಾಗಿ ಕಣ್ಮುಚ್ಚಿಕೊಂಡಳು. ಮಹೇಂದ್ರವರ್ಮ ಬೇಗನೆ ಯಾಕೆ ಎದ್ದು ಹೋಗಬಾರದು. ಡಾಕ್ಟರ್ ಬರೋವರೆಗೂ ಇಲ್ಲೇ ಇರುತ್ತಾನೆಂದುಕೊಂಡಾಗ ಮುಜುಗರವೆನಿಸಿತು.

"ಸರ್, ನೀವು ತುಂಬ ಬಿಜಿ. ನಿಮ್ಮ ಸಮಯ ಯಾಕೆ ಹಾಳಾಗ್ಬೇಕು? ಬಂದು ನೋಡಿ ಇಂಜಕ್ಷನ್, ಮಾತ್ರೆ ಏನಾದ್ರೂ ಕೊಡ್ಬಹ್ದು. ಅದ್ನ ಕರೆಕ್ಟಾಗಿ ತಗೊಂಡ್ ಸಂಜೆ ನಿಮ್ಮನ್ನ ಮೀಟ್ ಮಾಡ್ತೀನಿ" ಎಂದಳು ಸೊರಗಿದ ದನಿಯಲ್ಲಿ.

ಗದ್ದಕ್ಕೆ ಕೈಯೊತ್ತಿ ನೋಟ ಹರಿಸಿ "ನಾನು ಇಲ್ಲಿರೋದ್ರಿಂದ ನಿಂಗೇನಾದ್ರೂ ತೊಂದರೇನಾ?" ಕೇಳಿದ ಒಣಗಿದ ತುಟಿಯ ಮೇಲೆ ನಾಲಿಗೆಯಾಡಿಸಿದ ನೀರು ಬಗ್ಗಿಸಿ ಕೊಟ್ಟ ಯಾಕಪ್ಪ ಜ್ವರ ಬಂತೂಂತ ಅನ್ನಿಸಿತು.

"ಖಂಡಿತ ಇಲ್ಲ, ಆದ್ರೂ..." ಶುರು ಮಾಡಿದ್ದನ್ನ ಪೂರ್ತಿ ಮಾಡಿದ "ನಂಗೆ ಗೊತ್ತು. ವಿವಾಹವಾಗದ ಯುವತಿ, ಬ್ಯಾಚುಲರ್ ಯುವಕನ ಎದೆಬಡಿತಕ್ಕೆ ಹೆದರುತ್ತಾಳೆ, ಅಷ್ಟೆ ಅಲ್ವಾ?" ಉತ್ತರಿಸಲಾರದೆ ಹೋದಳು.

ಡಾಕ್ಟರ್ ಬಂದರು. ಪರೀಕ್ಷಿಸಿ ಕಾಮನ್ ಫೀವರ್ ಎಂದು, ಬಂದಿದ್ದಕ್ಕೆ ಇಂಜಕ್ಷನ್ ಚುಚ್ಚಿ ಮಾತ್ರೆ ಬರೆದು ಹೊರಗೆ ಹೋದಾಗ, ಆರಾಮೆನಿಸಿತು. ಅಷ್ಟರಲ್ಲಿ ಸರ್ವೆಂಟ್ ಬಂದು ಇಣಕಿದ.

"ಬೆಳಿಗ್ಗೆ... ಬೆಳಿಗ್ಗೆಯೇ ಎದ್ದು ಮಾಗಿಯ ಚಳಿಯಲ್ಲಿ ಓಡಾಡ್ತ ಇದ್ರಲ್ಲ, ಒಂದಿಷ್ಟು ಬಿಸಿ ಗಂಟಲಲ್ಲಿ ಹೋಗಿದ್ರೆ ನಿಮ್ಗತ್ರ ಥಂಡಿ, ಜ್ವರ ಬಂದು ಸುಳೀತಾ ಇರ್ಲಿಲ್ಲ" ಎಂದ ಅರ್ಥಗರ್ಭಿತವಾಗಿ. ಮೌನ ಮಾತಾಡಲಿಲ್ಲ. ಬಿಸಿಯೆಂಬುದರ ಬಗ್ಗೆ ಕೆಲವು ನಿಮಿಷಗಳು ಜಿಜ್ಞಾಸೆ ಹುಟ್ಟಿಕೊಂಡಿತು.

ಮಾತ್ರೆ ತಗೊಂಡು ಅವನು ತಂದು ಕೊಟ್ಟ ಕಾಫಿ ಕುಡಿದು, ಬಾತ್‌ರೂಂಗೆ ಹೋಗಿ ಮುಖ ತೊಳೆದು ಬಟ್ಟೆ ಬದಲಾಯಿಸಿ ಬಂದು ಹಾಸಿಗೆಯ ಮೇಲೆ ಅಡ್ಡಾಡಿದಳು.

ಫೋನ್‌ನಲ್ಲಿ ಸಂಪರ್ಕಿಸಿದ ಪಂಪಾಪತಿ ಒಳಗೆ ಬರಲು ಪರ್ಮಿಷನ್ ಕೇಳಿದರು "ಬನ್ನಿ..." ಎಂದು ಎದ್ದು ಕೂತಳು.

"ಜ್ವರದಲ್ಲಿ ಮಲಗಿದ್ದು ತಿಳ್ದು ಗಾಬ್ರಿಯಾಯ್ತು. ಬಂಗ್ಲೆಯಲ್ಲಿ ಏನೇನೋ ಬದಲಾವಣೆಗಳು ಆಗಿವೆ. ಎಂದೋ ಇವೆಲ್ಲ ಆಗ್ಬೇಕಿತ್ತು. ಆದ್ರೂ, ಅಷ್ಟು ಜನನ ಒಟ್ಟಿಗೆ ಹೊರ್ಗೆ ಹಾಕಿದ್ದು..." ಎಂದವನು ನಿಲ್ಲಿಸಿದ. ಮಹೇಂದ್ರವರ್ಮನ ಬಗ್ಗೆ ಗೊತ್ತಿತ್ತು. 'ಹೇಳಿದಷ್ಟು ಕೆಲ್ಸ, ಮಾತು ಅಷ್ಟೆ' ಎಚ್ಚರಿಕೆ ನೀಡಿದ್ದ. ಅವನ ವಿಷಯದಲ್ಲಿ ಮಾತ್ರ ಭಯವಿತ್ತು.

"ಹೇಗಿದ್ದೀರಾ?" ವಿಚಾರಿಸಿದ.

"ಏನಿಲ್ಲ, ಒಂದು ಡಿಗ್ರಿಯಷ್ಟು ಟೆಂಪರೇಚರ್ ಹೆಚ್ಚಿತ್ತೇನೋ, ಈಗ ಪೂರ್ತಿ ನಾರ್ಮಲ್. ಹೇಗಿತ್ತು ರಜ ದಿನಗಳು?" ಕೇಳಿದಳು.

"ವಂಡರ್‌ಫುಲ್, ಆದ್ರೂ ಕೈಯಲ್ಲಿನ ಕಾಸೆಲ್ಲ ಖರ್ಚಾಗಿ ಹೋಯ್ತು, ಅನ್ನೋದೊಂದು ಸಂಕ್ಟ." ಅವನ ಮುಖದಲ್ಲಿ ವಿಷಾದ ಇಣುಕಿತು. ಇಲ್ಲಿದ್ದ ಜನರ ಬೇಕು ಬೇಡಗಳನ್ನ ಪೂರೈಸಲು ಒಂದಿಷ್ಟು ಹಣನ್ನು ವಸೂಲು ಮಾಡಿಕೊಳ್ಳುತ್ತಿದ್ದ. ಅದು ಏಕಾಏಕಿ ನಿಂತಂತಾಗಿತ್ತು. ಎಷ್ಟೋ ಘರ್ಷಣೆಗಳು ಅವ್ಯವಹಾರಗಳನ್ನು ಮಹೇಂದ್ರ ವರ್ಮನವರೆಗೂ ಹೋಗದಂತೆ ತಡೆಯುವುದರಲ್ಲಿ ಅವನಿಗೆ ಲಾಭವಿತ್ತು. ಬಹಳ ಚೆನ್ನಾಗಿ ಬಳಸಿಕೊಂಡಿದ್ದ.

ಆಯಾ, ಡ್ರಿಲ್ ಮಾಸ್ಟರ್, ರಮಣ ತಪ್ಪದೆ ವಂತಿಗೆಯನ್ನು ಸಲ್ಲಿಸಿ ತಮ್ಮ ಸ್ಥಾನ, ಸಂಬಳಗಳನ್ನು ಕಾಯ್ದುಕೊಂಡಿದ್ದರು.

"ಬರ್ತೀನಿ, ಮೇಡಮ್" ಹೊರಗೆ ಹೋದ.

ಮಹೇಂದ್ರವರ್ಮನಿಂದ ಪತ್ರ ತಂದಿದ್ದ ಪಂಪಾಪತಿಗೂ ಕೂಡ ತನ್ನ ಪೋಸ್ಟ್ ಬಗ್ಗೆ ಅರಿವಿಲ್ಲವೆನ್ನುವ ಅನುಮಾನ ನಿಜವಾಗಿತ್ತು.

ಮಧ್ಯಾಹ್ನ ಒಮ್ಮೆ ಫೋನ್‌ನಲ್ಲಿ ವಿಚಾರಿಸಿಕೊಂಡ ಮಹೇಂದ್ರವರ್ಮನ ಸ್ವರದಲ್ಲಿ ಗೆಲುವಿದ್ದಂಗೆ ಕಾಣಲಿಲ್ಲ. ಈ ಮನೆತನದ ಇಬ್ಬರು ಗಂಡುಮಕ್ಕಳು ಹೊರಗೆ ಉಳಿದು ಸಂಬಂಧವನ್ನು ತೊಡೆದುಕೊಂಡಿದ್ದರು. ಬಹುಶಃ ಮಹೇಂದ್ರವರ್ಮ ಕೂಡ ಮುಂಬಯಿಯಲ್ಲಿ ಉಳಿದುಬಿಟ್ಟರೇ, ಬಂಗ್ಲೆಯ ಒಂದೊಂದು ಭಾಗ ಕಳಚಿಕೊಂಡು ಪೂರ್ತಿ ನಿರ್ನಾಮವಾಗಿ ಬಿಡಲು ಹೆಚ್ಚು ದಿನಗಳು ಬೇಕಿಲ್ಲವೆನಿಸಿತು ಅವಳಿಗೆ.

ಸಂಜೆ ರವಿ, ಶಶಿಯೊಂದಿಗೆ ಹೊರಗೆ ಬಂದಾಗ ನಸುಮಿಶ್ರಿತ ಸಿಮೆಂಟು ಬಣ್ಣದ ಮಾರುತಿ ಝೆನ್ ನಿಂತಿದ್ದು ಅವಳ ಗಮನ ಸೆಳೆಯಿತು. ಜೀಪು, ಟಾಟಾ ಸುಮೋ ಬಿಟ್ಟರೆ ಇದು ಬಂಗ್ಲೆಯ ಪ್ರಾಪರ್ಟಿಯೆಂದು ಅವಳಿಗೆ ಗೊತ್ತು. ಗೆಸ್ಟ್ ಬಂದಿದ್ದಾರೆಂದುಕೊಂಡಳು.

"ಯಾರ್ದು... ಈ ಕಾರು?" ರವಿಯನ್ನು ಕೇಳಿದಳು.

ಗೊತ್ತಿಲ್ಲವೆಂದು ತಲೆಯಾಡಿಸಿದಾಗ ಅವರೊಂದಿಗೆ ಬಾಲ್ಕನಿ ದಾಟಿ ಹೊರಗೆ ಬಂದಳು ಚುಮುಚುಮು ಎನಿಸಿತು.

"ಸ್ವಲ್ಪ ಕೂಡ ಬುದ್ಧಿ ಇಲ್ಲ. ಜ್ವರಾಂದ್ಮೇಲೆ ಒಂದ್ಕಡೆ ಮಲ್ಗಿಕೊಂಡ್ ರೆಸ್ಟ್ ತಗೊಬೇಕು" ಅಣ್ಣಾ ರೇಗಿದಂತಾಯಿತು. ಜೊತೆಗೆ ಬೇರೆ ಕಡೆ ಬಂದಾಗ ಆರೋಗ್ಯ ವಾಗಿರಬೇಕು ಎನ್ನುವುದನ್ನು ಮನದಟ್ಟು ಮಾಡಿಕೊಂಡಳು. "ಫುಲ್ ರೆಸ್ಟ್, ಸಂಜೆ ಬಂದುನೋಡ್ತೀನಿ. ಸದ್ಯಕ್ಕೆ ಎರ್ಡು ದಿನವಾದ್ರೂ ನಿಮ್ಮ ಪ್ರಾಜೆಕ್ಟ್‌ಗಾಗಿ ವಿಷಯ ಸಂಗ್ರಹಿಸುವುದನ್ನು ನಿಲ್ಸಿ" ಮಹೇಂದ್ರವರ್ಮ ಎಚ್ಚರಿಕೆ ನೀಡಿದ್ದ. ಅದನ್ನು ಅತಿಕ್ರಮಿಸುವುದು ಅವಳ ದೃಷ್ಟಿಯಿಂದಲೂ ಸರಿಕಾಣಲಿಲ್ಲ.

ಗುಲಾಬಿ ಗಿಡಗಳನ್ನು ದಾಟುವ ವೇಳೆಗೆ ಹೆಣ್ಣಿನ ಜೊತೆಯಲ್ಲಿ ಮಹೇಂದ್ರ ವರ್ಮನ ನಗು ಕೂಡ ಹರಿದುಬಂದಿದ್ದರಿಂದ ಅಲ್ಲೇ ಇದ್ದ ಮರದ ಪಕ್ಕಕ್ಕೆ ಅವರನ್ನ ಎಳೆದೊಯ್ದಳು.

"ಮಾತಾಡ್ಬೇಡಿ, ಅಂಕಲ್ ರೇಗ್ತಾರೆ" ಪಿಸುಗುಟ್ಟಿದಳು.

ರವಿ, ಶಶಿಗೆ ಮೋಜೆನಿಸಿತು. ಅವಳ ಪಕ್ಕ ಅಡಗಿ ನಿಂತರು. ಇಂಥದೆಲ್ಲ ಹೊಸದು. ವ್ಯಾಯಾಮದ ಮಾಸ್ತರು ಆಯಾ ರೇಗುತ್ತಿದ್ದರು, ಇಲ್ಲಿ ಬುದ್ಧಿ ಹೇಳುತ್ತಿದ್ದರು. ರಮಣ ಇವರುಗಳಿಗೆ ಬೇಕಾದುದ್ದನ್ನು ಅಷ್ಟೆ ಮಾಡುತ್ತಿದ್ದ. ಆಗಾಗ ಪಂಪಾಪತಿ ವಿಚಾರಿಸುತ್ತಿದ್ದ. ಅಷ್ಟಕ್ಕೆ ಸೀಮಿತವಾಗಿತ್ತು ಬಂಗ್ಲೆಯಲ್ಲಿನ ದಿನಚರಿ.

ಮಹೇಂದ್ರವರ್ಮನ ಜೊತೆಯಲ್ಲಿ ಬಿಚ್ಚುಗೂದಲಿನ ಪರೆಯಂಥ ಸೀರೆಯುಟ್ಟ ಯುವತಿಯೊಬ್ಬಳು ಮಾತಾಡುತ್ತ ಸಾಗುತ್ತಿದ್ದಳು. ಅವನಷ್ಟೆ ಎತ್ತರವಿದ್ದಳು. ಶ್ರೀಮಂತಿಕೆಯ ಕಳೆ ಮುಖದಲ್ಲಿ ಮುಕ್ಕಳಿಸುತ್ತಿತ್ತು. ಸ್ನೇಹಕ್ಕಿಂತ ಹೆಚ್ಚಿನದೇನೋ ಅವರಲ್ಲಿ ಇದೆಯೆನ್ನುವಂತೆ ಸಂಭಾಷಿಸುತ್ತಿದ್ದಳು. ಗೆಸ್ಟ್‌ಹೌಸ್‌ನಿಂದ ಬಂಗ್ಲೆಗೆ ಬರುತ್ತಿದ್ದ ಜೋಡಿ ಆಕರ್ಷಕವಾಗಿತ್ತು.

"ಅಂಕಲ್..." ರವಿಯ ಸ್ವರ ಮಹೇಂದ್ರವರ್ಮನ ಕಿವಿ ತಲುಪಿ ಅವನು ಈ ಕಡೆ ತಿರುಗುವ ವೇಳೆಗೆ ಪಕ್ಕದ ಮರದ ಹಿಂಬದಿಗೆ ಹೋಗಿ ಬಾಯಿಮೇಲೆ ಬೆರಳಿಟ್ಟು ಹೇಳಬೇಡವೆಂದು ಸನ್ನೆಯಿಂದ ತಿಳಿಸಿದಳು ಮೌನ.

ಅವರುಗಳ ಹತ್ತಿರಕ್ಕೆ ಬಂದ ಮಹೇಂದ್ರವರ್ಮ ಪರಿಚಯಿಸಿದ "ನಮ್ಮಣ್ಣನ ಮಕ್ಳು ರವಿ, ಶಶಿ" ಎಂದವನು ಅವಳ ಭುಜದ ಮೇಲೆ ಕೈಯಿಟ್ಟು "ಇವ್ಳು ನನ್ನ ಫ್ರೆಂಡ್ ಕ್ಲಾಸ್‌ಮೇಟ್ ಕುಂಕುಮ್" ಎಂದ. ಅವರುಗಳು ಮುಖ ಮುಖನ ಬೆಪ್ಪಾಗಿ ನೋಡಿಕೊಂಡರೇ ವಿನಃ ಪ್ರತಿಕ್ರಿಯಿಸಲಿಲ್ಲ.

ರವಿಯನ್ನು ಹತ್ತಿರಕ್ಕೆಳೆದುಕೊಂಡ ಮಹೇಂದ್ರ "ಎಲ್ಲಿ ಆಯಾ? ನೀವುಗಳು ಮಾತ್ರ... ಬಂದ್ರಾ? ಓಕೇ, ಆಡಿಕೊಳ್ಳಿ" ಭುಜತಟ್ಟಿ ಶಶಿಯ ಕೆನ್ನೆ ಸವರಿ "ಬೇಗ, ಬಂಗ್ಲೆಗೆ... ಬನ್ನಿ" ಎಂದ. ಹೊಸದಾಗಿ ಕೆಲಸಕ್ಕೆ ನೇಮಿಸಿಕೊಂಡ ಆಯಾ ಬಗ್ಗೆ ಅವನ ಸಿಟ್ಟು ನೆತ್ತಿಗೇರಿತ್ತು.

ಬಂಗ್ಲೆಯ ಬಳಿ ಎದುರಾದ ಆಯಾ ನಮ್ರತೆಯಿಂದ ತಗ್ಗಿ ಇವನು ಕೇಳುವ ಮುನ್ನವೇ "ಹುಡುಗ್ರು ಮೌನ ಮೇಡಮ್ ಜೊತೆ ಹೋದ್ರು. ರವಿಯಣ್ಣಾ ನನ್ನ ಬರ್ಬೇಡಾಂದ್ರು" ಉಸುರಿದಾಗ 'ವಾಹ್...' ಎಂದುಕೊಂಡ. ಅಂತು ಅಲ್ಲೇ ಎಲ್ಲೋ ಇರಬೇಕೆಂದುಕೊಂಡ ಮೌನನ ಮೃದುವಾದ ಕೂಡ.

ಕುಂಕುಮನ ಗೆಸ್ಟ್‌ರೂಮಿನಲ್ಲಿ ಕೂಡಿಸಿ ಹಿಂದಕ್ಕೆ ಅರಸಿಕೊಂಡು ಹೋದ. ಜ್ವರದಲ್ಲಿ ಹೊರಗೆಹೋದ ಅವಳು ತುಂಟ ಹುಡುಗಿಯಂತೆ ಕಂಡಳು.

ಹಕ್ಕಿಯಂತೆ ಹುಡುಗರೊಂದಿಗೆ ಕುಣಿದಾಡುತ್ತಿದ್ದ ಮೌನ ಚಿಗರೆಯಾಗಿ, ಚಿಟ್ಟೆಯಾಗಿ, ಪ್ರಕೃತಿಯಲ್ಲಿನ ಸುಂದರವಾದ ಪ್ರಾಣಿ ಹರಿಣಿಯಂತೆ ಕಂಡಳು

ಲವಲವಿಕೆಯಿಂದ ಮಕ್ಕಳ ಜೊತೆ ಒಂದಾಗಿ ಆಡುವ ನೋಟವನ್ನು ಇಂದು ಮಾತ್ರ ನೋಡಿದಂತೆ ಹರ್ಷಿಸಿದ.

ಹಿಂದಕ್ಕೆ ತಿರುಗಿ ನೋಡುತ್ತ ನೋಡುತ್ತ ಓಡಿಬಂದವಳು ಮಹೇಂದ್ರ ವರ್ಮನನ್ನು ಸವರಿಕೊಂಡು ಹೋಗಿ ಅಷ್ಟು ದೂರಕ್ಕೆ ನಿಂತದ್ದು ಗಾಬರಿಯಾಗಿ.

"ಸಾರಿ, ಎಕ್ಸ್‌ಕ್ಯೂಸ್ ಮಿ, ಈಗ ಜ್ವರವೇನು ಇಲ್ಲ, ತೀರಾ ಬೋರಾಯ್ತು ರೂಮಿನಲ್ಲಿ." ಸ್ವಲ್ಪ ಬಳಲಿದಂತಿತ್ತು ಮೌನಳ ಸ್ವರ, "ಈಗ ನಿನ್ನ ಫ್ಯಾಮಿಲಿ ಮೂರು ನೂರು ಕಿಲೋಮೀಟರ್ ಆಚೆ. ಈಗ ಕೇರ್‌ಟೇಕರ್, ವೆಲ್‌ವಿಷರ್ ಎಲ್ಲಾ ನಾನೇ. ಆಯಾ ಬಂದಿದ್ದಾಳೆ ರವಿ, ಶಶಿಯ ನೋಡ್ಕೋತಾಳೆ. ನೀನು... ನಡೀ" ಹೇಳಿದ ಕಕ್ಕುಲತೆಯಿಂದ.

ದಾರಿಯಲ್ಲಿ ಮೆಲ್ಲಗೆ ಪ್ರಸ್ತಾಪಿಸಿದ. "ನಂಗೆ ನಿಮ್ಮಣ್ಣದು ಮಹಾ ಭಯ. ನಿಂಗೇನಾದ್ರೂ ಹೆಚ್ಚು ಕಡ್ಮೆಯಾದರೆ ಆಫೀಸ್‌ನ ರೂಲರ್, ಪೇಪರ್ ವೈಟ್ ಜೊತೆಯಲ್ಲಿನ ಮನೆಯಲ್ಲಿನ ಎಲ್ಲಾ ಅಪಾಯಕಾರಿ ವಸ್ತುಗಳನ್ನ ಬ್ಯಾಗುಗೆ ಹಾಕ್ಕೊಂಡ್ ಬಂದ್ಬಿಡ್ತಾರೆ, ನನ್ನ ಬೇಟೆಯಾಡೋಕೆ. ಈಗ ಭಾರತ ಸಮಸ್ತ ಸೈನ್ಯ ನನ್ನ ಪರ ನಿಂತರೂ... ಆ ಮನುಷ್ಯ ನನ್ನ ಬಿಡ್ಲಾರ" ಹಾಸ್ಯ ಮಾಡಿದ.

ಮೌನ ಕಿಲಕಿಲ ನಕ್ಕಳು. ಆಕಾಶದಲ್ಲಿ ಮೋಡಗಳು ಅವಸರವಸರವಾಗಿ ಸರಿದಂತೆ ಕಂಡಿತು. ಅಷ್ಟು ಚೆಂದ ನಗೆಯೆನಿಸಿತು.

ಇವರುಗಳು ಬರುವ ವೇಳೆಗೆ ಕುಂಕುಮ ಹೊರಗಡೆಯ ಬಾಲ್ಕನಿಯಲ್ಲಿ ಅಡ್ಡಾಡುತ್ತಿದ್ದಳು. ತನ್ನನ್ನು ಬಿಟ್ಟು ಮತ್ತೆ ಯಾರನ್ನೋ ಅರಸಿಕೊಂಡು ಹೋದ ಮಹೇಂದ್ರವರ್ಮನ ಬಗ್ಗೆ ಅವಳ ಮೂಗಿನ ತುದಿ ಕೋಪದಿಂದ ಕೆಂಪಾಗಿತ್ತು.

"ಮೌನ..." ಪರಿಚಯಿಸಿದ.

ಕುಂಕುಮ ಆಳವಾದ ನೋಟ ಬೀರಿದಳು. ತೀರಾ ಸರಳವಾಗಿ ಕಂಡ ಈ ಹುಡುಗಿಯನ್ನು ಪಿ.ಎ. ಆಗಿ ನೇಮಕ ಮಾಡಿಕೊಂಡಿದ್ದಾನೆ? ಬಂಗ್ಲೆಯಲ್ಲಿನ ಜನರ ಸ್ವಭಾವಗಳು ಇಲ್ಲಿನ ವಿದ್ಯಮಾನಗಳು ಪೂರ್ತಿಯಾಗಿ ಅಲ್ಲದಿದ್ದರೂ ಅಲ್ಪಸ್ವಲ್ಪವಾಗಿ ಗೊತ್ತಿತ್ತು. ಪರಿಚಯವಾದ ಲೋಕೇಶ್ ಹೇಳಿಕೊಳ್ಳುವುದರ ಜೊತೆಗೆ ಈ ಬಂಗ್ಲೆಯಲ್ಲಿ ಉಳಿಯಬೇಕೆನ್ನುವ ತಮ್ಮನ ಮೂರ್ಖತನದ ಬಗ್ಗೆ ಹೇಳಿಕೊಂಡಿದ್ದ.

"ಅವ್ನು ಇಲ್ಲಿರೋ ಭರವಸೆ ಕೊಟ್ಮೇಲೆ ಮ್ಯಾರೇಜ್ ಅನ್ನೋ ಷರತ್ತು ಹಾಕು. ಅಲ್ಲಿನ ಜನರ ಜೀವನ ಹಾಗೆಯೇ ಮುಗ್ದು ಹೋಗ್ಲಿ ಎಚ್ಚರಿಸಿದ್ದ." ಬಹಳವಾಗಿ ದ್ವೇಷಿಸುತ್ತಿದ್ದ ಒಟ್ಟಾಗಿ.

ಕುಂಕುಮ ಕೂಡ ಇಲ್ಲಿ ಇರುವ ಕಲ್ಪನೆ ಕೂಡ ಮಾಡಲಾರಳು. ಅವಳ ತಂದೆಯ ಅಭಿಪ್ರಾಯವು ಅದೇ, "ಏನಿದೆ, ವ್ಯವಹಾರದಲ್ಲಿ ಇಲ್ಲಿ! ಈ ಓಡಾಟವೇಕೆ? ವಿವಾಹವಾದ್ಮೇಲೆ ಓಡಾಟವೆಲ್ಲ ಬಂದೇ ಆಗ್ಬೇಕು."

"ಷ್ಯೂರ್ ಡ್ಯಾಡಿ, ಯು ಡೋಂಟ್ ವರೀ, ನಾನು ಕನ್ವಿನ್ಸ್ ಮಾಡ್ತೀನಿ... ಮಹೀನ" ಆಶ್ವಾಸನೆ ಕೊಟ್ಟಿದ್ದಳು. ಅವಳಿಗೆ ಕಾನ್ಫಿಡೆನ್ಸ್ ಹೆಚ್ಚು.

ಮೌನ ಕೈಗಳನ್ನು ಜೋಡಿಸಿ ಕಿರುನಗು ಬಿರಿದಾಗ, ಮಹೇಂದ್ರನ ತೋಳು ಮೇಲೆ ಕೈಹಾಕಿ ಜಗ್ಗಿದಳು "ನನ್ನ ಪರಿಚಯ ನಾನೇ ಮಾಡ್ಕೋಬೇಕಾ?" ಅವಳ ದಬಾವಣೆಗೆ ಕಣ್ಣುಗಳನ್ನು ತಿರುಗಿಸಿ "ಅದರ ಅಗತ್ಯವಿಲ್ಲಾಂತ ಅನ್ನಿಸುತ್ತೆ, ಮೀಟ್ ಮೈ ಫ್ರೆಂಡ್ ಕ್ಲಾಸ್‌ಮೇಟ್ ಕುಂಕುಮ" ಪರಿಚಯಿಸಿದ.

"ಯು ನಾಟೀ ಬಾಯ್, ನನ್ನ ಪರಿಚಯ ನಾನೇ ಮಾಡ್ಕೋಬೇಕು. ಸಿ ಯೂ..." ಮಹೇಂದ್ರನ ತೋಳಲ್ಲಿ ಕೈತೂರಿಸಿ ಎಳೆದೊಯ್ದಳು.

ಎಂಥ ಭಯಂಕರವಾದ ಶಾಕ್ ಮೌನಾಗೆ ಆಯಿತೆಂದರೆ, ವಿಲವಿಲ ಒದ್ದಾಡಿ ಹೋದಳು. 'ಮಿದುಳು, ಮನಸ್ಸು, ಹೃದಯ' ಇರೋ ಯುವತಿಯ ಅಗತ್ಯ ಎನ್ನುವ ಪ್ರಕಟಣೆಯ ಜೊತೆ ವಿವಾಹ ಅಥವಾ ಐದು ಲಕ್ಷ ನಗದು ಆಫರ್ ನೊಂದಿಗೇನೇ, ನೇಮಿಸಿಕೊಂಡಿದ್ದು.

"ನಂಗಂತೂ ವಿಚಿತ್ರ, ಮೂವತ್ತು ದಿನದಲ್ಲಿ ಪ್ರಾಜೆಕ್ಟ್ ಸಿದ್ಧಮಾಡಿಕೊಟ್ಟರೆ ಐದು ಲಕ್ಷ! ಈ ಬುರುಡೇನೆಲ್ಲ ನಂಬಿ ಮೋಸ ಹೋಗ್ಬೇಡ. ಇದ್ರಲ್ಲಿ ಏನೋ ಮಸಲತ್ತು ಇದೆ" ಗೌರಿಪ್ರಿಯ ಒಂದತ್ತು ಸಲವಾದರೂ ಹೋಗದಂತೆ ಮನವೊಲಿಸಲು ನೋಡಿದ್ದರು.

ಹೆಜ್ಜೆಗಳು ಭಾರವೆನಿಸಿತು. ಎತ್ತಿಡಲು ಯಾಕೆ ಎಳೆದು ಹಾಕಲು ಕೂಡ ಕಷ್ಟವೆನಿಸಿತು, ಮತ್ತೇನಾದರೂ ಟೆಂಪರೇಚರ್ ಜಾಸ್ತಿಯಾಗಿದೆಯೇ? ರೂಮಿಗೆ ಹೋದವಳೆ ಹಾಸಿಗೆಯ ಮೇಲೆ ಕುಸಿದಳು.

ವಿಪರೀತ ಸುಸ್ತಿನಿಂದ ಹಾಸಿಗೆಯ ಮೇಲೆ ಉರುಳಿಕೊಳ್ಳಬೇಕೆನಿಸಿತು. ಎರಡು ಕೈಯಲ್ಲು ತಲೆಯನ್ನು ಹಿಡಿದುಕೊಂಡಳು ಭಯಂಕರ ತಲೆಯ ಸಿಡಿತ. ತಲೆಯ ಪ್ರತಿಯೊಂದು ನರವು ಪಟಪಟ ಎನ್ನುತ್ತಿತ್ತು.

ಇಂಥ ಸಮಯದಲ್ಲಿ ಅತ್ತಿಗೆ, ಅಣ್ಣ ಯಾರಾದರೂ ಇರುತ್ತಿದ್ದರು. ಇಂಥ ಮಾನವೀಯ ಸಂಬಂಧಗಳಿಗೆ ಅತೀತರಾದ ಜನರೇ ಇಲ್ಲಿ ಇದ್ದಿದ್ದು. ಇಂಥ ಜನರ ನಡುವೆ! 'ಬೇಡಪ್ಪ... ಬೇಡ' ಯಾರಿಗೂ ತಿಳಿಸದೇ ಓಡಿಹೋಗಿ ಬಿಟ್ಟರೆ? ಮಗುವಿನಂತೆ ಯೋಚಿಸಿದಳು ಕೆಲವು ಕ್ಷಣಗಳು.

ಒಮ್ಮೆ ಬಂದ ಪಂಪಾಪತಿ "ಈಗ ಡಾಕ್ಟ್ರು... ಬಂದ್ಬಿಡ್ತಾರೆ. ಮೊದ್ಲು ಉಸಿರಾಡೋಕೆ ಪುರುಸತ್ತು ಇರ್ತಾ ಇರ್ಲಿಲ್ಲ. ಈಗ ಎಷ್ಟೋ ಕೆಲ್ಸ ಕಮ್ಮಿ ಆಗಿದೆ. ದೊಡ್ಡಮ್ಮ ಅವ್ರನ್ನ ಬಾಯಿಬ್ಟೇ ಕೇಳ್ದೆ. ಗೊತ್ತೆ ಇಲ್ಲಾಂದ್ರು. ಹೋಗೋ ಮುಂದು ಅವ್ರಿಗಾದ್ರೂ ಚಕ್ರೇಶ್ವರಿ ಮೇಡಮ್ ಹೇಳಿ ಹೋಗ್ಬೇಕಿತ್ತು. ಸಾಕ್ಷಾತ್... ಅತ್ತೆಯವರಲ್ವಾ!" ಅಂದು ನಿಲ್ಲಿಸಿದರು.

"ಸಾರಿ ಏನು ತಿಳ್ಕೋಬೇಡಿ. ನಂಗೆ ಈಗ ಮಾತಾಡೋ ಮೂಡಿಲ್ಲ" ಎಂದಳು. ಪಂಪಾಪತಿ ಸಂಕೋಚದ ಮುಖ ಮಾಡಿ "ಆರೋಗ್ಯ ವಿಚಾರಿಸೋಕ್ಬಂದೆ. ಡಾಕ್ಟ್ರು... ಜೊತೆ ಬರ್ತೀನಿ" ಹೊರಟವನ ಮುಖದಲ್ಲಿ ಪಿಚ್ಚೆತ್ತು.

ಬೊಗಸೆ ಮಾಡಿ ಮುಖವನ್ನೊತ್ತಿಕೊಂಡಳು. ಇನ್ನೊಂದು ಮಾತು ಹೇಳಿದ್ದ ಬಂದಕೂಡಲೇ "ನೀವ ಬಂದ ಗಳಿಗೆ ಕೆಲವರ ಪಾಲಿಗೆ ಚೆನ್ನಾಗಿಲ್ಲ. ಆದರೆ, ಮಂಗಳವಾದ್ಯ ಮೊಳಗೋ ವೇಳೆ ಮಾತ್ರ ಹತ್ತಿರವಾಗಿದೆ. ಕುಂಕುಮಮ್ಮ ನಮ್ಮ ಬಾಸ್ ಕೈ ಹಿಡ್ಯೋ ಹೆಣ್ಣು. ಒಳ್ಳೆ ಫೇರ್ ಅಂತ ಅನ್ನಿಸಲಿಲ್ವಾ" ಮಾತುಗಳು ಮೌನಳ ಪಾಲಿಗೆ ಬಾಂಬ್‌ಗಳೆನಿಸಿತು. ಯಾಕೆ?

ಡಿಫರೆಂಟ್ ಅನುಭವ ಪಡೆಯಲು ಬಂದಳೇ ವಿನಃ ಮಹೇಂದ್ರವರ್ಮ ತನ್ನನ್ನು ವಿವಾಹವಾಗಬಹುದೆಂದುಕೊಂಡಿರಲಿಲ್ಲ. ಮತ್ತೆ ಯಾಕೆ ಈ ನಿರಾಸೆ, ಆಂದೋಲನ?

ಬಂದ ಡಾಕ್ಟರ್ ಮತ್ತೊಮ್ಮೆ ಸಿರಿಂಜ್‌ನ ಔಷಧಿ ಲೋಡು ಮಾಡಿದಾಗ ಮೌನಳ ಕಣ್ಣಲ್ಲಿ ನೀರಾಡಿತು. "ಪ್ಲೀಸ್, ಬೇಡ ಡಾಕ್ಟರ್! ನಂಗೆ ಬುದ್ಧಿ ಬಂದ್ಮೇಲೆ ನಾನು ತಗೊಂಡ ಮೊದಲ ಇಂಜೆಕ್ಷನ್ ನೀವು ಕೊಟ್ಟಿದ್ದು. ಇದು ಮಾತ್ರೆಗೆ ಹೋಗೋಂಥ ಜ್ವರ." ಕೆಳತುಟಿಯನ್ನ ಭದ್ರವಾಗಿ ಕಚ್ಚಿಡಿದಾಗ ಮಹೇಂದ್ರ ಗಾಬರಿ ಯಾದ.

ಡಾಕ್ಟರ್ ನಗೆ ಬೀರಿದರು.

"ಪುಟ್ಟ ಮಕ್ಳು ಕೂಡ ಇಂಜೆಕ್ಷನ್‌ಗೆ ಹೆದರೋಲ್ಲ. ನೋ, ಈಗ ಒಂದು ಇಂಜೆಕ್ಷನ್ ತಗೊಂಡರೇ, ನಾನು ನಾಳೆ ಬರೋ ಅಗತ್ಯವಿರೋಲ್ಲ" ಎಂದರು ಸಹಜವಾಗಿ ಅವಳ ಹೆದರಿಕೆಯೇನು ಕಮ್ಮಿಯಾಗಲಿಲ್ಲ.

ಮಹೇಂದ್ರವರ್ಮ ಬೇಡ ಎಂದಮೇಲೆ ಆಯುಧವನ್ನು ಉಪಸಂಹರಿಸುವ ಯೋಧನಂತೆ ಸಿರಿಂಜ್ ಡಸ್ಟ್‌ಬಿನ್‌ಗೆ ಎಸೆದರು.

ಅವರು ಹೋದಮೇಲೆ ಮಹೇಂದ್ರವರ್ಮ ಅವಳ ಬಳಿಯಲ್ಲೇ ಕೂತು "ಮಾತ್ರೆ ನುಂಗೋಕ್ಕೇನು ತಕರಾರಿಲ್ವಲ್ಲ." ಮಾತ್ರೆ ನೀರು ಅವಳ ಕೈಗಿತ್ತ, "ಮೌನ, ನಿನ್ನ ನೋಡಿದ್ರೆ ನಂಗೆ ಹಾಡಬೇಕೂಂತ ಅನ್ನಿಸುತ್ತೆ. ಆದರೆ ನನ್ನ ಹಾಡು ಕೇಳಿ ನಿನ್ನ ಜ್ವರ ಜಾಸ್ತಿ ಆಗ್ಬಾರ್ದಲ್ಲ" ನಕ್ಕ. ಮೌನ ನಗಲಿಲ್ಲ. ಅವಳಿಗೆ ಅಳಬೇಕೆನಿಸಿತು.

ಕಾಫಿ ಬಂತು. ತಾನೇ ಅವಳಿಗೊಂದು ಕಪ್ ಬೆರೆಸಿಕೊಟ್ಟು ತಾನೊಂದು ಕಪ್ ಕುಡಿದ.

"ಒಂದು ರಿಕ್ವೆಸ್ಟ್!" ಎಂದವಳು ಸಂಕೋಚದಿಂದ.

"ರಿಕ್ವೆಸ್ಟ್ ಯಾಕೆ? ಆರ್ಡರ್ ಮಾಡ್ಬಹ್ದು. ಏನು ವಿಷ್ಯ? ಯಾವುದಾದ್ರೂ ಲವ್ ಲೆಟರ್ ಬಂತಾ?"

ಮಹೇಂದ್ರವರ್ಮ ಕೇಳಿದ ರೀತಿ, ವಿಷಯಕ್ಕೆ ಗಾಬರಿಯಾದಳು. ಡಿಗ್ರಿಗೆ ಸೇರಿದ ಮೊದಲ ವರ್ಷದಲ್ಲಿಯೇ ಅವಳಿಗೊಬ್ಬ ಅಜ್ಞಾತಪ್ರೇಮಿ ಹುಟ್ಟಿಕೊಂಡಿದ್ದ, ಅವನು ನಿರಂತರವಾಗಿ ಲವ್ ಲೆಟರ್‌ಗಳನ್ನ ಬರೆಯುತ್ತಿದ್ದ.

"ಇಲ್ಲ, ನಂಗೆ ಊರಿಗೆ ಹೋಗ್ಬೇಕೂಂತ ಅನ್ನಿಸಿದೆ. ದಯವಿಟ್ಟು ಕಳ್ಸಿಕೊಡಿ"

ಅವಳ ಕಣ್ಣಲ್ಲಿ ನೀರಾಡಿತು. ಲವ್ ಲೆಟರ್‌ಗಳನ್ನ ಬರೆಯುತ್ತಿದ್ದ ಧೀರ ದುಪ್ಪೆಂದು ಅವತರಿಸಿ 'ಐ ಲವ್ ಯು' ಅಂದಂಗಾಯಿತು.

"ಹೇಗೆ, ಸಾಧ್ಯ... ಮೇಡಮ್? ಇನ್ನ ನನ್ನ ಪ್ರಕಾರ ಏಳು ಮುಕ್ಕಾಲು ದಿನ ಇರ್ಬೇಕಾಗುತ್ತೆ. ಬಿಜಿಯ ಮಧ್ಯೆ ನಿನ್ನ ಪರೀಕ್ಷೆ ಸ್ವಲ್ಪ ತಡವಾಗಿದೆ. ಇನ್ನ ಕೆಲವು... ದಿನಗಳು" ಎಂದು ಅವಳ ಮುಖದ ಭಾವವನ್ನು ಗಮನಿಸಿದ.

ಎದೆಯ ಮೇಲೆ ಕೈಇಟ್ಟುಕೊಂಡು, ಹಣೆಯೊತ್ತಿಕೊಂಡು "ಇಂಪಾಜಿಬಲ್, ಆ ಅವಧಿಯನ್ನು ಕಡ್ಮೆ ಮಾಡಿ ನನ್ನ ಕಳ್ಸಿ ಕೊಡಿ." ಖಿನ್ನತೆ ಅವಳ ಸ್ವರದಲ್ಲಿ ಇಣುಕಿತು. ಅಗೋಚರವಾದ ನೋವಿದೆಯೆನಿಸಿತು.

"ವಾಟ್ ಈಸ್ ದಿಸ್? ಇಂಥ ದುರ್ಬಲವಾದ ಹುಡ್ಗೀಂತ ಊಹಿಸೋಕೆ ನನ್ನಿಂದ ಸಾಧ್ಯವಿಲ್ಲ. ಮೊದ್ಲು ಜ್ವರ ಕಮ್ಮಿ ಆಗ್ಲಿ" ತಣ್ಣನೆಯ ಸ್ವರದಲ್ಲಿ ನುಡಿದ.

ಗಪ್‌ಚಿಪ್ಪಾಗಿ ಮಲಗಿದಳು. ಅಣ್ಣ, ಅತ್ತಿಗೆ, ಹುಡುಗರು ಅವಳನ್ನ ಆವರಿಸಿ ಕೊಂಡಂತಾಯಿತು. ದಿಂಬನ್ನ ಕಚ್ಚಿ ಬಿಕ್ಕಿದಳು. ಒಮ್ಮೆಲೆ ಜ್ವರದ ತಾಪ ಜಾಸ್ತಿ ಆಯಿತು. ಅರೆ ಪ್ರಜ್ಞಾವಸ್ಥಾಸ್ಥಿತಿಗೆ ದಿಢೀರನೆ.

ಹತ್ತು ನಿಮಿಷ ಬಿಟ್ಟು ಮತ್ತೆ ನೋಡಲು ಬಂದ ಮಹೇಂದ್ರವರ್ಮ ಅವಳ ಸ್ಥಿತಿಯನ್ನ ನೋಡಿ ಗಾಬರಿಯಾದ. ಕಣ್ಣೀರು ತೊಡೆದು ತೋಳಲ್ಲಿ ಅವಳನ್ನ ತನ್ನೆದೆಗೆ ಒರಗಿಕೊಂಡ.

"ಮೌನ... ಮೌನ..." ಅವಳ ಕಿವಿಯ ಬಳಿ ಪಿಸುಗುಟ್ಟಿದ. ಯಾವುದೋ ಲೋಕದಲ್ಲಿ ಇದ್ದವಳಂತೆ ಅವನನ್ನ ಅಪ್ಪಿಕೊಂಡಳು. ಇಲ್ಲಿ ಮಾತು ಮೌನ, ಹೃದಯ ಮಾತಾಡುತ್ತಿತ್ತು. ಸ್ಪಂದಿಸಲಾರದ ಸ್ಥಿತಿಯಲ್ಲಿದ್ದ.

ಮತ್ತೆ ಡಾಕ್ಟರ್ ಬಂದರು. ಇಡೀರಾತ್ರಿ ಅವಳ ಬಳಿಯಲ್ಲಿಯೇ ಕಳೆದ ಮಹೇಂದ್ರವರ್ಮ. ಆಳುಕಾಳುಗಳಿಗೆ ಕೂಡ ಇದು ಆಶ್ಚರ್ಯ. ಹುಷಾರಿಲ್ಲದಿದ್ದರೆ ಡಾಕ್ಟರ್ ಬರುತ್ತಿದ್ದರು, ಅಗತ್ಯವೆನಿಸಿದರೆ ನರ್ಸು ನೇಮಕಗೊಳ್ಳುತ್ತಿದ್ದಳು. ಪೂರ್ತಿ ಗುಣಮುಖರಾಗುವವರೆಗೂ ಅವಳದೇ ಜವಾಬ್ದಾರಿ. ಇದಿಷ್ಟು ನಡೆಯುತ್ತಿದ್ದುದು ಬಂಗ್ಲೆಯಲ್ಲಿನ ಒಬ್ಬೊಬ್ಬರನ್ನು ವಿಚಾರಿಸುತ್ತಿದ್ದುದು, ಅವರಿಗಾಗಿ ತಮ್ಮ ವೇಳೆಯನ್ನು ಸವೆಸುತ್ತಿದ್ದುದು ಇಲ್ಲವೇ ಇಲ್ಲ. ದಿಢೀರ್ ಬದಲಾವಣೆ ಹುಬ್ಬೇರಿಸಿತ್ತು.

ಎಲ್ಲಾ ಪಂಪಾಪತಿಯ ಕಡೆ ನೋಡಿದರೇ ಅವರು ಮೇಲಕ್ಕೆ ಕೈತೋರಿಸು ತ್ತಿದ್ದರು. ಹಣ ಬರದ ವಿಷಯಗಳಲ್ಲಿ ತಲೆ ಕೆಡಿಸಿಕೊಳ್ಳಲಾರರು.

ಕುಂಕುಮ ಅವರನ್ನ ರೂಮಿಗೆ ಕರೆಸಿಕೊಂಡು, ಮೊದಲು ಬಕ್ಷೀಸ್ ಕೊಟ್ಟ ನಂತರ ಮಾತು ಪ್ರಾರಂಭ ಮಾಡಿದ್ದು. ಹಿಂದೆ ಒಂದೆರಡು ಬಾರಿ ಬಂದಿದ್ದುಂಟು. ಆದ್ದರಿಂದ ಪರಿಚಯವೆ.

"ಇಲ್ಲಿನ ವಿಷ್ಯ ಏನು?" ಕೇಳಿದಳು.

ಐದುನೂರರ ಎರಡು ನೋಟುಗಳನ್ನು ಜೇಬಿಗೆ ಸೇರಿಸಿದ ನಂತರವೆ

ಸ್ಫೂರ್ತಿಗೊಂಡಿದ್ದು. ಕನ್ನಡದ ಜೊತೆ, ಪೇಟಾ ಕೋಟು ಸರಿಮಾಡಿಕೊಂಡ, ಮುಖದ ಮೇಲೆ ಪ್ರಸನ್ನತೆಯನ್ನು ಹರಡಿ.

"ನಾನು ಲೀವ್‌ನಲ್ಲಿದ್ದೆ. ಬಂಗ್ಲೆಯಲ್ಲಿ ಬಹಳಷ್ಟು ಬದಲಾವಣೆಗಳು ನಡ್ದು ಹೋಗಿದೆ. ಸಂಬಂಧಗಳ್ನ ಹೇಳ್ಕೊಂಡ್ ತುಂಬಿಕೊಂಡಿದ್ದ ಜನ ಪೂರ್ತಿ ಖಾಲಿ. ಡೈವೋರ್ಸ್ನಾದ್ರು ಕಚ್ಚಿಕೊಂಡಿದ್ದ ಚಕ್ರೇಶ್ವರಿ ಮೇಡಮ್ ಹೊರಟುಹೋಗಿದ್ದಾರೆ" ಹೇಳಿದ ಸಣ್ಣನೆಯ ದನಿಯಲ್ಲಿ. ಆಶ್ಚರ್ಯಗೊಂಡಿದ್ದುಂಟು ಈ ಎಲ್ಲಾ ವಿಷಯ ಗಳಿಂದ. ಆದರೆ ಅದರಿಂದ ತನಗೆ ಪ್ರಯೋಜನವಿಲ್ಲವೆಂದಾಗ, ಆರಾಮಾಗಿ ಕೈ ಬಿಟ್ಟಿದ್ದ ಪಂಪಾಪತಿ.

"ಯಾಕೆ...?" ಚುರುಕಾದಳು ಕುಂಕುಮ.

"ಗೊತ್ತಿಲ್ಲ, ದೊಡ್ಡ ಅಮ್ಮಾವರನ್ನ ಕೇಳ್ದೆ. ತನಗೇನು ಗೊತ್ತಿಲ್ಲಾಂದ್ರು."

ಅದೇನು ಅತಿಶಯವಾಗಿ ಕಾಣಲಿಲ್ಲ ಕುಂಕುಮಾಗೆ. ಆಕೆಯ ಚೆಸ್ ಪ್ರಿಯತೆ, ನಿರ್ಲಿಪ್ತ ಧೋರಣೆ ಹಲವಾರು ಸಮಸ್ಯೆಗಳನ್ನು ತಂದು ಹಾಕಿದೆಯೆಂದು ಅವಳಿಗೂ ಗೊತ್ತು.

"ಮತ್ತೇನಾದ್ರೂ ವಿಶೇಷವಿದ್ಯಾ?" ವಿಚಾರಿಸಿದಳು.

ಈಚೆಗೆ ಮುಂಬಯಿಗೆ ಮಹೇಂದ್ರವರ್ಮ ಬಂದರು ಅವಳನ್ನ ಭೇಟಿಯಾಗು ತ್ತಿರಲಿಲ್ಲ. ಅವರ ಮನೆಗೂ ಬರುತ್ತಿರಲಿಲ್ಲ. ಲೋಕೇಶ್ ಒಂದೆರಡು ಸಲ ಫೋನ್‌ನಲ್ಲಿ ಎಚ್ಚರಿಸಿದ್ದ.

"ಕುಂಕುಮ, ನೀನು ಸ್ವಲ್ಪ ಕಾರ್ಯೋನ್ಮುಖಳಾಗು, ಅವ್ನು ಪೂರ್ತಿ ಬಂಗ್ಲೆ ಯನ್ನು ಕಚ್ಚಿಕೊಂಡು ಕೂಡಬಾರ್ದು. ದಟ್ ಈಸ್ ವೆರಿಬ್ಯಾಡ್, ಅಲ್ಲಿ ಮನಸ್ಸುಳ್ಳವರು ಒಬ್ಬರು ಇಲ್ಲ."

ಜೊತೆಗೆ ಅವಳ ತಂದೆಯ ತಕರಾರು ಕೂಡ "ನಿನ್ನ ವಿವಾಹ ಬೇಗ ಮುಗಿದ್ರೆ ಒಳ್ಳೇದು. ನಿನ್ನ ಕ್ಲಾಸ್‌ಮೇಟ್ ಮಹೇಂದ್ರನ್ನ ಮೆಚ್ಚಿಕೊಂಡಿದ್ದೀನೀಂತ ಅಂದೇ, ಓಕೆ... ನಾವಾಗಿ ಮಾತಾಡೋಕ್ಕಿಂತ, ನೀನೇ ಮಾತಾಡಿ ತೀರ್ಮಾನ ಮಾಡ್ಬಿಡು. ಮೂರು ಇನ್ವಿಟೇಷನ್‌ನ ಪ್ರಿಂಟ್ ಮಾಡ್ಸಿದ್ದೀನಿ. ಯಾವ ತಾರೀಖು ಆಯ್ದುಕೊಂಡು... ಸರಿ" ಎಂದು ವಿವಾಹದ ಕರೆಯೋಲೆಗಳನ್ನ ಅವಳಿಗೆ ಕೊಟ್ಟು ಕಳುಹಿಸಿದ್ದರು.

ಆ ಕೆಲಸದ ಮೇಲೆಯೇ ಬಂದಿದ್ದು. ಇಲ್ಲಿಂದ ಅವಳ ಲಗೇಜ್ ಪ್ಯಾಕ್ ಮಾಡಿಕೊಂಡು ಹೊರಡುವ ಸಿದ್ಧತೆಯಲ್ಲಿಯೇ ಬಂದಿದ್ದು. ಅವನು ಸರಿಯಾಗಿ ಸಿಕ್ಕಿರಲಿಲ್ಲ, ಸಿಕ್ಕರೂ ಮಾತಾಡಲಾಗಲಿಲ್ಲ.

ಜ್ಞಾಪಿಸಿಕೊಂಡವನಂತೆ ಸುಮ್ಮನೆ ನಿಂತ ಪಂಪಾಪತಿ "ಮೌನಾನ... ನೇಮಕ ಮಾಡಿಕೊಂಡಿದ್ದಾರೆ" ಇದೊಂದು ಮುಖ್ಯವಾದ ವಿಶೇಷವೆನಿಸಿತ್ತು ಅವರಿಗೆ.

ಮೌನಾಳ ಚಿತ್ರ ಅವಳ ಕಣ್ಣುಂದೆ ಸುಳಿಯಿತು. ಮಹೇಂದ್ರವರ್ಮನ ಆಯ್ಕೆ ಯೆಂದು ಕೊಂಡರೇ ಬುದ್ಧಿವಂತಳೇ ಆಗಿರಬಹುದೆಂದುಕೊಂಡಳಷ್ಟೆ.

"ಮೌನಾಗೆ ಜ್ವರ ಬಂದಿದೆ, ಅದ್ಕೆ ಯಜಮಾನ್ರು ಅಲ್ಲೇ ಇದ್ದಾರೆ" ಅಷ್ಟೇನು ವಿಶೇಷವಿಲ್ಲದ ವಿಷಯವೆನ್ನುವಂತೆ ಉಸುರಿದರು. ಯಾಕೋ ಕುಂಕುಮಗೆ ಒಂದು ತರಹ ಆಯಿತು. "ಯಾರು ಈ ಮೌನಾ?" ಹುಬ್ಬೇರಿಸಿದಳು.

"ಅಪಾಯಿಂಟ್ ಮಾಡ್ಕೊಂಡಿದ್ದಾರೆ!" ಅಷ್ಟೆ ಹೇಳಿದ್ದು.

ಕುಂಕುಮ ಪಂಪಾಪತಿಯನ್ನ ದಿಟ್ಟಿಸಿದಳು. ಸ್ವಲ್ಪ ರೇಗಿತು ಕೂಡ, "ಯಾವ ಪೋಸ್ಟ್‌ಗೆ?" ಅವಳ ದನಿ ಸ್ವಲ್ಪ ಏರಿತು.

ಮಹೇಂದ್ರವರ್ಮ ಹೇಳಿದಷ್ಟು ಕೆಲಸ ಅವರದು. ಆ ಸ್ವಭಾವವಿದ್ದುದರಿಂದ ಬಹುಶಃ ಅವರು ಇಲ್ಲಿ ಉಳಿದುಕೊಂಡಿದ್ದು. ಎಲ್ಲರಿಗೂ ಫೇವರ್ ಆಗಿದ್ದ.

"ಗೊತ್ತಿಲ್ಲಪ್ಪ, ಇಂಪಾರ್ಟೆಂಟ್ ಪೋಸ್ಟ್ ಅಂದ್ರು. ಅಷ್ಟೊಂದು ಜನ ಅಭ್ಯರ್ಥಿಗಳನ್ನ ಇಂಟರ್‌ವ್ಯೂ ಮಾಡಿದ್ರು ಸೆಲೆಕ್ಟ್ ಆಗಿದ್ದು, ಮೌನ. ಸ್ವಲ್ಪ ರಿಸ್ಕ್ ತಗೊಂಡರು ಕೂಡ" ಎಂದು ನಿಲ್ಲಿಸಿದ. ಲೆಟರ್ ತಗೊಂಡು ಮೌನ ಅರಸಿಕೊಂಡು ಹೋಗಿದ್ದು, ಮೌನ ಹೋಟೆಲ್‌ನಲ್ಲಿ ಮಹೇಂದ್ರವರ್ಮನನ್ನ ಭೇಟಿ ಮಾಡಿದ್ದು, ಇವೆಲ್ಲ ಹೇಳುವುದೋ, ಬೇಡವೋ ಎಂದು ಯೋಚಿಸಿದರು. ಆಮೇಲೆ ಬೇಡವೆನಿಸಿದ್ದರಿಂದ ಆರಾಮಾಗಿ ಅದರ ಮೇಲೆ ಬಂಡೆ ಮುಚ್ಚಿಬಿಟ್ಟರು.

ಕುಂಕುಮ ಜಾಣೆ "ರಿಸ್ಕ್ ಅಂದೆಯಲ್ಲ, ಅದೇನು?" ಪ್ರಶ್ನಿಸಿದಳು.

ಸ್ವಲ್ಪ ಜಾಗೃತರಾದರು ಪಂಪಾಪತಿ. ಕೆಲಸವಂತು ಕಳೆದುಕೊಳ್ಳಲು ಸಿದ್ಧರಿರಲಿಲ್ಲ. ಆಯಾ, ವ್ಯಾಯಾಮದ ಮಾಸ್ತರು, ರಮಣರಂತ ತಾನು ವಜಾ ಆಗಲು ಇಚ್ಛಿಸಲಿಲ್ಲ.

"ಅಷ್ಟು ದೂರದಿಂದ ಮೌನನ ಇಲ್ಲಿಗೆ ಕೆಲ್ಸಕ್ಕೆ ಕಳಿಸೋಕೆ, ಆಕೆಯ ಅಣ್ಣ, ಅತ್ತಿಗೆಯ ಒಪ್ಪಿಗೆ ಇಲ್ಲ. ಅದಕ್ಕಾಗಿ ಸ್ವಲ್ಪ ರಿಸ್ಕ್ ತಗೊಂಡಿದ್ದಾರೆ" ಎಂದರು. ಆಗ ಕೂಡ ಮೌನನ ಅಪಾಯಿಂಟ್ ಮಾಡಿಕೊಂಡ ಚಿದಂಬರ ರಹಸ್ಯದ ಬಗ್ಗೆ ತಲೆ ಕೆಡಿಸಿಕೊಳ್ಳಲಿಲ್ಲ.

ಮೂರು ಇನ್ವಿಟೇಷನ್‌ಗಳನ್ನ ತೆಗೆದು ಅವರ ಮುಂದೆ ಹಾಕಿದಳು. "ಈ ಡೇಟ್‌ಗಳಲ್ಲಿ ಮದ್ವೆ, ಸುಮ್ನೆ ಬಂಗ್ಲೆಗೆ ಅಂಟಿಕೊಳ್ಳದೇ... ಬಾ" ಆಮಂತ್ರಣ ನೀಡಿದಳು. ಅದರ ಹಿಂದ ಒಂದು ಉದ್ದೇಶವನ್ನು ಇಟ್ಟುಕೊಂಡೇ ಇದ್ದಳು.

ಎಲ್ಲ ಲಗ್ನಪತ್ರಿಕೆಗಳನ್ನ ಬಿಡಿಸಿ ನೋಡಿದ. ಡೇಟ್, ಸ್ಥಳ, ಲಗ್ನದ ಸಮಯ ಬೇರೆ ಇದ್ದರೂ ವಧು-ವರ ಇವರಿಬ್ಬರೇ ಅವರಿಗೆ ಏನೇನು ಅರ್ಥವಾಗಲಿಲ್ಲ.

"ಮೂರು ಸಲ ಮದ್ವೆ ಮಾಡ್ಕೋತೀರಾ?'

ಅವರ ಸಂಕೋಚದ ಪ್ರಶ್ನೆಗೆ ಹೌದೆಂದು ತಲೆದೂಗಿದಳು. ಇದೊಂದು ವಿಶೇಷ ಸುದ್ದಿ ಪಂಪಾಪತಿಯ ಪಾಲಿಗೆ.

"ಖಂಡಿತ... ಬರ್ತೀನಿ" ಹೊರಬಂದ.

ಜೇಬಿನಲ್ಲಿದ್ದ ನೋಟುಗಳ ಜೊತೆಗೆ ಲಗ್ನಪತ್ರಿಕೆಗಳ ಸ್ಪರ್ಶವಾದುದ್ದರಿಂದ ಹೊರಗೆಳೆದು ಮತ್ತೊಮ್ಮೆ ದೃಢಪಡಿಸಿಕೊಂಡ. 'ಮೂರು ಸಲ ವಿವಾಹವಾಗಲು ಕಾರಣವೇನು?' ಈ ವಿಷಯ ಸ್ವಲ್ಪ ಅವರ ತಲೆ ಕೊರೆಯಿತು.

ಆರಾಮಾಗಿ ಜೀಪ್‌ನಲ್ಲಿ ಹೊರಟ ವಿಜಯೇಶ್ವರಿ ಗಂಡ, ಈ ಮನೆಯ ಅಳಿಯನ ಮುಂದೆ ತನ್ನ ಸಂದೇಹ ವ್ಯಕ್ತಪಡಿಸಿ ಹೊಸ ವಿಷಯವನ್ನು ತಿಳಿಸಿ ಇನ್ವಿಟೇಷನ್ ಕೊಟ್ಟರು ಪಂಪಾಪತಿ ಮುಂದಾಲೋಚನೆ ಇಲ್ಲದೆ.

ಸದಾ ಟೆಂಪರ್‌ನಲ್ಲೇ ಇರುತ್ತಿದ್ದ ಆ ವ್ಯಕ್ತಿ ಎಡಗೈನಲ್ಲಿ ಸ್ಟೀರಿಂಗ್ ಹಿಡಿದು ಬಲಗೈನಲ್ಲೇ ತೆಗೆದು ನೋಡಿ ಹೊರಗೆಸೆದ.

"ಮೂರು ಸಲ ಅಲ್ಲದಿದ್ದರೆ ಮೂವತ್ತು ಸಲ ವಿವಾಹವಾಗ್ಲಿ, ನಿನ್ನ ಗಂಟೇನು ಹೋಗುತ್ತೆ. ಆಲ್ ಆರ್ ಈಡಿಯಟ್ಸ್..." ಹಲ್ಲುಗಳನ್ನು ಕಡಿದ. ಸದಾ ಮಾತಾಡಿ, ರೇಗಾಡಿ, ಜಗಳವಾಡಿ 'ಸಮ್ಮರ್ ಕ್ರಾಕ್' ಆಗಿದ್ದ. ಇದು ಕೆಲಸದವರ ಅಂಬೋಣ. ವಿಜಯೇಶ್ವರಿಯ ಓಟು ಕೂಡ ಅವರತ್ತಲೆ.

"ದಯವಿಟ್ಟು ನಿಲ್ಸಿ ಬಿಡಿ, ಅನ್ಯಾಯವಾಗಿ ಎಸೆದು ಬಿಟ್ಟಿರಲ್ಲ! ಜೋಪಾನವಾಗಿ ಇಟ್ಕೋಬೇಕಂತ ಇದ್ದೆ. ಮೂರು ಸಲ ಮದ್ವೆಯಲ್ಲಿ ಒಂದ್ಸಲವಾದ್ರೂ ಭಾಗವಹಿಸ ಬಹುದಿತ್ತು" ಪಂಪಾಪತಿ ಪೇಚಾಡಿಕೊಂಡರು. 'ಅರೆಹುಚ್ಚ' ಎಂದು ಬೈಯ್ದು ಕೊಂಡರು ಕೂಡ.

ಅದೇ ಗುಂಗಿನಲ್ಲಿದ್ದ ಪಂಪಾಪತಿ ಬಂಗ್ಲೆಗೆ ಹಿಂದಿರುಗುವ ವೇಳೆಗೆ ಹೆಚ್ಚು ಕಡಿಮೆ ಮರೆತೆಬಿಟ್ಟಿದ್ದರು. ಆದರೆ ಆಕಸ್ಮಿಕವಾಗಿ ರವಿಯ ಕೈಗೆ ಸಿಕ್ಕಿ ಅದನ್ನ ತಂದು ಮೌನಾಗೆ ಕೊಟ್ಟ ನೇರವಾಗಿ.

"ಮೌನ, ಇದ್ರಲ್ಲಿ... ಅಂಕಲ್ ಹೆಸರು ಇದೆ."

ಸ್ವಲ್ಪ ಟೆಂಪರೇಚರ್ ಇಳಿದಿದ್ದರಿಂದ ಅರೆ ಕುಳಿತು ಬಿಡಿಸಿ ನೋಡಿದಳು. ಮೂರು ಡೇಟ್‌ಗಳ ಆಹ್ವಾನ ಪತ್ರಿಕೆ. ಈ ಮೂರು ತಾರೀಖುಗಳಲ್ಲಿ ಒಂದು ದಿನ ಮಹೇಂದ್ರವರ್ಮ, ಕುಂಕುಮಳ ವಿವಾಹ. ಅತಿಶಯವೆನಿಸಲಿಲ್ಲ. ಆದರೂ ಮನಸ್ಸು ತುಸು ಘಾಸಿಗೊಂಡಿತು.

"ನಿನ್ನ ಅಂಕಲ್, ಕುಂಕುಮ ಆಂಟೀ ಮದ್ವೆ, ನಿಮ್ಗೆಲ್ಲ ಸರ್‌ಪ್ರೈಜ್ ನ್ಯೂಸ್, ಗುಡ್‌ನ್ಯೂಸ್" ಅವನ ಕೆನ್ನೆ ಸವರಿದಳು. ಯಾಕೋ ಏನೋ ಅವನ ಮುಖದ ಭಾವನೆಗಳಲ್ಲಿ ಯಾವುದೇ ಮಾರ್ಪಾಟಿಲ್ಲ. ಆದರೆ ಅವಳ ಮನ ಸ್ವಲ್ಪಮಟ್ಟಿಗೆ ಘಾಸಿ ಗೊಂಡಿತ್ತು. ಹಿಂದಕ್ಕೆ ಒರಗಿ ಕಣ್ಮುಚ್ಚಿಕೊಂಡಳು.

ಐದು ಲಕ್ಷದಷ್ಟು ದೊಡ್ಡ ಮೊತ್ತ ಬಂದರೆ ಅಣ್ಣ ಸಂಸಾರ ಆರ್ಥಿಕ ಸಂಕಷ್ಟ ದಿಂದ ಒಂದಿಷ್ಟು ಪಾರಾಗಬಹುದು. ಅಷ್ಟು... ಸಾಕು! ಇದನ್ನ ನಾನು ನಂಬಿದ್ದಾದರೂ ಹೇಗೆ?

"ನಿನ್ನ ಅತ್ತಿಗೆ ಮೆಲಿನ ಬೇಸರ, ನಿತ್ಯದ ಗೊಡವೆಯಿಂದ ಒಂದು

ತಿಂಗಳಾದ್ರೂ ಹೊರಗಡೆ ಇರೋಣಾಂತ ಹೋಗ್ತಾ ಇದ್ದೀಯಾ" ಇಂದು ಅವಳ ಅಣ್ಣನ ಬೇಸರದ ನುಡಿಗಳು.

ಈಗ ಹುಷಾರಿಲ್ಲವೆಂದರೆ ರೆಕ್ಕೆ ಕಟ್ಟಿಕೊಂಡು ಹಾರಿಬಂದಾನು! ಯಾಕೋ ಅವಳ ಕಣ್ಣಲ್ಲಿ ನೀರಾಡಿ ಹೊರಕ್ಕೆ ಧುಮುಕಿದಾಗ ಅವಳೊರಸಿಕೊಳ್ಳುವ ಮುನ್ನವೇ ಮಹೇಂದ್ರ ಒರೆಸಿದ.

"ಗೌರಿಪ್ರಿಯರಿಗೆ ನಿನ್ನ ಜ್ವರದ ಸುದ್ದಿ ತಿಳಿದ್ರೆ, ನಿನ್ನ ಅತ್ತಿಗೆಗೆ ಸಹಸ್ರ ನಾಮಾರ್ಚನೆ. ಈ ಮತ್ತೊಂದರಿಂದ, ಮೂವರಿಗೆ ಒಂದೆರಡು ಏಟಿನ ರುಚಿ" ಹಂಗಿಸಿದ. ಅವನ ನವಿರಾದ ಸ್ವರದಲ್ಲಿ ಮೃದುವಾದ ಹಾಸ್ಯವಿತ್ತು.

'ಮೂರು ಮತ್ತೊಂದರ' ಸುದ್ದಿ ಬಂದಾಗ ಮೊದಲು ಅಚ್ಚರಿ ಅರಳಿದರೂ ಅದರ ಜಾಗದಲ್ಲಿ ಹೂಗಳು ಅರಳಿದಂತೆ ಸುಂದರ ನಗು ಇಣುಕಿತು.

"ಪ್ಲೀಸ್, ನಂಗೆ ನಮ್ಮಣ್ಣನನ್ನ ನೋಡ್ಬೇಕೂಂತ ಅನ್ನಿಸಿದೆ. ಇನ್ನ ಆರು ದಿನಗಳು ಇದ್ದು ನಾನು ಮಾಡೋದೇನಿದೆ?" ದೈನ್ಯತೆ ಇತ್ತು ಅವಳ ಸ್ವರದಲ್ಲಿ.

ಅಡ್ಡಡ್ಡ ತಲೆಯಾಡಿಸಿದ ಮಹೇಂದ್ರ.

"ಇಂಪಾಜಿಬಲ್, ಆರು ದಿನಗಳಲ್ಲ... ಇನ್ನು ಏಳು ದಿನಗಳು ಇರ್ಬೇಕಾಗಿದೆ. ಆಮೇಲೆ ಕೂಡ..." ಅವನ ಮಾತನ್ನ ತಡೆದಳು, "ಸಾರಿ ಸರ್, ನಂಗೆ ಖಂಡಿತ ಒಪ್ಗೇ ಇಲ್ಲ" ಉದ್ವಿಗ್ನಳಾದಳು.

ಎರಡು ಕೈಯೆತ್ತಿದ. ಬಲಗೈನ ಮಧ್ಯದ ಬೆರಳಿನಲ್ಲಿದ್ದ ಉಂಗುರದ ಮೇಲೆ ಅವಳ ನೋಟ ನಿಂತಿತು. ಮಹೇಂದ್ರ ಹೇಳಿದ್ದು ಅವಳಿಗೆ ಕೇಳಿಸಲಿಲ್ಲ. ಕೆನ್ನೆಯ ಮೇಲೆ ಒತ್ತಿ ಕೆಂಪನೆಯ ಕಲೆ ತುಸು ನೋವೆನಿಸಿದಾಗ ಏನೂಂತ ಯೋಚಿಸಿದಳು. ಜ್ವರದ ತಾಪದಲ್ಲಿ ಕಣ್ಮುಚ್ಚಿದ್ದು ಇವನ ಎದೆಯಾಸರೆಯಲ್ಲಿಯೇ ಎಂದು ಮನದಟ್ಟಾದಾಗ, ಅವಳ ನೋಟ ಪೂರ್ತಿ ತಗ್ಗಿತು. ಸರಿಯೆನಿಸಲಿಲ್ಲ ಕೂಡ.

ಇದೇನಾದರೂ ಗೌರಿಪ್ರಿಯನಿಗೆ ತಿಳಿದರೇ, ಅವಳೆದೆ ಧಸಕ್ಕೆಂದಿತು. 'ನಿಮ್ಮ ಟ್ರೂಪ್‌ನಲ್ಲಿ ಎಷ್ಟು ಜನ ಇದ್ದೀರಾ? ಎಲ್ಲರ ವಾಸ್ತವ್ಯ ಒಂದೇ ಕಡೆ ಅಲ್ಲವಾ' ಪ್ರತಿ ಸಲ ಫೋನ್ ಮಾಡಿದಾಗಲೂ ವಿಚಾರಿಸುತ್ತಿದ್ದ ಮುಖ್ಯವಾದ ವಿಷಯವಿದು.

"ನಂಗೆ ಗೊತ್ತಾಯ್ತು ಬಿಡು! ಈ ವಿಷ್ಯ ಹೇಳೋರು ಯಾರಿಲ್ಲ, ಹೇಳಿದ್ರೂ... ಸಾಕ್ಷಿ ಒದಗಿಸೋದು ತೀರಾ ಕಷ್ಟ. ಈ ರೂಮಿನಲ್ಲಿ ಇದ್ದಿದ್ದು ನಾನು, ನೀನು... ಇಬ್ಬರೇ" ಛೇಡಿಸಿದ ನವಿರಾಗಿ.

ಮೌನಳ ಜ್ವರ ಎಲ್ಲಿ ಓಡಿಹೋಯಿತೋ! ತಪ್ಪು ನನ್ನದಾ, ಮಹೇಂದ್ರನದಾ? ಯಾಕೋ ಅವನ ಬಗ್ಗೆ ಬೆಟ್ಟು ಮಾಡುವುದು ಸರಿಯೆನಿಸಲಿಲ್ಲ. ಏಕಾಂತದಲ್ಲಿ ಮಾತಾಡುವಾಗ ಕೂಡ ಅವನೆಂದು ಅಚಾತುರ್ಯವಾಗಿ ವರ್ತಿಸಿರಲಿಲ್ಲ. ಛೆ... ತನ್ನದೇ! ಎಂದುಕೊಂಡಳು. ಮರುಕ್ಷಣ ತನ್ನದಲ್ಲ, ಜ್ವರದ್ದು ಎನ್ನುವ ನಿರ್ಣಯಕ್ಕೆ ಬಂದಾಗ ಮನ ಗಟ್ಟಿಯಾಗಿ ಪ್ರಶ್ನಿಸಿತು "ಶುಡ್ ಐ ಬಿಲೀವ್ ದಿಸ್?"

"ಶೂರ್ ಅಂತ ಹೇಳು. ಇಲ್ಲಿ ಕನ್‌ಫ್ಯೂಷನ್‌ಗೆ ಅವಕಾಶವಿಲ್ಲ. ನಿಮ್ಮಣ್ಣಂಗೆ ರಿಂಗ್ ಮಾಡಿ ಕರೆಸ್ಲಾ?" ಕೇಳಿದಕೂಡಲೇ ಗಾಬರಿಯಿಂದ "ಖಂಡಿತ ಬೇಡ, ನನ್ನ ಕಳ್ಳಿಬಿಡೀ!" ಅವಳ ಮನದ ಆಂದೋಲನ ದನಿಯಲ್ಲಿ ಎದ್ದು ಕಾಣುತ್ತಿತ್ತು.

"ಸಾರಿ ಮೇಡಮ್, ನಿಮ್ಮ ಜ್ವರ ಮೊದ್ಲು ವಾಸಿಯಾಗ್ಬೇಕು. ಆಮೇಲೆ ಮಿಕ್ಕಿದ್ದು" ನಸುನಗೆ ಬೀರಿದ. ಕಣ್ಮುಚ್ಚಿ ಮಲಗಿದಳು. ಅವಳಿಗೆ ಜ್ವರ ವಾಸಿಯಾಗ ಬೇಕಿತ್ತು.

ಇಂಥ ಸುಂದರ ಪ್ರದೇಶದಲ್ಲಿ ಬೆಳಗಿನ ಚುಮುಚುಮು ಚಲಿಯಲ್ಲಿ, ಇಬ್ಬನಿಯ ಮಧ್ಯೆ ಹರಿದಾಡುತ್ತ ಆಸ್ವಾದನೆ, ಸಂಜೆಯ ಮುಳುಗುವ ಸೂರ್ಯನನ್ನು ಹೆದರಿಸುವ ತಂಗಾಳಿಯ ನಡುವೆ ಸಮಯ ಕಳೆಯಬೇಕೆಂಬ... ಆಸೆ–ಅವಳಿಗ ಬಿಕ್ಕಿ ಬಿಕ್ಕಿ ಅಳಬೇಕೆನಿಸಿತು.

* * *

ತೀರಾ ಮುಖ ಬಿಗಿದೇ ಇದ್ದ ಕುಂಕುಮ ಮಹೇಂದ್ರನ ಮುಖ ಕಂಡ ಕೂಡಲೇ ಎಗರಿಬಿದ್ದಳು.

"ನಾನು ಬಂದಿದ್ದು ನಿನ್ನ ಅರಿವಿಗೆ ಬಂದಂಗಿಲ್ಲ. ನಂಗೆ ತುಂಬ ಇನ್‌ಸಲ್ಟ್."

ಮಹೇಂದ್ರವರ್ಮ ಅವಳ ಮಾತಿಗೆ ತಣ್ಣನೆಯ ನಗೆ ಬೀರಿದ. ಅವನ, ಅವಳ ಸ್ನೇಹ ಇಂದಿನದಲ್ಲ. ಮೂರು ವರ್ಷ ಕಾಲೇಜಿನಲ್ಲಿ ಜೊತೆಯಾಗಿ ಕಲಿತರೂ, ನಂತರವೂ ಮುಂದುವರಿದಿತ್ತು. ಒಂದೆರಡು ಸಲ ಹಿಂದೆ ಬಿದ್ದು ಇಲ್ಲಿಗೂ ಬಂದಿದ್ದುಂಟು. ಅವಳ ಡ್ಯಾಡಿ ಕೂಡ ಬಂದು ಮೃಣಾಲಿನಿಯೊಂದಿಗೆ ಪ್ರಸ್ತಾಪಿಸಿದ್ದರು.

"ಕುಂಕುಮ, ಮಹೇಂದ್ರನ ಜೋಡಿ ಸೂಪರ್. ಅವಳಿಗೆ ಇಷ್ಟ, ನನ್ನ ಅಭ್ಯಂತರವೇನಿಲ್ಲ. ಅವ್ನ ಬಿಜಿನೆಸ್‌ಗೂ ಸಹಾಯ ಮಾಡ್ತೀನಿ."

ತಂಟೆ, ತಕರಾರು ಹಚ್ಚಿಕೊಳ್ಳದ ಮೃಣಾಲಿನಿ, ಈಗಲೂ ಯಾವುದನ್ನ ಮೇಲೆ ಹಾಕಿಕೊಳ್ಳಲು ಇಷ್ಟಪಡಲಿಲ್ಲ. "ನಿಮ್ಮಿಷ್ಟ..." ಅಷ್ಟೇ ಹೇಳಿದ್ದು. ಆಸಕ್ತಿ ವ್ಯಕ್ತಪಡಿಸ ದಿದ್ದದ್ದು ಒಳ್ಳೆಯದೆನಿಸಿತು ಅವರಿಗೂ ಕೂಡ.

ಮಹೇಂದ್ರವರ್ಮನ ಬಗ್ಗೆ ಅವರಿಗೆ ವಿಪರೀತ ಆಸಕ್ತಿ ಕೂಡ. ಆದರೆ ಅವನ ಅಣ್ಣಂದಿರಂತೆ ಬಂಗ್ಲೆಯಿಂದ ದೂರ ಉಳಿಯಬೇಕು. ಅಲ್ಲಿರುವ ಜನರಿಂದ ಪೂರ್ತಿ ದೂರ ಉಳಿಯಬೇಕು – ಇದು ಅವರ ಕಂಡೀಷನ್. ಒಬ್ಬಳೇ ಮಗಳು ಅವರಲ್ಲಿ ಅಥವಾ ಮುಂಬಯಿಯಲ್ಲಾದರೂ ಇರಬೇಕು.

ಅವಳ ಎದುರು ಕೂತ ಮಹೇಂದ್ರವರ್ಮ ಟೀಪಾಯಿ ಮೇಲಿದ್ದ ಮ್ಯಾಗಜೀನ್ ತಿರುವಿದ. "ಇಷ್ಟೊಂದು ಎಗ್ಸೈಟ್ ಆದರೆ ಹೇಗೆ, ಕುಂಕುಮ. ಕೆಲವು ಪರ್ಸನಲ್ ಪ್ರಾಬ್ಲಮ್‌ಗಳು ಇವೆ" ಸೂಕ್ಷ್ಮವಾಗಿ ಹೇಳಿದ. ಅವಳ ಮುಖ ಕೆಂಪತ್ತಿತ್ತು.

"ಹೌದು, ಹೌದು... ಪರ್ಸನಲ್ ಅಂದರೆ ತೀರಾ ಪರ್ಸನಲ್ಲೇ! ಒಬ್ಬ ಪಿ.ಎ.ಗೆ ಜ್ವರ ಬಂದರೇ ನೀನು ಹತ್ತಿರವಿದ್ದು ಉಪಚರಿಸ್ಬೇಕಾ?" ಸಿಡಿದಳು.

ನಿಶ್ಯಬ್ದವಾಗಿ ಇಲ್ಲಿಗೆ ನ್ಯೂಸ್ ಮುಟ್ಟಿಸಿದ ಪಂಪಾಪತಿಯ ಬಗ್ಗೆಯೇನು ಕೋಪ ಬರಲಿಲ್ಲ. ಹಣ ದಂಡ ತೆತ್ತ ಇವಳ ಬಗ್ಗೆ ಮಾತ್ರ ಸಹಾನುಭೂತಿ.

"ಈ ವಿಷ್ಯನ ಇಷ್ಟೊಂದು ಹಗುರವಾಗಿ ತಗೋಬೇಡಮ್ಮ! ನಿಂಗೆ ಗೌರಿಪ್ರಿಯ ಗೊತ್ತಾ? ಅವ್ನ ತಂಗಿ ಮೌನ. ತಂಗಿಗೇನಾದರೂ ಹೆಚ್ಚು ಕಡ್ಮೆಯಾದರೇ... ಅವ್ರ ಮನೆಯಿಂದ ಉಪಯೋಗಕ್ಕೆ ಬರೋ ಮಾರಕ ಆಯುಧಗಳ್ನ ಇಡಕೊಂಡು ಬಂದ್ಬಿಡ್ತಾನೆ. ಓರಿಜಿನಲ್ ಪ್ರೀತಿ ನೋಡು, ತುಂಬ ಕಷ್ಟವಾಗುತ್ತೆ" ಉಡಾಫೆಯ ಮಾತಾಡಿದ.

ಕುಂಕುಮ ಕಣ್ಣರಳಿಸಿ ನೋಡಿದಳು.

"ಆಹಾಹಾ... ನಿಂಗೆ ಜೋಕ್ ಆಫ್ ದಿ ಇಯರ್ ಅವಾರ್ಡ್ ಕೊಟ್ಟು ಬಿಡ್ತಾರೆ. ರಸವತ್ತಾದ ಹೆಣ್ಣಿನ ಸನಿಹ ಬೇಕೆನಿಸಿದಾಗ ಇಂಥ ಉಡಾಫೆ ಮಾತುಗಳ್ನ ಆಡ್ತಾರೆ, ಗಂಡಸರು" ಅವಳ ನಾಲಿಗೆ ದಾಟಿ ಬಂದು ಬಿಟ್ಟವು ಮಾತುಗಳು.

ಮಹೇಂದ್ರನ ಮುಖ ಕೋಪದಿಂದ ಕೆಂಪಾಯಿತು, ಶಾಂತವಾಗಿ ಕಣ್ಣುಗಳಲ್ಲಿ ಕೋಪ ಬೆರೆಯಿತು. ನಾಲಿಗೆ ಮಾತ್ರ ಸಂಯಮ ಕಳೆದುಕೊಳ್ಳಲಿಲ್ಲ.

"ಹಾಗೆ, ಅಂದ್ಕೋ! ನಿಂಗೆ ಎಷ್ಟು ಗಂಡಸರ ಬಗ್ಗೆ ಪ್ರಾಕ್ಟಿಕಲ್ ಅನುಭವವಿದೆ? ನೀನೇನು ರಸ ಕಳೆದುಕೊಂಡ ಸಿಪ್ಪೆನಾ? ಬಹುಶಃ ನಿನ್ನ ಅಭಿಪ್ರಾಯವೇ ಸರಿ ಯೆನ್ನಿಸುತ್ತೆ."

ಈಗ ಕುಂಕುಮಗೆ ತನ್ನ ತಪ್ಪಿನ ಅರಿವಾಯಿತು.

"ಸಾರಿ, ಮಹೀ... ಸಾರಿ! ನೀನು ನೆಗ್ಲೆಟ್ ಮಾಡಿದ್ದಕ್ಕೆ ನಂಗೆ ಕೋಪ ಬಂತು. ಏನೇನೋ ಮಾತಾಡ್ಬಿಟ್ಟೆ, ಎನೀ ಹೌ ಅವ್ಳ ಬಗ್ಗೆ ಅಷ್ಟೊಂದು ಇಂಟರೆಸ್ಟ್ ಅಗತ್ಯವಿಲ್ಲ. ಅಷ್ಟು ಪ್ರೀತಿ ಇರೋ ಅಣ್ಣ ಇಲ್ಲಿವರ್ಗೂ... ಯಾಕೆ ಕಳಿಸ್ದಾ? ಇನ್‌ಫಾರ್ಮೇಷನ್ ಕೊಡು, ಬಂದು ಕರ್ಕೊಂಡ್... ಹೋಗ್ಲಿ" ಎನ್ನುತ್ತ ಇವನ ತೋಳಿಗೆ ಮೂಗು ಉಜ್ಜಿದಳು.

"ಆ ವಿಷ್ಯ ಬಿಡು ಅದು ನನ್ನ ರಿಸ್ಕ್. ಇದ್ದಕ್ಕಿದ್ದಂತೆ ದಿಢೀರೆಂದು ಅವತರಿಸಿ ದ್ದಕ್ಕೆ ಕಾರಣವೇನು?" ನೇರವಾಗಿ ವಿಷಯಕ್ಕೆ ಬಂದ.

"ಡ್ಯಾಡಿಗೆ – ನಿನ್ಮೇಲೆ ಕೋಪ ಬಂದಿದೆ" ಅವಳ ಮೊದಲ ಆರೋಪಕ್ಕೆ ತಟ್ಟೆಂದು ಉತ್ತರಿಸಿದ "ಯಾಕೆ ಅವ್ರಿಗೆ ಬೇರೆ ಕೆಲ್ಸವಿಲ್ವಾ? ತುಂಬ ಬಿಜಿ ಮನುಷ್ಯ ಅಂದ್ಕೊಂಡಿದ್ದೆ" ಚುಚ್ಚುವಂತಿತ್ತು ಅವನ ಮಾತು.

"ಅವ್ರು ಬಿಜಿ... ಪರ್ಸನ್ನೆ" ಸಿಡಿದಳು.

"ಓಕೇ, ಅಮ್ಮ... ತಾಯಿ... ಕೋಪ ಬೇಡ! ಸ್ವಲ್ಪ ಪಂಪಾಪತಿನ ಕಳ್ಸಿಕೊಡ್ತೀನಿ, ಎಲ್ಲೋ ಅತಿಥಿ ಸತ್ಕಾರದಲ್ಲಿ ಲೋಪವಾಗಿದೆ. ಇನ್ನಷ್ಟು 'ಇನ್‌ಫರ್ಮೇಷನ್' ಕಲೆಕ್ಟ್ ಮಾಡ್ಕೋ" ಹಾಸ್ಯ ಮಾಡಿದ. ಕುಂಕುಮ ಜೊತೆ ಜಗಳ ಬೇಡ ಅವನಿಗೆ.

ಇವನ ಬೆನ್ನಿಗೆ ಎರಡು ಗುದ್ದು ಹಾಕಿದಳು ಕುಂಕುಮ. "ಐ ಡೋಂಟ್ ಲೈಕ್

ಇಟ್, ನಾಳೆ ನನ್ನೊತೆ ನೀನು ಮುಂಬಯಿಗೆ ಹೊರಡ್ಬೇಕು. ಇದು ಡ್ಯಾಡಿ ಆಜ್ಞೆ" ಸರಸವಾಗಿ ವಿನಂತಿಸಿದಳು.

ಮೊದಲು ಅವನ ಮುಖದ ಭಾವನೆಗಳು ಬದಲಾದವು ಅವುಡುಗಳು ಬಿಗಿದುಕೊಂಡವು. ತೀರಾ ಅವಮಾನವಾಗಿತ್ತು.

"ಹೂ ಈಸ್ ದಟ್ ಫೆಲೋ? ಆಜ್ಞೆ ಮಾಡೋಕೆ ಅವ್ರು ಯಾರು? ನಾನು, ನೀನು ಕ್ಲಾಸ್‌ಮೇಟ್ಸ್, ಫ್ರೆಂಡ್ಸ್. ಆ ಮನುಷ್ಯ ಮೂರನೇ ವ್ಯಕ್ತಿ. ಅದ್ನ ನೀನು ಅವ್ರ ನೋಟಿಸ್ಗೆ ತಗೊಂಡ್ಬಾ" ತಿರುಗಿಬಿದ್ದ. ಕುಂಕುಮ ಬೆಪ್ಪಾದಳು.

ತಂದೆಯನ್ನ ಅಷ್ಟು ಹಗುರವಾಗಿ ಅಂದಿದ್ದು ಅವಳಿಗೆ ಸರಿಹೋಗಲಿಲ್ಲ. ಹಾಗೆಂದು ಮಹೇಂದ್ರನನ್ನ ಕೆರಳಿಸುವುದು ಕೂಡ ಸರಿಯಲ್ಲವೆನಿಸಿತು. ಲೋಕೇಶ್ ಡೈವೋರ್ಸ್ ಪಡೆದ ಕಡೇಪಕ್ಷ ಮಾಜಿ ಹೆಂಡತಿಯ ಮುಖದರ್ಶನ ಬೇಡವೆಂದು ಇತ್ತ ತಲೆಹಾಕಲಿಲ್ಲ. ಇನ್ನ ಎರಡನೆಯವನದು ಕೂಡ ಅನುಕೂಲ ದಾಂಪತ್ಯವಿಲ್ಲ. ಅಷ್ಟೆ ಹಟ ಇವನಿಗೂ ಇರುತ್ತದೆಯೆನ್ನುವ ಭಯ ಅವಳಿಗೆ.

"ಇಷ್ಟೊಂದು ಕೋಪನಾ! ಹೆಣ್ಣು ಕೊಡೋ ಮಾವ, ನಿನ್ನ ವೆಲ್‌ವಿಷರ್, ಕೇರ್ ಟೇಕರ್... ಅಂಥ ವ್ಯಕ್ತಿಗೆ ಅಷ್ಟು ಅಧಿಕಾರ ಇರೋಲ್ವಾ?" ನೈಸಾಗಿ ಅವನ ತಪ್ಪನ್ನ ಮನಗಾಣಿಸುವ ಒಂದು ಸಣ್ಣ ಪ್ರಯತ್ನ ಮಾಡಿದಳು.

ಮಹೇಂದ್ರವರ್ಮ ಪೂರ್ತಿ ಶಾಂತನಾದ. ಅವನು ಈಗಾಗಲೇ ಒಂದು ತೀರ್ಮಾನಕ್ಕೆ ಬಂದಿದ್ದ.

"ಜುಹೂನಲ್ಲಿ ಒಂದ್ಮಾತು ಹೇಳಿದ್ದೆ. ನಾನು ಬಂಗ್ಲೆಯಲ್ಲಿ ಉಳಿಯುವುದು ಅನಿವಾರ್ಯ. ಆ ಬಗ್ಗೆ ನಾನು ರಾಜಿಯಾಗೋಲ್ಲಾಂತ ಸ್ಪಷ್ಟವಾಗಿ ಹೇಳಿದ್ದೆ" ನೆನಪಿಸಿದೆ.

"ಡ್ಯಾಮಿಟ್, ನಿನ್ನ ಕೆಟ್ಟ ಹಟಕ್ಕಾಗಿ ನಮ್ಮ ಪ್ರೇಮನ ಬಲಿ ಕೊಡ್ತೀಯಾ? ಐ ಹೇಟ್ ಯು... ರಿಯಲೀ ಐ ಹೇಟ್ ಯು" ಅವಳ ದನಿ ಎತ್ತರಿಸಿತು. ಬರೀ ನಕ್ಕ ಮಹೇಂದ್ರ.

"ಸಾಕು... ಸಾಕು... ನಾವಿಬ್ರೂ ಪ್ರೇಮಿಸಿದ್ದೀವೀಂತ ಯಾರ್ಹೇಳಿದ್ದು? ಸ್ವತಃ ನಾನೇ ಒಪ್ಪೋಕೆ ತಯಾರಿಲ್ಲ. ಪ್ರೇಮ ಅಂದರೇನು? ಒಂದೇ ಕಾಲೇಜು, ಒಂದೇ ತರಗತಿಯಲ್ಲಿ ಓದಿರೋದ್ರಿಂದ ಸ್ನೇಹ ಸಹಜ. ಅದು ಸ್ವಲ್ಪ ಹೆಚ್ಚಾದಾಗ ಪ್ರೇಮ ಅನ್ನೋ ಭ್ರಮೆ. ಷೇಕ್‌ಸ್ಪಿಯರ್‌ನ ದುರಂತ ನಾಟಕಗಳಲ್ಲಿನ ಪಾತ್ರಗಳ ಹಾಗೇ, ನಾವಿಬ್ರೂ ಒಬ್ಬರಿಗೋಸ್ಕರ ಒಬ್ಬರು ಸಾಯೋಕೆ ರೆಡಿ ಇದ್ದೀವಾ? ನೋ... ನೋ... ಅಷ್ಟೆಲ್ಲ ಬೇಡ, ನೀನು ವಿವಾಹವಾಗಿ ನನ್ನೊತೆ ಬಂಗ್ಲೆಯಲ್ಲಿ ಉಳಿಯೋಕೆ ಸಿದ್ಧವಾ, ಅಥವಾ ನಿಂಗೋಸ್ಕರ ನಾನ್ಬಂದು ಮುಂಬಯಿಯಲ್ಲಿ ತಳವೂರೋಕೆ ಸಿದ್ಧನಾ? ನೆವರ್, ಇಂಥ ಅಡ್ಜೆಸ್ಟ್‌ಮೆಂಟೇ ನಮ್ಮಿಂದ ಸಾಧ್ಯವಿಲ್ಲ ಅಂದ್ಕೊಂಡಾಗ ಸಾಯೋದೆಲ್ಲಿ ಬಂತು. ಸ್ನೇಹದಿಂದ ಓಡಾಡಿದೀವಿ, ಮಾತಾಡಿದ್ದೀವಿ, ಅದ್ನೇ ಪ್ರೇಮಾಂತ ತಿಳ್ದು ದನಿಯೇರಿಸೋದ್ಬೇಡ. ನಿಂಗೆ ಕಷ್ಟ ಕೊಡೋಕೆ ನಾನು ತಯಾರಿಲ್ಲ. ನಿಮ್ಮಪ್ಪನ ಕಣ್ಣು

ಅಳತೆಗೆ ಸಾಕಷ್ಟು ಗಂಡುಗಳು ಸಿಕ್ತಾರೆ, ಮದ್ವೆಯಾಗಿ ಸುಖವಾಗಿರು. ನಾನು ಬಂದು ವಿಶ್ ಮಾಡ್ತೀನಿ" ಸುಲಲಿತವಾಗಿ ಪದಗಳನ್ನ ಉರುಳಿಸಿದ.

ಕುಂಕುಮ ಮುಖ ಮುಚ್ಚಿಕೊಂಡು ಬಿಕ್ಕಿಬಿಕ್ಕಿ ಅಳಲು ಶುರು ಮಾಡಿದಳು. ಅವಳಿಗೆ ಅವಮಾನವಾಗಿತ್ತು ಕುಂಕುಮಳ ಸೌಂದರ್ಯ, ಯೌವನ, ಅವಳ ತಂದೆಯ ಸ್ಟೇಟಸ್, ಐಶ್ವರ್ಯಕ್ಕೆ ಅವಮಾನ ಮಾಡಿದ್ದ.

"ಅಳೋಂಥದ್ದು... ಏನಾಯ್ತು? ರಿಲ್ಯಾಕ್ಸ್... ಪ್ಲೀಸ್ ಕುಂಕುಮ ರಿಲ್ಯಾಕ್ಸ್. ನನ್ನ ಬದ್ಕಿಗೆ ತುಂಬು ಪ್ರೀತಿ ನೀಡುವಂಥ ಹೃದಯಸಂಪನ್ನ ಹುಡ್ಗಿ ಬೇಕು. ಬಂಗ್ಲೆಯಲ್ಲಿನ ಜಡತ್ವವನ್ನು ಎತ್ತಿ ಎಸೆಯಬಲ್ಲ ಮನೋ ಸಂಕಲ್ಪವುಳ್ಳ ಹೆಣ್ಣುಬೇಕು. ಇವೆರಡಕ್ಕೂ ಚುರುಕಾದ ಮಿದುಳು ಬೇಕು. ನಂಗೆ ಇಷ್ಟವಾಗುವ ವಸ್ತುಗಳನ್ನ ಕನಿಷ್ಟ ನಿಂತು ನೋಡುವ ಸಂವೇದನಾಮಯಿಯಾಗಿರಬೇಕು. ಪ್ಲೀಸ್ ಅಂಡರ್ ಸ್ಟಾಂಡ್ ಮಿ. ಇದೆಲ್ಲ ನಿನ್ನಿಂದ ಸಾಧ್ಯವಿಲ್ಲ. ಮುಂದೆ ನಮ್ಮ ದಾಂಪತ್ಯ ಕೂಡ ಸೀಳಾಗ್ಬಾರ್ದು. ನಾನೊಬ್ಬ ವೆಲ್‌ವಿಷರ್ ಆಗಿ ನಿಂಗೆ ಎಚ್ಚರಿಕೆ ಕೊಡ್ತಾ ಇದ್ದೀನಿ. ಈ ಮಹೇಂದ್ರ ವರ್ಮನ ಹಿಂದೆ ಬಿದ್ದು ನಿನ್ನ ಭವಿಷ್ಯ ನಾಶ ಮಾಡ್ಕೋಬೇಡ. ವರದಿ ಯನ್ನ ಓದುವಂತೆ ಅರ್ಥಪೂರ್ಣವಾಗಿ ಹೇಳಿದ. ಅವನ ಸ್ವರ ಗಂಭೀರವಾಗಿತ್ತು. ತೀರಾ ಹಿತಚಿಂತಕನಾಗಿ ಮಾತಾಡಿದ್ದ."

"ಐ ಲವ್ ಯು, ಮಹೀ!" ಕಣ್ಣೀರಿನಿಂದ ಅವನೆದೆ ತೋಯಿಸಿದ್ದು ಒಂದೇ ಲಾಭ ಕುಂಕುಮಳಿಗೆ. ಅವನ ನಿರ್ಣಯ ಒಂದಿಂಚು ಕೂಡ ಅಲುಗದಷ್ಟು ಬಲವಾಗಿತ್ತು. "ಒನ್ ಥಿಂಗ್ ಬಾ..." ಅವಳ ಕೈಹಿಡಿದು ಮೇಲಿನ ಒಂದು ರೂಮಿಗೆ ಕರೆದೊಯ್ದ.

ಭುಜವಿಡಿದು ಕೂಡಿಸಿದ. ಒಂದು, ಎರಡು, ಮೂರು ಆಲ್ಬಮ್‌ಗಳನ್ನ ತೆಗೆದು ಅವಳ ಮುಂದ ಹಾಕಿದ, ಒಂದು ಲೆದರ್ ಬ್ಯಾಗಿನಲ್ಲಿ ತುಂಬಿ ಭದ್ರವಾಗಿರಿಸಿದ್ದ ಪತ್ರಗಳನ್ನ ಅವಳ ಮುಂದೆ ಸುರಿದ.

"ನನ್ನಕ್ಕ ವಿಜಯೇಶ್ವರಿ ಮತ್ತು ಅವನ ಪತಿ ಪಾಲ್‌ಚಂದಾನಿಯವರ ಪ್ರೇಮದ ದಾಖಲೆಗಳು. ಒಂದ್ಸಲ ನೋಡು... ಕೆಲವು ಪತ್ರಗಳ್ನ ನೋಡು. ಜಗತ್ತಿನ ಯಾವ ಪ್ರೇಮಿಗಳಿಗಿಂತ ಅವ್ರು ಪ್ರೇಮವಿವಾಹವಾಗುವವರೆಗೂ ಕಡ್ಮೆಯದಲ್ಲ. ನಂತರ ಎಷ್ಟು ದಿನ ಸುಖವಾಗಿದ್ರೂ, ಏನೋ ಬರೀ ಒಬ್ಬರ ಮೇಲೊಬ್ಬರು ರಿವೆಂಜ್ ತೀರಿಸಿ ಕೊಳ್ಳಲೆಂದು ಈ ಬಂಗ್ಲೆಯಲ್ಲಿ ವಾಸವಾಗಿದ್ದಾರೆ" ಉದ್ವೇಗಗೊಂಡ ಮಹೇಂದ್ರ.

ಮೊದಲ ಆಲ್ಬಮ್ ಮೊದಲ ಪುಟ ತೆರೆದಳು. ಅಲ್ಲಿ ಇದ್ದಿದ್ದು 'ಐ ಲವ್ ಯು' ಎಂದು ಬರೆದ ಒಂದು ಚಿತ್ರವಾಗಿಸಿದ ಫೋಟೋ. ಆಮೇಲೆ ಗಿಡ, ಮರ, ಕಾಡು, ಬಂಡೆ, ನೀರಿನ ಜೊತೆ ಒಂದಾಗಿ ಸಾಕ್ಷಿಯಾಗಿ ಉಳಿದ ಪ್ರೇಮಿಗಳ ಚಿತ್ರಗಳು. ಪ್ರತಿಯೊಂದು ಚಿತ್ರದ ಪಕ್ಕ ಒಂದೊಂದು ಪ್ರೇಮ ಕವನ. ಜಗತ್ತಿನ ಕವಿಗಳ ಪ್ರೇಮದ ಕವನದ ಸಾಲುಗಳನ್ನೆಲ್ಲ ತಮ್ಮದಾಗಿಸಿಕೊಂಡ ಪ್ರೇಮ ಅಮರವಾಗಿತ್ತು. ಅವರ್ಣೀಯ ವಾಗಿತ್ತು, ಅನುಪಮವಾಗಿತ್ತು. ಚಲನಚಿತ್ರ ಜಗತ್ತಿನ ಯಾವೊಂದು ಚಿತ್ರವು ಇಂಥ

ಮಹಾನ್ ಪ್ರೇಮಿಗಳನ್ನ ಚಿತ್ರಿಸಲಾರರು, ಅಂಥ ಅದ್ಭುತ ರಮ್ಯ ಕಥಾನಕವಾಗಿ ಕಂಡಿತು.

ಒಂದೆರಡು ಪತ್ರಗಳನ್ನ ಓದಿದ ಅವಳು ಚಕಿತಳಾದಳು. ಪ್ರೇಮದ ಬಗ್ಗೆ ಇಷ್ಟೊಂದು ಸುಂದರವಾದ ಪತ್ರವನ್ನು ಬರೆಯಬಹುದೆಂದು ಅರಿವಾದದ್ದು ಇಂದೇ.

"ಒಂದ್ಸಲ ಜಗಳ ಶುರುವಾದಾಗ ಒಬ್ಬರನ್ನೊಬ್ಬರು ದೂಷಿಸುತ್ತ, ಇವನ್ನೆಲ್ಲ ಎತ್ತಿ ಹೊರಗೆಸೆದು ಆಳುಗಳಿಗೆ ಸುಟ್ಟುಬಿಡುವಂತೆ ಹೇಳಿದ್ರು. ನಾನು ಅದ್ನ ತಂದು ಭದ್ರಪಡಿಸ್ದೇ. ಈಗ್ಲೋಳು, ನಮ್ಮ ಡ್ಯಾಡಿ ವಿರೋಧಿಸಿದಾಗ ನಮ್ಮಕ್ಕನ ಪ್ರತಿಭಟನೆ ಎಷ್ಟಿತ್ತೆಂದರೆ... ಆಕಾಶ ಭೂಮಿ ಒಂದು ಮಾಡಿದ್ದಳು. ನಮ್ಮಣ್ಣ ಲೋಕೇಶ್, ಚಕ್ರೇಶ್ವರಿಯ ಪ್ರೇಮಕ್ಕೆ ನಂಗೆ ದಾಖಲೆಗಳು ಸಿಕ್ಕಿಲ್ಲ, ಅಷ್ಟೆ. ಅವರಿಬ್ಬರದು... ಲವ್ ಮ್ಯಾರೇಜ್. ಸಾವು, ತ್ಯಾಗದ ಬಗ್ಗೆ ಯೋಚ್ಸೋಂಥ ಮುಗ್ಧಪ್ರೇಮಿಗಳು ನಾವಲ್ಲ. ಈಗ್ಲೂ, ನನ್ನ ಕೈಯಲ್ಲಿ ತಾಳಿ ಕಟ್ಸಿಕೊಳ್ಳೋಕೆ, ನೀನು ಸಿದ್ಧವಾಗಿದ್ರೆ... ನಾನು ಸಿದ್ಧ. ಆದರೆ ನಮ್ಮಣ್ಣಂದಿರ ಹಾಗೆ ನಾನು ಕರ್ತವ್ಯವಿಮುಖನಲ್ಲ. ಭ್ರಮೆ ಬಿಟ್ಟು, ವಾಸ್ತವಾದಿಯಾಗು" ಎಂದ. ಒಂದಿಂಚು ಅತ್ತಿತ್ತ ಅಲುಗದಂತೆ ಕರಾರುವಾಕ್ಕಾಗಿ ವಿಶ್ಲೇಷಿಸಿದ. ಮಹೇಂದ್ರ ಕುಂಕುಮಳಂಥ ಕನಸಿನ ಹುಡುಗಿ ಬೇಡವಾಗಿದ್ದಳು ಅವನಿಗೆ.

"ರಿಯಲೀ, ಐ ಲವ್ ಯು" ಅವನನ್ನ ಅಪ್ಪಿಕೊಂಡು "ಏನಾದ್ರಾಗ್ಲಿ, ಐ ವಾಂಟ್ ಯು, ಐ ಮ್ಯಾರಿ ಯು" ಬಡಬಡಿಸಿದಳು. ಇದು ಬಹಳ ಹೊತ್ತಿನದಲ್ಲ ವೆನಿಸಿತು.

"ಓಕೇ, ರಿಲ್ಯಾಕ್ಸ್... ನಾಳೆ ಬೆಳಗಿನವರ್ಗೂ ಯೋಚ್ಸು. ಇದೇ ನಿರ್ಣಯ ನಿನ್ನದಾಗಿದ್ರೆ... ನನ್ನ ಅಭ್ಯಂತರವಿಲ್ಲ" ಭುಜ ಸವರಿದ.

ಒಮ್ಮೆ ಯಾಕೆ ಮೃಣಾಲಿನಿ, ವಿಜಯೇಶ್ವರಿ ಪಾಲ್‌ಚಂದಾನಿಯನ್ನ ಭೇಟಿ ಮಾಡಬಾರದೆನಿಸಿತು, ಅವಳಿಗೆ. ತಂದೆಯ ಜೊತೆ ಇಲ್ಲಿಗೆ ಬಂದಾಗ ಅವರನ್ನ ಸಂಧಿಸಿದ್ದು, ಮಾತಾಡಿದ್ದು. ಆದರೂ ಒಂದು ಪ್ರಯತ್ನ ಮಾಡಬೇಕೆನಿಸಿತು.

ಮೊದಲು ವಿಜಯೇಶ್ವರಿಯನ್ನ ಅರಸಿಕೊಂಡು ಮಹೇಂದ್ರವರ್ಮನ ಜೊತೆ ಅವರ ರೂಮಿಗೆ ಹೋದಾಗ, ಆರಾಮಾಗಿ ಟಿ.ವಿ. ನೋಡುತ್ತಿದ್ದವರು 'ಆಫ್' ಮಾಡಿದರು.

"ನನ್ನ ಕಾಲೇಜ್‌ಮೇಟ್, ಫ್ರೆಂಡ್ ಕುಂಕುಮ" ನೆನಪಿಸಿದ. ಬಾರದ ನಗೆಯನ್ನ ಬೀರಿದ ಆಕೆ "ಒಂದ್ಸಲ ನೋಡಿದಾ... ನೆನಪು. ಕೂತ್ಕೊಳ್ಳಿ..." ಸೋಫಾ ದತ್ತ ಕೈ ತೋರಿಸಿದಳು. ಅಂಥ ಉತ್ಸಾಹವೇನು ತೋರಲಿಲ್ಲ.

ಮತ್ತೆ ರಿಮೋಟ್ ಕಂಟ್ರೋಲರ್ ಒತ್ತಿದಾಗ ಟಿ.ವಿ. ಪರದೆಯ ಮೇಲೆ ಚಿತ್ರ ಮೂಡಿತು. ಯುವಪ್ರೇಮಿಗಳು ಡ್ಯೂಯೆಟ್ ಹಾಡುತ್ತಿದ್ದರು. ತಟ್ಟನೆ ಟಿ.ವಿ. ಮೇಲಿನ ಚಿತ್ರ ಮಾಯವಾಯಿತು.

"ಏನು... ತಗೋತೀರಾ?" ಕೇಳಿದರು ವಿಜಯೇಶ್ವರಿ.

"ಎಲ್ಲಾ, ಆಯ್ತು! ಸ್ಪೆಷಲ್ ಇಂಟರೆಸ್ಟ್‌ನಿಂದ ನಿನ್ನ ನೋಡೋಕೆ ಕುಂಕುಮ ಬಂದಿದ್ದಾಳೆ. ಆರಾಮಾಗಿ ಮಾತಾಡಿ... ನಂಗೆ ಬೇರೆ ಒಂದಿಷ್ಟು ಕೆಲ್ಸ ಇದೆ" ಎದ್ದು ಹೋದ ಮಹೇಂದ್ರವರ್ಮ.

ಅಷ್ಟರಲ್ಲಿ ಪಾಲ್‌ಚಂದಾನಿ ಫೋನ್‌ನಲ್ಲಿ ಸಂಪರ್ಕಿಸಿ ವಿಜಯೇಶ್ವರಿಯ ತಲೆಬಿಸಿ ಮಾಡಿದ್ದರಿಂದ ಮುಲಾಜು ಇಲ್ಲದೆ "ಸಾರಿ, ಕುಂಕುಮ... ನಂಗೆ ಈಗ ಯಾರೊಂದಿಗೂ ಮಾತಾಡೋ ಮೂಡಿಲ್ಲ. ಆಮೇಲೆ ಭೇಟಿಯಾಗೋಣ. ಡೋಂಟ್ ಮಿಸ್ಟೇಕ್ ಮಿ" ನಿರುತ್ಸಾಹ ವ್ಯಕ್ತಪಡಿಸಿದಾಗ ಕುಂಕುಮ ಮನ ಒದ್ದಾಡಿತು ಅವಮಾನ ದಿಂದ. ಏನಾಗಿದೆ ಇವರಿಗೆಲ್ಲ?

ತಲೆ ಕೊಡವಿದ ಕುಂಕುಮ ನೇರವಾಗಿ ನೋಡಿ "ಏನಾಗಿದೆ ನಿಮ್ಗೆ? ತಮ್ಮನ ಭಾವೀ ಪತ್ನಿಯ ಬಳಿ ನಾಲ್ಕು ಮಾತು ಆಡಲಾರದಷ್ಟು ಅಸಹನೆ, ಐ ಹೇಟ್ ಯು" ಬಿರುಗಾಳಿಯಂತೆ ಹೊರಬಂದಿದ್ದೊಂದೇ ಲಾಭ.

ಸೋಲು ಒಪ್ಪಿಕೊಳ್ಳಲಿಲ್ಲ ಕುಂಕುಮ. ಪಾಲ್‌ಚಂದಾನಿಯನ್ನ ಅರಸಿಕೊಂಡು ಹೋದಾಗ ರೂಮಿನಲ್ಲಿರಲಿಲ್ಲ. ಗೆಸ್ಟ್‌ಹೌಸ್‌ನಲ್ಲಿರುವ ಮಾಹಿತಿ ಕೊಟ್ಟವನು ಪಂಪಾಪತಿಯೇ!

"ಒಂದ್ಗಂಟೆ, ಎರ್ಡು ಗಂಟೆಯೊಳ್ಗೆ... ಬರ್ಬಹ್ದು. ಅಥ್ವಾ ನೀವೇ ಹೋಗಿ ನೋಡೋದೂಂದ್ರೆ..." ಪಂಪಾಪತಿ ಮುಂದೇನು ಹೇಳಬಹುದೆಂದು ಯೋಚಿಸಿದ.

"ಅದ್ನ, ನೀನೇನು ಹೇಳ್ಬೇಕಿಲ್ಲ" ಸಿಡಿದಳು.

ಕುಂಕುಮ ಗೆಸ್ಟ್‌ಹೌಸ್‌ಗೆ ಬಂದಾಗ, ಪಾಲ್‌ಚಂದಾನಿ ಎ.ಸಿ. ರೂಮಿನಲ್ಲಿ ಸ್ಕಾಚ್ ಸಿಪ್ ಮಾಡುತ್ತಿದ್ದರು ಆರಾಮಾಗಿ. ತುಂಬ ಅಂದವಾಗಿದ್ದ ವ್ಯಕ್ತಿ.

"ಹಲೋ, ಯಂಗ್ ಲೇಡಿ" ತಾವಾಗಿ ಮಾತಾಡಿಸಿದ್ದು ಇವಳ ಭಾಗ್ಯ. ಸದಾ ಕೋಪವನ್ನ ಜಗತ್ತಿಗೆ ಹಂಚಲು ಪಣ ತೊಟ್ಟಂತೆ ಮಾತಾಡುತ್ತಿದ್ದ ವ್ಯಕ್ತಿ ಇಂದು ಸಮಾಧಾನವಾಗಿದ್ದುದು ದೇವರ ದಯೆ "ಹಾಯ್..." ಎಂದು ಅವರ ಎದುರಿನಲ್ಲಿ ಹೋಗಿ ಕೂತಳು.

"ಹೆಗಿದ್ದೀರಿ?" ಒಂದು ಪುಟ್ಟ ಪ್ರಶ್ನೆ ಅವಳದು.

"ಡೆವಿಲ್ ವಿಜಯೇಶ್ವರಿಯನ್ನ ಕಟ್ಟಿಕೊಂಡಾಗಲೇ, ನನ್ನ ಸಮಸ್ತವು ಹಾಳಾಯ್ತು. ಐ ಲಾಸ್ಟ್ ಎವೆರಿಥಿಂಗ್. ನನ್ನ ಡ್ಯಾಡಿ ಕೋಟ್ಯಾಧಿಪತಿ. ಇವ್ಳ ಹಿಂದೆ ಬಿದ್ದಿದ್ದು ನನ್ನ ದುರಾದೃಷ್ಟ. ಈ ಜನ್ಮದಲ್ಲಿ ಅವ್ಳಿಗೆ ಡೈವೋರ್ಸ್ ಮಾತ್ರವಲ್ಲ, ನನ್ನಿಂದ ವಿಮುಕ್ತಿ ಸಿಕ್ಕೋಲ್ಲ. ಸದಾ ಕಾಡ್ತೀನಿ. ವಿಜಯೇಶ್ವರಿ ನೆಮ್ದಿ ಹಾಳು ಮಾಡ್ತೀನಿ. ದಿಸ್ ಈಸ್ ಮೈ ಛಾಲೆಂಜ್" ತೊದಲಿದ. ಅಂಥ ಕೆಟ್ಟ ಹಟ ಮುಖದ ಮೇಲಿತ್ತು.

"ರೀಸನ್..." ಎಂದಳು ಮೃದುವಾಗಿ.

ಕೈಯಲ್ಲಿದ್ದ ಗ್ಲಾಸ್ ಎತ್ತಿ ಗೋಡೆಗೆ ಎಸೆದ 'ಛಳ್' ಎಂದಿತು. ಆಮೇಲೆ

ಹೇಳಿಕೊಂಡಿದ್ದು ವಿಚಲಿತವಾಗತಕ್ಕದ್ದಲ್ಲ. ಮಾತುಗಳಲ್ಲಿ ಒಬ್ಬರಿಗೊಬ್ಬರು ಅವಮಾನ ಮಾಡಿಕೊಂಡಿದ್ದರಷ್ಟೆ. ಸೈರಿಸಲಾರದಂಥ, ಕ್ಷಮಿಸಲಾರದಂಥ ದೊಡ್ಡ ತಪ್ಪುಗಳೇನು ಇಬ್ಬರು ಮಾಡಿರಲಿಲ್ಲ. ಬೇಸತ್ತಲು ಕುಂಕುಮ ಅಲ್ಲಿನ ಗಾಳಿ ಕೂಡ ಅಸಹನೆ ಕಾರುತ್ತಿದೆಯೆನಿಸಿತು.

ಗೆಸ್ಟ್‌ಹೌಸ್‌ನಿಂದ ಸದ್ದಿಲ್ಲದೆ ಹೊರಗೆ ಬಂದಾಗ ಮಹೇಂದ್ರವರ್ಮ ನಿಂತಿದ್ದ ಪ್ಯಾಂಟು ಜೇಬುಗಳಲ್ಲಿ ಕೈಗಳನ್ನ ಇಳಿಬಿಟ್ಟು, ಹೇಗಿತ್ತು ಅನುಭವ, ಎನ್ನುವಂತಿತ್ತು ಅವನ ನೋಟ.

"ಈ ಬಂಗ್ಲೆ ಗೆಸ್ಟ್‌ಹೌಸ್ ಕಟ್ಟಿಸಿದಾಗ ನನ್ನ ಡ್ಯಾಡಿ ಕಣ್ಣುಗಳಲ್ಲಿ ನೂರು ಕನಸು ಇತ್ತೂಂತ, ಅವ್ರ ಡೈರಿ ಹೇಳುತ್ತೆ. ಏನಾಯ್ತು... ಈಗ? ನಾನು ಇಲ್ಬಂದು ನಿಂತ ಮೇಲೆಯೇ ಒಂದಿಷ್ಟು ವ್ಯವಸ್ಥೆ ಸುಧಾರಿಸಿದ್ದು." ನಾಲ್ಕು ಮಾತು ಹೇಳಿದ ಹೆಚ್ಚಿಗೆ.

"ಈ ಪೂಲಿಷ್ತನ ಬೇಡ ಮಹೀ! ಯಾರ್ಗೂ ಬೇಕಿಲ್ಲದ್ದು... ನಿಂಗ್ಯಾಕೆ? ಗೊ ಟು ಹೆಲ್, ನಮ್ಗೆ ಯಾವ್ದೇ ಆಸ್ತಿ ಕೂಡ ಬೇಡ" ಉದ್ವಿಗ್ನಳಾದಳು ಕುಂಕುಮ.

"ನನ್ನ ನಿರ್ಣಯದಲ್ಲಿ ಯಾವ್ದೇ ಬದಲಾವಣೆ ಇಲ್ಲ. ನಂಗೆ ಹೇಳ್ದ ಮಾತ್ನ ಒಮ್ಮೆ ನಿನ್ನ ಡ್ಯಾಡಿಗೆ ಮುಟ್ಸಿ ನೋಡು. ವ್ಯವಹಾರದಲ್ಲಿ ನೀನು ಇನ್ನ ಬೇಬಿ. ಹೋಗೋಣ... ಬಾ" ಜೇಬಿನಲ್ಲಿದ್ದ ಜೀಪು ಕೀ ಬಂಚನ್ನ ಒಮ್ಮೆ ಒತ್ತಿ ಎಸೆದು ಹಿಡಿದ, ಹಿಂಬಾಲಿಸಿದಳು ಅಷ್ಟೆ.

ಕುಂಕುಮಳ ತಂದೆ ಎಷ್ಟು ವ್ಯಾವಹಾರ ಚತುರರೆಂದು ಅವನಿಗೆ ಗೊತ್ತು. ಆಸ್ತಿ, ವಹಿವಾಟು, ಟರ್ನೋವರ್ ಪ್ರತಿಯೊಂದರ ಮಾಹಿತಿಯನ್ನ ಪಡೆದನಂತರ ಕುಂಕುಮ ಮತ್ತು ಮಹೇಂದ್ರವರ್ಮನ ಪ್ರೇಮ, ವಿವಾಹಕ್ಕೆ ಸಮ್ಮತಿ ನೀಡಿದ್ದು. ಇದೆಲ್ಲ ಅವನಿಗೆ ಗೊತ್ತಿತ್ತು. ಲೋಕೇಶ್ ಹೇಳಿದ್ದ ಕೂಡ.

ರೂಮಿಗೆ ಬಂದ ಕುಂಕುಮ ಎರಡು ಕೈಗಳಿಂದ ತಲೆಯನ್ನ ಒತ್ತಿ ಹಿಡಿದು ಕೂತಳು. ಸುತರಾಂ ಇಲ್ಲಿರುವುದಕ್ಕೆ ಅವಳ ಒಪ್ಪಿಗೆ ಇಲ್ಲ. ಅವಳ ಡ್ಯಾಡಿ ಸಮ್ಮತಿಸಿದರು. ಅವರ ವಿರುದ್ಧ ಹೋಗುವ ಇಷ್ಟ ಕುಂಕುಮಳಿಗೆ ಇಲ್ಲ.

ಫೋನ್‌ನ ಬಟನ್ನೊತ್ತಿದಳು.

"ಹಲೋ ಕುಂಕುಮ... ಹೇಳು" ಎಂದ ಮಹೇಂದ್ರ.

"ನಾನು ಆತ್ಮಹತ್ಯೆ ಮಾಡ್ಕೋತೀನಿ" ಉದ್ವಿಗ್ನತೆ ಅವಳ ದನಿಯಲ್ಲಿ ಇಣುಕಿತು. "ಇಂಪಾಜಿಬಲ್, ನಿಂಗೆ ಅಂಥ ಧೈರ್ಯವು ಇಲ್ಲ, ಅಗತ್ಯವು ಇಲ್ಲ. ಮೊದಲ ಚಾಯ್ಸ್ ಮಾತ್ರ ನಂದು. ನಿಖಿಲ್ ಸೆಕೆಂಡ್, ಆದ್ರೂ ಬೆಸ್ಟ್ ಚಾಯ್ಸ್ ಬೆಸ್ಟ್ ಆಫ್ ಲಕ್" ಫೋನಿಟ್ಟೆಬಿಟ್ಟ.

ಇಂಥ ಒಂದು ಪ್ರಪೋಸಲ್ ಇತ್ತು. ನಿಖಿಲ್ ಅವಳ ತಂದೆಯ ಕಡೆ ಸಂಬಂಧಿ. ಆಗಾಗ ಬಂದುಹೋಗುವುದಿತ್ತು. ಅವಳ ತಂದೆ ಕೂಡ ಒಮ್ಮೆ "ನಿಖಿಲ್ ಕ್ಲವರ್ ಓಬಿಡಿಯಂಟ್, ನಾನಾದ್ರೂ ಭಯ, ನೀನೂಂದ್ರೆ... ಪ್ರೀತಿ. ಅವನ್ನ

ಅಳಿಯನನ್ನಾಗಿ ಮಾಡಿಕೊಳ್ಳೋ ಉದ್ದೇಶವಿತ್ತು. ಆದರೆ ಫಸ್ಟ್ ಪ್ರಿಫರೆನ್ಸ್ ನಿನ್ನ ಪ್ರೇಮಕ್ಕೆ" ಎಂದಿದ್ದರು ಒಂದು ಸಲ. ಒಂದೆರಡು ಸಲ ಅವಳಲ್ಲಿ ಕೂಡ ಇಂಥ ಅಭಿಪ್ರಾಯ ಬಂದು ಹೋಗಿತ್ತು. ಆದರೆ ಆ ವಿಷಯ ಮಹೇಂದ್ರನಿಗೆ ತಿಳಿದಿದ್ದು ಹೇಗೆ ಎನ್ನುವುದೇ ಚಿಂತೆ. ಮಹೇಂದ್ರವರ್ಮ ತೀರಾ ಬುದ್ಧಿವಂತ ಎನ್ನುವುದಕ್ಕೆ ಎರಡು ಮಾತಿರಲಿಲ್ಲ.

ರಾತ್ರಿ ಅವಳಿಗಾಗಿ ಗ್ರಾಂಡ್ ಡಿನ್ನರ್ ಏರ್ಪಾಟಾಗಿತ್ತು. ಮೃಣಾಲಿನಿ, ಪಾಲ್ ಚಂದಾನಿಯನ್ನ ಬಲವಂತವಾಗಿ ಕರೆತಂದು ಕೂಡಿಸಿದ್ದ ಟೇಬಲ್‌ನ ಮುಂದೆ. 'ಹೊಟ್ಟೆ ಸರಿಯಿಲ್ಲ' ನೆಪವೊಡ್ಡಿ ತಪ್ಪಿಸಿಕೊಂಡಿದ್ದಳು ವಿಜಯೇಶ್ವರಿ. ಇಲ್ಲಿ ರವಿ, ಶಶಿಯೆ ಮುಖ್ಯವಾಗಿದ್ದರು. ಮಹೇಂದ್ರ ಅವರನ್ನ ತನ್ನ ಅಕ್ಕಪಕ್ಕ ಕೂಡಿಸಿಕೊಂಡ. ಮುಂದಿನ ಪೀಳಿಗೆ ಜವಾಬ್ದಾರಿ ಹೊತ್ತವರು ಪಲಾಯನವಾದಿಗಳು ಆಗಬಾರದು. ಅರ್ಥಪೂರ್ಣ ವಾದ ಒಂದು ಮಾತು ಹೇಳಿದ್ದಳು ಮೌನ.

ಊಟದನಂತರ ಮೇಲಿನ ಟೆರೆಸ್‌ಗೆ ಹೋದರು ಇಬ್ಬರು. ತಾನು ತಂದಿದ್ದ ಮೂರು ಇನ್ವಿಟೇಷನ್‌ಗಳನ್ನು ಅವನ ಮುಂದೆ ಹಾಕಿದಳು. ಕೈಗೆತ್ತಿಕೊಂಡ ಮಹೇಂದ್ರ.

"ಡ್ಯಾಡಿ, ನಿಂಗೆ ಕಳ್ಸಿ, ಒಂದು ದಿನ ನಿಶ್ಚಯಿಸ್ಕೊಂಡ್ಬರೋಕೆ ತಿಳ್ಸಿದ್ರು. ಪ್ಲೀಸ್... ಮಹೀ... ಯಾಕೆ ಇಷ್ಟೊಂದು ಹಟ ಮಾಡ್ತೀಯಾ? ಐ ಲವ್ ಯು, ನಂಗೋಸ್ಕರ ನಿನ್ನ ನಿರ್ಧಾರ ಯಾಕೆ ಬದಲಾಯಿಸ್ಕೋಬಾರ್ದು. ಒಂದು ರೀತಿಯಲ್ಲಿ ಇವರೆಲ್ಲ ಪಾಗಲ್... ಮೂಡ್ ಪರ್ಸನ್ಸ್... ಇವರೊಂದಿಗೆ ನಿನ್ನ ಬದ್ಕನ್ನ ಯಾಕೆ ಹಾಳು ಮಾಡ್ಕೋತೀಯ? ಈ ಮೂರು ಡೇಟ್‌ನಲ್ಲಿ... ಒಂದು ಚ್ಯೂಸ್ ಮಾಡ್ಕೋ, ಡ್ಯಾಡಿ ಎಲ್ಲಾ ಏರ್ಪಾಟು ಮಾಡ್ಕೊಂಡಿದ್ದಾರೆ. ರಸಪೂರ್ಣವಾದ ಜೀವನ ಸಾಗಿಸೋಣ" ಎದುರಿಗೆ ಕೂತಿದ್ದವಳು ಅವನ ಪಕ್ಕ ಬಂದು ಕೂತಳು.

ಒಂದೊಂದೇ ಇನ್ವಿಟೇಷನ್ ಬಿಡ್ಸಿ ನೋಡದವನ ತುಟಿಗಳ ಮೇಲೆ ನಸುನಗು ಅರಳಿತು. "ನಿನ್ನ ತಂದೆ ತುಂಬ ಕ್ಲವರ್... ಮುಂದಾಲೋಚನೆ, ಮುಂಜಾಗರೂಕತೆ ಯುಳ್ಳವರು. ಇನ್ನೊಂದು ಇನ್ವಿಟೇಷನ್ ಯಾಕೆ ತರ್ಲಿಲ್ಲ? ಮೇ ಒಂಬತ್ತು ನಿನ್ನ ಮತ್ತು ನಿಖಿಲ್ ವಿವಾಹದ ಆಹ್ವಾನ ಪತ್ರಿಕೆ ಸಿದ್ಧವಾಗಿದೆ" ಎನ್ನುತ್ತ ಮೂರು ಇನ್ವಿಟೇಷನ್ ಗಳನ್ನ ಜೋಡಿಸಿ ಪಕ್ಕಕ್ಕಿಟ್ಟ ತಣ್ಣಗೆ. ಅವನಿಗೆ ವಿಷಯ ಪೂರ್ತಿ ಗೊತ್ತಿತ್ತು.

"ನಂಗೆ ಗೊತ್ತಿಲ್ಲ... ನೀನು ಸುಳ್ಳು ಹೇಳ್ತೀಯಾ" ಅಬ್ಬರಿಸಿದಳು. "ಬೇಕಾದ್ರೆ, ನಿನ್ನ ಡ್ಯಾಡಿ ಹತ್ರ ಮಾತಾಡು" ಬಟನ್‌ಗಳನ್ನೊತ್ತಿ ಫೋನನ್ನ ಅವಳ ಕೈಗೆ ಕೊಟ್ಟು "ಈಗ್ಲೂ ನಿನ್ನ ನಿರ್ಣಯ ಬದಲಾದ್ರೆ, ಮಹೇಂದ್ರವರ್ಮನ ವಿವಾಹವಾಗ್ಬಹ್ದು. ಅದ್ಕೆ ನಿನ್ನ ತಂದೆ ಇನ್ವಿಟೇಷನ್ ಮಾಡ್ಸೋ ಅಗತ್ಯವಿಲ್ಲ" ಅವಳನ್ನ ಒಂಟಿಯಾಗಿ ಬಿಟ್ಟು ನಡೆದ.

ಇದು ಅಸಂಭವವೆಂದು ಅವನಿಗೆ ಗೊತ್ತು.

ಬೆಳಿಗ್ಗೆ ಇವನು ಎದ್ದು ಬರುವ ವೇಳೆಗೆ ಕುಂಕುಮಳನ್ನ ಹೊತ್ತು ಕಾರು

ಮುಂಭಾಗದ ಗೇಟು ದಾಟಿ ಕೈಬೀಸಿ ಗುಡ್‌ಲಕ್ ಹೇಳಿದ, ಬಹುಶಃ ಗಾಳಿ ಅದನ್ನ ಹೊತ್ತು ಒಯ್ದು ಮುಟ್ಟಿಸಿರಬೇಕು.

* * *

ಆದಷ್ಟು ಬೇಗ ಚೇತರಿಸಿಕೊಂಡ ಮೌನ, ಬಹಳ ಚುರುಕಾಗಿ ಓಡಾಡುತ್ತಿದ್ದಳು, ಅವಳ ಪ್ರಾಜೆಕ್ಟ್ ಒಂದು ಹಂತಕ್ಕೆ ಬಂದಿದ್ದರೂ ಮುಖ್ಯವಾಗಿ ಕುಂಕುಮಳ ಬಗ್ಗೆ ಯಾವುದೇ ವಿವರಣೆ ಶೇಖರ ಮಾಡುವುದು ಆಗಲಿಲ್ಲವಲ್ಲ ಎನ್ನುವ ಖೇದ.

ಹಿಂದಿನ ದಿನ ಮುಂಬಯಿಗೆ ಹೋಗಿದ್ದ ಮಹೇಂದ್ರವರ್ಮ ಅಂದು ಹಿಂದಿರುಗಿದ್ದು ಆಶ್ಚರ್ಯದ ಜೊತೆ ಸಂತೋಷವು ಕೂಡ. ಇಲ್ಲಿಂದ ಅವಳು ಹರಡುವುದಕ್ಕೆ ಮೂರು ದಿನ ಮಾತ್ರ ಬಾಕಿ ಇತ್ತು.

ಕೂದಲನ್ನ ಫಳಫಳ ಎನ್ನುವಂತೆ ಬಾಚಿದಾಗ ಅಷ್ಟು ಕೂದಲು ಬಾಚಣಿಗೆಗೆ ಬಂತು. ತೆರೆದ ಬಾಯಿ ಹಾಗೆಯೇ ನಿಂತಿತು. ಗೌರಿಪ್ರಿಯ ಏನಾದರೂ ನೋಡಿದ್ದರೇ, ಕನಿಷ್ಟ ಅರ್ಧ ಗಂಟೆಯಾದರೂ ಕೂಗಾಡುತ್ತಿದ್ದರು.

"ಚೆನ್ನಾಗಿ ನೆತ್ತಿಗೆ ಬಿಸಿ ಹೋಗೋವರ್ಗೂ ಹರಳೆಣ್ಣೆ ತಿಕ್ಕಿ ಹೆಚ್ಚಾಗಿ ಕೂದಲನ್ನ ಸೀಗೆಪುಡಿ ಹಾಕಿ ತೊಳೆದರೇ... ತಾನೇ! ಅವೆಲ್ಲ ಕಷ್ಟ ಅಂದ್ಕೋತೀರಾ" ಇಂಥದ್ದೇ ಮಾತುಗಳು ಜೊತೆಗೆ ಭಾನುವಾರ ತಾನೇ ಎಣ್ಣೆ ಬಟ್ಟಲು ಹಿಡಿದು ನಿಂತು ಬಿಟ್ಟು ನೆತ್ತಿಗೆ ಒತ್ತಿ ಒತ್ತಿ, ಇಡೀ ಕೂದಲು ಹರಳೆಣ್ಣೆಯಲ್ಲಿ ನೆಂದು ಹೋಗುತ್ತಿತ್ತು.

ಅಷ್ಟು ಸಾಲದೂಂತ, ಕೂದಲನ್ನ ತೊಳೆದ ಮೇಲೆ ಮುಟ್ಟಿ ಮುಟ್ಟಿ ನೋಡಿ ಕೂದಲನ್ನ ಆರಿಸಿ ಸಿಕ್ಕು ಬಿಡಿಸುವಾಗ ಗೊಣಗಾಟ ಬೇರೆ "ಇನ್ನಷ್ಟು ತೊಳೀಬೇಕಿತ್ತು. ಇಷ್ಟೊಂದು ಸೋಮಾರಿತನವಾದರೆ... ಹೇಗೆ?"

ನೆನಪುಗಳು ಮೌನಳ ಮನವನ್ನ ಭಾರವಾಗಿಸಿತು. ಫೋನ್ ಸದ್ದು ಮಾಡಿತು.

"ಆರ್ ಯು ಫ್ರೀ, ಮೌನ?" ಮಹೇಂದ್ರನ ಸ್ವರ.

"ಯೆಸ್ ಸರ್" ಎಂದಳು ಮೃದುವಾಗಿ.

"ಆಫೀಸ್‌ಗೆ ಬಾ" ಫೋನಿಟ್ಟ ಸದ್ದು ಕೇಳಿಸಿತು.

ಇಡೀ ಕೂದಲಿಗೆ ಒಂದು ಕ್ಲಿಪ್ ಹಾಕಿಕೊಂಡು ಬೇಗ ಬರುವಾಗ ಎದುರಾದ ಪಂಪಾಪತಿ "ಹೇಗಿದ್ದೀಯಮ್ಮ? ನಿಮ್ಮಣ್ಣನ ಫೋನ್ ಬಂದಿತ್ತು. ಕನೆಕ್ಟ್... ಮಾಡ್ಲಿಲ್ಲ" ಎಂದರು.

"ವಿಚಾರಿಸ್ಕೋತೀನಿ..." ಎಂದು ಎರಡೆಜ್ಜೆ ಮುಂದಕ್ಕೆ ಹೋದವಳು ನಿಂತು ಹಿಂದೆ ತಿರುಗಿ 'ಇಂಪಾರ್ಟೆಂಟ್ ಪೋಸ್ಟ್, ನಂಗೆ ರೆಕಮೆಂಡ್ ಮಾಡಿದ್ರೆ... ಒಂದು ಇನ್‌ಕ್ರಿಮೆಂಟ್ ಸಿಗುತ್ತೆ' ಅದನ್ನ ಆಡಿದ ಪಂಪಾಪತಿ ಇಂಟರ್‌ವ್ಯೂ, ಅಪಾಯಿಂಟ್, ಯಾವ ಪೋಸ್ಟ್? ಅನ್ನೋದು ತಿಳಿದಿಲ್ಲವಾ? ತಲೆ ಕೆಡಿಸಿಕೊಳ್ಳುವುದು ಬೇಡವೆನಿಸಿತು.

'ಮೆ ಐ ಕಮಿನ್, ಸರ್' ಎಂದು ಕೇಳಬೇಕೆನಿಸಿದರೂ ಮೂರ್ಖತನವೆನಿಸಿತು. ಅವನೇ ಬರಲು ಸೂಚಿಸಿದ್ದ. ಡೋರ್ ನಿಶ್ಶಬ್ದವಾಗಿ ತಳ್ಳಿದಾಗ ನೇರವಾಗಿ ನೋಟ ಸಂಧಿಸಿತು. ಬರಲು ಕಣ್ಣುಗಳು ಸನ್ನೆ ಮಾಡಿದವು.

"ಕೂತ್ಕೋ, ಮೌನ" ಹೇಳಿದ.

ತೊಳೆದ ಕೂದಲು ಫಳಫಳ ಎನ್ನುತ್ತಿತ್ತು. ಜೋರಾಗಿ ನಕ್ಕುಬಿಟ್ಟ "ನಿಮ್ಮಣ್ಣನನ್ನ ನೆನಸಿಕೊಂಡು ಕೂತಿದ್ಯಾ? ಸ್ವಲ್ಪ ಕಷ್ಟನೇ, ಅಲ್ವಾ?" ಛೇಡಿಸುವಂತೆ ಕೇಳಿದ.

ಮೌನ ಕೈತಲೆಯ ಮೇಲಕ್ಕೆ ಹೋಗಿ ಅಲ್ಲಿಯೇ ಉಳಿಯಿತು "ಆಶ್ಚರ್ಯ ಪಡಬೇಡ. ನಿನ್ನ ವಿಷ್ಯಗಳು ನಿಂಗಿಂತ ಚೆನ್ನಾಗಿ ನಂಗೆ ಗೊತ್ತು. ಆಯಾ ಬಗ್ಗೆ ನಿನ್ನ ಅಭಿಪ್ರಾಯ ಹೇಗೆ?" ವಿಚಾರಿಸಿದ.

"ಪರ್ವಾಗಿಲ್ಲ, ಮಾಲೀಕರನ್ನ ಅನುಸರಿಸಿ ಅವ್ರ ಕೆಲ್ಸ, ವಿಧೇಯತೆ. ಇಲ್ಲಿ ರವಿ, ಶಶಿಗೆ ಆಯಾಗಿಂತ ಮನೆಯವ್ರ ಪ್ರೀತಿ, ಮಮತೆ ಬೇಕಾಗುತ್ತೆ. ದಯವಿಟ್ಟು ಆ ಕಡೆ ಯೋಚ್ಸಬೇಕು. ನೀವು ಕನಿಷ್ಟ ಮನಸ್ಸು ಮಾಡಿದ್ರೆ ಅವ್ರಿಗೆ ಬೇಕಾದ ಪ್ರೀತಿಯಲ್ಲಿ ಅರ್ಧದಷ್ಟಾದ್ರೂ ತುಂಬಿ ಕೊಡಬಲ್ಲಿರಿ" ಸ್ವಲ್ಪ ಸ್ವತಂತ್ರ ವಹಿಸಿ ಮಾತಾಡಿದಳು. ವಿವಾಹದ ಹಸೆ ಮಣೆಯೇರಲು ಸಿದ್ಧವಿರುವ ವ್ಯಕ್ತಿ ಅಣ್ಣಂದಿರಂತೆ ಹೊಸ ಬದುಕಿಗೆ ಅಂಟಿಕೊಂಡು ಇವರನ್ನ ಉಪೇಕ್ಷಿಸಿಬಿಟ್ಟರೇ, ಎನ್ನುವ ನೋವು ಅವಳದು.

"ನಿಂಗೆ ಅರ್ಧ ಯೋಚ್ನೆ, ನಂಗೆ ಪೂರ್ತಿಯ ಚಿಂತೆ" ಎಂದು ಫೋನೆತ್ತಿ ಕೊಂಡು ಬಟನ್‌ಗಳನ್ನೊತ್ತಿ ಮಾತಾಡತೊಡಗಿದಾಗ ಎದ್ದವಳನ್ನ ಕೂಡುವಂತೆ ಸನ್ನೆ ಮಾಡಿ. ಅವಳ ಮಾತುಗಳಿಂದ ಸದ್ಯಕ್ಕೆ ಮುಂಬಯಿಗೆ ಹೋದರೇ ಕೆಲವು ದಿನಗಳು ಉಳಿಯಬಹುದೆಂದು. ಅವಳೆದೆ ಧಸಕ್ಕೆಂದಿತು.

ಫೋನಿಟ್ಟ ನಂತರ "ಸರ್, ಬುಧವಾರಕ್ಕೆ ಮೂವತ್ತು ದಿನ ಮುಗಿಯುತ್ತೆ. ಗುರುವಾರ ಬೆಳಿಗ್ಗೆ ಇಲ್ಲಿಂದ ಹೊರಡ್ಬೇಕು" ಎಂದಳು ತುಸು ಉದ್ವೇಗದಿಂದ.

"ಫೈನಲೈಜ್ ಮಾಡ್ಬಿಟ್ಟಿದ್ದೀಯಾ! ನನ್ನ ಪ್ರಕಾರ ಗುರುವಾರಕ್ಕೆ ಮೂವತ್ತು ದಿನ ಮುಗಿಯುತ್ತೆ" ಎಂದ ಮೆಲ್ಲಗೆ ಕೆನ್ನೆ ಕೆರೆದುಕೊಳ್ಳುತ್ತ. ಅದನ್ನ ಒಪ್ಪಲು ಸಿದ್ಧಳಿರಲಿಲ್ಲ ಮೌನ. "ನೋ, ಸರ್... ಬುಧವಾರಕ್ಕೆ ಮೂವತ್ತು ದಿನ ಮುಗಿಯುತ್ತೆ. ಸೆಕೆಂಡ್, ನಿಮಿಷ, ಗಂಟೆಗಳಲ್ಲಿ ಲೆಕ್ಕ ಹಾಕಿದ್ರೂ ಬುಧವಾರಕ್ಕೆ ಮುಗಿಯುತ್ತೆ. ಅಂದು ಸಾಯಂಕಾಲ ನನ್ನ ಪ್ರಾಜೆಕ್ಟ್ ಸಬ್ಮಿಟ್ ಮಾಡ್ಬಿಡ್ತೀನಿ" ಅವಸರದ ವಾಣಿ ಅವಳದು. ಅಂತು ತುದಿಗಾಲಲ್ಲಿ ನಿಂತತೆ ಕಂಡಳು. 'ಭೇಷ್' ಎಂದಿತು ಅವನ ಮನ.

"ನಂಗೆ ಹಾಗೆ ಅನ್ನಿಸೋಲ್ಲ. ರಿಸಲ್ಟ್‌ಗೆ ಕಾಯೋಲ್ವಾ?" ಕೇಳಿದ. ಅವನ ಆಯ್ಕೆಯ ಬಗ್ಗೆ ಹೆಮ್ಮೆ ಇತ್ತು.

'ವಿವಾಹ ಅಥವಾ ಐದು ಲಕ್ಷ' ಸಂಕೋಚಿಸಿದಳು. ಆಯ್ಕೆಯಾಗಿ ಇವಳೇ ನಿರಾಕರಿಸಿದರೇ ಹತ್ತು ಲಕ್ಷ. ಇದೆಲ್ಲ ಏನು? ಅವಳಿಗೆ ತಲೆ, ಬುಡ ಅರ್ಥವಾಗಲಿಲ್ಲ. ಇದೆಲ್ಲ ತಾನು ನಂಬಿದಾದರೂ ಹೇಗೆ?

"ಮೌನ, ನೀನಾಗಿ ತಲೆಯ ಮೇಲೆ ಮೊಟಕಿಕೊಳ್ಳುವುದರ ಬದಲು ನಾನು ಮೊಟಕಲಾ?" ಹಾಸ್ಯ ಮಾಡಿದ. ಅವಳ ಅರಳು ಕಣ್ಣುಗಳಲ್ಲಿ ಅಚ್ಚರಿ. "ನಿಮ್ಗೆ ಹೇಗೆ ಗೊತ್ತಾಯ್ತುಂತನಾ? ಫೇಸ್ ರೀಡಿಂಗ್ ಗೊತ್ತು, ಮರೀ" ಛೇಡಿಸಿದ.

ಮೌನ ಒಂದು ತೀರ್ಮಾನಕ್ಕೆ ಬಂದಳು. ಅಸಾಧ್ಯ ಮನುಷ್ಯ. ಈ ವ್ಯಕ್ತಿಯ ಪರೀಕ್ಷೆಯಲ್ಲಿ ನಾನು ಹಂಡ್ರೆಡ್ ಪರ್ಸೆಂಟ್ ಫೇಲ್.

"ರಿಸಲ್ಟ್ ಬಂದ್ಮೇಲೆ ನಿರ್ಧಾರಕ್ಕೆ ಬಾ" ಸೂಚಿಸಿದ.

"ಓಕೆ, ನೀವು ನಿಧಾನವಾಗಿ ರಿಸಲ್ಟ್‌ನ ಪ್ರಕಟಿಸಬಹ್ದು. ನಾನಂತೂ ಗುರುವಾರ ಬೆಳಿಗ್ಗೆ ಹೋಗ್ಬೇಕು. ಪ್ಲೀಸ್" ಅವಳ ದನಿ ಮೆತ್ತಗಾಗಿ ಹೋಯಿತು.

ಮೃದುವಾಗಿಸಿದ ನೋಟವನ್ನ "ಸಂಜೆ, ಒಂದು ಪ್ರೋಗ್ರಾಂ ಇದೆ. ಒಂದ್ವಿಷ್ಯ... ನೀನು ಹೊರಡೋಕೆ ಮುನ್ನ ಕನಿಷ್ಟ ಇಪ್ಪತ್ನಾಲ್ಕು ಗಂಟೆಗಳ ಮೊದ್ಲು ನಿನ್ನ ಪ್ರಾಜೆಕ್ಟ್ ಸಬ್ಮಿಟ್... ಮಾಡ್ಬೇಕು" ಎಚ್ಚರಿಸಿದ.

ಮೌನ ಅವಾಕ್ಕಾದಳು. ಕಾಂಪ್ರಮೈಸಾಗಲು ಸಿದ್ಧವಾಗಲಿಲ್ಲ. ಈ ಪ್ರಾಜೆಕ್ಟ್ ಅವಳ ಕಲ್ಪನೆಯ ಕೂಸಷ್ಟೆ.

"ಸಾರಿ ಸರ್, ಈ ಪ್ರಾಜೆಕ್ಟ್ ವಿಷ್ಯ ಒಂದೇ ಇರಲಿಲ್ಲ. ನೀವು ಮೂವತ್ತು ದಿನ ಇರ್ಬೇಕು ಅನ್ನೋ ಕರಾರು ಮಾತ್ರ ಹಾಕಿದ್ರಿ, ದಟ್ಸ್ ಆಲ್. ನಂಗೆ ಮಿದುಳು, ಮನಸ್ಸು, ಹೃದಯ ಇದ್ದರೇ ಸೆಲೆಕ್ಟ್ ಮಾಡ್ಕೊಳ್ಳಿ. ಇಲ್ಲ..." ನಿಲ್ಲಿಸಿದಳು. ಯಾಕೋ ಐದು ಲಕ್ಷದ ವಿಷಯ ಎತ್ತಲು ಇಷ್ಟವಾಗಲಿಲ್ಲ ಮೌನಾಳಿಗೆ.

"ನಿರಾಕರಣೆ ಕೂಡ ಲಾಭದಾಯಕವೇ, ಐದು ಲಕ್ಷ ನಿನ್ನದಾಗುತ್ತೆ. ಅಕಸ್ಮಾತ್ ನಾನು ಸೆಲೆಕ್ಟ್ ಮಾಡ್ಕೊಂಡ್ ನೀನು ನಿರಾಕರಿಸಿದ್ರೆ... ಮತ್ತಷ್ಟು ಲಾಭ ಹಾಗೂ ಐದು, ಹತ್ತರ ನಡುವೆ ಇದ್ದೀಯಾ" ಮತ್ತಷ್ಟು ವಿಷಯವನ್ನ ಹಿಗ್ಗಿಸಿದ.

ಗಲ್ಲಕ್ಕೆ ಕೈಯೊತ್ತು ಕೂತು ಆಲೋಚಿಸತೊಡಗಿದಳು. ತಕ್ಷಣ "ಒಂದಿಷ್ಟು ಕನ್‌ಫ್ಯೂಷನ್ ಇದೆ. ನಿಧಾನವಾಗಿ ಯೋಚ್ಸಿ ಬಂದು ನಿಮ್ಹತ್ರ ಮಾತಾಡ್ತೀನಿ. ಈ ಐದು, ಹತ್ತು ಕೆಲವು ಸಮಸ್ಯೆಗಳನ್ನೆ ತಂದೊಡ್ಡುತ್ತೆ" ಗೊಂದಲ ಇಣುಕಿತು ಅವಳ ದನಿಯಲ್ಲಿ ಸ್ವಲ್ಪ ನಿರುತ್ಸಾಹವು ಅವಳನ್ನ ಆವರಿಸಿತ್ತು.

"ಐದು, ಹತ್ತಕ್ಕೆ... ಬದಲಾಗಿ..." ಎಂದಕೂಡಲೇ "ಖಂಡಿತ... ಇಲ್ಲ. ನಂಗೆ ಅಂಥ ಉದ್ದೇಶ ಎಂದು ಬಂದಿಲ್ಲ. ಸಾರಿ, ಎಕ್ಸ್‌ಟ್ರೀಮ್ಲಿ... ಸಾರಿ" ಎಂದಳು. ಅವಳ ಕಂಠ ಒದ್ದೆಯಾಗಿದ್ದು ಮಹೇಂದ್ರನ ಅನುಭವಕ್ಕೆ ಬಂತು.

"ಬೈ ಆಲ್ ಮೀನ್ಸ್... ಸಂಜೆ ಒಂದು ಸಣ್ಣ ಪ್ರೋಗ್ರಾಂ ಇದೆ, ರೆಡಿಯಾಗಿರು. ಪ್ರಾಜೆಕ್ಟ್ ವಿಷ್ಯ ನನ್ನ ತಲೆಯಲ್ಲು ಇರ್ಲಿಲ್ಲ, ಎನಿ ವೇ ನೀನು ಬಹಳ ಇಂಟರೆಸ್ಟ್‌ನಿಂದ ರೆಡಿ ಮಾಡಿದ್ದೀಯಾ! ಅದು ಕೂಡ ನಿನ್ನ ಆಯ್ಕೆಯ ವಿಷ್ಯದಲ್ಲಿ ಹೆಲ್ಪ್ ಮಾಡ್ಬಹ್ದು" ಸಹಜವಾಗಿ ನುಡಿದ.

"ಗುರುವಾರ ಬೆಳಿಗ್ಗೆ ಇಲ್ಲಿಂದ ಹೊರಡ್ತಾ ಇದ್ದೀನಿ ಅನ್ನೋ ಇನ್‌ಫರ್ಮೇಷನ್

ನಾನು ನಮ್ಮಣ್ಣನಿಗೆ ಕೊಡ್ತೀನಿ. ಇಲ್ಲ, ಅವರೇ ಬಂದ್ಬಿಡ್ತಾರೆ" ಹೇಳಿದಳು ಸಂಕೋಚಿಸುತ್ತ.

ಯೋಚಿಸುವಂತೆ ಒಂದೆರಡು ನಿಮಿಷ ಸುಮ್ಮನಿದ್ದು "ನನ್ನ ಪ್ರಕಾರ ಒಂದು ದಿನ ನೀನು ಮೊದ್ಲೇ ಹೋಗೋಕೆ ಸಿದ್ಧವಾಗಿದ್ದೀ! ಅದ್ರಿಂದ ಬರೋ ಬೆನಿಫಿಟ್‌ನ ಕಳ್ಕೋತೀಯಾ."

"ಹೋಗ್ಲಿ ಬಿಡಿ, ನನ್ನ ಪ್ರಕಾರ ಮೂವತ್ತು ದಿನ ಇದ್ದಂಗಾಗುತ್ತೆ. ಅದು ನಿಮ್ಮ ತೀರ್ಮಾನಕ್ಕೆ ಬಿಟ್ಟಿದ್ದು." ಅವಳ ನಿರ್ಧಾರದಿಂದ ಒಂದು ಹೆಜ್ಜೆ ಕೂಡ ಹಿಂದಕ್ಕೆ ಸರಿದಂಗೆ ಕಾಣಲಿಲ್ಲ ಮೌನ.

ಬಂದವಳು ನೇರವಾಗಿ ಮೃಣಾಲಿನಿಯ ರೂಮಿಗೆ ಹೋದಳು. ಆಕೆ ತಮ್ಮ ಪಾಡಿಗೆ ತಾವು ಚೆಸ್ ಆಡಿಕೊಳ್ಳುತ್ತಿದ್ದರು. ಎದುರು ಪಾರ್ಟಿಯ ಕಾಯನ್ನ ಕೂಡ ಅವರೇ ನಡೆಸುತ್ತಿದ್ದುದು ಸೋಜಿಗ. ಇದು ವರ್ಷಗಳಿಂದ ಅಭ್ಯಾಸವಾಗಿಹೋಗಿತ್ತು ಆಕೆಗೆ.

"ನಮಸ್ತೆ, ಮೇಡಮ್..." ಎಂದಳು ವಿನಯವಾಗಿ.

"ನನ್ನ ಡಿಸ್ಟರ್ಬ್ ಮಾಡ್ಬೇಡ. ನೀನು ಹೊರ್ಗೇ... ಹೋಗು" ಅಧಿಕಾರದ ದನಿಯಲ್ಲಿ ಉಸುರಿ ಫೋನ್‌ನ ಬಟನ್ ಒತ್ತಿ "ಪಂಪಾಪತಿ, ಅರ್ಜೆಂಟ್ ಬಾ. ಕಾಂಟ್ರಿಬ್ಯೂಷನ್‌ಗೆ ಬರೋರೆಲ್ಲ, ನನ್ನ ರೂಮಿಗೆ ಬಂದ್ಬಿಡ್ತಾರೆ" ಹೇಳಿದರು ಮೃಣಾಲಿನಿ.

"ಸಾರಿ..." ಹೊರಗೆ ಬಂದ ಮೌನ ಹಿಂದಿರುಗಿ ನೋಡಿದಳು, ಒಮ್ಮೆ ಆಕೆ ಬಹಳ ದೂರ ಸಾಗಿ ಹೋಗಿದ್ದರೆನಿಸಿತು. 'ಮೆಂಟಲ್ ಕೇಸ್' ಒಮ್ಮೆ ಮಾತಿನ ಸಂದರ್ಭದಲ್ಲಿ ಅಂದು ತಲೆ ಕೆರೆದುಕೊಂಡಿದ್ದ. ಒಂಟಿತನ, ಮೂರ್ಖತನ ಜೊತೆಯಾದರೇ ಹೇಗೆ ನಾಶ ಮಾಡುತ್ತದೆಯೆನ್ನುವ ಅರಿವು ಅವಳಿಗಾಯಿತು. ವ್ಯಕ್ತಿ ತನ್ನ ಪಾಡಿಗೆ ತಾನೇ ನಾಶವಾಗುತ್ತಾನೆ, ಬೇರೊಬ್ಬರ ಅಗತ್ಯವಿರೋಲ್ಲ.

ಅದೇನು ಪ್ರೋಗ್ರಾಂ ಎಂದು ಗೊತ್ತಾಗದ ಮೌನ ಸಂಜೆ ಶಾಲೆಯಿಂದ ಬಂದ ಹುಡುಗರ ಜೊತೆ ಬ್ಯಾಟು ಹಿಡಿದು ಆರಾಮಾಗಿ ಕ್ರಿಕೆಟ್ ಆಡುತ್ತಿದ್ದಳು. ಅಣ್ಣನ ಮೂರು ಮಕ್ಕಳೊಂದಿಗೆ ಬೆರೆತು ಇರುತ್ತಿದ್ದ, ಅವಳಿಗೆ ಇಲ್ಲಿ ರವಿ, ಶಶಿಯನ್ನು ಕಂಡರೇ, ಮಹಾನ್ ಇಷ್ಟ. ಆರಾಮಾಗಿ ಸಮಯ ದೂಡಬಹುದಾಗಿರೋದು, ಇಲ್ಲಿ ಅವರೊಂದಿಗೆ ಮಾತ್ರ.

ಜೀಪು ನಿಲ್ಲಿಸಿ ಮಹೇಂದ್ರವರ್ಮ ಇವರತ್ತ ಬಂದಾಗ ಸೆರಗನ್ನ ಸೊಂಟಕ್ಕೆ ಸಿಕ್ಕಿಸಿ ಬ್ಯಾಟು ಹಿಡಿದಿದ್ದ ಮೌನ ಆರಾಮಾಗಿ ಬ್ಯಾಟು ಕೆಳಗೆ ಹಾಕಿದಳು.

"ಸಾರಿ ಫಾರ್ ದಿ ಡಿಸ್ಟರ್ಬ್, ಒಳ್ಳೆ ಆಟದ ಮೂಡ್‌ನಲ್ಲಿ ಇದ್ರೂಂತ ಕಾಣುತ್ತೆ." ಎಲ್ಲರನ್ನ ಸೇರಿಸಿಯೇ ಹೇಳಿದ. ಈಚೆಗೆ ಅಲ್ಪಸ್ವಲ್ಪ ಸಲಿಗೆ ಬೆಳೆಸಿಕೊಂಡಿದ್ದ ರವಿ ಅವನ ಕೈಹಿಡಿದು "ನೀನು ಆಡು..." ಹೇಳಿದ.

"ಷ್ಯೂರ್, ಈಗಲ್ಲ..." ಎಂದು ಅವಳತ್ತ ನೋಟ ಹರಿಸಿ "ಸಾರಿ, ಪ್ರೋಗ್ರಾಂ ಕ್ಯಾನ್ಸಲ್... ಕ್ಲಬ್‌ನಲ್ಲಿ ಒಂದು ಪಾರ್ಟಿ ಇದೆ" ಎಂದು ಅಷ್ಟೇ ಬೇಗ ಹಿಂದಿರುಗಿದ.

ಮುಂಬಯಿಯಿಂದ ಅರ್ಜೆಂಟ್ ಮೆಸೇಜ್ ಬಂದಿದ್ದರಿಂದ ಆ ಪ್ರೋಗ್ರಾಂ ಕೂಡ ಕ್ಯಾನ್ಸಲ್ ಆಯಿತು. ಪಂಪಾಪತಿ ಹೇಳಿದ ಮೇಲೆನೇ ಗೊತ್ತಾಗಿದ್ದು 'ಅರ್ಜೆಂಟಾಗಿ ಮುಂಬಯಿಗೆ ಹೋದರು. ಜೊತೆಗೊಂದು ಕಾಲು, ಇಲ್ಲೊಂದು ಕಾಲು ಇತ್ತು. ಇನ್ನೇನು ಅಲ್ಲೇ ಉಳ್ದು ಬಿಡ್ತಾರೆ' ಅದೇನು ಅತಿಶಯವೆನಿಸಲಿಲ್ಲ. ಆಮೇಲೆ ಕ್ಷಮೆ ಕೇಳಿದ "ದಯವಿಟ್ಟು, ಇದು ಮೂರನೆಯವ್ರ ಬಾಯಿಗೆ ಹೋಗ್ದಂಗೆ ಇರ್ಲಿ. ಮೂರು ಜನ ಕೆಲ್ಸ ಕಳ್ದುಕೊಂಡ್ಮೇಲೆ ನಂಗೊಂದಿಷ್ಟು ಭಯ" ಎಂದರು ಹಿನ್ನೆಲೆ ಅವಳಿಗೆ ಗೊತ್ತು. ತಾನು ಕಾರಣ ಎನ್ನುವ ಅನುಮಾನ ಈ ವ್ಯಕ್ತಿಗಿದೆ.

ಅಂದಿನ ರಾತ್ರಿ ಕೂತು, ಬಂಗ್ಲೆಯಲ್ಲಿನ ವ್ಯಕ್ತಿಗಳ ಬಗ್ಗೆ ಮನದಲ್ಲಿಯೇ ವಿಮರ್ಶಿಸಿ, ವಿಶ್ಲೇಷಿಸಿ ದಟ್ಟವಾಗಿ ಆಳಕ್ಕೆ ಇಳಿದು ಯೋಚಿಸಿ ವಿವರಗಳನ್ನ ಸಂಗ್ರಹಿಸಿ ತುಂಬಿದರೂ, ಯಾಕೋ ಪೂರ್ತಿಯಾಗಲಿಲ್ಲವೆನಿಸಿತು. ಮುಖ್ಯವಾದ ವ್ಯಕ್ತಿ ಕುಂಕುಮ ಕಡೆಯಲ್ಲಿ ಸೇರ್ಪಡೆಯಾಗಿದ್ದರು. ಬರೀ ಅರೆಬರೆಯೆನಿಸಿತು. ರೂಪ, ಬಣ್ಣ, ದೇಹದ ವಿನ್ಯಾಸ ಮುಂತಾದ ಬಗ್ಗೆ ವರ್ಣಿಸಿದರೂ ತೀಪಾ ಅಪೂರ್ಣವೆನಿಸಿ ಎತ್ತಿಟ್ಟಳು.

ಯಾರನ್ನ ವಿಚಾರಿಸುವುದು? ಕುಂಕುಮ ಒಂದೆರಡು ದಿನ ಇಲ್ಲಿ ಉಳಿದಿದ್ದರೆ ಚೆನ್ನಿತ್ತು ತಲೆ ಕೆರೆದುಕೊಂಡಳು. ಒಂದಷ್ಟು ಖಾಲಿ ಬಿಟ್ಟಳು. ಆ ಬರಹಕ್ಕೆ ಲಕ್ಷಣಗಳು ಬರುತ್ತದೆಯೆಂದರೆ ಬೇರೆಯವರೇನು ಅವಳ ಅಣ್ಣ ಕೂಡ ಒಪ್ಪಲಾರ. ಈ ವಿಶ್ಲೇಷಣೆಗೆ ಅವಳು ಕೊಟ್ಟ ಹೆಸರೇ ಪ್ರಾಜೆಕ್ಟ್.

ಅಣ್ಣ, ಅತ್ತಿಗೆ ಹುಡುಗರ ನೆನಪಾಯಿತು. ಫೋನಾಯಿಸಿದಳು. "ಹಲೋ... ಹಲೋ... ನಮ್ಮವ್ರು ಮಲ್ಗಿದ್ದಾರೆ, ಯಾಕೇ ಪದೇಪದೇ ಫೋನ್ ಮಾಡ್ತೀರಾ" ವಾಣಿಯ ದನಿ ಕಂಪಿಸಿದಂತೆ ಕಂಡಾಗ, ಪಕಪಕ ನಕ್ಕ ಮೌನಾ "ಅತ್ತಿಗೆ, ನಾನು ಮೌನಾ! ಅಣ್ಣ ಚೆನ್ನಾಗಿ ಗೊರಕೆಯೊಡೆಯುತ್ತಿದ್ದಾರ?" ಹಾಸ್ಯ ಮಾಡಿದಳು.

"ಗಂಡು ನೋಡೋದಕ್ಕಾಗಿ ಮೈಸೂರಿಗೆ ಹೋಗಿದ್ರು, ಬೆಳಿಗ್ಗೆ ಬರ್ತೀನೀಂತ ಆಗ್ಲೇ ಫೋನ್ ಮಾಡಿದ್ರು. ಈ ಮೂವರನ್ನ ಕಟ್ಕೊಂಡ್ ನಾನೊಬ್ಳೇ ಮನೆಯಲ್ಲಿ. ಅದ್ಕೇ ಯಾವುದಾದ್ರೂ ಫೋನ್ ಬಂದರೇ ಭಯ. ವಾರದ ಮುಂದೆ ಕಮಲಾಕ್ಷಿಯವ್ರ ಮನೆಗೆ ಕಳ್ಳರು ಬೀಳೋ ಮೊದ್ಲು ಫೋನ್ ಮಾಡಿ, ಗಂಡಸರು ಇಲ್ಲಾನ್ನೋದು ದೃಢಪಡಿಸ್ಕೊಂಡ ನಂತರ... ಮುಂಬಾಗಿಲು ಮುರ್ದು ಮನೆಯಲ್ಲಿದ್ದ ಅವ್ರು, ಅವ್ರ ಅತ್ತೆ ಮಕ್ಳನ ಕೂಡಿ ಹಾಕಿ... ಇರೋದೆಲ್ಲ ದೋಚಿಕೊಂಡ್ಹೋಗಿದ್ದಾರೆ" ಅಷ್ಟನ್ನ ಒಂದೇ ಸಲ ಹೇಳಿದಳು, ಇದು ಫೋನ್ ಕಾಲ್ ಎನ್ನುವುದನ್ನು ಮರೆತು.

"ಹೇಗಿದ್ದೀರಿ? ಮಕ್ಳು ಮಲ್ಗಿದ್ದಾರ?" ವಿಚಾರಿಸಿದಳು.

"ಅವಕ್ಕೇನು, ತಿನ್ನು... ನಿದ್ದೆ ಮಾಡು ಅಷ್ಟೆ. ಈ ತಿಂಗ್ಳ ಪ್ರೋಗ್ರೆಸ್ ರಿಪೋರ್ಟ್ ನೋಡಿ ಎದೆಯೊಡೆದು ಹೋಯ್ತು. ಇವು ಮೆಡಿಕಲ್ ಇಂಜಿನಿಯರಿಂಗ್ ಬೇಡ,

ಒಂದು ಡಿಗ್ರಿ ಮಾಡದಿದ್ದರೇ ಯಾರು ಮದ್ವೆ ಆಗ್ತಾರೆ" ಎಂದಾಗ ಫೋನ್ ಕಟ್ ಮಾಡಿದಳು.

'ನಿನ್ಜೊತೆ ಇದೇ ತರಹ ಫೋನ್‌ನಲ್ಲಿ ಸಂಭಾಷಿಸಿದ್ದರೇ...' ಎದೆಯ ಮೇಲೆ ಕೈಯಿಟ್ಟುಕೊಂಡಳು. ಆಕೆಯ ಜಗತ್ತು ತೀರಾ ಚಿಕ್ಕದು. ಸಣ್ಣ ಪುಟ್ಟದಕ್ಕೂ ಭೂತಗನ್ನಡಿ ಹಿಡಿದು ದೊಡ್ಡದು ಮಾಡೋದರಿದಂ... ಅವು ಭೂತಾಕಾರವಾಗಿ ಬೆಳೆದು ಮನದ ಸ್ವಾಸ್ಥ್ಯವನ್ನ ಕದಡುತ್ತಿತ್ತು.

ತಕ್ಷಣ ಗಾಬರಿ ಆಯಿತು. ವಾಣಿಯೇನಾದರೂ ಗೌರಿಪ್ರಿಯ ಬಂದಕೂಡಲೇ 'ಮೌನ ಫೋನ್ ಮಾಡಿದ್ಲು, ಮಧ್ಯೆ ಕಟ್ ಆಯ್ತು' ಅಂದರೆ ಸೀನ್‌ನ ಕಲ್ಪನೆ ಮಾಡಿಕೊಳ್ಳಲಾರದೆ ಹೋದಳು.

ಮತ್ತೆ ನಿಧಾನವಾಗಿ ಬಟನ್ನೊತ್ತಿದಳು. ಅದೇ ವಾಣಿ... ಲೈನ್‌ನಲ್ಲಿ ಸಿಕ್ಕಿದ್ದು "ಫೋನ್ ಕಟ್ ಆಯ್ತು. ನೀವು ಸುಮ್ನೆ ಮಕ್ಳು ವಿಷ್ಯದಲ್ಲಿ ತಲೆ ಕೆಡಿಸ್ಕೋಬೇಡಿ. ಹೇಗೂ ನಾನು ಬಂದ್ಬಿಡ್ತೀನಲ್ಲ, ಅವ್ರ ಜವಾಬ್ದಾರಿ ನಾನೆ ತಗೋತೀನಿ. ನಾಳೆ, ನಾನೇ ಫೋನ್ ಮಾಡ್ತೀನಿ" ಎಂದಕೂಡಲೇ "ಪ್ಲೀಸ್, ಇಡ್ಬೇಡ! ಪ್ರಾಜೆಕ್ಟ್ ಪೂರ್ತಿ ಆಯ್ತ?" ನೆನಪಿಸಿದ್ದು ಆಸೆಯ ಸ್ವರದಲ್ಲಿ.

"ನಾನೇ... ಬರ್ತೀನಲ್ಲ. ಎಲ್ಲಾ ಹೇಳ್ತೀನಿ" ಫೋನಿಟ್ಟಳು.

ತೀರಾ ಸುಸ್ತೆನಿಸಿತು. ಇಲ್ಲಿನ ಪಾತ್ರಗಳಿಗಿಂತ ವಾಣಿಯೇ ತನ್ನ ಪಾತ್ರಕ್ಕೆ ಜೀವ ಸಲ್ಲಿಸುತ್ತಿದ್ದಾಳೆಂದುಕೊಂಡಳು. ಅವಳು ಮುಖ್ಯವಾಗಿ ತಾಯಿ, ನಂತರವೇ ಎಲ್ಲಾ.

ಎದ್ದು ಕೂತು ಪ್ರಾಜೆಕ್ಟ್‌ನ ಮತ್ತೊಮ್ಮೆ ತಿರುವಿಹಾಕಿದಳು. ಕಿಟಕಿಯ ಬಾಗಿಲು ತೆರೆದು ಪರದೆಯನ್ನ ಸರಿಸಿ ಮುಖವನ್ನ ಗಾಳಿಗೊಡ್ಡಿ ನಿಂತಳು. ಇಲ್ಲಿ ಬಂದಾಗಿನ ದೃಶ್ಯ ನೆನಪಿಸಿಕೊಂಡಳು. ಬಂಗ್ಲೆಯಲ್ಲಿನ ಸ್ವಂತದವರಿಗೆ ಇದರ ಉಸಾಬರಿ ಬೇಡ. ಅವರು ಗೆಸ್ಟ್‌ಗಳಂತೆ. ಹೊರಗಿನಿಂದ ಬಂದ ಜನ ಸ್ವಂತದವರಾಗಿ ದರ್ಬಾರು ನಡೆಸುತ್ತಿದ್ದುದು ಇತಿಹಾಸ ಸೇರಿಹೋದರು ಅಂಥ ಅಪಾಯ ಇಲ್ಲದಿಲ್ಲ.

ಪಂಪಾಪತಿ ನಿಷ್ಠೆ ಇಲ್ಲದ ಸ್ವಾರ್ಥ ಮನುಷ್ಯ. ಅವನಿಗೆ ಬರುವ ಹಣ ಮಾತ್ರ ಮುಖ್ಯ. 'ನಿಷ್ಠೆ ಹೇಳ್ದಂಗೆ ನಡ್ಕೊಳ್ಳೋದು ಮಾತ್ರ ನನ್ನ ಕೆಲ್ಸ! ದೊಡ್ಡವ್ರ ಉಸಾಬರಿ... ನಂಗ್ಯಾಕೆ?' ಇದು ಆತನ ಮಾತು, ಧೋರಣೆ.

"ಹುಡುಗರ್ನ ಆಯಾ ಬಹಳ ಹಿಂಸಿಸ್ತಾ ಇದ್ಲು, ನಿಮ್ಗೆ ಗೊತ್ತಿಲ್ವಾ?" ಒಮ್ಮೆ ಕೇಳಿದಾಗ ಕೆನ್ನೆಗಳಿಗೆ ಹಾಕಿಕೊಂಡು "ಶಾಂತಂಪಾಪಂ, ಶಾಂತಂಪಾಪಂ ನಾನು ಯಾಕೆ ಆ ತಂಟೆಗೆ ಹೋಗ್ಲಿ? ಹೇಳಿದಷ್ಟು ಕೆಲ್ಸ, ಕೇಳಿದಕ್ಕಷ್ಟು ಉತ್ತರ. ಅಷ್ಟು ಮಾಡಿಕೊಂಡಿರೋದ್ರಿಂದ ಇಷ್ಟು ದಿನ ಇಲ್ಲಿರೋಕೆ ಸಾಧ್ಯವಾಯ್ತು. ಇಲ್ಲದಿದ್ರೆ ಎಂದೋ ಜಾಗ ಖಾಲಿ ಮಾಡ್ಬೇಕಿತ್ತು. ನನ್ನ ಸಂಸಾರಗಳು ಬೀದಿಗೆ ಬೀಳ್ತಾ ಇತ್ತು. ಈಗ ನಿಮ್ಮ ವಿಷ್ಯನೇ ತಗೊಳ್ಳಿ. ನಂಗೇನು... ಗೊತ್ತಿಲ್ಲ. ಯಜಮಾನ್ರು ಹೇಳಿದಷ್ಟು ಮಾಡಿದ್ದೀನಿ. ಇನ್ನ ಹೇಳಬೇಕೆಂದರೇ, ಯಾಕೆ ಇಂಟರ್‌ವ್ಯೂ ಮಾಡ್ತಾ ಇದ್ದಾರೆ

ಅನ್ನೋದು ಕೂಡ ನಂಗೆ ಸರ್ರ್ಯಾಗಿ ಗೊತ್ತಿಲ್ಲ. ಒಂದು ಇಂಪಾರ್ಟೆಂಟ್ ಪೋಸ್ಟ್ ಇರ್ಬೇಕೂಂತ ಮಾತ್ರ... ಅಂದ್ಕೊಂಡೆ" ಇಷ್ಟನ್ನ ಒಟ್ಟಿಗೆ ಹೇಳಿದ್ದ, ಭೂಪ.

ಬಂದು ಮಲಗಿದಳು. 'ಮಹೇಂದ್ರವರ್ಮ ಮೋಸಗಾರ' ಅಂದಿನ ಮನ, ಮದುವೆಯ ಆಸೆ, ಐದು ಲಕ್ಷದ ಆಸೆಯಿಂದ ಬಂಧಿಸಿಟ್ಟನಾ? ಅದರಿಂದ ಅವನಿಗೇನು ಪ್ರಯೋಜನ? ಅಪ್ಪಿತಪ್ಪಿಯು ಕೆಟ್ಟ ರೀತಿಯಲ್ಲಿ ನಡೆದುಕೊಂಡ ಮನುಷ್ಯನಲ್ಲ. ತಲೆಯ ತುಂಬ ಬರೀ ಗೊಂದಲವೆ.

ಮಗ್ಗುಲಾದಳು ಮೌನಾ. ಬಾನೆತ್ತರದಲ್ಲಿ ನಿಂತ ಕುಂಕುಮ ಸುಲಭವಾಗಿ ಮಹೇಂದ್ರವರ್ಮನನ್ನ ಎಟುಕಿಸಿಕೊಂಡಿದ್ದಳು. ಹಾಯ್... ದೂರದಿಂದ ಕೈ ಬೀಸುವುದು ಅತ್ಯಂತ ಸುಲಭದ ಕೆಲಸವೆಂದುಕೊಂಡಳು ಬಹಳ ಚಿಂತಿಸಿದ ನಂತರ.

ಬೆಳಿಗ್ಗೆ ಎದ್ದಿದ್ದು ನಿಧಾನವಾಗಿಯೇ. ಕಾದ ರವಿ, ಶಶಿ ಅರಸಿಕೊಂಡು ಬಂದಾಗ ಆಗತಾನೇ ಎದ್ದಿದ್ದ ಅವಳಿಗೆ ನಾಚಿಕೆಯಾಯಿತು.

"ಮೌನಾ, ನಮ್ಗೆ ಬೋರಾಯ್ತು!" ಎಂದ ಶಶಿ ಮುಖವನ್ನ ದಪ್ಪಗೆ ಮಾಡಿ "ಸೋ ಸಾರಿ, ರಾತ್ರಿಯೆಲ್ಲ ಹೋಂವರ್ಕ್ ಮಾಡ್ತಾ ಇದ್ದೆ. ಬೇಗ ರೆಡಿಯಾಗಿ ಬಂದ್ಬಿಡ್ತೀನಿ, ಬ್ರೇಕ್‌ಫಾಸ್ಟ್ ತಗೋಳೋಣ" ಕೆನ್ನೆ ತಟ್ಟಿ ಬಾತ್‌ರೂಂ ಹೊಕ್ಕಳು.

ಹೊರಗೆ ಬಂದಾಗ ಮಾತಾಡುತ್ತಿದ್ದ ರವಿ, ಶಶಿ, ಗಪ್‌ಚಿಪ್ ಆದರು. ಅವರ ಮುಖಗಳ ಮೇಲೆ ಖೇಧವಿತ್ತು. ಅನಂತ ಪ್ರಶ್ನೆಗಳಿಗೆ ಉತ್ತರ ಹುಡುಕಲು ಹೊರಟಂತಿತ್ತು ಅವರುಗಳ ನೋಟ.

"ಮೌನಾ, ನಮ್ಮ ಮಮ್ಮಿ ಹೊರಟುಹೋದರಲ್ಲ, ಮತ್ತೆ ಬರೋಲ್ವಂತೆ?" ರವಿ ತಾನು ಹೆಚ್ಚು ತಿಳಿದವನಂತೆ ಹೇಳಿದ. ಮೌನ ದನಿ ತಣ್ಣಗಾಯಿತು. ಅಪರಿಚಿತರಂತೆ ಇದ್ದರು ಈ ಮನೆಯಲ್ಲಿ ಅವರಿಗೊಬ್ಬ ಮಮ್ಮಿ ಇದ್ದಳು. ಅವರ ನಂಬಿಕೆಯಂತೆ ಚಕ್ರೇಶ್ವರಿ ಮಕ್ಕಳಿಗಾಗಿ ಹಿಂದಿರುಗಿ ಬರಳು! ಅವಳಿಗೆ ತುಂಬ ನಿರಾಸೆ ಆಯಿತು.

"ನಿಮ್ಗೆ ಯಾರು... ಹೇಳಿದ್ದು?" ನಿವಿರಾಗಿ ಕೇಳಿದಳು.

"ಎಲ್ಲಾ ಸರ್ವೆಂಟ್ಸ್ ಹೇಳ್ತಾರೆ. ಆ ಡೆವಿಲ್‌ಗೆ ನಮ್ಮ ಮೇಲೆ ಪ್ರೀತಿ ಇಲ್ಲ" ರವಿಯ ಸ್ವರದಲ್ಲಿ ರೋಷವಿತ್ತು. ಅವನ ಬಾಯನ್ನು ಕೈಯಿಂದ ಮುಚ್ಚಿ "ಹಾಗೆಲ್ಲ ಮಾತಾಡ್ಬಾರ್ದು. ಮಾತೃದೇವೋಭವ ಎಂದು ಹೇಳಿಕೊಟ್ಟಿಲ್ವಾ?"

ರವಿ ಒರಟಾಗಿ ಮುಖ ತಿರುಗಿಸಿಕೊಡು ಹೊರಹೋದ. ಹಳೇ ಆಯಾ ಹೋದಮೇಲೆ ಧೈರ್ಯವಂತನಾಗಿದ್ದ. ರೂಮು ಬಿಟ್ಟು ಆಯಾ ಆಜ್ಞೆ ಇಲ್ಲದೆ ಹೊರ ಬರುವಂತಿರಲಿಲ್ಲ. ಈಗ ಸ್ವತಂತ್ರವಾಗಿ ಎಲ್ಲಾ ಕಡೆ ಓಡಾಡುತ್ತಿದ್ದ. ಬೋನಿನಲ್ಲಿದ್ದು ಅನುಭವಿಸಿದ ಹಿಂಸೆ ಅವನನ್ನ ಸ್ವಲ್ಪ ಒರಟಾಗಿಸಿತ್ತು.

ಮೌನ ದಿಗ್ಭ್ರಮೆಗೊಂಡಳು. ಹತ್ತಿರ ಸಮೀಪಿಸಿದ ಶಶಿ "ಮಮ್ಮಿ ಬರೋಲ್ವಾ?" ಅವನ ಸ್ವರದಲ್ಲಿ ಅಳುವಿತ್ತು. ಈ ಮಕ್ಕಳಿಗಾಗಿಯಾದರೂ ಆಕೆ ಕರಗ

ಬೇಕಿತ್ತು. ಭಗ್ನ ದಾಂಪತ್ಯ ಸೇಡಿನ ರೂಪ ತಾಳಿ, ಆ ದಾಂಪತ್ಯದಿಂದ ಜನಿಸಿದ ಮಕ್ಕಳನ್ನ ಕೂಡ ದೂರ ಮಾಡಿತ್ತು.

"ಖಂಡಿತ... ಬರ್ತಾರೆ? ನಾನ್ಹೋಗಿ ಬ್ರೇಕ್‌ಫಾಸ್ಟ್ ತಗೊಳೋಣ... ನಡೀ" ಶಶಿಯೊಂದಿಗೆ ಡೈನಿಂಗ್ ಹಾಲ್‌ಗೆ ಬಂದಳು. ಎಲ್ಲಾ ಖಾಲಿ... ಖಾಲಿ "ಬಂಗ್ಲೆಗಳಲ್ಲಿ ಯಜಮಾನ್ರಿಗಿಂತ ಕೆಲ್ಸದವರೇ ಜಾಸ್ತಿ ಇರ್ತಾರೆ" ಯಾರೋ ಹೇಳಿದ್ದು ನೆನಪಿಗೆ ಬಂತು ಮೌನಾಗೆ.

ಬೇಗ ಬ್ರೇಕ್‌ಫಾಸ್ಟ್ ಮುಗಿಸಿಕೊಂಡು ರೂಮಿಗೆ ಬಂದಾಗ ಪಂಪಾಪತಿ ಕಾದಿದ್ದನ್ನ ನೋಡಿ ಚಕಿತಳಾದಳು.

"ನಿಮ್ಗೆ, ಇನ್ವಿಟೇಷನ್ ಬಂದಿದ್ಯಾ?" ವಿಚಾರಿಸಿದರು.

"ಯಾವ, ಇನ್ವಿಟೇಷನ್?" ಅವಳ ಕಣ್ಣುಗಳು ಅಗಲವಾದವು.

"ಕೊಡ್ಬಹ್ದು, ಆತುರಾತುರವಾಗಿ ಮುಂಬಯಿಗೆ ಹೋದರಲ್ಲ. ನಿಮ್ಮ ಮೂಲಕವೆ ಡಿಸ್ಟ್ರಿಬ್ಯೂಷನ್ ಆಗ್ಬೇಕು." ಅಷ್ಟೆ ನುಡಿದಿದ್ದು. ಅವಳಿಗೆ ಮಾತು ಬೆಳೆಸುವ ಇಚ್ಛೆ ಇರಲಿಲ್ಲ. "ನಿಮ್ಮ ಹುಡುಕಾಟ ನಡೆದಿತ್ತು ನೋಡಿ" ಹೊರಗೆ ಕಳಿಸಿ ಕೂತಳು. ಹೊರಡುವ ಸಮಯದಲ್ಲಿ ಅನವಶ್ಯಕವಾದ ಗೊಂದಲ ಅವಳಿಗೆ ಬೇಡ.

ಮಂಗಳವಾರ ಸಂಜೆಯವರೆಗೂ ಕಾದಳು, ಹೊರಡಲು ಬುಧವಾರ ಒಂದು ದಿನ ಮಾತ್ರ ಇತ್ತು. ಮಹೇಂದ್ರವರ್ಮ ಯಾವ ಕ್ಷಣದಲ್ಲಿಯಾದರೂ ಬರಬಹುದು. ಅಕಸ್ಮಾತ್ ಬರದಿದ್ದರೇ, ತನ್ನ ಪ್ರಯಾಣ ಮುಂದೂಡಲು ಸಾಧ್ಯವೇ? ಇಲ್ಲವೆನಿಸಿತು. ಅನಗತ್ಯವಾಗಿ ಇಲ್ಲಿ ಉಳಿಯುವುದೆಂದರೆ ಅರ್ಥವೇನು. ಅಕಸ್ಮಾತ್ ಅಣ್ಣ... ಬಂದರೇ ಅದೆಲ್ಲ ಬೇಡವೆನಿಸಿತು. ಅಕಸ್ಮಾತ್ ಕೆಲಸ ಕೊಟ್ಟ ಮಹನೀಯ ಬರದಿದ್ದರೂ ಹೊರಡುವ ನಿಶ್ಚಯ ಮಾಡಿದಳು.

ಕನಿಷ್ಟ ಮಹೇಂದ್ರವರ್ಮನಿಂದ ಒಂದು ಮೆಸೇಜ್ ಆದರೂ ಬರಬಹುದೆಂಬ ನಿರೀಕ್ಷೆ ಅವಳದು.

ಅತ್ತಿಗೆಗೆ ಕೊಟ್ಟ ಭರವಸೆಯ ಪ್ರಕಾರ ಫೋನ್ ಮಾಡಿದಳು. "ಬಂದಾಗಿನಿಂದ ಫೋನ್ ಬಿಟ್ಟು ಕದಲಲಿಲ್ಲ. ನಾನು ಎಷ್ಟೇ ಪ್ರಯತ್ನಿಸಿದರೂ ಸಂಪರ್ಕ ಸಿಗಲಿಲ್ಲ. ಏನು ವಿಷ್ಯ? ಯಾವ ಬಸ್ಸಿಗೆ... ಬರ್ತೀಯಾ?" ಬಡಬಡ ಕೇಳಿಯೇ ಬಿಟ್ಟರು.

"ಒಂದಷ್ಟು ಕೆಲ್ಸ ಇತ್ತು. ಪ್ರಾಜೆಕ್ಟ್ ರೆಡಿಯಾಗಿದೆ. ಬಾಸ್ ಊರಲ್ಲಿ ಇಲ್ಲ. ಈಗ ಅದೊಂದು ಸಮಸ್ಯೆ" ಎಂದಕೂಡಲೇ ಗೌರಿಪ್ರಿಯನ ಮಾತುಗಳು ಹಾರಿಬಂದವು, "ಪ್ರಾಜೆಕ್ಟ್ ರೆಡಿಯಾಗಿದೆಯಲ್ಲ, ಯಜಮಾನ ಇಲ್ಲದಿದ್ದರೇನಾಯ್ತು, ಮ್ಯಾನೇಜರ್, ಆಫೀಸ್ ಸ್ಟಾಫ್ ಇದ್ದೇ ಇರ್ತಾರಲ್ಲ. ಆರಾಮಾಗಿ ಕೊಟ್ಟು ಬಸ್ಸು ಹತ್ತಿ ಬಿಡು. ನಂಗೇನು ಹಣದ ನಿರೀಕ್ಷೆ ಇಲ್ಲ. ನಿಂಗೆ ಸ್ವಲ್ಪ ಡಿಫರೆಂಟಾಗಿ ಅನುಭವ ಆಯಿತಲ್ಲ. ಅದರಲ್ಲಿ ಕಷ್ಟಸುಖ, ಸಮಸ್ಯೆಗಳು ಇದೇಂತ ಗೊತ್ತಾಗಿರುತ್ತೆ. ಈಗ ನಾರ್ಮಲ್ ಜೀವನಕ್ಕೆ ಒಗ್ಗಿಕೊಳ್ಳಬಲ್ಲೆ. ಮೈಸೂರಿನ ಒಂದು ಸಂಬಂಧ ಬಂದಿದೆ.ಅ ನನ್ನ ಮಟ್ಟಿಗೆ

ಫಸ್ಟ್ ಕ್ಲಾಸ್. ನಿನ್ನ ಅತ್ತಿಗೆಗೂ ಒಪ್ಗೆ. ನೀನ್ಬಂದು ನೋಡಿ 'ಹ್ಞೂ' ಅಂದು ಬಿಟ್ಟರಾಯ್ತು. ಗುರುವಾರದ ಬೆಳಗಿನ ಬಸ್ಸಿಗೆ ಹೊರಟುಬಾ" ಅವಳಿಗೆ ಮಾತಾಡಲು ಅವಕಾಶ ಕೊಡದೇ ಗೌರಿಪ್ರಿಯ ತಾವೇ, ಎಲ್ಲಾ ಮಾತಾಡಿ ಮುಗಿಸಿದರು. ಇವಳು ಬರೀ 'ಹ್ಞೂ' ಅಂದಿದ್ದಾಯಿತು.

ಅಣ್ಣನ ಆಜ್ಞೆಯನ್ನ ಪಾಲಿಸುವ ಅನಿವಾರ್ಯತೆ ಇತ್ತು. ಅಲ್ಲಿ ಇದ್ದಿದ್ದು ಪ್ರೀತಿಯ ಒತ್ತಡ. ಕೆಲವೊಮ್ಮೆ ಬುದ್ದುವಿನಂತೆ ಹೆಂಡತಿಯ ಆಜ್ಞಾಪಾಲಕನಂತೆ ವರ್ತಿಸಿದರೂ ಮರುಕ್ಷಣ ಕುದಿದು ಹೋಗುತ್ತಿದ್ದನೆನ್ನುವ ಸತ್ಯ ಇವಳೊಬ್ಬಳಿಗೆ ಮಾತ್ರ ಗೊತ್ತಿತ್ತು.

ಮಧ್ಯಾಹ್ನದ ಊಟ ಕೂಡ ಬೇಕೆನಿಸಲಿಲ್ಲ. ಕೆಲವು ದಿನಗಳಿಂದ ಹುಡುಗರ ಊಟದ ಡಬ್ಬಿಯನ್ನ ತಾನು ನಿಂತು ಸಿದ್ಧಪಡಿಸಿ ಕಳಿಸುತ್ತಿದ್ದಳು. ನಾಳೆ, ಮತ್ತೆ ಉದಾಸೀನ ಬದುಕಿನ ಗಿರಕಿ ಸಹಾನುಭೂತಿಯಿಂದ ಕರಗಿದಳು. ಶ್ರೀಮಂತ ನೆಲೆಯ ಇಲ್ಲಿನ ಮಕ್ಕಳಿಗಿಂತ, ಅಣ್ಣನ ಮಕ್ಕಳೇ ಅದೃಷ್ಟವಂತರಾಗಿ ಕಂಡರು. ಅಲ್ಲಿ ಅವರ ಭವಿಷ್ಯದ ಬಗ್ಗೆಯೇ ಚಿಂತಿಸುವ ಮಮತಾಮಯಿ ತಾಯಿ ಇದ್ದಳು.

ಈಗ, ಮೌನಗೆ ವಾಣಿಯ ಬಗ್ಗೆ ಮತ್ತಷ್ಟು ಗೌರವ.

ಮುಚ್ಚಿದ್ದ ರವಿ, ಶಶಿಯ ತಾಯಿ ಚಕ್ರೇಶ್ವರಿಯ ಕೋಣೆಯ ಬಾಗಿಲನ್ನ ತೆಗೆದುಕೊಂಡು ಒಳಗೆಹೋದಳು. ಗುಡಿಸಿ ಚೊಕ್ಕಟವಾಗಿಸಿದ್ದು ಹಾಗೆಯೇ ಇತ್ತು.

ಅತ್ಯಂತ ಬೆಲೆ ಬಾಳುವ ಚಿತ್ತಾರದ ರೋಸ್‌ವುಡ್‌ನ ಮಂಚ ವಿದೇಶದಿಂದ ತರಿಸಿ ಸಿದ್ಧಪಡಿಸಿದ ಹಾಸಿಗೆ – ಅದರ ಮೇಲೆ ಹಾಸಿದ್ದ ಮೇಲ್ಹಾಸು ಸ್ಪರ್ಶಿಸಿದರೇ ಬೆಣ್ಣೆಯ ನುಣುಪು – ಇಷ್ಟೆಲ್ಲ ಇದ್ದು ಕೂಡ ಆಕೆ ಒಂದು ರಾತ್ರಿಯು ಆರಾಮಾಗಿ ನಿದ್ರಿಸಿರಲಾರರು. ಪ್ರತಿ ದಿನ ನಿದ್ದೆ ಮಾತ್ರೆ ನುಂಗುತ್ತಿದ್ದುದು ಅವಳಿಗೆ ಗೊತ್ತು.

ಡ್ರೆಸ್ಸಿಂಗ್ ಟೇಬಲ್ ಮೇಲೆ ಉಳಿಸಿಹೋಗಿದ್ದ ಸೆಂಟಿನ ಬಾಟಲುಗಳು, ವಿವಿಧ ರೀತಿಯ ಕ್ರೀಮ್, ರೋಜ್, ನೈಲ್ ವಾಶ್, ನೈಲ್ ಪಾಲಿಶ್ ಮುಂತಾದವು ನಾಪತ್ತೆ. ಆರಾಮಾಗಿ ಕೆಲಸದವರು ತೆಗೆದಿರುತ್ತಾರೆ. ಅದನ್ನ ಕೇಳುವವರು ಯಾರಿಲ್ಲ.

'ಏನಾಯಿತು, ಅವರಿಬ್ಬರ ನಡುವೆ?' ಇಬ್ಬರು ಒಬ್ಬರತ್ತ ಒಬ್ಬರು ಬೆಟ್ಟು ತೋರಿಸಬಹುದು. ಸತ್ಯ ಅವರುಗಳ ಮೂರ್ಖತನ, ಪ್ರತಿಷ್ಠೆಯಲ್ಲಿ ಅಡಗಿಹೋಗಿದೆಯೇ?

ಪುಸ್ತಕ ಸಂಗ್ರಹಣೆಯ ಬಗ್ಗೆ ವಿಶೇಷ ಪ್ರೀತಿ ಇದ್ದ ಆಕೆ ಅದನ್ನೆಲ್ಲ ಪ್ಯಾಕ್ ಮಾಡಿಸಿ ಕೊಂಡೊಯ್ದರು.

ಈಗ ಮಹೇಂದ್ರವರ್ಮನ ಅಣ್ಣ ಕೋಪ ತಗ್ಗಿ ಮಕ್ಕಳನ್ನು ಕರೆದೊಯ್ಯಬಹುದೇ. ಒಮ್ಮೆ ಪಂಪಾಪತಿ ಮಾತಿನ ಸಂದರ್ಭದಲ್ಲಿ ಅಂದಿದ್ದ "ಅವ್ರು, ಈ ಕಡೆ ಇಲ್ಲಿ ಮುಖ ಹಾಕೋಲ್ಲ ಬಿಡಿ. ಮತ್ತೆ ವಿವಾಹವಾಗಿದ್ದಾರಂತೆ. ಹೆಂಡತಿ ಮಕ್ಳು ಇರೋವಾಗ ಹಳೇಕತೆನ ಯಾಕೆ ಜ್ಞಾಪಿಸ್ಕೋತಾರೆ" ಅಂದರೆ ರವಿ, ಶಶಿಯ ಸ್ಥಿತಿ

ಇದೇ ಮುಂದುವರಿಕೆ. ಅವರುಗಳ ಏಕೈಕೆ ಆಶಾಕಿರಣ ಮಹೇಂದ್ರವರ್ಮ. ಅವನು ಕೂಡ ವಿವಾಹದ ನಂತರ ಉದಾಸೀನ ಮಾಡಿದರೇ, ಈ ಬಂಗ್ಲೆಯೆಂಬ ಅನಾಥಾಲಯದಲ್ಲಿ ಬೆಳೆಯುವ ಮಕ್ಕಳಷ್ಟೆ.

ಯೋಚನಾಲಹರಿಯಿಂದ ಬಡಿದೆಬ್ಬಿಸುವಂತೆ "ಮೌನ..." ರವಿ, ಶಶಿ ಧಾವಿಸಿ ಬಂದರು. ಹಿಂದೆಯೇ ಬಂದ ಪಂಪಾಪತಿ "ನಿಮಗೋಸ್ಕರ ಮನೆಯಲ್ಲೆಲ್ಲ ಹುಡುಕಾಡಿ ಬಿಟ್ರು. ನಿಮ್ಮನ್ನ ವಿಪರೀತವಾಗಿ ಹಚ್ಕೊಂಡ್ ಬಿಟ್ಟಿದ್ದಾರೆ" ನಗೆಯೊಂದಿಗೆ ಉಸುರಿದ. ಬಹುಶಃ ಇನ್ನ ಸ್ವಲ್ಪ ಹೊತ್ತು ನಿಲ್ಲುತ್ತಿದ್ದನೇನೋ, ಯಜಮಾನಿಯಿಂದ ಬುಲಾವ್ ಬಂದಿದ್ದರಿಂದ ಬೇಗನೇ ಹೊರಟ.

"ಇದು ಮಮ್ಮಿ ರೂಮು" ಶಶಿಯ ಮಾತಿಗೆ ರವಿ ಸಿಡಿದು ಬಿದ್ದ "ಮಮ್ಮಿನು ಅಲ್ಲ, ಯಾರು ಅಲ್ಲ. ನಿಜ್ವಾದ ಮಮ್ಮಿನೇ ಆಗಿದ್ರೆ... ನಮ್ಮನ್ನ ಬಿಟ್ಟು ಯಾಕೆ ಹೋಗ್ತಾ ಇದ್ರು" ಜೋರು ಮಾಡಿದ.

ಅವರಿಬ್ಬರ ನಡುವೆ ಕಾಮೆಂಟ್ಸ್ ಬೇಡವಾಗಿದ್ದುದ್ದರಿಂದ ಹೊರಗೆ ಕರೆದೊಯ್ದಳು. ಚಕ್ರೇಶ್ವರಿ ತಾನು ಹೋಗುವ ಸ್ಥಳ, ವಿಳಾಸವನ್ನು ಕೂಡ ಕೊಡಲಿಚ್ಛಿಸಿರಲಿಲ್ಲ. ಅಂದರೆ ಮುಂದೇನು ಹುಡುಗರು ತನ್ನ ಬಳಿಗೆ ಬರಬಾರದೆನ್ನುವುದೇ ಆಕೆಯ ನಿಲುವಾಗಿರಬೇಕೆಂದುಕೊಂಡಳು.

ಹಾಲು ಕುಡಿದ ನಂತರ ತಾನು ಅರ್ಧ ಕಪ್ ಕಾಫಿ ಕುಡಿದು ಹೊರಗೆ ಕರೆದೊಯ್ದಳು. ಬಂಗ್ಲೆಯ ಒಳಗಿನ ಜಡವಸ್ತುಗಳಂತೆ ಜಡವಾಗಿರುವ ಮನುಷ್ಯರಿಗಿಂತ ಹೊರಗೆ ಚೇತೋಹಾರಿಯಾಗಿರುವ ಸಸ್ಯಶ್ಯಾಮಲೆಯೆಂದರೆ ಅವಳಿಗೆ ಇಷ್ಟ.

"ಮೌನಾ, ಇಲ್ಲೇ ಇರ್ತೀಯಾ ತಾನೇ? ನಿನ್ಕಂಡ್ರೆ ನಮ್ಗೆ... ಇಷ್ಟ" ರವಿ ಅವಳ ತೋಳಿಡಿದು ಹೇಳಿದಾಗ ಎದೆ ಧಸಕ್ಕೆಂದಿತು. ನಾಳೆ ಒಂದೇ ಒಂದು ದಿನ ಇಲ್ಲಿರುವವಳು. ನಾಲಿಗೆಗೆ ಬಂದ ಮಾತನ್ನ ನುಂಗಿಕೊಂಡಿದ್ದು ಪ್ರಯಾಸದಿಂದಲೇ. ಬರೀ ನಗೆಬೀರಿ ಮಾತು ಮರೆಸಿದಳು.

ಮಾಲಿಗೆ ಹೇಳಿದ್ದರಿಂದ ಒಂದಷ್ಟು ರೆಂಬೆಗಳನ್ನು ಕತ್ತರಿಸಿ ಪ್ಲಾಸ್ಟಿಕ್ ಕವರ್‌ನಲ್ಲಿ ಹಾಕಿಕೊಟ್ಟ. ಅತ್ಯಂತ ಜೋಪಾನವಾಗಿ ತನ್ನೊಂದಿಗೆ ರೂಮಿಗೆ ತಂದಳು. ಇಲ್ಲಿಂದ ಒಯ್ಯಲು ಬಯಸಿದ್ದು ಅದೊಂದನ್ನೆ. ಲಕ್ಷಗಳ ಬಗ್ಗೆ ತಲೆ ಕೆಡಿಸಿಕೊಳ್ಳಲಿಲ್ಲ. ಬರುವಾಗ ಅಂಥದೊಂದು ಆಸೆ ಇತ್ತು. ಐದು ಲಕ್ಷ ಇಡಿಗಂಟಾಗಿ ಬಂದರೇ, ಮೂವರ ಭವಿಷ್ಯಕ್ಕೆ ಒಂದಿಷ್ಟು ಸಹಾಯವೆಂದುಕೊಂಡಿದ್ದುಂಟು. ಈಗ ಯಾಕೋ ನಿರಾಸಕ್ತಿ.

ಪೂರ್ತಿ ಸೋಫಾ ಬೆನ್ನಿಗೆ ಒರಗಿಕೂತಳು. ವಾಣಿಯ ಗೊಣಗಾಟ, ಪರದಾಟ, ಸಿಡುಕು ಎಲ್ಲವು ಆಪ್ಯಾಯಮಾನವೆನಿಸಿತು. ಅಲ್ಲಿ ಬದುಕಿಗೊಂದು ಅರ್ಥವಿತ್ತು. ಸಂಬಂಧಗಳು ಸಂಘರ್ಷಣೆ ಆರೋಗ್ಯವಂತ ಕುಟುಂಬಕ್ಕೆ ಅನಿವಾರ್ಯ.

ಫೋನ್ ಸದ್ದು ಮಾಡಿತು. ಮಹೇಂದ್ರವರ್ಮ ಅಥವಾ ಗೌರಿಪ್ರಿಯ "ಹಲೋ ಮೌನಾ... ಪ್ರಾಜೆಕ್ಟ್ ರೆಡಿನಾ. ನನ್ನ ಬೆಡ್‌ರೂಂನಲ್ಲಿನ ಮಂಚದ ಪಕ್ಕದ

ಡ್ರಾಯರ್‌ನಲ್ಲಿಡು" ಫೋನ್ ಡಿಸ್‌ಕನೆಕ್ಟ್ ಆಯಿತು. ಕಡೆಪಕ್ಷ ವಿದಾಯದ ಒಂದು ಮಾತು ಹೇಳಲು ಕೂಡ ಅವಕಾಶ ಕೊಟ್ಟಿರಲಿಲ್ಲ, ಬೇಸರವೆನಿಸಿತು.

ತಿಳಿದ ಎಷ್ಟೋ ನಂಬರ್‌ಗಳ ಮೂಲಕ ಮಹೇಂದ್ರವರ್ಮನನ್ನು ಸಂಪರ್ಕಿಸಲು ಪ್ರಯತ್ನಿಸಿ ಸೋತಳು. ಹೊರಡುವುದಂತು ನಿಶ್ಚಯವಾಗಿತ್ತು. ಇನ್ನೊಂದು ದಿನ ಉಳಿದಿದೆಯಲ್ಲ, ಎನ್ನುವ ಸಮಾಧಾನಕ್ಕೆ ಬಂದಳು.

ಪ್ರಾಜೆಕ್ಟ್‌ನ ಪರಿಶೀಲನೆಗೆ ಮತ್ತೊಮ್ಮೆ ಕೈಹಾಕಿದಳು. ಮೃಣಾಲಿನಿಯ ಬಗ್ಗೆ ಶೇಖರಿಸಿದ್ದ ವಿಷಯಕ್ಕೆ ಒಂದು ಸುಂದರ ಶೀರ್ಷಿಕೆ ಕೊಟ್ಟಳು 'ಲೋಟಸ್ ಈಟರ್ಸ್' ಈ ವ್ಯಾಖ್ಯಾನ 'ಒಡಿಸ್ಸಿ' ಹೆಸರಿನ ಗ್ರೀಕ್ ಕತೆಯಲ್ಲಿನ ಪ್ರಸ್ತಾಪದಂತೆ ಒಂದು ದ್ವೀಪದಲ್ಲಿ ವಾಸಿಸುವ ಜನ ಲೋಟಸ್ ಸಸ್ಯದ ಹಣ್ಣುಗಳನ್ನು ತಿಂದು ಸೋಮಾರಿಯಾಗಿ, ಮರೆಗುಳಿಗಳಾಗಿ ಕನಸಿನ ಲೋಕದಲ್ಲಿ ವಿಹರಿಸುವಂಥ ಸುಖದ ಅಮಲಿನಲ್ಲಿರುವವರ ಕತೆ. 'ಆ ಜಾತಿಗೆ ಸೇರಿದ ಹೆಣ್ಣೇ' ಎಂದ ವಾಕ್ಯಕ್ಕೆ ಅಂಡರ್‌ಲೈನ್ ಬರೆದಳು.

ಮತ್ತೊಮ್ಮೆ ಓದಿ ಮುಗಿಸಿದನಂತರ ಒಂದು ಸಣ್ಣ ಕನ್‌ಫ್ಯೂಷನ್.

ಪ್ರಕೃತಿಯ ಸುಂದರವಾದ ರಹಸ್ಯ, ತಾವರೆ ನೀರೊಳಗೆ ನಿಂತರೇ ಬಿಸಿಲಿಗೆ ಅರಳುತ್ತದೆ. ತಲೆಯೆತ್ತಿ ಬೀಗುತ್ತದೆ. ಅದೇ ತಾವರೆಯನ್ನ ನೀರಿನಿಂದ ತೆಗೆದು ನೆಲದ ಮೇಲಿಟ್ಟರೇ ಅದೇ ಬಿಸಿಲು ಅದನ್ನ ಒಣಗಿಸುತ್ತದೆ. ತಾವರೆ ನೀರಿನಲ್ಲಿ ನಿಂತಾಗ ಮಾತ್ರ ಸೂರ್ಯನಲ್ಲಿ ಸ್ನೇಹ. ಬೇರು ನೀರಿನಲ್ಲಿರಬೇಕು, ತಲೆ ಬಿಸಿಲಿಗೊಡ್ಡಿರಬೇಕು. ಅದನ್ನ ಮಹನೀಯರು ಮನುಷ್ಯರ ಬದುಕಿಗೆ ಹೋಲಿಸುತ್ತಾರೆ.

ಮೂರು ಇನ್ವಿಟೇಷನ್‌ಗಳನ್ನ ತೆಗೆದು ಓದಿದಳು. ಆ ಮೂರು ತಾರೀಖಿನಲ್ಲಿ ಒಂದು ದಿನ ಕುಂಕುಮ, ಮಹೇಂದ್ರವರ್ಮರ ಮದುವೆ. ಬಹುಶಃ ದಿನದ ಆಯ್ಕೆಯನ್ನ ಮಹೇಂದ್ರವರ್ಮನಿಗೆ ಬಿಟ್ಟಿರಬೇಕೆಂದುಕೊಂಡಳು.

ಪ್ರತಿಯೊಂದು ಇನ್ವಿಟೇಷನ್ ಜೊತೆ ಕೈಬರವಣಿಗೆಯಲ್ಲಿಯೇ ಎರಡು ಗುಲಾಬಿ ಹೂಗಳನ್ನ ಚಿತ್ರಿಸಿ 'ವಿಷ್ ಯು ಹ್ಯಾಪಿ ಮ್ಯಾರೀಡ್ ಲೈಫ್' ಎಂದು ಬರೆದು ಮಹೇಂದ್ರವರ್ಮನ ಬೆಡ್‌ರೂಂಗೆ ಒಯ್ದಳು.

ಸ್ವಲ್ಪ ಹಿಂಜರಿಕೆಯುಂಟಾದರೂ ಅಗತ್ಯವಿಲ್ಲವೆನಿಸಿತು. ಮೆಲ್ಲಗೆ ಡ್ರಾಯರ್ ಸರಿಸಿ ಅದರೊಳಗೆ ಇಟ್ಟು ಹಾಗೆಯೇ ಮುಚ್ಚಿ ಹೊರಬರುತ್ತಿದ್ದಾಗ ಎದುರಾಗಿದ್ದು ಪಂಪಾಪತಿ.

"ಯಜಮಾನ್ರು ಏನಾದ್ರು ಹೇಳಿ ಹೋಗಿದ್ರಾ? ನೀವು ಬಂದ್ಮೇಲೆ... ನನ್ನ ಕೆಲ್ಸಗಳೆಷ್ಟೋ ಕಡಿಮೆಯಾಗಿದೆ" ಎಂದರು. ಅವಳು ಮಾತಾಡಲಿಲ್ಲ. ಆಡಬಾರದೆಂದೇನು ಅಲ್ಲ ಯಾಕೋ ಬೇಡವೆನಿಸಿತು.

ಹೊರಡುವಾಗ ಯಾರಿಗೆ ತಿಳಿಸಬೇಕು? ಕೇಳಿದವರು ಹುಬ್ಬೇರಿಸಬಹುದಷ್ಟೆ. ದಿನ ಕಳೆದದ್ದೇ ಗೊತ್ತಾಗಲಿಲ್ಲ. ಬಟ್ಟೆಗಳನ್ನ ಪ್ಯಾಕ್ ಮಾಡಿಟ್ಟು, ರವಿ, ಶಶಿಯ ರೂಮಿಗೆ ಹೋಗಿ ಒಂದಷ್ಟು ಹೊತ್ತು ಕಳೆದು ಹಿಂದಿರುಗಿದಳು. ಇಲ್ಲಿ ಕಳೆಯುವ

ಕೊನೆಯ ರಾತ್ರಿ. ಕಿಟಕಿಗಳನ್ನೆಲ್ಲ ತೆರೆದಿಟ್ಟಳು. ಮಾಗಿಯ ಚಳಿ ಮೈ ಜುಮ್ಮೆನಿಸಿದರೂ ಹಿತವಾಗಿತ್ತು. ಇಂಥ ವಾತಾವರಣ ಪರಿಸರ ಬೆಲೆ ಕಟ್ಟಲಾರದಷ್ಟು.

ಆರಕ್ಕೆ ಬಸ್ಸು. ಬೇಗ ಎದ್ದು ಸ್ನಾನ ಮುಗಿಸಿ ಉಳಿದ ಬಟ್ಟೆಗಳನ್ನ ಸೂಟ್‌ಕೇಸ್, ಬ್ಯಾಗಿಗೆ ತುಂಬಿ ಮುಂಬಾಗಿಲನ್ನ ತೆಗೆದುಕಂಡು ಹೊರಬಂದಾಗ, ಬಾಲ್ಕನಿಯಲ್ಲಿ ತೂಕಡಿಸುತ್ತಿದ್ದ ವಾಚ್‌ಮನ್ ಲಗುಬಗೆಯಿಂದ ಎದ್ದು ಸೆಲ್ಯೂಟ್ ಹೊಡೆದರೂ, ಇನ್ನ ಮಂಪರಿನಲ್ಲಿಯೇ ಇದ್ದ.

ಮೌನಾಳ ತುಟಿಯಂಚಿನಲ್ಲಿ ನಗು ತೇಲಿತು.

ಮುಂದಕ್ಕೆ ಬಂದು ಸುತ್ತಲೂ ನೋಟ ಹರಿಸಿದಳು. ಇನ್ನ ಮಬ್ಬಿನ ಇಬ್ಬನಿ ಕವಿದ ವಾತಾವರಣ ಚೇತೋಹಾರಿಯಾಗಿತ್ತು. ಮಾಘಮಾಸದ ಕೊನೆಯ ದಿನಗಳು ಚಳಿಯೇನು ಕಮ್ಮಿಯಾಗಿರಲಿಲ್ಲ. ಸೊಗಸಾದ ವಾತಾವರಣ. ಕೆನ್ನೆಗಳನ್ನೊತ್ತಿ ಕೊಂಡಳು.

ಲಗೇಜನ್ನ ಒಂದು ಕಡೆ ಇರಿಸಿ ಚಿಟ್ಟೆಯಂತೆ ಹರಿದಾಡಿ ಎಲೆಯ ಮೇಲೆ ನಿಂತ ಇಬ್ಬನಿಯ ಬಿಂದುಗಳನ್ನ ಅಂಗೈ ಮೇಲೆ ಶೇಖರಿಸತೊಡಗಿದಾಗ, ಅಂದಿನ ಘಟನೆ ನೆನಪಾಯಿತು. ಮಹೇಂದ್ರವರ್ಮ ತೋರಿದ ಸ್ನೇಹ ಅಮೂಲ್ಯವೆನಿಸಿತು.

ಕೆಲವನ್ನ 'ಚೀಟ್' ಎಂದುಕೊಂಡರೂ ಜ್ವರ ಬಂದಾಗ ಆತ್ಮೀಯ ವ್ಯಕ್ತಿಯಂತೆ ವರ್ತಿಸಿದ್ದ. ಅತಿಕ್ರಮಿಸದ ಸಂಯಮದ ವ್ಯಕ್ತಿ. ಹುಬ್ಬುಗಂಟಿಕ್ಕಿದರೂ ಸ್ನೇಹ ಸೂಸುವ ಕಣ್ಣುಗಳು. 'ಗ್ರೇಟ್ ಮ್ಯಾನ್' ಎಂದು ಒಂದು ಸರ್ಟಿಫಿಕೇಟ್ ನೀಡಿತು ಅವಳ ಮನ.

ಅಂಗೈಯಲ್ಲಿ ತುಂಬಿಕೊಂಡ ಹಿಮಬಿಂದುಗಳನ್ನ ಕೆನ್ನೆಗೊತ್ತಿಕೊಂಡಳು. ಬರೀ ಹಿಮ ಮಾತ್ರವಲ್ಲ ರೋಮಾಂಚಕಾರಿ ಅನುಭವ. ಸಣ್ಣಗೆ ಹಾಡು ಗುನುಗುತ್ತ ವಾಚ್‌ನ ಹತ್ತಿರಕ್ಕೆ ಹಿಡಿದು ನೋಡಿದಳು. ಐದು ನಲವತ್ತು, ಆದರೂ ಮಬ್ಬಾದ ವಾತಾವರಣ. ಇದ್ದಕ್ಕಿದ್ದಂತೆ ಮರ ಕೊಡವಿದಂತಾಗಿ, ಅದರಲ್ಲಿದ್ದ ಹೂಗಳು, ಇಬ್ಬನಿಯ ಬಿಂದುಗಳು ಅವಳ ಮೇಲೆ ಚೆಲ್ಲಾಡಿದವು.

ತಟ್ಟನೆ ಹಿಂದಕ್ಕೆ ತಿರುಗಿದಳು. ಮಹೇಂದ್ರವರ್ಮ ಮೋಹಕ ನೋಟ ಬೀರುತ್ತ ನಿಂತಿದ್ದ. ಅವಳ ತುಟಿಗಳು ಬಿರಿದವು. ಯಜಮಾನ ಇದ್ದಾಗ ಹೊರಡುವುದು ಸೌಜನ್ಯ ಮಾತ್ರವಲ್ಲ ಕ್ಷೇಮ ಕೂಡ ಎಂದುಕೊಂಡಳು.

"ಈಗ ಹೊರಡ್ತಾ... ಇದ್ದೀನಿ" ಎಂದಳು.

"ಅಂತು, ನಾನು ಇಲ್ಲದಿದ್ರೂ... ಹೊರಟಿದ್ದೆ" ನವಿರಾದ ಆಕ್ಷೇಪಣೆ ಇತ್ತು ಅವನ ದನಿಯಲ್ಲಿ. "ನಾನು ನಿಮ್ಗೆ ತಿಳಿಸಿದ್ದೇ. ಅಕಸ್ಮಾತ್ ಇಂದು ಹೋಗದಿದ್ದರೇ, ನಮ್ಮಣ್ಣ ಬರೋ ಸಾಧ್ಯತೆ ಇದೆ. ಒಂದ್ತಿಂಗ್ಳಿನ ಅಗ್ರಿಮೆಂಟ್ ಮುಗೀತಲ್ಲ" ಎಂದಳು ಮೌನಾ.

"ನಿನ್ನ ಪ್ರಾಜೆಕ್ಟ್ ನೋಡ್ದೆ. ರಿಯಲೀ... ಫೆಂಟಾಸ್ಟಿಕ್. ನಿಂಗೆ ರಿಸಲ್ಟ್ ತಿಳ್ಕೋ ಕುತೂಹಲ ಇಲ್ವಾ?" ಎಂದ ಛೇಡಿಸುವಂತೆ.

"ಕುತೂಹಲ... ಅಂಥದ್ದೇನಿಲ್ಲ. ನಿಧಾನವಾಗಿ ತಿಳಿಸ್ಬಹ್ದು. ನಂಗೆ ಬಸ್ಸಿಗೆ ಹೊತ್ತಾಗಿ ಹೋಗುತ್ತೆ" ಮುಂದಕ್ಕೆ ಹೊರಟವಳನ್ನ ಅವನ ಕೈಹಿಡಿದು ನಿಲ್ಲಿಸಿತು. "ನಾನು ಸ್ವಲ್ಪ ಕಂಜೂಸ್. ಐದು... ಲಕ್ಷಗಳಷ್ಟು ಹಣವನ್ನು ಕಳೆದುಕೊಳ್ಳೋಕ್ಕಿಂತ... ಒಳ್ಳೆಯ ಮನಸ್ಸಿನ, ಚುರುಕು ಮಿದುಳಿನ, ಹೃದಯ ಸಂಪತ್ತುಳ್ಳ ಹೆಣ್ಣನ್ನ ನನ್ನಲ್ಲೇ ಇರ್ಸಿಕೊಳ್ಳೋದು ಬುದ್ಧಿವಂತಿಕೆ ಅಂದ್ಕೊಂಡೆ" ಎಂದ.

ಅವಳ ಮುಖದಲ್ಲಿ ಸಖೇದಾಶ್ಚರ್ಯ!

"ಕುಂಕುಮ ನನ್ನ ಫ್ರೆಂಡ್ ಅಷ್ಟೆ. ಮಗಳ ತೃಪ್ತಿಗಾಗಿ ಒಬ್ಬ ವ್ಯವಹಾರಿಕ ತಂದೆ ಮಾಡಿಸಿದ ಇನ್ವಿಟೇಷನ್‌ಗಳು ಅವು. ಹತ್ತು ನಿಮಿಷಕ್ಕೆ ಮುನ್ನ ನಿಮ್ಮ ಅಣ್ಣನ್ನ ಸಂಪರ್ಕಿಸಿದೆ. ಮಡದಿ ನನ್ನ ಮೂವರು ಮಕ್ಕಳೊಂದಿಗೆ ಮತ್ತೊಂದನ್ನ ನೋಡಲು ಬರುತ್ತಿದ್ದಾರೆ. ಒಂದಿಷ್ಟು ಕ್ಲೈಮ್ಯಾಕ್ಸ್ ನಡೀಬಹ್ದು. ಆಗ ನೀನು ನನ್ನ ಪರ ಇರ್ಬೇಕು" ಎಂದ ನಗುತ್ತ.

ಅವಳ ಬಾಯಿಂದ ಮಾತೇ ಹೊರಡಲಿಲ್ಲ. ಯೋಚಿಸಲಾರದಷ್ಟು ನಿಷ್ಕ್ರಿಯ ವಾಗಿತ್ತು ಮಿದುಳು. ಮಹೇಂದ್ರವರ್ಮ ಬೊಗಸೆಯಲ್ಲಿಡಿದು ಮೌನಾಳ ಮುಖ ನೋಡಿದ. ಅಲ್ಲಿ ಅಂತರಂಗಿಕವಾಗಿ ಬೌದ್ಧಿಕ ಸಂಪತ್ತು ಪ್ರಜ್ವಲಿಸುತ್ತಿತ್ತು.

ರಪ್ಪನೆ ಬೀಸಿಬಂದ ಚಳಿಗಾಳಿಗೆ ಅವನೆದೆಯ ಆಸರೆಯಾಯಿತು. ಎಲ್ಲಿಂದಲೋ ಮಧುರವಾದ ಹಾಡು ಕೇಳಿಸುತ್ತಿತ್ತು, ಮೌನಾಗೆ... ಎಲ್ಲಿಂದ? ಅದಕ್ಕೆ ಮಹೇಂದ್ರವರ್ಮನ ಹೃದಯ ಹೇಳಬೇಕಿತ್ತು ಉತ್ತರ.

✽